இந்த பூமியில் நானும் வாழ்ந்த அடையாளத்தை
பதிக்க தெரிந்தும் தெரியாமலும் உதவி வரும்
அத்தனை உயிர்களுக்கும், பேரண்டத்திற்கும்
சமர்பிக்கிறேன்..

பொருளடக்கம்

முன்னுரை

"காற்றின் நுண்ணுறவு"

எனது மூன்றாவது நாவல். ஓர் நிகழ்வு சார்ந்த அறிவியல் மற்றும் அமானுஷ்யம் கலந்த விறுவிறுப்பான கதை போக்கு கொண்ட புனைவு கதை.

நூற்குறிப்பு

நூல் தலைப்பு : காற்றின் நுண்ணுறவு

ஆசிரியர் : ஆலோன் மகரி

மொழி : தமிழ்

முதற் பதிப்பு : ஜனவரி 2022

1 - காற்றின் நுண்ணுறவு

பார் எங்கிலும் பரந்து விரிந்து, மேலும் நம் உயிரின் இருப்பை நொடிக்கு நொடி உறுதிப் படுத்துவது சுவாசம்.

அதுவே காற்று •••

எத்தனை செயற்கையான விஷயங்கள் அறிய கண்டுபிடிப்பாக போற்றப்-பட்டு அன்றாட வாழ்வில் பிணைந்திருந்தாலும், 'சுவாசம்' அது இல்லாமல் ஜீவித்திருக்கும் நிலையை நாம் இழந்திருப்போம்.

காற்று ••••••

அது எங்கிருந்து வருகிறது?

அது எப்படி உருவாகிறது?

அதில் என்ன என்ன உள்ளன?

அதனால் என்ன பயன்?

இப்படியான பல கேள்விகளில் இப்பொழுது வரையிலும் நாம் பதில் காணாமல் தான் கடந்துச் சென்றுக் கொண்டிருக்கிறோம்.

முதலில் காற்று எப்படி உருவாகிறது என்பதைக் காண்போம்••••.

பூமியில் ஏற்படும் வெப்பநிலை மாற்றங்களினால் காற்று உருவாகிறது. அதை மரம் செடிகள் இடம் விட்டு இடம் கடத்துகிறது•••

அது வீசும் வேகத்தில் இருந்து பல பெயர்களும் அதற்கேற்றார் போல கொண்டுள்ளது. தென்றல், வாடை, மேலை, கொண்டல் என வீசும் திசை மற்றும் வேகம் பொருத்து தனிப்பெயர் பெற்று விளங்குகிறது.

கடலில் உண்டாகும் காற்றழுத்தத்தினால் புயல் உருவாகி, மழையாகக் காற்றுக் கடத்திக்கொண்டு நிலப்பரப்பிற்கும் கொண்டு வருகிறது.

காற்றில் தான் அனைத்தும் பதிவாகி இருப்பதாக நம் முன்னோர்கள் கூறியிருப்பதாக ஒரு கூற்றும் உண்டு.

காற்றில் இருக்கும் அணுக்களைக் கொண்டு மாயாஜாலங்கள் நிகழ்த்த-லாம். அதை மாயை என்று நம் முன்னோர் கூறியுள்ளனர். அதற்கு அணு-வைக் கையாளத் தெரிந்திருக்க வேண்டும்.

இதே காற்றில் தான் நம் இறந்தகாலம், நிகழ்காலம், எதிர்காலம் என அனைத்தும் பதிவாகியுள்ளது.

ஒரு மிகப்பெரிய க்ளவுட் மெமரியாக நம் அத்தனைப் பேரின் வாழ்க்கை-யும் பதிவாகி நம் கண்முன்னே அலைந்துக் கொண்டிருக்கிறது.

காற்றில் இருக்கும் அணுக்களைப் படிக்க முடியுமா?

அப்படி படிக்க முடிந்தால்?

காற்றைப் படிப்பதா?

அப்படி என்றால் ?

காற்றை அறிந்துணர்வது.....

முழுக்க முழுக்க எனது கற்பனையில் தான் எழுதப் போகிறேன்.

இக்கதை காப்புரிமை பெற்றது..

இக்கதையில் வரும் பெயர்கள், மனிதர்கள், நிகழ்வுகள் அனைத்தும் கற்பனையே.. யாரையும் எந்த செயல்களையும் குறிப்பிடுவன அல்ல.

இனி காற்றுடனான நமது உறவு ஆரம்பமாகிறது.....

"அந்திமாலை நேரம்.....

ஆற்றங்கரையோரம்....

நிலா வந்ததே.... - என்

நிலா வந்ததே.....", என சித் ஸ்ரீராம் குரல் அந்த கானகத்தில் ஒலித்தபடி நகர்ந்துக் கொண்டே இருந்தது.

அந்தப் பாடலை முணுமுணுத்தபடியே முன்னே அந்த உருவம் செல்ல, அதை இன்னொரு உருவம் கொலைவெறியுடன் பின்தொடர்ந்தபடி இருந்தது.

"ஹேய் ரவுடி பேபி..... எங்கடி இருக்க? நீ சொன்ன மாதிரி மலையடிவாரத்துல இருந்து உள்ள வந்துட்டு இருக்கேன்", என அக்குரலுக்குச் சொந்தமான வேதகீதன் கைப்பேசியில் பேசியபடி நடத்துச் சென்றுக் கொண்டிருந்தான்.

"டேய் மலமாடே.... நான் இளவெழிலி பேசறேன். அவ போன் வச்சிட்டு எங்கயோ போனா இன்னும் காணோம்.... நீ எந்த இடத்துல இருக்க கரெக்டா சொல்லு".

"மலையடிவார கேட்ல இருந்து ஒரு இருநூறு அடி உள்ள வந்திருப்.......", என அவன் சொல்லி முடிக்கும் முன் அவன் பின்னால் வந்த உருவம் அவனின் வாய்பொத்தி அடித்து மயங்கச்செய்து தன் தோளில் தூக்கிக் கொண்டுச் சென்றது.

"ஹலோ....ஹலோ.... டேய் மலமாடே.... இருக்கியா செத்துட்டியா டா?", இளவெழிலி அந்த பக்கம் இருந்துக் கத்திக்கொண்டே இருந்தாள்.

எந்த பதிலும் இல்லாது போகவும் லைன் கட் செய்து விட்டு தன் வேலையைத் தொடர்ந்தாள்.

"ஹேய் இளா.... அந்த மலமாடு வந்துட்டானா இல்லையா ? ",எனக் கேட்டபடி அவள் உள்ளே வந்தாள்.

"இல்ல எழில்..... கால் பண்ணான். பேச பேச கட் ஆகிடிச்சி.... நீ ட்ரைப் பண்ணிப் பாரு", கூறிவிட்டு தன் வேலையில் மும்முறமானாள் இளவெழிலி.

"ஹேய் ரவுடி..... இங்க வந்து கொஞ்சம் பாரேன்.... நாம கிட்ட வந்துட்டோம்னு நினைக்கறேன்", என ராகவி வந்து அழைத்தாள்.

"வரேன்....", கைப்பேசியில் ஏதோ செய்தபடிக் கூறினாள்.

"ஹேய்.... சீக்கிரம் வாயேன்... என்னதான் பண்ற?", ராகவி பொறுமையில்லாது கேட்டாள்.

"ஐ செய்ட் ஐ வில்.... ஷட் அப் ரா", என உச்சஸ்தாயில் கத்தினாள்.

அவளின் கத்தலில் அனைவரும் அவ்விடம் வந்துச் சேர்ந்தனர்.

மீண்டும் மீண்டும் அவள் கீதனுக்கு முயற்சித்தபடியே இருந்தாள் எதையும் கண்டுகொள்ளாமல்.

"என்னாச்சி ?", மற்றொரு கரகரப்பான குரல் கூட்டத்தில் இருந்து வந்தது.

"............", அவளிடம் பதில் வரவில்லை.

"சுடரெழில் நாச்சியார்....... உன்னை தான் கேட்டேன்", அக்குரலின் உஷ்ணம் உணர்ந்து தலை நிமிர்ந்துப் பார்த்தாள்.

அவள் கண்களில் எப்போதும் மின்னும் சுடரை விட இன்று கோபம் அதிகமாய் தெரிந்தது.

"என்னாச்சி ?", மீண்டும் அதே குரல்.

"வேதகீதன் மிஸ்ஸிங்", அவளின் ஒற்றை வார்த்தையில் பிரச்சினையின் வீரியம் தெறித்தது.

"ஓ...... சரி .... அடுத்து ஆகறத பாரு", எனக் கட்டளையிட்டு அவ்விடம் விட்டு நகர்ந்தது அக்குரல்.

"விமல்.....பேக் அப்..... லெட்ஸ் மூவ்", என கட்டளையிட்டு விட்டு ராகவியை அழைத்துக்கொண்டு வெளியேறினாள் நாச்சியார்.

ராகவியின் கண்கள் பயத்தில் கண்ணீர் சுரக்கத் தயாராய் இருந்தது.

"எழில்..... ", குரல் கம்ம அழைத்தாள்.

"நீ எதையோ பாத்ததா சொன்னியே அத காட்டு ரா..... ", வேறெதுவும் பேசாதே என்ற தொனி அதில் இருந்தது.

நடுசாம வேலையில் காட்டின் ஒரு ஓரத்தில் மூன்று டென்டில் இருந்த அத்தனைப் பேரும் வேக வேகமாக அத்தனையும் எடுத்து பைகளில் திணித்துவிட்டு தாங்கள் இருந்த தடையத்தை அழிக்க ஆயத்தமாயினர்.

"எந்த இடம் ரா ?", சற்று தூரம் நடந்தபின்னே கேட்டாள் எழில்.

"அந்த இரண்டு மரத்துக்கும் நடுவுல இருக்கு பேபி", ராகவித் தன்னைக் கட்டுப்படுத்தியபடிக் கூறினாள்.

"ரவுடிய விட்டுட்ட ரா", என குரலில் கிண்டல் காட்டி ராகவி கூறிய திக்கில் நடந்தாள் எழில்.

"உனக்கு பயம் வரலியா ? நம்ம கீதன் எங்கப் போனான்னு? அவனுக்கு எதாவது....", அவள் வார்த்தையை முடிக்கும் முன் சுடர்விழியாள் ராகவியின் வாயை அடைத்திருந்தாள்.

"நாம செய்ற வேலைக்கு தகுந்த மாதிரி நம்மல தயார் படுத்திக்கணும் ரா. இங்க செண்டிமெண்ட் வேலைக்கு ஆகாது.... இந்த பாறையா சொன்ன.... இதுல என்ன இருக்கு?", அந்தப் பாறையை ஆராய்ந்தபடிக் கேட்டாள்.

"அத நகர்த்தி பாரு.... அடில ஒரு குறிப்பு மாதிரி இருக்கு ...",ராகவியும் உடன் வந்து அந்த பாறையைத் திருப்பிக் காட்டினாள்.

"நிலபூதம் பிறழ்ந்த ஈராறாம் திங்களில் தென்துருவதத்தின் நேர்கீழே வளித்துவாரம் திறந்திருக்க......."

அதற்கு மேல் ஏதும் புரியும்படியாக இல்லை.

சிறு பாறை தான் ஆனால் அதை அசைப்பது மிகவும் கடினமாக இருந்தது. சறுகுகள் அந்த இடத்தில் மற்ற இடத்தை விட அதிகமாக இருப்பதாகத் தோன்றியது இருவருக்கும்.

ஒரு அளவுக்கு மேலே அதைத் திருப்பவும் முடியவில்லை , நகர்த்தவும் முடியவில்லை.

நேரம் ஆவதை உணர்ந்தவர்கள்,கிளம்ப நினைத்து, பின் மீண்டும் அந்த இடத்திற்கு வர நேர்ந்தால் அடையாளம் காண, அந்த பாறைக்கும் அருகில் இருந்த மரங்களுக்கும் இணை ஏற்படுத்துவது போல சிற்சில பாறைக் கற்களைச் சுற்றி போட்டுவிட்டு இருவரும் திரும்பினர்.

இவர்கள் சென்ற பத்து நிமிடத்தில் டென்ட் இருந்த இடம் எந்த தடையங்களும் இன்றி சாதாரணமாகவே காட்சியளித்தது.

அங்கிருந்த கிளம்பிய குழு காட்டு வழியாகவே நடந்து அடுத்த நாள் இரவு தாங்கள் தங்க ஓர் இடத்தைத் தேடி அழைந்தது.

அங்கிருந்து சற்று தூரத்தில் ஏதோ ஒரு கிராமம் இருப்பதாகத் தோன்ற சுடரெழில், விமல், இளவெழிலி மற்றும் ரிஷி, நால்வரும் சத்தம் செய்யாமல் சற்று தூரத்தில் கொட்டடிக்கும் சத்தத்தை நோக்கி நடந்தனர்.

"நாச்சியா..... ", விமல்.

"ம்ம்"

"வாய தொறந்து பேசினா முத்து கொட்டுமா வைரம் கொட்டுமா?", ரிஷி கடுப்புடன் கேட்டான்.

"ரிஷி..... ", இளவெழிலி அடக்கினாள்.

"அவள சொன்னா வந்துடுவாளே.... ", தனக்குள் முணுமுணுத்துவிட்டு, "நான் கேக்கறதுக்கு பதில் சொல்லச் சொல்லு இளா", என இளவெழிலியிடம் வந்தான்.

"என்ன கேக்கணும் ரிஷி ?", எழில் உணர்ச்சியை வெளிக்காட்டாமல் கேட்டாள்.

"இன்னும் எத்தனை நாளைக்கு இந்த காட்டுக்குள்ளயே சுத்திட்டு இருக்கப் போறோம்?", ரிஷி.

பதில் கூறாமல் ஓர் இடத்தில் நின்று ரிஷியைப் பார்த்தாள்.

"பதில் சொல்லு நாச்சியா", விமலும் கேட்டான்.

"தெரியாது .... நாம எங்க போகணும் ? என்ன பண்ணணும் ? எல்லாமே அந்த ஆளுக்கு மட்டும் தான் தெரியும்", குரலில் தெரிந்த உஷ்ணமும், அழுத்தமும் அவளின் மனநிலையைக் காட்டியது.

"இன்னும் இப்படியே நாம எத்தனை நாளைக்கு இருக்க முடியும் எழில்?", ரிஷி.

"தெரியல ரிஷி. நமக்கு கீதன் தான் அவுட்சைட் வேர்ல்ட் கான்டாக்ட்ல இருந்தான். இப்ப அவனும் இல்ல... காட்ட விட்டு நாம வெளிய போனா நம்மள்ல ஒருத்தர் உயிர் கூட மிஞ்சாது", அவள் குரலில் தெரிந்த உறுதி மற்ற மூவரையும் அசைத்துப் பார்த்தது.

மௌனமே சற்று நேரம் அவ்விடம் நிலைக்கொண்டிருந்தது. சத்தம் வந்து கொண்டிருந்த திக்கல் மீண்டும் நடக்க ஆரம்பித்தனர்.

அவர்கள் நினைத்தது போலவே அது பழங்குடி மக்கள் வாழும் ஒரு கிராமம் தான். காட்டின் தன்மையை மாற்றாமல் இயற்கையை பாதுகாத்து வருகின்றனர் என்று அவ்விடம் பார்த்ததும் உணர முடிந்தது. மொத்தமே ஒரு நூறு பேர் தான் இருப்பார்கள் போல, அங்கிருந்த குடில்களும் குறைவாகத் தான் இருந்தது.

தூரத்தில் இருந்து பைனாகுலரில் நால்வரும் அவ்விடத்தை மரத்தில் ஏறிப் பார்த்துவிட்டுத் திரும்பினர்.

"நாங்க யாராவது வெளியே போக ட்ரை பண்ணவா?", விமல்.

"வேணாம்... நானே போறேன்... என்னை அவன் வர சொல்லி இருக்கான். நீங்க மூனு பேரும் தான் நம்ம டீம்ம இனி ஜாக்கிரதையா பாத்துக்கணும். முதலை இருக்குன்னு தெரிஞ்சி இறங்கிட்டோம். இனி உயிர் தப்பறது நம்ம திறமைல மட்டும் இல்ல இயற்கையும் மனசு வைக்கணும்", எனக் கூறி டென்டை அந்த கிராமத்தில் இருந்து சற்றித் தள்ளி ஆறு ஓடும் நெருக்கமான காட்டுப் பகுதியில் நிறுவச் செய்தாள்.

அந்த பகுதியில் மிருகங்கள் நடமாட்டம் குறைவு என்பதை அறிந்தபின்பே தங்கும் ஏற்பாடுகளை ஆரம்பித்தனர்.

அக்குழுவில் இருந்த ஐம்பது வயது மதிக்க தக்க ஒருவர் சுடரெழிலை அழைத்தார்.

"எப்ப கிளம்பற ?", என்ற அவர் குரலில் வெறுமை மட்டுமே இருந்தது.

"இன்னும் இரண்டு நாள்ல சார்".

"நான் நீ வர்ற வரைக்கும் இருப்பேனா தெரியாது... உனக்கு வேண்டியது மட்டும் இல்லாம எல்லாத்தையும் ஒரே தொகுப்பா செஞ்சி வைக்கறேன்.... என் ட்ரஸ்ஸ மட்டும் நீயே எடுத்துக்க", எனக் கூறி அவளை அனுப்பிவிட்டு தன் வேலையைத் தொடர்ந்தார்.

மூத்தவர் கூறிய வார்த்தைகள் ஓனாய் கூட்டத்திற்கு நடுவில் தான் மட்டும் தனியாக நிற்பதாகத் தோன்ற வைத்தது. தன்னுடன் இருப்பவர்கள் ஒவ்வொருவராகத் தன்னைத் தனியாக நிற்கவைத்துச் செல்வதாக உணர்ந்தாள். மேலும் ஏதேதோ நினைவுகள் வரிசைக்கட்டித் தோன்றவும், அதையெல்லாம் ஒதுக்கிவிட்டு ராகவியை தேடிச் சென்றாள்.

"டேய் கதவ திறங்கடா..... நான் என்னடா பண்ணேன்? என்னை ஏன்டா கடத்தினீங்க? டேய்.... யாராவது இருக்கீங்களா? ", என வேதகீதன் தான் அடைபட்டிருக்கும் அறையில் சுற்றிச் சுற்றி வந்துக் கத்திக்கொண்டிருந்தான்.

"ஷட் அப்", என்ற குரல் கனீரென ஒலித்தது.......

2 - காற்றின் நுண்ணுறவு

உயரத்தில் பறந்துக் கொண்டிருந்த ஹெலிகாப்டர் வடக்கு அட்லான்டிக் கடற்பகுதியில் இருந்து கினியா வளைகுடா இருக்கும் பக்கம் சென்றுக் கொண்டிருந்தது.

பைலட் இறங்கும் இடத்திற்கான அட்சரேகை மற்றும் தீர்க்கரேகைக் குறியீடுகளைக் கேட்டுக்கொண்டிருந்தார்.

"கிங்காங் ஆன் கினியா... ஐ ரிபீட் கிங்காங் ஆன் கினியா.... வேர் டூ லேண்ட்?", பைலட்.

"காப்பீட்.... யூவர் மார்க் இஸ் latitude 0.700, longitude 0.954... ", எனக் கட்டளை வந்தது.

ஹெலிகாப்டர் அந்த குறியீட்டைக் காண அது கடற்பகுதியாக இருந்தது.

தற்காலிகமாக ஆப்பரிக்க கண்டத்தில் அக்ரா எனும் இடத்தில் கடற்கரை ஓரமாகத் தரையிறக்கினர்.

ஹெலிகாப்டரில் இருந்து இருவர் இறங்கி தங்களது மேலிடத்திற்குத் தொடர்புக் கொண்டனர்.

"பாஸ்.... இது கினியா வளைகுடா.... இங்கிருந்து 175 கி.மீ தூரத்துல தான் லொகேஷன் இருக்கு", சார்லஸ்.

"..................."

"ஓக்கே பாஸ்.... அதுக்கான ஆளுங்கள தேட ஆரம்பிக்கறேன்.... ", என அவன் கூறியதும் லைன் கட் ஆனது.

சார்லஸ் மற்றும் ஜேக் இருவரும் தான் அந்த ஹெலிகாப்டரில் வந்தது. பைலட்டிடம் இந்த இடம் தான் எனக் கூறி இருவரும் கடற்கடரை நோக்கிச் சென்றனர்.

"இங்க என்னடா இருக்கு ? இதுக்கு நம்மல இவ்ளோ அலையவிடறானுங்க ?", ஜேக்.

"எனக்கும் விஷயம் தெரியாது ஜேக். அவங்க சொல்றத செஞ்சிட்டு போலாம். வா கடலோடறவங்கள பிடிக்கணும்", என சார்லஸ் அந்த இடத்தை போட்டோ எடுத்துக் கொண்டு, அந்த லொகேஷனையும் தன் மேலிடத்திற்கு அனுப்பி வைத்தான்.

ஜேக் சுற்றும் முற்றும் கூர்மையானப் பார்வையைச் சுழற்றி, கடலை ஒரு முறை அழுத்தமாகப் பார்த்துவிட்டுச் சார்லஸைப் பின்தொடர்ந்தான்.

அதே நாளில் இன்னொரு ஹெலிகாப்டரில் இரண்டு பேர் இந்தியப் பெருங்கடலில் வட்டமடித்தபடி இருந்தனர்.

அவர்களுக்கு கொடுக்கப்பட்ட குறியீடுகளும் கடலைக் காட்ட அருகில் இருக்கும் மாலத்தீவில் தரையிறங்கினர்.

"ஹேய் கேட்.... வாட்ஸ் ஹியர்? ", ஏஞ்சல் அருகில் நின்று கேட்டாள்.

"வீ நீட் டு டைவ் இன்டூ த ஓஷன் ஏஞ்சல் ... லெட்ஸ் கெட் ரெடி", என கேட் பதிலுரைத்துவிட்டு தங்கும் ஏற்பாடுகளோடு, கடலில் பயணிக்க தேவையானவைகளையும் கவனிக்கச் சென்றாள்.

தன் மேலிடத்தை தொடர்புகொண்டு அடுத்து செய்யவேண்டிய உத்திரவு-களையும் பெறத் தவறவில்லை இருவரும்.

அடுத்த நாள் சுடரெழில் நாச்சியார் தான் கிளம்பத் தேவையானவற்றை சேகரித்துக்கொண்டு எப்படியேனும் போலீஸிடம் சென்று தங்களைக் காத்துக்-கொள்ள, என்ன செய்வதென தீவிரமாக யோசித்தபடி இருந்தாள்.

அவள் இருந்த கூடாரத்திற்கு வெளியே குயில் கூவும் சத்தம் கேட்க எழுந்து வெளியே சென்றாள்.

நெருக்கமான மரங்களின் இடைவெளியில் ஒரு உருவம் தெரிந்தது.

"என்னாச்சி? எதாவது முக்கியமான விஷயமா?", என சைகையில் கேட்டாள்.

"ஆம்", என அந்த உருவம் தலையசைத்ததும் சத்தம் எழுப்பாமல் அந்த உருவத்தைத் தன்னைப் பின்தொடரும்படி செய்கைச் செய்துவிட்டு அடர்ந்தக் காட்டுப்பகுதிக்குள் நுழைந்தாள்.

கூடாரம் கண்ணை விட்டு மறையும் தூரம் வந்த பிறகு அங்கிருந்த பாறைக்குப் பின்னால் சென்றாள்.

"என்ன விஷயம் நாக்?".

"எப்ப கிளம்பற நாச்சியா?".

"நாளைக்கு இராத்திரி கூட்டிட்டு போக கூடாரத்துக்கே ஆள் வராங்க ", உணர்ச்சிகள் காட்டாத முகத்துடன் கூறினாள்.

"இந்தா... தேவைபடறப்ப யூஸ் பண்ணிக்க", என ஒரு கையளவு அதி-நவீன துப்பாக்கி ஒன்றை அவளிடம் கொடுத்தான்.

"இது ஏது?", என கேள்வியாக அவள் புருவம் உயர்ந்தது.

"போனவாரம் கடத்தல் பொருள்ல இது வந்தது. உனக்கு உபயோகப்-படும்னு வில்சன்கிட்ட பணம் குடுத்து தான் வாங்கினேன்", என அந்த 'தான்'ல் அழுத்தம் கூட்டிக் கூறினான்.

அமைதியாக அதை மடித்து தன் ஜெர்கின் உள்ளே வைத்துவிட்டு புல்-லட்ஸ் எனக் கேட்டாள்.

"நீ சரின்னு சொன்னா இரண்டு பேக் கொண்டு வந்திருக்கேன். குடுத்-துட்டு போறேன். அதுல எல்லாமே லேட்டஸ்ட் வெபன்ஸ் இருக்கு".

"மத்த ஆளுங்களுக்கு தெரிஞ்சா கஷ்டம்... சந்தேகம் வரும்".

"வேணும்கிறத இப்ப எடுத்துட்டு போயிட்டு மத்தத இங்க வச்சிடு. ஒரு வாரத்துல இங்க வந்துடுவ தானே?", அவன் கேட்ட கேள்வியில் என்ன இருந்தது என்பதை அவனாலேயே அறியமுடியவில்லை.

"தெரியல.... இன்னும் சொல்லிக்கற அளவுக்கு எதுவும் கிடைக்கல. திரும்ப என்னை இங்க அனுப்புவானா? மேல அனுப்புவானான்னு தெரி-யாது.. நீ ஜாக்கிரதையா இரு. நான் இங்க வந்தப்பறம் உனக்கு தகவல் குடுக்கறேன்".

"சரி............. அந்த பைய்ய குடுக்கவா?".

"ம்ம்.... கொஞ்ச நேரம் இரு. வரேன்", என கூடாரம் நோக்கிச் சென்-றவள் இளவெலிழி மற்றும் ரிஷியை அழைத்து வந்தாள்.

"இளா ரிஷி ஜாக்கிரதை. யார் கண்ணுலயும் படக்கூடாது... நான் திரும்பி வந்தப்பறம் இதப்பத்தி பேசிக்கலாம். வினோத் அண்ட் ராகவிக்கு இதபத்தி எதுவும் தெரியக்கூடாது", கட்டளையாக வந்தது வார்த்தைகள் நாச்-சியிடமிருந்து.

"ம்ம்", என தலையை மட்டும் அசைத்துவிட்டு இருவரும் நாக்-ஐ பார்த்-தும் தலையசைத்துவிட்டு ஆளுக்கொரு பையை எடுத்துக்கொண்டுக் கிளம்-பினர்.

"வேற என்ன சொல்லணும் நாக்?", நாச்சியார்.

"அந்த பக்கத்து கிராமத்து ஆளுங்கள பழக்கமாக்கி வைக்கவா?", நாக்.

"அவங்களுக்கு ஆபத்து வந்துடக்கூடாது நாக். மருத்துவ வசதி இருக்-கான்னு பாரு. நான் வரவரைக்கும் இங்கயே இரு... சார் நான் வரவரைக்-கும் இருக்கமாட்டேன்னு சொல்றாரு. அவர் குடுக்கறத பத்திரப்படுத்தணும்", நெஞ்சில் பாரம் அழுத்துவதைப் போல உணரவும் தலையைச் சிலுப்பிவிட்டு நடக்க ஆரம்பித்தாள்.

"நாச்சியா..... அவசரப்பட்டுறாத....பொறுத்திருந்து தலையை அறுக்க-ணும்", அவன் உதிர்த்த வார்த்தைகளில் இருந்த உஷ்ணமும் வீரியமும் சுட-ரெழில் விழிகளில் வெறியை ஏற்றியது.

"நிச்சயம் தலையை அறுக்காம விடமாட்டேன் நாக்", என உறுமலாக வார்த்தைகளை உதிர்த்துவிட்டுச் சென்றுவிட்டாள்.

அழகான அந்திமாலை நேரத்தில் கடற்கரையில் கால்களை நனைத்தபடி வெள்ளைச் சுடிதாரில் ஓர் பூஞ்சோலை நின்றிருந்தது.

"வகி... வகி..... "

எத்தனை முறை தோற்றாலும் மீண்டும் மீண்டும் கரையை உடைக்க வரும் அலைகளில் தன்னைத் தொலைத்து நின்றிருந்தாள் அவள்.

"ஏய்.... வகி..... ", சற்று தூரத்தில் மற்றொரு பெண் அவளை அழைக்க அவள் கவனம் இன்னும் அலைகளிலேயே ஆடிக்கொண்டு இருந்-தது.

அருகில் நின்றிருந்த பெரியவர் ஒரு பெண் அழைப்பதைக் கேட்டு திரும்பி பார்த்துவிட்டு அருகில் இருந்தவளை அழைத்தார்.

"அம்மா.... உங்கள தான் யாரோ கூப்பிடறாங்க",பெரியவர்.

அவர் அழைத்தும் திரும்பாதவளை அவர் கையை பிடித்ததும் தன்னிலைப் திரும்பி அவரைப் பார்த்தாள்.

தெய்வீகமான சிரிப்புடன் நின்றிருந்த பெரியவர் அவள் பெயரைக் கேட்டார்.

"ரொம்ப நேரமா உங்க தோழி வகி ன்னு கூப்பிட்டுட்டு இருக்காங்க. உங்க பேர் என்னம்மா?", மென்சிரிப்புடன் கேட்டார்.

"வல்லகி தாத்தா.... ".

"அருமையான பேர்ம்மா... அவங்க ஏதோ சுமையை பகிர்ந்துக்க கூப்பிடறாங்க போல. வாங்க போய் உதவி செய்யலாம்", என அவள் கையைப் பிடித்தபடி நடந்தார்.

"வல்லகி உங்க பேருக்கு அர்த்தம் தெரியுமா ?",பெரியவர் சிரிப்புடன் கேட்டார்.

"தளிர்னு கேள்விபட்டேன் தாத்தா".

"இன்னொரு அர்த்தமும் இருக்கும்மா... வீணை.... வீணையின் சிறப்ப சொல்லி முடியாதுல்லம்மா.... ".

"ஆமாம் தாத்தா... ஆனா நான் வீணை இல்லை மனுசி".

"ஒவ்வொரு மனுசனுக்குள்ளயும் காத்து போயிட்டு வருதும்மா... அந்த காத்து தான் இசையையும் குடுக்குது. வீணை தன் நரம்பின் இடையில் இருக்கற காத்த லேசா மீட்டி இசையா மாத்துது. அப்படி பாத்தா ஒவ்வொரு மனுசனும் ஏதோ ஒரு இசைக்கருவி தானே", மர்மமாக சிரித்தபடிக் கேட்டார்.

புரியாதப் பாவணையில் அவரைப் பார்த்து நின்றாள்.

"ஒவ்வொரு பிறப்புக்கும் ஒரு அர்த்தம் இருக்கும்மா... ", எனக் கூறிவிட்டு அவள் தோழி கையில் இருந்த சுமையை தன் கையில் பாதி வாங்கிக்கொண்டு தார்சாலைக்கு வந்தனர்.

"தேங்க்ஸ் தாத்தா.... இவள எவ்ளோ நேரமா கூப்பிடறேன் ஜடம் மாதிரி நிக்கறா.... ", தோழி பாலவதனி நன்றியுரைத்தாள்.

"இருக்கட்டும்மா.... நீ தெளிவா இருந்தா சரிதான். நான் வரேன்.... ", எனப் பொதுவாக இருவரிடமும் சிரிப்புடன் விடைப்பெற்றுக் கிளம்பினார் பெரியவர்.

"பாலா.... இவர எங்கயோ பாத்தமாதிரி இருக்கு....", வல்லகி யோசனையுடன் கூறினாள்.

"ஆரம்பிச்சிட்டியா.... முதல்ல நம்ம ரூம் போலாம் வா.... போய் இனிமே தான் சமைக்கணும்... உன்ன வச்சிட்டு வெளிய எங்கயும் போகமுடிய மாட்டேங்குது", என அவள் பாட்டுக்கு பேசியபடியே வண்டியை ஓட்டிக்கொண்டிருந்தாள்.

வல்லகி அந்த பெரியவரின் முகத்தை மீண்டும் மீண்டும் தன் நினைவடுக்குகளில் தேடிக் கொண்டிருந்தாள்.

யார் அவர்?

ஃபோர்ட் ஜேம்ஸ்.... (Fort James)

மிகவும் பழமையான துறைமுகம். அதன் பக்கத்தில் இருக்கும் அக்ரா பாயிண்ட் நிலப்பகுதியின் ஓர் கூர்முனை முடிவு. அதன்பிறகு கடல் தான் பரந்து விரிந்திருந்தது.

அங்கிருந்து பக்கவாட்டில் சற்று தூரத்தில் ஹார்பரும் இருந்தது. சிறு சிறு படகுகள் கடலோடும் மையமும் அக்ரா பாயிண்ட் அருகில் இருந்தது.

"ஜேக்.... நான் கடல்ல போக போட் கிடைக்குமான்னு பாத்துட்டு வரேன். நீ நாம தங்க ரெசார்ட் பக்கத்துல பாரு", எனக் கூறிவிட்டுச் சென்றான் சார்லஸ்.

செல்லும் சார்லஸை அழுத்தமாகப் பார்த்துவிட்டு அருகில் இருக்கும் தங்கும் விடுதிகளைத் தேடிச் சென்றான் ஜேக்.

சார்லஸ் அடுத்தநாள் விடியற்காலையில் கடலோட, ஆட்களைப் பிடித்துப் பேசி முன்பணம் கொடுத்துவிட்டு அக்ரா பாயிண்ட் வந்தான்.

ஹெலிகாப்டரை பழுதுபார்க்க பைலட் ஊருக்குள் சென்று பேசி ஒரு இடத்தை ஏற்பாடுச் செய்துவிட்டு வந்திருந்தார்.

அவரை அந்த இடத்திற்கு அருகிலேயே தங்கியிருக்கும்படி உரைத்துவிட்டு இவர்கள் இருவரும் கடலோரமாக இருந்த ஒரு ரிசார்ட்டில் தங்கினர்.

சார்லஸ் தன் மேலிடத்திற்கு அனுப்ப வேண்டிய தகவல்களை அனுப்பிவிட்டு மது குடிக்க ஆரம்பித்தான்.

"ஹேய் ஜேக்.... நீ ஏன் எப்பவும் உம்முன்னே இருக்க? பீல் ப்ரீயா....", போதையில் பேச ஆரம்பித்தான்.

சன்னமாகத் தலையசைத்துவிட்டு அவனும் ஒரு க்ளாஸை எடுத்தான்.

"இங்க பாரு இந்த இரண்டு வருஷமா நானும் உன்ன பாக்கறேன். நீ செய்ற வேலை எல்லாமே சூப்பரா இருக்கு. ஆனா எங்க கூட மிங்கிள் ஆகவே மாட்டேங்கற .... ஏன்? சொல்லு?".

"நத்திங் டூ சே".

"நான் இந்த தடவை உன்ன ஏன் அவ்ளோ பேசி உன்ன இங்க கூட்டிட்டு வந்தேன்னு தெரியுமா? சொல்லு ஜேக்.... உனக்கு தெரியுமா?".

இல்லை என ஜேக் தலையசைத்ததும், "நம்ம பெரிய பாஸ்அ பார்க்க ஒரு சந்தர்ப்பம் இதுல கிடைக்க வாய்ப்பு இருக்கு... ஆமா... நாம பாத்துட்டா டைரக்டா நாம இனி டிவிஷனல் ஹெட் ஆகிடலாம். அவருக்கு டேலன்டட் பர்சன்ஸ்அ ரொம்ப பிடிக்குமாம். அன்னிக்கு யோகேஷ் சொன்னான்.... அதான் நான் உன்ன கூட்டிட்டு வந்தேன்".

"எப்ப பாக்கலாம்?", கண்கள் கத்தியாக மின்னக் கேட்டான்.

"தெரியாது.. ஆனா இது பெரிய பாஸ் டைரக்ட் விஷன்ல நடக்கற மிஷன்", போதையில் உளறிக்கொண்டே தூங்கியிருந்தான்.

ஜேக் தாங்கள் இருந்த அறையில் இருந்து கடலை வெறித்தபடி நின்று தன்னை நிலைப்படுத்தப் போராடினான்.

சிவந்திருந்த கண்களுக்கு காரணம் குடிபோதையா ? அவன் உள்ளத்தின் வேதனையா ?

3 - காற்றின் நுண்ணுறவு

வீட்டிற்கு வந்த பாலவதனியும் வல்லகியும் பொருட்களை எடுத்துக்-கொண்டு லிப்டிற்காக காத்திருந்தனர்.

அந்த சமயம் வல்லகிக்கு கண்முன்னே சில நிழல்கள் நடமாடுவதுப் போலத் தோன்றியது.

கைகளில் இருந்த பைகளை இறுக்கியபடி வேக வேகமாக சுவாசத்தை உள்ளிழுத்துக்கொண்டிருந்தாள்.

அவளின் சுவாச மாறுபாட்டை கவனித்த பாலா, அவள் கைகளை பிடித்து உலுக்கினாள்.

"வகி.... வகி.... என்னாச்சி...? ஏன் இப்படி மூச்சு வாங்குது? ", என பதற்றமாகப் பேசினாள்.

"பாலா... பாலா.... இங்க ....இங்க.... யாரோ ரொம்ப அழுதிருக்-காங்க.... மனச கனமாக்கற ஏதோ ஒன்னு நடந்திருக்கு.... யாருக்கு என்-னாச்சின்னு தெரியல.... எனக்கு அழுகையா வருது பாலா.... ", என தேம்பித் தேம்பி அழ ஆரம்பித்தாள்.

"அழாத வகி.... ஒன்னும் ஆகாது.... நீ அமைதியாகு.... வா லிப்ட் வந்துரிச்சி ப்ளாட்டுக்கு போலாம்", என அவளை இழுத்தாள்.

வல்லகி அவ்விடம் விட்டு நகர்ந்து மூச்சை ஆழமாக இழுத்துவிட ஆரம்பித்தாள். சில நொடிகளில் மெல்ல வல்லகியின் சுவாசம் தானாகச் சீரானது.

லிப்டில் இருந்து இருவர் ஒரு பெண்ணை தூக்கிக்கொண்டு வெளியே வந்தனர்.

"என்னாச்சி ண்ணா? ", பாலா.

"அவர் ஹஸ்பெண்ட் வந்து இவங்க குழந்தைய தூக்கிட்டு போயிட்டாங்க ... இவங்க அழுதழுது மயக்கமாகிட்டாங்கம்மா.... டிவோர்ஸ் குடுக்கமாட்-டேன்னு சொன்னதால பெரிய பிரச்சினை பண்ணிட்டாங்க... மதியம் எல்-லாம் இங்க ஒரே ரகளை... அந்த ஆளு வீட்டு ஆளுங்களும் வந்-துட்டாங்க... குழந்தைய இவங்க கிட்ட இருந்து வலுகட்டாயமா பிரிச்சி கூட்டுட்டு போயிட்டாங்க.... ", என உடன் வந்த வாச்மேன் இவர்களுக்கு நடந்ததை விளக்கினார்.

இதைக் கேட்ட பின் வல்லகியைப் பார்த்த பாலாவிற்கு என்ன சொல்வதென்றே புரியாமல் மலங்க மலங்க விழித்தபடி ப்ளாட்டிற்கு வந்துச் சேர்ந்தனர்.

"வகி... உன்னால எப்படி அப்படி சொல்ல முடிஞ்சது?", மண்டைக்குள் குடைந்துக்கொண்டிருந்த சந்தேகத்தைக் கேட்டாள்.

"எனக்கு தெர்ல பாலா... இந்தமாதிரி எதாவது நடந்த இடத்துக்கு நான் போனா என்னால பீல் பண்ண முடியுது.... மூச்சு முட்டுது.... ", யாதென்றே உணரமுடியாத குரலில் கூறினாள்.

"நாம நாளைக்கு ஈஎன்டி டாக்டர போய் பாத்துட்டு வரலாம் வகி. உன் உடம்புக்கு எதாவது வந்துட போகுது... ", உண்மையான வருத்தத்தில் பாலா கூறி அவள் கைப்பிடித்தாள்.

"ஒன்னும் ஆகாது பாலா.. அவ்ளோ பெரிய ஆக்சிடெண்ட்லயே தப்பிச்சிட்டேன்.... ", அவள் கையைத் தட்டிக்கொடுத்துவிட்டு எழுந்துத் தன்னறைக்குச் சென்றாள்.

முகம் கழுவி வேறுடை மாறி அவள் வெளியே வரும்பொழுது பாலா சமைத்துக்கொண்டிருந்தாள்.

"நான் வரதுக்குள்ள நீயே ஏன் பாலா எல்லாத்தையும் பண்ற? நான் வர்க் ஷேர் பண்ணிப்பேன்ல...", செல்லமாக கடிந்தபடி சமையலில் தன்னை மூழ்கடித்துக்கொண்டாள்.

சமைத்து முடித்து ஹாலில் இருவரும் அமர்ந்து சாப்பிட ஆரம்பித்தனர்.

"பாவம்ல அந்த அக்கா..... குழந்தை ஒன்னு தான் அவங்களுக்கு இருக்க சந்தோஷம்னு அன்னிக்கு நம்ம விளையாடிட்டு இருக்கறப்ப கேம்ல கூட சொன்னாங்க. கொஞ்சம் கூட மனசாட்சியே இல்லாமா எப்படி தான் நடந்துக்கறாங்களோ..... பொண்டாட்டி வேணாம் புள்ள மட்டும் வேணுமாம்.... ", பாலா தன் ஆதங்கத்தை வெளிக்காட்டினாள்.

"நாம இப்பதான் வீட்ட விட்டு வெளிய வந்து இருக்கோம் பாலா.... வாழ்க்கையே இனிமேல தான் புரிய ஆரம்பிக்கும்.... அப்பா அடிக்கடி சொல்வாரு.... சம்பாதிக்க ஆரம்பிச்சா தான் நாலும் புரியும்னு.... நாமலும் ஒன்னொன்னா புரிஞ்சிக்கலாம்", அமைதியாகப் பதிலளித்தாள்.

"ம்ம்.... ஒன்னு ஒன்னா முதல் நான் உன்னைத் தான் புரிஞ்சிக்கணும்..... வர வர உன்கிட்ட நிறைய மாற்றம் தெரியுது வகி.... உன்னோட துறுதுறுத்தனம் எல்லாம் எங்க போச்சின்னே தெரியல.... இவ்ளோ அமைதியான வகி எனக்கு ரொம்ப புதுசா இருக்கா....".

வகியும் அமைதியாக ஒரு மென்சிரிப்பை உதிர்த்துவிட்டு சமையல் அறையை ஒழுங்குப்படுத்த எழுந்துவிட்டாள்.

இரண்டு நாட்கள் கழித்து அக்ரா பாயிண்ட்......

"பாஸ்.... இங்க யாரும் அந்த லொகேஷன் கிட்ட நெருங்க முடியாம திணர்றாங்க.... லொகேஷனுக்கு 5 கி.மீ முன்னாடியே சுழல் இருக்கு....

எந்த படகும் அதை தாண்ட முடியல", சார்லஸ் இரண்டு நாட்களாக தோற்றுப் போய் கொண்டிருக்கும் செய்தியைக் கூறினான்.

"நீ என்ன பண்ணுவியோ தெரியாது.... அந்த இடத்துக்கு நீங்க போயே ஆகணும்.... ", யோகேஷ் கட்டளையிட்டான்.

"பாஸ்.... அந்த இடத்த தாண்டினா தான் நீங்க சொல்ற லொகேஷன நாங்க நெருங்க முடியும். அதுவே இங்க கஷ்டமா இருக்கு.... ", தங்களின் இக்கட்டான நிலையை விளக்க முயன்றான் சார்லஸ்.

"ஐ நீட் பாசிடிவ் ரிசல்ட் அட் யுவர் நெக்ஸ்ட் கால் சார்லஸ்", எனக் கூறி பட்டென யோகேஷ் போனை வைத்துவிட்டான்.

"என்னாச்சி சார்லஸ்?", ஜேக்.

"அந்த வெங்காயம் இங்க வந்திருக்கணும் டா.... நாம இரண்டு நாளா எவ்வளவு கஷ்டப்படறோம். ஏற்கனவே ஒரு போட் ஆளுங்களோட காணாம போச்சி... மத்த ஆளுங்க நம்ம கூப்பிட்டா வரவே யோசிக்கறாங்க... அவன் அந்த இடத்துக்கு போயிட்டு கால் பண்ணுன்னு சொல்றான்", தலையை அழுந்தக்கோதி தன் காலை உதைத்தான்.

"நான் போறேன். என்கூட ஒருத்தன் வந்தா போதும்", ஜேக் கிளம்பத் தயாரானான்.

"டேய்... அன்னிக்கே பாத்தல்ல.... உயிர் போயிடும் டா", சார்லஸ் படபடப்புடன் கூறினான்.

"நாம என்ன உலகத்துக்கு நல்லதா பண்றோம்? பணத்துக்காக எது வேணா செய்யற கூட்டத்துல இருக்கோம். உயிருக்கு பயந்தா நமக்கு பணம் கிடைக்காது. நான் கேக்கற போட் அப்பறம் பயப்படாம என்கூட வரதுக்கு ஒரு ஆள் தான் தேவை", எனக் கூறி லைப்ஜாக்கெட் அணிந்துக் கொண்டான்.

சார்லஸ் எவ்வளவு பேசியும் ஜேக்குடன் கடலுக்கு செல்ல யாரும் முன்வரவில்லை.

பின் சார்லஸே உடன் ஏறினான். அந்த போட்-இற்கான பணத்தை கொடுத்துவிட்டு பைலட்டை தங்களுக்காக காத்திருக்க கூறிவிட்டு கடலில் இறங்கினர் இருவரும்.

"ஜீசஸ்....", என சிலுவையை கையில் பிடித்துக்கொண்டு சார்லஸ் கண்கள் மூடி வேண்ட ஆரம்பித்தான்.

"தப்பு பண்றவனுக்கு ஜீசஸ் வரம் குடுப்பாரா சார்லஸ்?", கிண்டலையும் அழுத்தமாகவே கேட்டான்.

"நாம இப்ப என்ன பெரிய தப்பு பண்ணிட்டோம் ஜேக். நம்ம மொதலாளிக்கு விசுவாசமா இருக்கோம். அவ்வளவு தானே".

ஜேக் எதுவும் பேசாமல் போட்டைக் கிளப்பினான்.

தூரத்தில் இருந்தே சுழல் தோன்றும் இடத்தை பார்த்துக்கொண்டே வந்தவனுக்கு ஏதோ வித்தியாசமாகத் தென்பட்டது.

சுழல் அருகில் சென்று அதை படம்பிடிக்க ஆரம்பித்தான்.

சுழலைச் சுற்றிக்கொண்டு செல்ல முயலும் பொழுது புதிதாய் மற்றொரு சுழல் திடீரென உருவானது.

அதில் அந்த போட் சிக்கிக்கொள்ள ஜேக்கும் சார்லஸூம் படு பிரயத்-தனப்பட்டு அந்த சுழலை விட்டு வெளியே வந்தனர். சார்லஸிடம் இருக்கும் டேப் வாங்கி தாங்கள் இருக்கும் இடத்தை கண்டறிந்து சுழலை நெருங்காமல் சுற்றிச் செல்ல ஆரம்பித்தான்.

அவர்கள் செல்லவேண்டிய இடத்தில் இருந்து ஐந்து கி.மீ சுற்றளவில் அந்த சுழல்கள் இருப்பதைக் கண்டறிந்தனர்.

மேலோட்டமாக பார்ப்பதற்கு சாதாரணமாகத் தெரிந்தாலும் சுழலானது நீரில் இருப்பது ஏதேனும் படகு செல்லும் போது தான் தெரிகிறது.

ஜேக் ஏற்கனவே பல கடற்பயணங்கள் மேற்கொண்டவன் என்பதால் ஓரளவு கடலின் தன்மைகளை அறிந்து வைத்திருந்தான்.

ஜேக் கண்ணில் தென்பட்ட அனைத்தையும் குறித்துவைத்துக்கொண்டு அந்த நீர்ச் சுழல்களை படமும் பிடித்துக்கொண்டு கரையை நோக்கித் திருப்-பினான்.

"என்ன ஜேக்?"

"இது நாம நினைக்கற மாதிரி ஈஸியா முடியாது சார்லஸ்.... நிறைய மெனக்கெடணும்"

கரைக்கு வந்த இருவரையும் அங்கிருந்தவர்கள் ஆச்சரியமாகப் பார்த்து விட்டு போட்டை பழுது பார்க்க ஆரம்பித்தனர்.

ஜேக் குளித்துமுடித்து சாப்பாட்டை ஆர்டர் கொடுத்துவிட்டு சுழலை எடுத்த படங்களை ஆராய ஆரம்பித்தான்.

சார்லஸூம் குளிந்துவந்து ஜேக்கை பார்த்தபடி அமர்ந்தான்.

"சார்லஸ்... எனக்கு ஒரு ப்ரொஜெக்டர் வேணும்"

"ஏற்பாடு பண்றேன் ஜேக். நீ அங்க என்ன பாத்த ? அதை சொல்லு"

"ப்ரொஜெக்டர் வரட்டும் நீயே பாத்து தெரிஞ்சிப்ப"

சற்று நேரத்தில் ஹேண்ட் ப்ரொஜெக்டர் வர அதை தன் டேப்பில் கனெக்ட் செய்து வெற்றுச் சுவரில் வெளிச்சம் பாய்ச்சினான்.

ஜேக் எடுத்த படங்களையும், வீடியோவையும் மாற்றி மாற்றி பார்த்துக்-கொண்டு சாப்பிட்டுக் கொண்டிருந்தான்.

ஒரு படத்தை நிறுத்தி ஜூம் செய்து பார்க்க போட் செல்லும் வேகத்தில் அலைகள் சுற்றும் பரவுவதை வைத்து அவர்கள் அந்த இடத்தை கடக்கும்-முன் சுழல் உருவாகிறது.

ஒரு வீடியோவில் மட்டுமே அது பதிவாகி இருந்ததால் அதை தனியாக வைத்துவிட்டு அடுத்த வீடியோவை ஓடவிட்டனர்.

நீரில் சுழல் உருவாவது சகஜமான விஷயம். தரைதளத்தில் வெற்றிடம் உருவாகும் போது அவ்விடத்தை ஆக்கிரமிக்க நீர் சுழன்று பாயும். நீரில்

இருக்கும் காற்று தான் நீர் சுழல காரணமாகிறது.

தரை தகட்டிற்கு அடியில் வெற்றிடம் ஏற்பட்டால் தான் சுழல் பலமானதாக உருவாகி ஆட்களை விழுங்கிவிடும்.

ஜேக் தன் அனுமானத்தை உறுதி செய்ய நாளையும் கடலோடி பார்க்க முடிவு செய்தான்.

சார்லஸூம் ஜேக்கும் சில விஷயங்களைக் கலந்துரையாடிவிட்டு அடுத்த நாள் செய்ய வேண்டிய வேலைகளையும் முன்னேற்பாடு செய்துவிட்டு தூங்கச் சென்றனர்.

அடுத்த நாள் மாலை வல்லகியை கட்டாயமாக பாலா ஈ.என்.டி டாக்டரைக் காண அழைத்துச் சென்றிருந்தாள்.

"வேணாம் பாலா... சொன்னா கேளு.... ".

"நீ கம்முன்னு இரு வகி. உனக்கு எப்படி மூச்சு திணறுது... எனக்கு பயமாவும், கவலையாவும் இருக்கு... செக் பண்ணிக்கலாம்".

டாக்டர் நிரல்யன் எனும் பெயர் பலகை டேபிளில் மின்னியது.

"சாக்ஷி..... என்ன இது? என் நேம்போர்ட் இப்படி க்ளிட்டர் ஆகுது... என்ன செஞ்ச?", நிரல்யன்.

"சின்னதா சைன்ஸ் எக்ஸ்பெரிமண்ட் செஞ்சேன் அண்ணா.... நல்லா இருக்கு தானே....", சிரித்தபடி பதினைந்து வயது சிறுபெண் அவன் அருகில் வந்தாள்.

"வர்ற பேஷன்ட்ஸ் என்னடான்னு பார்ப்பாங்க டா.... இதை நீயே வீட்ல வச்சிக்க... நான் வேற போர்ட் ரெடி பண்ணிக்கறேன்".

"அப்படின்னா நானே உனக்கு ரெஸின் அண்ட் வுட் மிக்ஸ்ல ஒரு போர்ட் ரெடி பண்ணி தரேன். டீலா?", சாக்ஷி.

"டீல்... நீ வீட்டுக்கு கிளம்பறியா ட்ரைவரை கூப்பிடவா?".

"இல்லண்ணா..... வீட்ல தனியா போர் அடிக்கும். உன்கூடவே இருக்கேன். லாஸ்ட் பேஷண்ட் தானே இருக்காங்க.. பாத்துட்டு வா ஒன்னாவே போலாம்", எனக் கூறி பக்கத்தில் இருந்த சிறு அறையில் அமர்ந்து கொண்டாள்.

நர்ஸ் வந்து அழைத்ததும் வகியும் பாலாவும் உள்ளே சென்றனர்.

"வாங்க... உட்காருங்க... என்ன ப்ராப்ளம் ?"

"டாக்டர் இவளுக்கு திடீர் திடீர்ன்னு மூச்சு விட சிரமம் ஆகுது. வேகவேகமா பெருமூச்சு விட்றா... அப்படி மூச்சு வேகமா வந்தா ஏதேதோ சொல்றா....", பாலா.

"லெட் மீ செக்..... மூச்சு நல்லா இழுத்து விடுங்க.... ".

நன்றாக மூச்சை ஆழமாக இழுத்து விட்டாள். மூச்சை விடும்பொழுது அவள் இதழ்கள் புன்னகையைப் பூசிக் கொண்டன.

அவள் சிரிப்பதைக் கண்டவன், "என்னாச்சி ஏன் சிரிக்கறீங்க மிஸ்? ".

"இல்ல உங்க மனநிலை சந்தோஷமா இருக்கு. நீங்க ஆழமா நேசிக்கறவங்க இங்க வந்திருக்காங்களா டாக்டர் ?", வகி.

நிரல்யன் சற்றுத் திகைத்து, "மிஸ் உங்க நேம்?".

"வல்லகி"

"என் மனநிலைய உங்களால உணர முடியுதா? என்ன சொல்றீங்க?", இன்னும் திகைப்பு நீங்காமல் கேட்டான்.

"மூச்சு ஆழமா உள்ள இழுத்தப்ப எனக்கு தோணிச்சி டாக்டர். இன்னுமே ஏதோ சில நிழல் உருவங்கள் மங்கலா தெரிஞ்சது"

"திஸ் இஸ் அன்பிலீவபுள்.... உங்களுக்கு எத்தனை நாளா இப்படி இருக்கு?", நோட்டில் குறிப்பெடுத்தபடி கேட்டான்.

"இப்ப ஒரு மாசமா டாக்டர்"

"படி படியா மாற்றம் தெரியுதா இல்ல முதல்ல இருந்தே ஒரே மாதிரி இருக்கா?"

"முதல்ல ஒன்னும் புரியல. இப்ப கொஞ்ச நாளா புரிஞ்சிக்க முடியுது.... இதுக்கு மேல எப்படின்னு தெரியல டாக்டர்"

"நீங்க நாளைக்கு என் வீட்டுக்கு வர முடியுமா? அதுக்கு முன்ன இன்னிக்கு சில டெஸ்ட் எல்லாம் எடுத்துடுங்க... ", எனக் கூறி அவர்கள் செய்யவேண்டிய டெஸ்ட் லிஸ்ட் கொடுத்து நர்ஸை உடன் அனுப்பிவிட்டு அவசரமாக ஒருவருக்கு போனில் அழைத்தான்.

இரண்டு மணி நேரத்திற்கு பிறகு," டாக்டர்..."

"ரிசல்ட்?"

"இன்னும் இரண்டு ரிசல்ட் மூனு நாள் ஆகும்னு சொல்லி இருக்காங்க டாக்டர்", நர்ஸ் பதிலளித்தார்.

"ஓக்கே.... இந்த ரிசல்ஸ்ஸோட இன்னொரு காப்பி எனக்கு தனியா பைல் பண்ணிக்குடுங்க.... அவங்கள வரச்சொல்லுங்க"

"உடம்புக்கு எந்த பாதிப்பும் இருக்கறமாதிரி தெரியல. கொஞ்சம் இன்னொருத்தரோட டிஸ்கஸ் பண்ணணும். நாளைக்கு என் வீட்டுக்கு வரமுடியுமா?"

"நாளைக்கு முடியாது டாக்டர். இன்னிக்கு ஊருக்கு போறோம்", பாலா.

"சரி. நீங்க வந்து டெஸ்ட் ரிசல்ட் வாங்கிட்டு என்னை வந்து பாருங்க. வீசிங் மாதிரி அதிகம் வந்தா மட்டும் இந்த மருந்து எடுத்துக்கோங்க", எனக்கூறி சீட்டை நீட்டினான்.

"தேங்க்ஸ் டாக்டர்", வல்லகி.

"மிஸ் வல்லகி உங்க நம்பர் தரீங்களா? "

ஏதோ பேச வாயெடுத்த பாலாவை அடக்கிவிட்டு தன் கைப்பேசி எண்ணை கொடுத்துவிட்டு டாக்டர் நம்பரையும் வாங்கிக்கொண்டு அங்கிருந்து கிளம்பினர்.

இரவு எட்டு மணி.... நாச்சியா கிளம்ப அத்தனையும் தயாராக வைத்துக்கொண்டுக் காத்திருந்தாள்.

இருவர் அடர்ந்த காட்டிற்குள் நுழைந்து அங்கிருந்த கிராமத்தை பார்வையிட்டவாறு டென்ட்டை நோக்கி வந்தனர்.

"நாச்சியா.... ராகவி....", கையில் இருந்த போனினைப் பார்த்து பெயர் கூறி அழைத்தான்.

"நான் வரேன்ல... அவ எதுக்கு?",நாச்சியா விழிகளை உருட்டியபடி கேட்டாள்.

"ஆர்டர பாலோ பண்ணு", வந்தவனில் ஒருவன் அதிகாரமாகக் கூறினான்.

"இல்ல... அவள நான் அழைச்சிட்டு வரமாட்டேன்", நாச்சியா திடமாகக் கூறினாள்.

உடனே அவளது கைபேசியில் அழைப்பு வந்தது.

"ராகவிய கூட்டிட்டு வரலன்னா அவள கொன்னுட சொல்லியிருக்கேன்", ஒரு குரல் கர்வமும் அதிகாரமுமாக ஒலித்தது.

"உங்களுக்கு தேவையானத நான் கொண்டு வரேன். ராகவிக்கு ஒன்னும் தெரியாது", நாச்சியா அழுத்தமாகப் பேசினாள்.

"கவுண்டவுன் ஸ்டார்ட்ஸ்.... 10 9 8 7 ....".

ஒருவன் ராகவியை இழுத்துவந்து துப்பாக்கியை அவள் தலையில் வைத்தான்.

"ஓக்கே.... கூட்டிட்டு வரேன்", நாச்சியா பேசிவிட்டு கைப்பேசியை வீசி எறிந்தாள்.

அவள் வீசி எறிந்ததில் கைப்பேசி சுக்குநூறாக உடைந்திருந்தது. அழைத்துச்செல்ல வந்தவர்கள் தலைமையிடம் அதைக் கூறிவிட்டு வேறு கைபேசியை கொடுத்து பத்திரமாக வைத்திருக்கக்கூறினர். அதில் அவர்கள் மட்டுமே தொடர்பு கொள்ள முடியும் .

ராகவியும் நாச்சியாருடன் பயணப்பட ஆயத்தமானாள்.

ரிஷியும், வினோத்தும் கண்களில் கோபம் பொங்க நின்றிருக்க இளவெலிழி சுற்றிலும் பார்வையைச் சுழற்றியபடி அருகில் இருந்தவனை அழைத்துக்கொண்டு பின்னால் சென்றாள்.

அவர்கள் இடம்விட்டு நகர்ந்ததும் பத்து பேர் அவர்களைச் சுற்றி வளைத்தனர்.

"ம்ம்.... டென்ட் உள்ள போங்க... இனி நாங்க இங்க தான் இருப்போம்", புதிதாக வந்தவர்களில் ஒருவன் மிரட்டி அவர்களை டென்டிற்குள் அனுப்பிவிட்டு பழையபடி மரங்கள் மறைவில் மறைந்து நின்று காவல் காத்தனர்.

"இளவெழிலி....", ப்ரோபசர் அழைத்தார்.

"சார்....".

"நாச்சியா திரும்ப வரவரைக்கும் எதுவும் செய்யாத.... குடுத்த வேலையை மட்டும் பாருங்க...", ப்ரோபசர்.

"ப்ரோபசர் தசாதிபன்.... எப்படி இருக்கீங்க?", என்று கேட்டபடி ஒருவன் அவர் இருந்த டென்டிற்குள்ளே வந்தான்.

அவன் வெளியே செல்லும்போது தசாதிபன் தலை தொங்கியிருந்தது.

4 - காற்றின் நுண்ணுறவு

மாலத்தீவு....

ஏஞ்சல் மற்றும் கேட் இருவரும் கடலோட தயாராக இருந்தனர்.

அங்கே ஜேக் மற்றும் சார்லஸ் தடுமாறுவதைப் போலவே இவர்களும் அந்த இடத்தை நெருங்க எடுத்த முயற்சிகள் அனைத்தும் தோல்வியில் முடிய சலித்து அமர்ந்தனர்.

"என்ன கேட் இது ? நாமலும் மூனு நாளா அந்த இடத்த நெருங்க முயற்சிக்கறோம். கொஞ்சம் கூட இம்ப்ரூமெண்ட் தெரியமாட்டேங்குது...", ஏஞ்சல் சலிப்புடன் கூறினாள்.

கேட் கையில் மதுபுட்டியை வைத்து கொஞ்சம் கொஞ்சமாக குடித்தபடியே யோசனையில் இருந்தாள்.

"நாம எங்கயோ தப்பு பண்றோம் கேட்.... அது என்னனு புரியல... ", ஏஞ்சல் மீண்டும் அதே பல்லவியை பாட ஆரம்பித்தாள்.

அப்பொழுதும் அமைதியாகவே இருந்த கேட் ஏதோ தோன்ற டக்கென எழுந்தவள் "காய்ஸ்.... கமான் லெட்ஸ் ரைட் அகைன்", என போட் இருக்கும் இடம் நோக்கி மதுவை உறிஞ்சியபடி நடந்தாள்.

முடிந்த புட்டியை அங்கிருந்த குப்பைதொட்டியில் வீசிவிட்டு ஏஞ்சலை திரும்பி ஒரு பார்வை பார்த்து இங்கயே இருந்து பேசும்படி கூறிச் சென்றாள்.

"ஹேய்..... வாட்ஸ் யூ ஆர் அப்டூ நவ்?", ஏஞ்சல் அங்கிருந்தே கத்தினாள்.

"லெட்ஸ் டால்க் ஓவர் போன் பேபி.... டோன்ட் வேஸ்ட் யூவர் எனர்ஜி.... நவ் ஐ மேக் சம் மேட் பிராக்டிகல் மூவ். யூ கைட் மீ ப்ரம் ஹியர்", என ப்ளூடூட் காதணிகளை மாட்டியபடி போட்டில் குதித்து நின்றாள்.

"வாட் யூ ஆர் கோயிங் டு டூ கேட்?", ஏஞ்சல்.

"தெரியாது பேபி.... நான் இப்ப பண்ற பைத்தியகாரத்தனம் நமக்கு எதாவது வழி காட்டலாம்.... சரியா அந்த பாறை கிட்ட வந்ததும் நான் கேக்கற டிடைல்ஸ் நீ சேடிலைட் மேப் பாத்து சொல்லு போதும்".

அந்த லொகேஷனுக்கு மூன்று கி.மீ முன்பு பாறைக்கூட்டம் இருக்கிறது. கிட்டதட்ட பார்க்க ஒரு தீவைப்போலவே காட்சியளிக்கிறது. ஆனால் அனைத்தும் தனித் தனி பாறைகள் நடுவில் நீர் இருக்கிறது.

பொதுவாக பாறை இருக்குமிடம் ஆழம் குறைவாக தரைதளம் மேலேயே இருக்கும்.

ஆனால் இங்கே ஒவ்வொரு பாறையும் பல நூறு அடிகள் உயரமாக கடல் ஆழத்திலிருந்து மேல் வரை இருக்கிறது.

போட் அந்த பாறைகளின் நடுவில் தாராளமாக செல்லலாம் ஆனால் அந்த பாறைகளை தாண்டி செல்லமுடியாமல் மீண்டும் முதல் பாறைக்கே வந்து விடுகின்றன.

இல்லையென்றால் வேறு பக்கம் திசைமாறி சென்று சில மணி நேர பயணங்கள் செய்தால் மாலத்தீவின் மறுபக்க கரையில் போட் கரை சேர்கி-றது.

அந்தப் பாறைகளைத் தொடாமல் சுற்றிச் சென்றாலும் வழி தவறுவதே நடக்கிறது.

அந்த மூன்று கி.மீ சுற்றளவில் ஏதோ இருக்கிறது என்பதைத் தெளிவாக கேட் அறிந்து கொண்டாள். எப்படியும் இந்த சூட்சமத்தைக் கண்டறிந்து விட-வேண்டும் என்கிற எண்ணம் மேலோங்கவே யோசித்தபடி அமர்ந்திருந்தாள்.

"ஸ்டாப் த போட்.... கெட் மீ டைவ் இன் கிட் அண்ட் ஆக்ஸிஜன்", எனக் கேட்டபடி கடலில் குதிக்கத் தயாரானாள்.

தலைமுடியைக் கொண்டையிட்டு ஹெட்பேண்ட் மற்றும் அரைத்தலைக் கவசம் போன்ற மாஸ்க் மாட்டியபடி, ஆக்ஸிஜன் சிலிண்டரைக் கட்டிவிட உத்திரவிட்டாள். மாஸ்கில் ஆக்ஸிஜன் சப்ளை சரிபார்த்து அதற்குன்டான செயற்கருவியையும் பார்த்தாள்.

ஏஞ்சல் அருகில் அவர்கள் வந்த ஹெலிகாப்ரின் பைலட் அமர்ந்து அவளுக்கு வேண்டிய உதவிகளை செய்தபடி அங்கு நடப்பவற்றைக் கவனித்-துக்கொண்டு இருந்தார்.

"ஏஞ்சல்... நான் கடல்ல குதிக்கப் போறேன். என் ட்ராக்கிங் சிப் அ பாலோ பண்ணி நம்ம ரீச் ஆக வேண்டிய லொகேஷனுக்கு கைட் பண்ணு", எனக்கூறி கடலில் குதித்தாள்.

பாறைக்கூட்டம் இரசிக்கத்தக்கதாக இருந்தாலும் அவள் நீரில் குதித்த இடத்தில் கூரான பாறை இருப்பது மேலிருந்து பார்க்கும் சமயம் தெரிய-வில்லை...

ஒரு அடி இடைவெளியில் கேட் பாறைக்கூரில் சிக்காமல் தப்பித்து நீந்தத் தொடங்கினாள்.

அவளின் லாவகமான நீந்தலும் ,அவள் அணிந்திருந்த நீச்சல் உடையும் அவளுக்கு வேகத்தை அதிகரிக்க உதவியது.

தன் கழுத்தில் இருந்த கேமிராவில் அனைத்தும் பதிவாகும்படி செய்து-விட்டு வெளிச்சம் பாய்ச்சியபடி முன்னேறினாள்.

"ஏஞ்சல்.... ஆர் யூ தேர்?".

"எஸ் கேட்.... அங்க எதாவது பிரச்சினை இருக்கா?".

"பெருசா ஒன்னும் இல்ல... கூறான பாறைங்க நிறைய தண்ணிக்குள்ள இருக்கு.... சின்ன சின்ன மீனுங்க இந்த பக்கம் நிறைய இருக்கு... அனேகமா இது மீன்களோட கருமுட்டைகள் கூடுற பகுதின்னு நினைக்கறேன்".

"வேற பிரச்சினை இருக்கா?".

"ஆமா.... தண்ணிக்குள்ள தண்ணி அடிக்க முடியலங்கறது தான் பெரிய பிரச்சனையா இருக்கு", என சிரித்தபடிக் கூறினாள்.

"அந்த ஹெட் மாஸ்க் எப்படி இருக்கு கேட்?".

"இப்பவரைக்கும் பிரச்சினை இல்ல ஏஞ்சல்.... நல்லாவே இருக்கு... தண்ணிக்குள்ள க்ளியரா பார்க்கமுடியுது.... நீ ஜீனியஸ் தான்", பாராட்டினாள்.

"ஆக்ஸிஜன் கன்ட்ரோல் பண்ணிக்க முடியுதா?".

"ம்ம்.....நான் எந்த பக்கம் திரும்பணும் ? ".

"இடது பக்கம் திரும்பு"

"இடதுபக்கம் ஒரே டார்க்கா இருக்கு.... லைட் ரேஸ் கொஞ்ச தூரம் கூட பாயல".

"அங்க பெரிய மீன்கள் இருக்க வாய்ப்பு இருக்கு..... என்ன பண்ணப்போற?".

"ஓ மை காட்...... ஏஞ்சல்.... இந்த பாறை மிதக்குது...... ", என ஆச்சரியம் குரலில் ததும்பக் கூறினாள்.

"என்ன சொல்ற பாறை மிதக்குதா?",ஏஞ்சல் சந்தேகமாக கேட்டாள்.

"ஆமா ஏஞ்சல் ... அந்த பெரிய பாறை மிதக்குது.... நேத்து நாம பார்த்த பாறை".

"அது எப்படி சாத்தியம்?", ஆச்சரியம் கலந்த அதிர்ச்சியுடன் கேட்டாள்.

"இங்க பாறைக்கு நடுவுல ஓட்டை இருக்கு.... அதுக்கு உள்ளயும் தண்ணி இருக்கு.... ஆனா.... ஏதோ வித்தியாசமான செயல்பாடு நடக்கறமாதிரி தோணுது", எனக் கூறியபடி அந்த ஓட்டையை நோக்கிச் சென்றாள்.

"சம்திங் பிஸ்ஷி கேட்... யூ ரிடர்ன் பேக்", ஏஞ்சல் பதற்றமாகக் கூறினாள்.

"வையிட் ஏஞ்சல் லெட் மீ செக் இட்", என அவள் அந்த பாறையை மேலே நெருங்க நெருங்க கேட்டின் சிக்னல் பலம் குறைவதைக் கண்டுப் பதற்றமாக ," நோ கேட்... கம் பேக் .... இட்ஸ் நாட் குட் ஐடியா", என அதிகப் பதைபதைப்புடன் கூறினாள்.

கேட்டின் சிக்னல் முழுதுமாக மறைந்துவிட ஏஞ்சல் அந்த போட்டில் சென்றவர்களைத் தொடர்புக்கொண்டு கேட்-ஐ தேட உத்திரவிட்டாள்.

பைலட்டை அழைத்துக் கொண்டு மற்றொரு போட்-யில் கேட் இருந்த இடம் நோக்கி பாய்ந்துச் சென்றாள்.

"கேட் கிடைச்சாளா?", ஏஞ்சல் பதற்றமாகக் கேட்டாள்.

இல்லை என்ற பதிலில் பதற்றமும் கவலையும் கொண்டாலும் ஆட்க-ளைத் தேட உத்திரவிட்டு விரட்டினாள்.

போட்டில் இருந்த ஆட்கள் நீரில் குதித்து சிறிது தூரம் தேடினர். கேட்-டின் சிக்னல் மறைந்த இடம் வரையிலும் ஆட்களைத் தேட அனுப்பினாள் ஏஞ்சல்.

கேட் சென்ற இடத்திற்கு சில மீட்டர் தூரத்திலேயே மற்ற ஆட்கள் நெருங்க முடியாத வண்ணம் ஏதோ அவ்விடம் நிகழ்ந்தது.

இரவு வரையிலும் அங்கேயே தேடியவர்கள் பலன் ஏதுமின்றி கரைத் திரும்பினர்.

பைலட் யாருக்கோ அழைத்து இங்கு நிகழும் விவரங்களைக் கூறிவிட்டு ஏஞ்சல் அருகில் வந்தார்.

"மேடம் மேலிடத்துல சொல்லிடலாமா?",பைலட்.

"சொல்லணும் கேப்.... கேட் எப்படி மிஸ் ஆனான்னு தான் எனக்கு புரியல", குழம்பியபடி மேலித்திற்கு தொடர்புகொள்வதைச் சற்று நேரம் தள்-ளிப் போட்டாள் மறுகரைக்கு அவள் வர வாய்ப்பிருக்கலாம் என ஆட்களை மறுகரை மட்டுமல்லாது மாலத்தீவை சுற்றிலும் உள்ள கரைகளுக்கு அனுப்-பித் தேட உத்திரவிட்டாள்.

அடுத்த நாள் காலை வரையிலும் கேட் எங்கும் கரை ஒதுங்கியதாகச் செய்தி வரவில்லையாதலால் மேலிடத்திற்குத் தொடர்புக்கொண்டாள்.

இங்கே பாலவதனியும் , வல்லகியும் தங்கள் ஊருக்குச் செல்லும் பேருந்-தைத் தேடிக்கொண்டிருந்தனர்.

"என்ன டி இது... இன்னும் இந்த பஸ் ஸ்டாண்ட் அ கட்டி முடிக்காம நம்மல அலைய வைக்கறானுங்க....", பாலவதனி நடந்து நடந்து சோர்வாகி ஒரு இடத்தில் அமர்ந்தாள்.

"வா பாலா.... அந்த பக்கம் தான் இன்னும் பாக்கணும்.... ", வல்லகி நேரத்தைப் பார்த்தபடி அழைத்தாள்.

"இரு வகி. . கால் எல்லாம் வலிக்குது ... கொஞ்சம் ரெஸ்ட் எடுக்க-லாம்"

"நம்ம பஸ்ஸுக்கு டைம் ஆச்சி பாலா... வா... கொஞ்ச தூரம் தான் பாத்துட்டு பஸ்ல உட்கார்ந்துக்கலாம்", என அவளை எழுப்பி இழுத்துக்-கொண்டு பஸ்ஸைத் தேடினாள்.

"ச்சோஓஓஓ ...... போ வகி.... ".

"ஏம்மா இந்த ஊர் பஸ் எங்க நிக்குதுன்னு பாத்து சொல்ல முடியுமா ?", என ஒரு வயதான பெண்மணிக் கேட்டார்.

அவரும் தாங்கள் செல்ல வேண்டிய பஸ்ஸைத் தேடுவது பயணச்சீட்டை பார்த்து தெரிந்துக்கொண்டதும் ," எங்க கூட வாங்கம்மா.. நாங்களும் இதே பஸ்ஸ தான் தேடிட்டு இருக்கோம்", தங்களுடனே வருமாறு கூறி நடந்தாள் வல்லகி.

ஒரு வழியாக அந்த மைதானத்தின் கடைசி மூளையில் நின்றிருந்த அவர்கள் பஸ்ஸைக் கண்டுப்பிடித்து ஏறி அமர்ந்தனர்.

"ரொம்ப தேங்க்ஸ் பொண்ணுங்களா... ரொம்ப நேரமா நானும் இங்க தேடிட்டு இருந்தேன்... ", என அந்த பெண்மணி நன்றி கூறி தன் இருக்-கையில் சென்று அமர்ந்தார்.

"அப்பாடா...... நான் இந்த பக்கம்... நீ ஜன்னல் ஓரம் உட்கார்த்-துக்க", என பாலா தன் இருக்கையைச் சாய்த்தபடி அமர்ந்தாள்.

"இந்தா பாலா ஹெட்ரெஸ்ட்"

"எனக்கு தான் உன் ஷோல்டர் இருக்கே வகி", என சிரித்தபடி அவள் தோளில் சாய்ந்துக்கொண்டாள். வகி அவளுக்கு தோள்களைக் கொடுத்-துவிட்டு கண்களை வெளியே பதித்தாள். அந்தகாரம் தன்னில் தன்னைத் தேடத் தொடங்கினாள்

டாக்டர் நிரல்யன் தன் வீட்டில், அலுவலக அறையில் தீவிர தேடலில் மூழ்கி இருந்தான்.

"அண்ணா.... அண்ணா..... வா சாப்பிடலாம்", சாக்க்ஷி அழைத்தபடி வந்தாள்.

"இருடா.... வரேன்.... நீ சாப்பிடு", தலையைத் திருப்பாமலே பதில-ளித்தான்.

"அண்ணா ..... மணி இப்பவே ஒன்பது மேல ஆகுது... நாளைக்கு நான் ஸ்கூல் போகணும். சீக்கிரம் வந்து சாப்பிட்டு போ... நானும் போய் தூங்குவேன்ல",சிணுங்கியபடி அண்ணனின் முதுகில் சாய்ந்துக் கொண்டாள்.

"இருடா செல்லம்..... அண்ணாக்கு ஒரு முக்கியமான விஷயம் கிடைச்சி இருக்கு..... அத கொஞ்சம் நோட் பண்ணிட்டு வரேன்", என தங்கையை சமாதானம் செய்தபடி தன் வேலையில் கவனமாக இருந்தான்.

"நானும் சாயந்திரத்துல இருந்து பாக்கறேன் நீ நார்மலாவே இல்-லண்ணா.... என்னாச்சி? அந்த கடைசி பேஷண்ட் பத்தின ஆராய்ச்சில இருக்கியா?", தன் ஊகத்தைக் கேட்டாள்.

"அப்படியும் சொல்லலாம்..... என் ரிசர்ச்ல முக்கியமான பாயிண்ட் அந்த பொண்ணு தான்".

"சரி நீ நோட்ஸ் பாரு நான் உனக்கு ஊட்டி விடறேன்", எனக்கூறிவிட்டு தட்டில் சப்பாத்தி போட்டு வந்து அவனுக்கு ஊட்டிவிட்டு தண்ணீர் கொடுத்து பாலுடன் அவனுக்கு இரவு தேவைபடும் பழங்களை வைத்துவிட்டு உறங்கச்-சென்றாள்.

இரவு ஒரு மணிக்கு ஒருவழியாக தன் தேடலுக்கான சிறு தடயம் கிடைத்தபின் தங்கையைக் காண அவளறைச் சென்றான்.

அமைதியாக உறங்கும் தன் தாயும் சேயுமானவளுக்கு முன்னுச்சியில் முத்தமிட்டு, போர்வையை போர்த்திவிட்டு தன்னறைக்கு வந்து படுத்தான்.

அடுத்த வாரம் கண்டிப்பாக அவரைப் பார்த்தே ஆகவேண்டும் என்ற முடிவோடு தேடியெடுத்தக் குறிப்புகளைச் சேமித்துவைத்து விட்டு உறங்கி-னான்.

சுடரெழிலுடன் ராகவி கிளம்பிய இரண்டாவது நாள் ஒரு கட்டிடத்தில் இருவரும் தங்க வைக்கப்பட்டனர்.

"எழில்..... நம்மல எதுக்கு இங்க கூட்டிட்டு வந்திருக்காங்க?", ராகவி பயத்துடன் கேட்டாள்.

"தெரியல ரா.... ", சுடரெழில் வார்த்தையில் யாதென்று அறிய முடியாத உணர்வு நிறைந்திருந்தது.

"நம்ம கீதன இவங்க எதாவது செஞ்சிருப்பாங்களா?".

"தெரியல ரா.... "

"நம்மல யார் பார்க்க வரப்போறாங்க?"

"தெரியல ரா"

"என்ன நீ எல்லாத்துக்கும் தெரியல தெரியலன்னே சொல்லிட்டு இருக்க.... ", ராகவி சற்றே குரல் உயர்த்தவும் ," ஷட் அப்", என்ற குரல் வாயிலில் கேட்டது.

ராகவி சுடரெழில் பின்னால் பதுங்கி நின்றாள்.

"அவள கேட்டா என்ன தெரியும் பேபி? என்கிட்ட கேளு", என இளக்-காரமாக சுடரெழிலைப் பார்த்தபடி நின்றான் அவன்.

5 - காற்றின் நுண்ணுறவு

அடுத்த நாள் விடிகாலை 3 மணியளவில் ஜேக் மற்றும் சார்லஸ் இரு-வரும் தங்களுடன் இரண்டு மோட்டார் படகில் ஆட்களை ஏற்றிக்கொண்டு கடலோடத் தயாராக இருந்தனர்.

அனைவரும் நீச்சல் உடை தரித்துக்கொண்டு, உயிர்காக்கும் உபகரணங்-களை எடுத்துவைத்தபடி இருந்தனர்.

படகில் ஜேக் முன்னேற , சார்லஸ் அவனுக்கு அடுத்த படகில் வந்துக்-கொண்டிருந்தான்.

ஜேக் கூறியபடி போட்டோவும் வீடியோவும் எடுக்க ஆட்களை ஏவிவிட்டு தானும் எடுத்துக்கொண்டிருந்தான்.

அதே ஐந்தாவது கி.மீ எல்லையில் அனைத்து படகுகளும் நின்றன.

படகுகள் வந்து நின்ற நொடி சுழல் உருவாவதை இம்முறை ஜேக் தன் கண்ணால் கண்டான். அனைத்து படகுகளையும் பின்னால் செல்ல சொல்-லிவிட்டு தானும் சில அடிகள் பின்னால் சென்றான்.

கடல் இப்பொழுது சாதாரணமாக காட்சியளித்தது. சார்லஸ் வியப்புக்குள்-ளாகி தன் கேமிராவில் பதிவானதை ஜேக்கிடம் காட்டினான்.

அலைகள் ஒரே போல சீராக அவ்விடத்தில் காணப்பட்டாலும், உள்ளே நீரின் போக்கு ஓரளவு பிடிபட்டது.

ஜேக் சார்லஸிடம் மற்ற படகுகளை இதே சுற்றளவில் சுற்றிச்சென்று அங்கு நிகழ்பவைகளைப் படம்பிடிக்க ஆணையிடக் கூறிவிட்டுக் கடலில் குதிக்கத் தயாரானான்.

"வேணாம் ஜேக். இது ரொம்ப ரிஸ்க்", சார்லஸ் கலக்கத்துடன் தடுத்தான்.

"நம்ம வேலையே ரிஸ்க் தான் சார்லஸ். நம்ம பாஸ்அு கான்டாக்ட் பண்ணி நான் கடல்ல குதிக்கற வீடியோ அனுப்பு... முடிஞ்சா லைவ் ல இருக்கட்டும்".

"இத நம்ம பெரிய பாஸ்க்கு காட்டினா கூட ப்ரயோஜனம் இருக்கும் ஜேக். அவன்கிட்ட காட்றது வேஸ்ட்... ", சலிப்புடனும் ஜேக்கை தடுக்கும் வழி புரியாமலும் பதிலளித்தான்.

"சரி அதையே பண்ணு. நான் போறேன்", எனக் கூறி கடலில் குதித்-தான்.

சார்லஸ் மற்ற படகுகளை ஜேக்கின் யோசனைப்படி அனுப்பிவிட்டு கேமிராவை ஸ்டடியாக வைத்துவிட்டு நீரையே உற்றுப்பார்த்தபடி இருந்தான்.

தண்ணீரில் இறங்கிய ஜேக் சிறிது நேரம் மேலே நீந்திவிட்டு அந்த எல்லை வந்தததும் உள்நீச்சல் அடிக்க ஆரம்பித்தான்.

அவனின் கணிப்புப்படி நீரலைகளின் அசைவைப் பொறுத்து சுழல் உரு-வாகிறது என்பதை உறுதிப்படுத்திக்கொண்டான்.

முடிந்தவரை அருகில் செல்லலாம் என முயன்று சுழலில் சிக்கி பாறை-யில் வீசியறியப்பட்டான்.

தகுந்த முன்னேற்பாடுகளுடன் வந்த காரணத்தால் அதிகமான காயம் ஏற்-படாமல் சற்று தூரத்தில் நீந்தியபடி அந்த இடத்தை வெளிச்சம் பாய்ச்சி வீடியோ எடுத்தான்.

அந்த சுழல்களைத் தாண்டி நிறைய மீன் கூட்டம் சுற்றியபடி இருந்தது.

அதை "மயக்கமூட்டும் திரள்", எனக் கூறுவர்.

அதைப் பார்க்கப் பார்க்க நமக்கு மயக்கம் ஏற்பட்டு ஆழ்ந்த உறக்கத்-திற்குச் சென்றுவிடுவோம்.

கடல் எப்பொழுதும் மிகப்பெரிய பொக்கிஷம்.

அது இது தான் , இது மட்டும் தான் என நம்மால் என்றுமே வரைய-றுக்கமுடியாது.

அடி ஆழம்வரைச் சென்று நீர் உலகை அறிந்த மனிதர் யாருமில்லை, புரிந்தவரும் இல்லை.

அதே நிலையில் தான் ஜேக்கும் இப்பொழுது இருக்கிறான். இப்படியான சுழல்களுக்கு அருகில் மீன்கூட்டங்கள் திரளாக சுற்றியபடி இருப்பது சற்றே விந்தையாக இருந்தது.

இந்த பக்கம் நீர்ச்சுழலும், அந்த பக்கம் மீன்சுழலும் அந்த இடத்தை நிரப்பி இருந்தது.

சற்று நேரம் மீன்களின் அழகிலும் அதன் நேர்த்தியான திரளணியிலும் லயித்தவன் மயக்கநிலைக்குச் செல்லத் தொடங்கினான்.

சார்லஸ் அவனுக்கு கயிற்றைக் கட்டியே அனுப்பி இருந்தான் என்பதால், அதிக தூரம் அவன் இழுக்கப்பட்டால் அவனை தங்கள் பக்கம் இழுக்க முன்னேற்பாட்டுடன் தான் இருந்தான்.

ஜேக் கையில் இருந்த கேமிரா நழுவி ஜேக்கின் மயக்கமான முகத்தை காட்டவும் இங்கு திரையில் சார்லஸ் அவனை கவனித்தபடி இருந்தவன் பதறிக் கயிற்றை இழுக்க உத்திரவிட்டான்.

"பாஸ்ட்... பாஸ்ட்... பாஸ்ட்.... ஹீ இஸ் ட்ரௌனிங் டீப்", என கத்தினான்.

யோகேஷும் அந்த வீடியோவை லைவ்வில் பார்த்துக்கொண்டு இருந்ததால் ஜேக் மயங்கியதும் சற்றே அதிர்ந்தான்.

சார்லஸை தொடர்புக்கொண்டு ," அங்க என்ன நடக்குது சார்லஸ்? சீக்கிரம் அவன மேல இழு", என யோகேஷ் கூறிமுடிக்கும் முன்," நோ.... அவன மூழ்க விடு... கூட இன்னொருத்தனும் அவன் கூடவே மூழ்கி போகட்டும். ஐ வான்ட் டு நோ வாட் இஸ் தேர்", என ஆளுமையான குரலில் கூறிவிட்டு, தன் முகத்தைச் சிறு குழந்தைப் போல வைத்து, ஜேக்கின் கை கேமிரா வழியே ஆழ்கடலின் மர்மத்தை அறியும் ஆவலோடு அமர்ந்திருந்தான் ஒவிஷ்கர்.

அதித் ஒவிஷ்கர்......

ஒவிஷ்கரைக் கண்டதும் சார்லஸ் முதலில் பதற்றமாகி,பின் தன்னை திடப்படுத்திக் கொண்டு" பாஸ்.... அவன் செத்துட்டா என்ன பண்றது?".

"அவன் சாகமாட்டான்.... எனக்கு அங்க என்ன இருக்குன்னு தெரியணும்.... இன்னொரு கேம் எடுத்துட்டு ஆள குதிக்க சொல்லு... எவ்ளோ ஆழம் போகுதுன்னு நான் பாக்கணும்".

"ஓக்கே பாஸ்", என பணிந்துவிட்டு மற்றொருவனை கயிற்றில் கட்டி நீரில் இறக்கினான்.

இந்த நேர இடைவெளியில் ஜேக் நூறு அடிக்கும் கீழே சென்று இருந்தான்.

அவன் நினைவடுக்குகளில் எதேதோ வெளிவந்து அவனை அவனுக்குக் காட்டியது.

ஆக்ஸ்போர்ட் யுனிவர்சிட்டி....

உலகின் தொன்மையான பல்கலைகழகங்களில் ஒன்று. அங்கே தான் ஜேக் தன் அன்டர் கிராஜூவேஷன் டிகிரியை முடித்தான்.

வெற்றிகரமாக தங்கம் பெற்றுச் சந்தோஷச் கூச்சலுடன் வீட்டிற்கு விரைந்தான்.

“ஹேய் ஜேக்........ எப்ப பார்டி தரப்போற?”, நண்பன்.

“முதல்ல இத அப்பா அம்மாகிட்ட காட்டணும் டா.. சாயந்திரம் பாக்கலாம்.. கண்டிப்பா பார்டி இருக்கு........கவலைபடாதீங்க”, என சிரித்தபடி பதிலளித்துவிட்டுக் கிளம்பினான்.

தாய் கிரேஸ் ஜோன்ஸ், தந்தை டேவிட் ஜோன்ஸ்.

"மாம் ••• டேட்•••••• ஐ காட் மெடல் ", என சந்தோஷமாக ஆர்ப்பரித்துக்கொண்டு வீட்டில் நுழைந்தான்.

அங்கே வீடே மயான அமைதியில் இருந்தது. ஏதோ சரியில்லை என்று தோன்ற அவசரமாக தாய் தந்தை இருக்கும் அறைக்குச் சென்றுப் பார்த்தான்.

அவர்கள் அங்கில்லை. வேறெங்கும் வீட்டில் இல்லை. இவன் பலமுறை அழைத்தும் பதில் இல்லாமல் போக அப்படியே படிகளில் அமர்ந்தான். கீழே பாதாள அறையில் ஏதோ சத்தம் கேட்க அங்கே ஓடினான்..

அவன் கீழே சென்று கதவை திறக்கும் சமயம் அவன் தாய் தந்தை இருவரையும், துடிதுடிக்க கழுத்து நரம்புகளை அறுத்துக்கொண்டிருந்தாள் அவள்
.

"சோ•••.. இனிமே நீ தப்பு பண்ணமாட்ட டேவிட். அதான் இப்படி பண்ணேன்••••. பாய்••••. ",என அவர்கள் நெற்றியில் முத்தமிட்டு தன் ஆட்களுடன் கதவருகில் நிற்கும் ஜேக்கைப் பார்த்து நகைத்துவிட்டுச் சென்றாள்.

ஜேக் அவளை தாக்க முனைந்து அடிபட்டு கீழே விழுந்தான்.

"யூ கெட் லாஸ்ட் புவர் பாய். அவங்க என்கிட்ட குடுத்த வாக்க மீறிட்டாங்க. அதான் தண்டனை குடுத்தேன். நீ இருக்கற பணத்த வச்சிட்டு சந்தோஷமா வாழு••• உன் அப்பா அக்கவுண்ட்ல நூறு மில்லியன் டாலர் இருக்கு. அதை நான் எடுக்கல. உனக்கு குடுக்க சொல்லி பாஸ் சொல்லிட்டார். என்ஜாய். ஹேவ் ஃபன் டியர்", என அவன் தலையைக் கோதியபடி அவன் காதருகில் பேசிவிட்டு அவனையும் முத்தமிட்டு வெளியேறினாள்.

தன்னை பெற்றவர்களைக் கொன்றுவிட்டு செல்பவளை ஏதும் செய்யமுடியா நிலையில் அவன் கதறி துடித்து அழுதழுது மயங்கிக் கிடந்தான்.

அவளே போலீஸையும் அனுப்பி பெற்றவர்களை கொன்றதாகக் கூறி அவனை சிறைக்குள் அடைத்துவிட்டாள்.

அவன் எத்தனை முயன்றும் அவனால் அவன்மீது சுமத்திய குற்றத்தை அகற்றமுடியவில்லை, அவளையும் நெருங்க முடியவில்லை.

ஐந்து ஆண்டுகள் சிறையில் கழித்து வெளியே வந்தவன் தன் இல்லம் சென்றான்.

குப்பையாக கிடந்த இல்லத்தில் இறுதியாக தன் தாய் தந்தையைக் கண்ட இடத்தில் சென்று அமர்ந்துவிட்டான்.

பராமரிப்பு இல்லாமல் குப்பையாக கிடந்த வீட்டை மெல்ல மெல்ல சுத்தம் செய்து பெற்றவர்களின் வாசம் அதில் வருகிறது, இதில் வருகிறதென மோப்-

பம் பிடித்து அவர்கள் பொருட்களை அவர்கள் அறையில் வைத்துவிட்டு தன்னறைக்கு வந்தான்.

அங்கே அவன் அன்று வாங்கிய மெடல் கீழே கிடந்தது. அதை கையில் எடுத்தவன் மனம் கனத்து போக ஐந்தாண்டுகளாக அணையாமல் எரிந்-துக் கொண்டிருந்த கங்கிற்கு எரியூட்டியாக மாறி அவனை பெரும் தீர்மானம் எடுக்க வைத்தது.

ஆம்…. அந்த நொடி தான் அவன் தன் வாழ்வில் முக்கிய திருப்புமு-னையைத் தேர்ந்தெடுத்தான்.

சார்லஸின் ஆணைக்கிணங்க கடலில் குதித்தவன் கயிற்றின் உதவியோடு ஜேக்கை பிடித்துக்கொண்டு கேமிராவை சுற்றிக் காட்டினான்.

தன் கணிணியில் ஒவிஷ்கர் அதை பார்த்தபடி வந்தவன் ஓரிடத்தில் ஏதோ மிளிரவும் அவ்விடத்தின் அருகில் செல்ல ஆணையிட்டான் சார்லஸ் மூலமாக.

"என்னால முடியல… அங்க சுழல் இருக்கு… இவர பிடிச்சிட்டு போக முடியாது", ஜேக்கை பிடித்த படி அவ்விடத்தை நெருங்க முடியாது திணறி-னான் கடலோடி.

"பாஸ் .. அங்க சுழல் இருக்கு… யாரும் நெருங்கறது கஷ்டம்", சார்-லஸ்..

"ஒவ்வொருத்தனுக்கும் பத்து மில்லியன் டாலர்ஸ் தரேன்னு சொல்லு",யோகேஷ்.

"ஷட் அப் யோகேஷ்…. ஒரு உயிரோட மதிப்பு அவ்வளவு தானா? சார்லஸ்… நீயே குதி… கூட சிலர கூப்பிட்டுக்க… ஜேக்க மேல கொண்டு வரச்சொல்லு… கேம்ல ரெக்கார்ட் பண்ணிட்டு வந்தா போதும்", தீர்க்கமான குரலில் கட்டளையிட்டான்.

ஜேக்கை மேலே போட்டில் ஏற்றிவிட்டபின் கடலில் குதித்தான்.

கீழே செல்ல செல்ல ஆழ்கடலின் இருட்டு சார்லஸை விழுங்கவும் ஒளி-யைப் பரப்பியபடி அவனைச் சுற்றிலும் ஆறு பேர் வந்தனர்.

ஆட்களின் சலசலப்பு அதிகமானதும் சுழலின் வேகம் அதிகரித்தது.

சார்லஸ் அந்த மிளிரும் இடத்தை நெருங்க முயற்சித்து முன்னே சென்-றவன் சுழலில் சிக்கி நீருக்குள் இழுத்துச் செல்லப்பட்டான்.

ஒவிஷ்கர் முகத்தில் மர்மமான மென்னகை ஒளிர்ந்தது.

6 - காற்றின் நுண்ணுறவு

அன்றிரவு பஸ் ஏறிய வல்லகி விடிகாலை 5 மணியளவில் ஊர் சென்று சேர்ந்தாள்.

பல்லவபுரம்…..

வல்லகி மற்றும் பாலவதனியின் சொந்த ஊர். இருவரும் சிறுவயது முதல் தோழிகளாக பழகினாலும் நெருக்கமானது கடந்த இரண்டு வருடங்களாகத்-தான்.

இருவரும் பள்ளி வரை ஒன்றாய் பயின்றுவிட்டு கல்லூரி படிப்பை தொடர வெவ்வேறு இடம் சென்றனர்.

படிக்கும் பொழுதே நேர்காணலில் வேலையும் கிடைத்தது. மீண்டும் இரு-வரும் இணைந்தது அலுவலகத்தில் தான்.

"ஹேய் வகி..... நீ தானே..... நான் பாலா... ".

"பாலா.... என்னடி ஆளே அடையாளம் தெரியாத அளவுக்கு மாறிட்ட...", வகியும் அவளை அணைத்தபடி விசாரித்தாள்.

"நீ மட்டும் என்னவாம்.... ஸ்கூல்ல இருந்தவரைக்கும் வளரவே இல்ல. இப்ப திடீர்னு பாதி பனைமரம் அளவுக்கு வளந்து நிக்கற... என்ன பண்ண அப்படி? எனக்கும் டிப்ஸ் குடேன்".

"எனக்கு நீ எப்படி முடிய மெயின்டெயின் பண்றதுன்னு சொல்லிக்குடு. நான் உனக்கு அத சொல்லித்தரேன்".

"சரி .. நீயும் அதே க்வாலிபிகேஷனா? நான் கோடிங் செலக்ட் பண்ண போறேன். நீ?", பாலா.

"இதென்ன உன் கம்பெனியா நீ கேட்டதும் அவங்க தூக்கி குடுக்க. இங்க ஒரு மாசம் ட்ரைனிங். அதுல பாஸ் பண்ணா தான் உள்ள இல்லைன்னா வெளியே பேபி",சுவிங்கத்தை மென்றபடிக் கூறினாள் வகி.

"எத்தன தடவை பாஸ் பண்றது... ஏற்கனவே ஏழு ரவுண்டு வச்சது பத்-தலன்னு இங்க ஒரு ஏழரைய வேற வைக்கப்போறானுங்களா?", என பாலா சற்று சத்தமாக பேச அங்கிருந்தவர்கள் வாயிற்குள் சிரித்துவிட்டு எழுந்து நின்றனர்.

"என்ன எல்லாரும் நிக்கறாங்க?", பாலா எட்டி பார்க்க முன்னே ஒருவன் நின்றிருந்தான்.

"நீ பேசினத கேட்டு எழுந்து நிக்கறாங்க போலவே பாலா. இங்கயும் நீ தான் டான்னு சொல்லிட்டியா?", வகி கேட்டபடி சற்று குரலை உயர்த்தி, "போதும் போதும் மரியாதை எல்லாம் மனசுல இருந்தா போதும்.... உக்-காருங்க.... எதிர்ல என்ன இருக்குன்னு தெரியமாட்டேங்குதுல்ல.... டேய் முட்டபோண்டா... தள்ளி நில்லுடா", வகி வாயாடித்தபடி சாய்ந்துப் பார்த்-தாள்.

"சாய்ந்து சாய்ந்து நீ பார்க்கும் போது... அடடா..... ஹேஹேஏஏஏ... ", என பாட்டு பாடியது.

"யார் மொபைல் அது? ஆப் பண்ணுங்க", என அவன் கனீரென பேசி-னான்.

"யார்ரா அது? வாய்ஸ் இவ்வளவு கனீர்ன்னு வருது... எனக்கு மேல வரும் போலவே.....",என யோசித்தபடி இன்னும் சாய்ந்துப் பார்க்க சேர்

அவளைப் பக்கவாட்டில் தள்ளிவிட்டது.

"வாட்ஸ் ஹேப்பனிங் தேர்?", அவன் முன்னிருந்து கேட்க ," உன் கண்ணு டொக்கா டா.... விழுந்துட்டேன் டா... என்னடா சேர் இது? என் வெயிட்ட கூட தாங்காம உடையுது... சே... டப்பா கம்பெனி போல", என வாய்க்கு வந்ததைப் பேசியபடி எழுந்தாள்.

அவள் எழுந்து நிற்கவும் அவன் அவள் முன்னே வந்து நிற்கவும் சரியாக இருந்தது.

" என்ன சொன்ன?", கோபமாக கேட்டான்.

"டப்பா கம்பெனி.... வந்த முதல் நாளே என்னை கீழ தள்ளிடிச்சி.... சே... பேட் சைன்",என அவனை பார்த்தும் அலட்டிக் கொள்ளாமல் தன் உடையைத் தட்டிவிட்டாள்.

"ஒழுங்கா சேர்ல உக்கார தெரியாம விழுந்தது நீங்க... அதுக்கு கம்பெனிய ஏன் குறை சொல்றீங்க.... சே... பட்டுகாட்டு பொண்ணுங்கள எல்லாம் எம்.என்.சி ல எடுத்தா இப்படித் தான் இருக்கும். ஓக்கே காய்ஸ்.... லிஸ்ஸன்....", அவன் கூறியபடி முன்னே சென்றான்.

"ஹலோ மிஸ்டர்... யார பட்டிக்காடுன்னு சொன்னீங்க?", வகி கோபமாக கேட்டாள்.

அவன் நின்று திரும்பி அவளின் கோபமான முகத்தை பார்த்துவிட்டு ," உன்னத்தான்...", என அழுத்தமாக கூறிவிட்டு திரும்பி நடக்க ஆரம்பித்தான்.

"ஏய் வகி.. வேணாம்டி.. முதல் நாளே பிரச்சினை பண்ணாத.... விட்றுடி...", பாலா வகியிடம் கெஞ்சினாள்.

"அவன் யாருடி என்னை பட்டிக்காடுன்னு சொல்றதுக்கு.... கூப்பிடுடி அவன.... இன்னிக்கு நானா அவனான்னு பாத்துடலாம்", வகிக்கு கோபத்தின் அளவு கூடிக் கொண்டே போனது.

"வேணாம் வகி... விட்றுடி... அறியாத பையன் தெரியாம செஞ்சிருப்பான்... விட்றுடி.. அப்பறம் பாத்துக்கலாம் அவன... முதல் கம்பெனில ஸ்டெடி ஆகலாம்", பாலா இன்னும் கெஞ்சுவதாக அவனை கீழிறக்கி பேச அவனுக்கு கோபம் பொத்துக்கொண்டு வந்தது.

"ஹேய்.... இரண்டு பேரும் வாங்க இங்க.... முதல் நாளே அவ்ளோ திமிரா", என அவனும் கோபமாக பேச ஆரம்பித்தான்.

"ஹாய் காய்ஸ்.... ஹியர் இஸ் மிஸ்டர். கருணாகரன், ஜி.எம் ஆப் அவர் கன்செர்ன்... ஹி இஸ் கோன்னா வெல்கம் யூ ஆல்", என உயர் அதிகாரிகள் நால்வர் வந்துவிட அந்த சச்சரவு அப்படியே நின்றது.

வல்லகியும் அவனும் முறைத்தபடியே நின்றிருந்தனர்.

கருணாகரன் அவர்களுக்கு நல்லுரை உரைத்துவிட்டு வேறெதுவும் சிரமம் அல்லது பிரச்சினை இருந்தால் கேட்டு கொள்ளும்படி கூறினார்.

"எக்ஸ் க்யூஸ் மீ மிஸ்டர். கருணாகரன்.... காலேஜஸ்ல நீங்க வேலைக்கு தேர்ந்தெடுக்கறப்ப ஊர் பாத்து தான் எடுப்பீங்களா? எம்.என்.சி ல கிராமத்துல இருந்து யாரும் வந்து வேலை பார்க்க கூடாதுன்னு எதாவது இருக்கா?", வல்லகி பாலாவின் கையை தட்டிவிட்டு விட்டு எழுந்து நின்றுக் கேட்டாள்.

கருணாகரன் அவளை யோசனையுடன் பார்த்துவிட்டு," அப்படி எதுவும் இல்லை மிஸ்...."

"வல்லகி"

"இல்ல மிஸ் வல்லகி.... ஏன் இப்படி கேக்கறீங்க?"

"உங்க ஸ்டாப்ல ஒருத்தருக்கு எங்கள்ள சிலர பட்டுக்காடுன்னு சொல்றாரு... பட்டுகாட்டுன்னா அவ்வளவு இளக்காரமா இருக்கும் போல.. நீங்களும் உங்க கம்பெனியும் அப்படி தான் நினைக்கறீங்களா?", வல்லகியின் கேள்வியில் அவன் கோபத்துடன் முறைக்க, கருணாகரன் அவனை முறைத்தார்.

"நீங்க என் ரூம்க்கு வாங்க.. என்ன பிரச்சனைன்னு பேசலாம்....", கருணாகரன்.

"இல்ல மிஸ்டர் கருணாகரன். இங்க பேசின வார்த்தைக்கு இங்கயே தான் தீர்வும் தேடணும். இங்க வந்திருக்கற முக்கால் வாசி பேர் கிராமம் அதாவது உங்க பாஷைல பட்டிக்காடு தான். இங்க எங்க திறமைக்கு மதிப்பா இல்ல ஊருக்கான்னு இப்பவே சொல்லிட்டா நாங்க இப்பவே ஊர பாத்துட்டு கிளம்புவோம்",வல்லகி நேர்பார்வையுடன் கூறினாள்.

இதற்கிடையில் அங்கே என்ன நடந்ததென உடன் வந்திருந்தவர் விசாரித்திருக்க, அவர் கருணாகரன் காதில் கிசுகிசுத்தார்.

கருணாகரன் அவனை முறைத்துவிட்டு, "சாரி மிஸ் வல்லகி. உங்கள ஹர்ட் பண்ணமாதிரி பேசினதுக்கு.... இனிமே இப்படி நடக்காது"

"நீங்க ஏன் சாரி கேக்கறீங்க... யார் பேசினாங்களோ அவங்க கேக்கட்டும்"

அவன் அவளை முறைத்தபடி நிற்க, கருணாகரன் சைகை காட்டியும் அமைதியாக நின்றான்.

"ஹலோ மிஸ் வல்லகி... இன்னும் நீங்க இங்க ஜாயின் கூட பண்ணல அதுக்குள்ள இப்படி பேசறீங்க...", மற்றவர் அவளிடம் வாய் கொடுத்தார்.

"அதே தான் நானும் கேக்கறேன். ஜாயின் பண்றதுக்கு முன்னயே இப்படி இன்சல்ட் பண்றீங்க. ஜாயின் பண்ணிட்டா நீங்க என்ன சொன்னாலும் பொறுத்துட்டு போகணுமா? அது உங்க கம்பெனி நார்ம்ஸ்ல இருக்கா மிஸ்டர்?",வல்லகி சற்றும் உஷ்ணம் குறையாது கேட்டாள்.

"நிறுத்துங்க சுதாகர். மிஸ் வல்லகி உங்ககிட்ட இப்ப மிஸ்டர் தர்மதீரன் சாரி கேப்பார்... இந்த மீட்டிங் முடிஞ்சி நீங்க என்னை வந்து பாருங்க", எனக் கூறிவிட்டு அவனைப் பார்த்தார்.

அவன் அவள் அருகில் வந்து," உன்கிட்ட நான் சாரி கேக்கணுமா?", எனத் திமிராக கேட்டான்.

"பேசினதுக்கு கேட்டு தான் ஆகணும்", அவளும் திமிர் குறையாது பதில் கொடுத்தாள்.

"மிஸ்டர் கருணா... இவங்கள ஹர்ட் பண்ணணும்னு நான் பேசல. இன்-பேக்ட் வேற யாருக்கும் அது காதுல கூட சரியா விழல... சோ அவங்க மனசு கஷ்டப்பட்டதுக்கு நான் வருத்தம் தெரிவிச்சிக்கறேன்... கேரி ஆன் த செஷ்ஷன்.... பாய் ஆல்", எனக் கூறி விட்டு நிற்காமல் அங்கிருந்து அழுத்தமாக பாதணிகளை பதித்துச் சென்றான்.

"சரியான திமிர் பிடிச்சவன் போல... ", வாயிற்குள் அவள் முனகிவிட்டு தன் வேலையைப் பார்க்க ஆரம்பித்தாள்.

ஒருவழியாக சச்சரவு தற்சமயம் முடிந்து வேலையைப் பற்றின வகுப்புகள் எடுக்க ஆரம்பித்தனர்.

உணவு இடைவேலையில் அவளும் பாலாவும் கருணாகரனைச் சந்திக்க சென்றனர்.

"மே ஐ கம் இன்", வல்லகி.

"எஸ்....."

"என்ன விஷயமா என்னை வரசொன்னீங்க ?"

அவளை தலை முதல் கால் வரை அளந்தவர் அவளின் தோரணையில் ஈர்க்கப்பட்டு இருந்தார்.

அவர் பதில் எதுவும் கூறாமல் அவளை அளப்பதை உணர்ந்து டேபிலில் தட்டி," மிஸ்டர் கருணாகரன்", என உசுப்பினாள்.

"டோன்ட் மிஸ்டேக். உங்கள பாக்கறப்ப என் பொண்ணை பார்க்கிற மாதிரி இருக்கு... "

"புரியல"

"உங்க தைரியம்.."

"ஒவ்வொருத்தரும் ஒவ்வொரு மாதிரி தான். ஒரே மாதிரின்னு யாரும் இல்லை. அவங்கவங்க தனித்தன்மை அப்படியே இருக்கறது தான் நல்லது", சிரித்தபடி பதிலளித்தாள்.

"ஆனா மொத்தமே அறநூறு சொச்சம் கேரக்டர் தான் இந்த உலகத்துல இருக்குன்னு இவங்களுக்கு யாரும் சொல்லல போல", எனக் கூறியபடி அவளின் அருகில் இருந்த இருக்கையை இழுத்து எதிரில் போட்டுக்கொண்டு அமர்ந்தான்.

"தோராயம் தான் அதுவும்னு உங்களுக்கும் யாரும் சொல்லல போல", வல்லகி நக்கலாக பதிலளித்தாள்.

"அப்ப ஒரே மாதிரி யாருமே இருக்க மாட்டாங்கன்னு சொல்றியா? "

"ஆமா.... ஒட்டி பிறந்தவங்களா இருந்தாலும் அவங்க கைரேகை வேற வேற தான். அதே மாதிரிதான் எல்லாரும். ஒவ்வொரு உயிருக்கும் ஒவ்-

வொரு தனித்தன்மை இருக்கு", திடமாக பதில் கொடுத்தாள்.

"போதும் ... நீ இங்க எதுக்கு வந்த தர்மா?",கருணாகரன்.

"இந்த மேடம்கிட்ட என்ன பேசறீங்கன்னு தெரிஞ்சிக்கத் தான்", அவளை முறைத்தபடிப் பதிலளித்தான்.

"அடுத்தவங்க விஷயத்துல மூக்க நுழைக்கறது தான் இவருக்கு ரொம்ப பிடிச்ச விஷயம் போல?",திமிரான மென்னகை மிளிர்ந்தது.

"முதல் நாளே தைரியமா தப்ப தட்டி கேட்டாங்கன்னு பாராட்ட தான் கூப்பிட்டேன். நீ கிளம்பு... ".

"அப்ப இத்தனை நாளா நாங்க கேட்டதுலாம் என்ன? சொல்லுங்க மிஸ்டர் கருணாகரன்", அவன் இப்பொழுது அவரை முறைத்தான்.

அச்சமயம் சுதாகர் உள்ளே வந்தான். அதற்கு முன் பாலா தீரன் வந்த பொழுதே உள்ளே வந்தவள் அங்கு நடப்பவைகளை வேடிக்கை பார்த்தபடி நின்றாள்.

"அந்த ஜிதேஷ் போர்ட் மெம்பரோட க்ளோஸ் ரிலேட்டீவ். அவன வேலைய விட்டு தூக்க விடமாட்றாங்க... சேர்மேன் ஊர்ல இல்ல டா", கருணாகரன்.

"இன்னிக்கு இரண்டு பொண்ணுங்க ரிசைன் பண்ணிட்டாங்க. அதுக்கு என்ன சொல்றீங்க... இன்னும் ஒரு மாசத்துல அவன வேலைய விட்டு அனுப்பலன்னா யாரும் வேலை பண்ணமாட்டாங்க...", சுதாகர்.

"இப்ப என்ன பண்ண சொல்றீங்க ?", கருணாகரன் தலையில் கைவைத்தபடிக் கேட்டார்.

"இதோ இவங்க தான் தப்பு எங்க நடந்தாலும் தட்டி கேக்கறாங்களே இவங்கள அவன் டீமுக்கு அனுப்புங்க. அங்க எப்படி கேக்கறாங்கன்னு பாக்கலாம்", தீரன் அவளை இதில் இழுத்துவிட்டான்.

"டேய்... அந்த பொண்ணு புதுசு டா", கருணாகரன்.

"என்னை சாரி கேக்க வச்சப்பவும் புதுசு தான்".

"நீங்க தான் சாரி கேக்கவே இல்லையே", வல்லகி அவனை கேட்டாள்.

"அவன ஒரு வாரத்துல இங்கிருந்து ஓட வச்சிடு... உன்ன கட்டிபிடிச்சி சாரி கேக்கறேன்", தீரனும் விறைப்பாக பதிலளித்தான்.

"ஆமா... அது கால பிடிச்சின்னு தானே சொல்லணும்", என யோசனையாக கேட்டபடி பாலாவும் பேச்சில் கலந்துகொண்டாள்.

வல்லகி அவளை முறைக்க, மற்றவர்கள் அவளை விநோதமாக பார்க்க, பாலா அசடு வழிந்தபடி, "இல்ல... அவரும் வந்தாரா பிரச்சனையோன்னு உள்ள வந்தேன்... நான் போறேன். வகி வா போலாம்", என அவள் கைபிடித்து இழுத்தாள்.

கருணாகரனிடம் மட்டும் தலையசைத்துவிட்டு அவனை முறைத்தபடி எழுந்து நடந்தாள்.

"திமிருக்கு அரசின்னு நினைப்பு போல அவளுக்கு", அவனும் முணுமுணுத்தான் அவளைப் பற்றி.

7 - காற்றின் நுண்ணுறவு

அடுத்த நாள் அலுவலகத்தில் நுழைந்த வல்லகியை ஜிதேஷின் டீமிற்கு கீழே பயிற்சி எடுக்க அனுப்பினர்.

அவர்கள் பணி செய்யும் இடத்தில் நுழைந்ததும் ஒருவன் பாலாவை அழைத்தான்.

"ஹாய் .... ", பாலா.

"என்னம்மா ஸ்கூல் பொண்ணு.... எந்த ஊரு நீ? நீங்க தானே நேத்து அந்த சிடுமூஞ்சிகிட்ட வம்பிலுத்தது?", என அவன் பாலா அருகில் வந்து நின்றுக் கேட்டான்.

"நாங்க வம்பிலுக்கல... அதுவா வந்துச்சி நாங்க பிடிச்சோம் அவ்வளவு தான்", பாலா அவனை மேலிருந்து கீழ் வரை பார்த்தபடிப் பதிலளித்தாள்.

"பேச்சுல திமிர் ஓவரா இருக்கு.... சீனியருக்கு வணக்கம் வைக்கணும்னு உன் காலேஜ் ல சொல்லி தரலியா? "

"காலேஜ்ல இருந்து வரப்ப நான் தானே சீனியர். அதனால எனக்கு எல்லாரும் வணக்கம் வைப்பாங்க. ஆனா பாருங்க நான் யார்கிட்டயும் கேட்டு வாங்கமாட்டேன்", பாலா சிரித்தபடி கூறினாள்.

"ஓய்... நக்கலா.... ஒழுங்கா இல்லைன்னா அவ்வளவு தான். நான் யாருன்னு தெரியுமா ?", அவன் கடுப்புடன் குரல் உயர்த்தி பேச ஆரம்பித்தான்.

வல்லகி மற்றொரு பெண்ணிடம் பேசியபடி பாலாவை கவனித்துக்கொண்டிருந்தாள்.

"நான் மேகலா.... உங்களோட கோச் ஜிதேஷ். அவர் இன்னிக்கு லீவ். நீங்க அந்த கேபின்ல போய் ட்ரைனிங் ஸ்டார்ட் பண்ணுங்க", என பாலா நின்ற இடத்திற்கு பின்னே இருந்த கேபினைக் காட்டிக் கூறினார்.

"தேங்க்யூ மிஸ் மேகலா", எனக் கூறிவிட்டு தங்களது ஐடி கார்ட்டை வாங்கிக் கொண்டு பாலா அருகில் வந்தாள்.

"பாலா... வா அந்த கேபின்", என வல்லகி அவளை அழைத்தாள்.

"ஹலோ மேடம். இங்க விசாரிச்சிட்டு இருக்கேன்ல.. நில்லுங்க...", பாலாவிடம் பேசிக்கொண்டிருந்தவன் வல்லகியை நிறுத்தினான்.

"இதென்ன போலீஸ் ஸ்டெஷனா, கோர்ட்ஆ விசாரனை நடத்தறதுக்கு?", வல்லகி பாலா கழுத்தில் ஐடி கார்டை அணிவித்தபடி பதில் கேள்விக் கேட்டாள்.

"என்ன பாப்பா இரண்டு பேருக்கும் புதுசுங்கற பயமே இல்ல போல... வாய்க்கு வாய் சரியா பேசறீங்க", அவன் பாலாவையும், வல்லகியையும் மாறி மாறி பார்த்தபடிக் கூறினான்.

"புதுசா வந்தா பயப்படணும்னு எதாவது ரூல்ஸ் இருக்கா?", வல்லகி.

"ஆமா... சீனியர் நாங்க இருக்கோம்ல.... நாங்க சொல்றபடி தான் செய்யணும்"

"ஓஓ... எங்களுக்கு சம்பளம் கம்பெனி குடுக்கலியா? நீங்க தான் குடுக்கறீங்களா... சரி பாலா இவர் கிட்டயே நம்ம விஷயத்த பேசலாம்... ", பாலாவை இழுத்துவிட்டாள் வல்லகி.

"என்ன பேசணும்?", அவன்.

"சீனியர் நீங்களே முதல்ல சொல்ல வேண்டியத சொல்லுங்க", வல்லகி.

"எந்த நேரத்துல ஆபீஸ்ல காலடி எடுத்த வச்சமோ வரிசையா வாங்கி கட்டிக்கறதுக்குன்னே வரானுங்க இவகிட்ட", என பாலா முணுமுணுத்தபடி அவனைப் பார்த்தாள்.

"என்ன முணுமுணுப்பு?", அவன்.

"இல்ல நீங்க சொல்றத எல்லாம் அவளே செய்யப்போறாளாம். நான் போறேன்.. நீங்க அவகிட்ட பேசிக்கோங்க சீனியர்", வல்லகி.

"இங்க பாரு பாப்பா... டெய்லி வந்து குட் மார்னிங் சொல்லிட்டு எனக்கு சூடா ஒரு கப் காப்பி வாங்கிட்டு வந்து என் டேபில்ல வைக்கணும். நான் சொல்ற வேலையெல்லாம் செஞ்சி குடுக்கணும். அப்படி நீ சரியா செஞ்சா உனக்கு வேலைய நான் பெர்மனென்ட் பண்றேன். சரியா?", என பாலாவை பார்த்தபடி அவன் கூறிக்கொண்டிருக்க, பாலா வல்லகியைப் பார்த்தாள்.

"என்னை ஏன் பாக்கற? உனக்கு தானே சொல்றாங்க.. நீயே பாத்து பண்ணு. நான் போறேன்", எனக் கூறிவிட்டு பாலா கையில் அவளது பொருட்களைக் கொடுத்துவிட்டு அங்கிருந்து நகர்ந்தாள்.

"ராட்சசி... இப்படி மாட்டி விட்டுட்டு போயிட்டாளே", என பாலா மனதிற்குள் புலம்பியபடி அவனிடம் மண்டையை ஆட்டிவிட்டு தன் இடத்தைத் தேடி வந்தமர்ந்தாள்.

"ஏன்டி அவன் என்னை ஆயா வேலை பார்க்க சொல்றான். நீ அவன எதுவும் சொல்லாம நீ பாட்டுக்கு வந்து உக்காந்துட்டு இருக்க.. நீயெல்லாம் ஒரு பிரண்ட்ஆ?", பாலா பொறிந்தாள்.

"நேத்து சாயங்காலம் நீ தானே சொன்ன... யார்கிட்டயும் வம்புக்கு போக கூடாது. யாராவது வம்பிலுத்தாலும் நான் சண்டை போடக்கூடாதுன்னு.... இரண்டு மணி நேரம் எனக்கு க்ளாஸ் எடுத்தல்ல... நான் ஏன் அவன எதாவது சொல்லணும்? உன்கிட்ட பேசினா நீ தான் பதில் சொல்லணும்", எனக் கூறிவிட்டு தன் வேலையைப் பார்க்க ஆரம்பித்தாள்.

"வல்லகி.... இந்தாங்க உங்களோட ட்ரைனிங் கோட்ஸ்... நாளைக்கு வரைக்கும் இதை கோட் பண்ணி ரன் பண்ணுங்க.. உங்க ட்ரைனர் வந்தப்-

பறம் மத்தது சொல்வாரு... ", என ஒருவன் வந்து இரண்டு பைல்களைக் கொடுத்து விட்டுச் சென்றான்.

மாலை வரை வல்லகி யாரிடமும் பேசாமல் தன் வேலையில் மூழ்கிவிட்டிருந்தாள்.

தர்மதீரன் இரண்டு மூன்று முறை அவளருகில் வந்தும் கூட அவனை அவள் கவனிக்கவில்லை.

அந்த அலுவலகத்தில் தன்னைத் தவிர வேறு எந்த மனிதரும் இல்லை என்பது போல வேலையில் மட்டுமே கண்ணாக இருந்தாள்.

மாலையில் பாலாவும் அவளும் அலுவலக நேரம் முடிந்து கிளம்பும் பொழுது, தர்மதீரன் எதிரில் வந்தான் சுதாகரிடம் பேசியபடி.

வல்லகி அவனைப் பார்த்தும் ஏதும் சட்டை செய்யாமல் பாலாவிடம் பேசியபடி நின்றிருந்தாள். தர்மதீரன் அவளது அலட்சியமான செய்கையில் கோபம் கொண்டிருந்தாலும் தன்னைக் கட்டுப்படுத்தியபடி நின்றிருந்தான்.

நால்வரும் லிப்டில் ஏற நின்றிருந்தனர். சுதாகர் உள்நுழையும் சமயம் லிப்டில் கோளாறு ஏற்பட்டு சுதாகர் பாதி உள்ளே பாதி வெளியே எனத் தொங்கியபடி இருந்தான்.

கண நேரத்தில் தர்மதீரனும், வல்லகியும் ஆளுக்கு ஒரு பக்கம் அவனின் கைபிடித்து மேலே இழுத்ததும் லிப்ட் கம்பிகள் முழுதாக அறுந்து லிப்ட் கீழே வேகமாக சென்றுத் தரைத் தட்டியது.

சட்டென்று ஏற்பட்ட விபத்தினால் அனைவரும் சில நிமிடங்கள் ஸ்தம்பித்து நின்றிருந்தனர். வல்லகி சுதாகரை ஓரமாக ஒரு பக்கம் அமரவைத்து அவன் உடலைப் பரிசோதித்துக்கொண்டிருந்தாள்.

தர்மதீரன் அங்கு நடந்த விபத்தை நிர்வாகத்திடம் கூறி சட்டென அதற்குன்டான அவசரகால உதவிகளைச் செய்ய ஏற்பாடு செய்து விட்டு சுதாகரைத் தேடினான்.

சுதாகரின் கை ஒரு பக்கம் வலி எடுப்பதாக அவன் கூற வல்லகி மெல்ல அந்த கரத்தை அசைத்துப் பார்த்தாள்.

"ஏய் என்ன பண்ற... விடு... அவனுக்கு ப்ராக்சர் ஆகி இருக்க போகுது. நீ எதாவது செஞ்சி அத பெரிசு பண்ணிடாத...", என பதற்றமாகக் கூறினான்.

வல்லகி அவனை திரும்பியும் பார்க்காமல், "எங்க வலி இருக்குன்னு சரியா சொல்லுங்க சுதாகர்... இந்த இடமா... இந்த பாயிண்ட்ஆ?", என அவன் கையை இஞ்ச் இஞ்சாக தொட்டு பார்த்தபடிக் கேட்டாள்.

"இல்ல ... இல்ல.... அய்யோ.... ஆ... அம்மா....", என அரற்றியபடி முழங்கைக்கு மேலிருந்து தோள்பட்டை வரையில் வலி இருப்பதாகக் கூறினான்.

"ரிலாக்ஸ்... கைய லூசா விடுங்க.... சரி ஆகிடும்... பாலா... சார் கழுத்த பிடிச்சிக்க...."

"என்னடி பண்ணப் போற?", பாலா சுதாகரின் கழுத்தை பிடித்தபடிக் கேட்டாள்.

"ஹேய் என்ன பண்ணப்போற நீ?", தர்மதீரன்.

"மிஸ்டர் சுதாகர் உங்க பிரண்ட்-அ கம்முன்னு இருக்க சொல்லுங்க. மனுசன்னா பொறுமை வேணும்", எனக் கூறியபடி அவன் உடலில் ஒரு இடத்தை அழுத்தியபடி, கையை ஒரு முறை இழுத்து மடக்க அவன் அலறியே விட்டான்.

"அம்மா.... அப்பாஆஆஆஆஆ", சுதாகர்.

"அடிப்பாவி என் ப்ரண்ட் கைய ஏன்டி உடைச்ச?", தர்மதீரன் ஆத்திரமாக கேட்டான்.

"மிஸ்டர் சுதாகர் உங்க ப்ரண்ட வாய மூடிட்டு இருக்க சொல்லுங்க", எனக் கூறிவிட்டு அவன் கையை மீண்டும் இரண்டு இடத்தில் அழுத்தம் கொடுத்து இழுத்ததும் அவன் கை வலி முக்கால் வாசி குறைந்திருந்தது.

"ஏய்.... யார பாத்து என்ன சொல்ற நீ? கொஞ்சமாது மரியாதை தெரியுதா உனக்கு?", தர்மதீரன் அவள் கூறிய வார்த்தைகளில் கொதித்துக் கொண்டிருந்தான்.

"அது உங்களுக்கு தெரியுமா மிஸ்டர்? முதல்ல நீங்க மரியாதை குடுக்கறத பத்தி தெரிஞ்சிக்கோங்க. மிஸ்டர் சுதாகர் உங்க கைவலி கொஞ்ச நேரத்துல சரி ஆகிடும். விளக்கெண்ணெய மட்டும் கொஞ்சம் சூடு செஞ்சி இராத்திரி தடவுங்க .. காலைல சுடுதண்ணி ஊத்திக்கோங்க போதும். வலி இருந்தா எண்ணெய் சூடு பண்ணி தேய்ச்சிக்கோங்க. பாலா .... நாம போலாம்", எனக் கூறிவிட்டு தர்மதீரனை கண்டிப்பும் கோபமும் நிறைந்த பார்வைப் பார்த்துவிட்டு அங்கிருந்துச் சென்றாள்.

சுதாகர் கையை ஆட்டி பார்த்துவிட்டு, "மச்சான்.... கைவலி இப்ப ரொம்பவே குறைஞ்சிடுச்சு டா.... நான் கூட கை உடைஞ்சே போச்சின்னு நினைச்சேன். இரண்டே நிமிஷத்துல அந்த பொண்ணு வலிய குறைச்சிட்டா டா", என வலி குறைந்த சந்தோஷத்தில் கூறினான்.

"வாயமூடிட்டு வந்து சேரு... லிப்ட் தானா அப்படி ஆகல.... எவன் வேலைன்னு விசாரிக்கணும்", என சுதாகரை இழுத்துக்கொண்டு படிகளில் இறங்கினான்.

"டேய் டேய்..... அந்த பொண்ணு சரி பண்ண கையை நீயே உடைச்சிடுவ போல.... விடுடா நானே வரேன்", என கத்தியபடி சுதாகர் படிகளில் ஓடினான்.

தர்மதீரன் அவனை முறைத்துவிட்டு முன்னிலும் வேகமாக இழுத்துக்கொண்டு கீழே லிப்ட் ஆபரேடிங் ரூமிற்கு வந்தான்.

அங்கே ஜிதேஷின் கையாள் ஒருவன் லிப்ட் சரி செய்ய வந்தவரிடம் ஏதோ பேசிக்கொண்டு இருந்தான்.

சுதாகரும் தர்மதீரனும் வருவதைப் பார்த்து அங்கிருந்து சென்றான்.

"இவனுக்கு இங்க என்ன வேலை? இது இவன் ஷிப்ட் இல்லையே", சுதாகர் தர்மனின் காதில் முணுமுணுத்துவிட்டு ஆப்பரேட்டர் அருகில் சென்றனர்.

"மாணிக்கம்.... என்னாச்சி... எப்படி இப்படி நடந்தது?", தர்மதீரன்.

"யாரோ மேனுவலா கம்பில என்னமோ செஞ்சி இருக்காங்க சார். அப்பறம் லிப்டர் மேல வெண்டிலேட்டர்ல இது இருந்தது", என ஒரு பார்சலைக் கொடுத்தான்.

ஜிதேஷின் கையாள் ஒளிந்திருந்து பார்த்து தர்மதீரனின் கையில் அந்த பார்சல் சென்றதை ஜிதேஷிடம் கூறிவிட்டு, அடுத்த உத்திரவை நிறைவேற்றச் சென்றான்.

வல்லகியும் பாலாவும் தாங்கள் தங்கி இருக்கும் ஹாஸ்டல் வந்து தங்களை ஆசுவாசப்படுத்திக்கொண்டு தங்களது வீட்டிற்கு அழைத்தனர்.

பாலா, "அம்மா..... என்ன பண்றீங்க...? இப்ப என்ன வெங்காய பஜ்ஜியா போடறீங்க? வாசனை எனக்கு இங்க வரைக்கும் வருதே", என தன் தாயிடம் உரையாட ஆரம்பித்தாள்.

வல்லகி, "அப்பா...."

"செல்லம்.... முதல் நாள் ஆபீஸ் எப்படி இருந்தது டா? உனக்கு எல்லாம் ஓக்கேவா? எதுவும் பிரச்சினை இல்லையே... நேத்து போல இன்னிக்கு எதுவும் இல்லையே", என பரிவும் பாசமும் கலந்த குரல் வல்லகியை மென்னகை கொள்ளச் செய்தது.

"எனக்கு எல்லாமே நல்லா போச்சிப்பா.... ஒன்னும் நடக்கல. நீங்க கவலை படாதீங்க.. அம்மா அக்காலாம் என்ன பண்றாங்க?".

"இருடா ஸ்பீக்கர்ல போடறேன்"

"ஹேய் வல்லூறு.... என்னடி நேத்து போல இன்னிக்கும் எவனாவது உன்கிட்ட வாங்கி கட்டிகிட்டானா?", அக்கா.

"இன்னிக்கு யாரும் பெருசா சிக்கல.... ஒருத்தன காப்பாத்தி மட்டும் விட்டேன்"

"என்னாச்சிடா செல்லம்?", அப்பா பதற்றமாகக் கேட்டார்.

வல்லகி லிப்ட் விபத்து பற்றி விளக்கியபின்," செல்லம் இனிமே நீ நடந்தே போடா.... லிப்ட் எல்லாம் வேணாம்", என தந்தை கூறவும் வல்லகி சிரித்தாள்.

"பண்ணெண்டு மாடி அவ ஏறி போனா அப்பறம் தூங்கிடுவா. யார் அவள எழுப்பறது? அவளே சாக இருந்தவனை காப்பாத்தி இருக்கா.. அதை பாராட்டாம நீங்க பயப்படறதும் இல்லாம அவளையும் பயமுறுத்தாதீங்க.... வல்லா.... அந்த பையனுக்கு ஒன்னும் ஆகலையே... அடி எதுவும் பட்டுச்சா?", என அம்மாவின் குரல் கேட்டதும் தனக்குள் ஊறும் உற்சாகத்தை அனுபவித்தாள்.

"அதுலாம் ஒன்னும் இல்லைம்மா. பிசகி இருந்தது. இரண்டு தட்டு தட்டி இழுக்கவும் சரி ஆகிரிச்சி. இன்னொருத்தரும் அவனை பேலன்ஸ் பண்ணி இழுத்ததால அவன் தப்பிச்சான். நீங்க என்ன பண்றீங்கம்மா? அக்கா நீ எப்ப கிளம்பற?"

"நீ இங்கிருந்து போயிட்டா நானும் கிளம்பணுமா ? நான் எனக்கு தோணறப்ப தான் போவேன். இப்ப அம்மா சுட்ற தேன்குழல் சாப்டுட்டு இருக்கேன். சுட சுட... ஜீரால ஊறவச்சி அப்படியே இதமான சூட்டுல சாப்பிட்டா அப்படி இருக்கு.... ம்ம்ம்ம் ம்ம்ம்ம்ம் ", அவளின் அக்கா அவளை கடுப்பேற்றியதில் கடுப்பானவள் , "அப்பா...... அவள கம்முன்னு இருக்க சொல்லுங்க"

"சும்மா இருடி.... வல்லா... நீ எப்ப வர்ற ஊருக்கு? இந்த வாரம் லீவ் தானே", அம்மா.

"தெர்லம்மா.... பாத்துக்கலாம்....சரி நான் போய் காப்பி குடிச்சிட்டு ஒரு வாக் போயிட்டு வரேன். நீங்க அவள சீக்கிரமே பேக் பண்ணி அனுப்பிடுங்க", எனக் கூறிவிட்டு வைத்தாள்.

பாலாவும் பேசி முடித்துவிட்டு வர, இருவரும் வெளியே செல்லலாம் என கடற்கரை நோக்கி நடந்தனர்.

அவர்கள் தங்கி இருக்கும் இடத்தில் இருந்து இரண்டு கி.மீரில் பீச் இருந்தது.

இருவரும் மெல்ல நடந்துவிட்டு கடற்கரையில் சிறிது நேரம் அமர்ந்து கடலின் அழகில் லயித்திருந்துவிட்டு, கிளம்பலாம் என எழுந்தபோது.....

8 - காற்றின் நுண்ணுறவு

அவர்கள் எழுந்த பொழுது ஒருவனை தர்மதீரன் துரத்தியபடி அவர்கள் நின்றிருந்த இடத்திற்கு அருகில் வந்தான்.

ஓடிவந்தவன் சட்டென கத்தியை வல்லகியின் கழுத்தில் வைத்து தர்மதீரனைத் தடுத்தான்.

"ஒழுங்கா உன்கிட்ட இருக்கறத குடுத்துட்டு போயிடு... இல்ல இந்த பொண்ண கொண்ணுடுவேன்", எனக் கூறிய படிக் கத்தியை அவளது கழுத்தில் வைத்தான்.

பாலா பதறிப்போய் ," அய்யோ... சார்.... விட்றுங்க சார்.... வகி கழுத்துல கத்திய வச்சிருக்கான் சார் அவன்.... கேக்கறது குடுத்துறுங்க சார்.... ப்ளீஸ் சார்....",என அவள் தர்மதீரனிடம் கெஞ்சினாள்.

"அதுல என்ன இருக்குன்னு இப்ப வரை நான் பாக்கல. இனி போய் கண்டிப்பா பாப்பேன். உன்ன அனுப்பனது யாருன்னு சொல்லு நீ உயிரோட இங்கிருந்து போலாம்", தர்மதீரன் அசிரத்தையாகவே அப்பொழுதும் உரையாடினான்.

"சார்.... என்ன சார் நீங்க... அவன் வகி கழுத்துல கத்திய வச்சி இருக்கான். என் பிரண்ட் சார் அவ.... அவளுக்கு எதாவது ஆச்சு உங்கள நான் சும்மா விடமாட்டேன். அவன் கேக்கற கருமத்த தூக்கி போடுங்க சார்.... ரவுடி சார்... அவள விட்றுங்க சார்.... உங்க பிரச்சினைல எங்க கழுத்துல ஏன் கத்திய வைக்கறீங்க...? நாங்க பாவம் சார்.. சின்ன பொண்ணுங்க சார்... விட்றுங்க.... ",பாலா கண்களில் நீர் வழிய கெஞ்சினாள்.

அது சற்று ஒதுக்குபுறமான இடமாக இருந்ததால் மற்றவர்கள் பார்வைக்கு இங்கு நடப்பது சுத்தமாக தெரியவில்லை. படகுகளும் இருக்க இன்னும் மறைவாய் போனது.

வல்லகி அமைதியாக அந்த ரவுடி இழுத்த இழுப்பிற்கு சென்றவள் தர்மதீரனைப் பார்த்தபடி நின்றாள்.

"உன்ன அனுப்பிவன் யாருன்னு சொல்லு", தர்மதீரன்.

"ஹேய் சொன்னா புரியாதா உனக்கு..... உங்கிட்ட இருக்கற பார்சல குடுத்துட்டு போ.... இல்ல இவள இங்கயே அறுத்துபோட்டுட்டு.. நீ தான் பண்ணன்னு போலீஸ் கிட்ட நானே போவேன்", ரவுடி மிரட்டினான்.

"முடிஞ்சா பண்ணு டா.... ",எனக் கூறி அங்கிருந்த படகில் சாய்ந்து நின்றான் தர்மதீரன்.

"ஹேய் ஏய்......... என்ன சார் நீங்க? உங்களுக்கு என்ன ரவுடி சார் வேணும். நான் எடுத்து தரேன்.... ப்ளீஸ் அவள விட்றுங்க.... ", பாலா தானாக அவனிடம் தலையைக் கொடுத்தாள்.

"நீயா.... அவன உனக்கு தெரியுமா?", அவன் பாலாவிடம் பேசிக்கொண்டிருக்கும் சமயம் வல்லகி தன் பேண்ட் பாக்கெட்டில் இருந்து சிறிய மடக்கு கத்தியை எடுத்தாள்.

"தெரியும் சார்.. அவர் வேலை பாக்கற ஆபீஸ்ல தான் நானும் வேலை பாக்கறேன்....உங்களுக்கு என்ன வேணும்னு சொல்லுங்க ரவுடி சார்.....", பாலா அழுதபடி கேட்டாள்.

"அவன் பிரண்ட் கிட்ட ஒரு பார்சல் இருக்கு அத வாங்கிட்டு வந்து குடுத்துட்டு இந்த பாப்பாவ நீ கூட்டிட்டு போ....ஓடு ஓடு... ", என பேசி முடிக்கும் முன் வல்லகி அவன் தாடையில் தன் முஷ்டியால் இடித்து, அவன் காதில் விரல் கொண்டு அழுத்திவிட்டு, அவன் கையை முறுக்கி பின்னால் இழுத்து மடக்கியபடி, தன் கையில் இருந்த கத்தியை அவன் கழுத்தில் வைத்தாள்.

நொடியில் நிகழ்ந்த நிகழ்வால் அந்த ரவுடி திடீரென வாங்கிய அடியில் உடலில் இருந்த சக்தி முழுதும் வடிந்தது போல உணர்ந்தான்.

தர்மதீரன் அவளை விட்டு தன் கண்ணை எடுக்காமல் அவளருகில் வந்தான்.

"ஒரு அடிக்கு தாங்கல... இவன தொறத்திட்டு வேற வரீங்க... பிடிங்க இவனை... ", என அந்த ரவுடியை தர்மனிடம் தள்ளிவிட்டாள்.

"நீ என்ன செஞ்ச இவன? இந்த வித்தைக்கு பேர் என்ன?", தர்மதீரன் அவளின் கண் பார்த்துக் கேட்டான்.

"வர்மக்கலை....", எனக் கூறிவிட்டு திரும்பி நடந்தாள்.

"ஒரே அடில ஆள சாச்சிடலாமா?".

"இவன் பேசிக்கா அடியாள் இல்ல.... அதான் ஒரே அடில கிறங்கிட்-டான். எதுவா இருந்தாலும் கொஞ்சம் யோசிச்சி பொறுமையா பண்ணுங்க..", எனக் கூறிவிட்டு அவ்வளவு நேரம் வாய் பிளந்து நின்றிருந்த பாலா அருகில் சென்றாள்.

வல்லகி அவளை உலுக்கவும்,"ஹேய் வகி... உனக்கு ஒன்னும் இல்ல தானே? என்னடி பண்ண அவன? இத நீ எங்க கத்துகிட்ட? எனக்கும் சொல்லித்தரியா? ", என இடைவிடாமல் கேள்வி கேட்டாள்.

"கொஞ்சம் மூச்சு விடு பாலா. வா போய் எதாவது நல்ல ரெஸ்டா-ரெண்ட்ல சாப்டு போலாம்", பாலாவை அழைத்துகொண்டு நடக்க ஆரம்பித்-தாள்.

"வல்லகி ... ஒரு நிமிஷம்",எனக் கூறிய தர்மா வல்லகியின் அருகில் வந்து அவள் கணணோடு கண் பார்த்து, "நானும் உங்களோட டின்னர்ல ஜாயின் பண்ணிக்கலாமா?" எனக் கேட்டான்.

வல்லகியும் அவனை கண்னோடு கண் பார்த்துவிட்டு, அந்த ரவுடியைப் பார்த்தாள்.

அவள் பார்வையின் பொருள் புரிந்த தர்மா," இவன சுதாகர் பார்த்துப்-பான்".

"அப்ப அவருக்கு பசிக்காத சார்?", பாலா தன் அதிமுக்கிய சந்தேகத்-தைக் கேட்டாள்.

இது தான் பாலா நொடியில் தன்னை சமன்படுத்திக்கொண்டு சூழ்நி-லையை லகுவாக்கிவிடுவாள்.

"அவனுக்கு பார்சல் வாங்கிக்கலாம்", என பாலாவை சிறுபுன்னகையுடன் பார்த்துக் கூறினான்.

"ஆமா... எனக்கு ஒரு சந்தேகம்? நீங்க என்ன மப்டில இருக்க போலீஸா? எதுக்கு இவன துறத்திட்டு வந்தீங்க? எப்பவும் வெறப்பாவே சுத்த-றீங்க? ஆபீஸ்ல கூட முறைச்சிட்டே இருக்கீங்க? எங்க பேனல் பக்கம் வந்து கூட எங்கள நேரா பாத்து பேசாம, பாத்தும் பாக்காத மாதிரி வகிய மட்-டும் ஓரக்கண்ணாலே முறைச்சிட்டே போனீங்க.... ஏன்? யார் நீங்க?", பாலா அத்தனையும் தாடையில் விரல்வைத்து யோசித்தபடி ஒவ்வொன்றாக கேட்டு முடித்தாள்.

ஆனால் எதிரில் தான் அவன் இல்லை. அந்த ரடிவுயை சுதாகரிடம் ஒப்படைத்துவிட்டு அப்பொழுது தான்

திரும்பி வந்தான்.

அவள் கேள்விகளை கேட்க ஆரம்பிக்கும் பொழுதே சுதாகரும் பின்னோடே வந்திருந்தான். அவனிடம் இவனை பத்திரமாக கொண்டு செல்லுமாறு கூறிவிட்டு அப்பொழுது தான் அவர்கள் அருகில் வந்தான்.

வல்லகி சுதாகர் வந்ததும் அவனை கவனித்தபடி பாலாவை விட்டு சற்று தள்ளி நின்றிருக்க பாலா தனியாக உரையாடுவது போலானது.

சுண்டல் விற்றுக்கொண்டு செல்லும் சிறுவன் அவளை ஒருமாதிரி திரும்பி திரும்பி பார்த்தபடி சென்றது கண்டு பாலா காண்டாகி தர்மதீரன் அருகில் சென்று," ஒரு மனுஷி பேசினா முதல்ல நின்னு கேக்கணும். இப்படியா ஆளுக்கு ஒரு பக்கம் தனியா என்னை விட்டுட்டு போவீங்க? சே.... அவமானம்... வகி நீயும் என்னை விட்டுட்டல்ல.....", என போலியாக கண்ணீர் வடிந்து துடைப்பதைப் போல பாவ்லா செய்தாள்.

அவள் செய்கையில் இருவரும் மென்னகை சூடிக்கொள்ள பாலாவை நடுவில் விட்டு ஆளுக்கு ஒரு பக்கமாக நடந்தனர்.

சற்று தூரத்தில் பீச் அருகிலேயே ஒரு ரெஸ்டாரெண்ட் நன்றாக இருக்கும் என தர்மதீரன் அழைத்துச் சென்றான்.

வரும் வழி எல்லாம் சென்னைப் பற்றியும்,அவர்கள் தங்கி இருக்கும் இடத்தின் அருகினில் இருக்கும் சில தடங்கள் முதல் பிரபலமான கடைகள் வரையாக பாலாவும் தர்மனும் பேசியபடி வந்தனர்.

வல்லகி ஒரு பக்கம் இவர்கள் உரையாடுவதை கேட்டபடியே கடல் அலைகளை இரசித்தபடி நடந்துக் கொண்டிருந்தாள்.

இவர்கள் அந்த ரெஸ்டாரெண்ட் உள்ளே சென்று, உணவு வகைகளை ஆர்டர் செய்துவிட்டு அமர்ந்திருந்தனர்.

அப்பொழுது ஜிதேஷ்-உடன் எட்டு பேர் இவர்கள் அமர்ந்திருக்கும் டேபிளைச் சுற்றி நின்றனர்.

"இன்னும் சாப்பாடே வரல அதுக்குள்ள டிப்ஸ்க்கு இத்தனை பேரா?", என பாலா விளையாட்டாக கூறவும் , ஜிதேஷ் கோபம் கொண்டு பாலாவின் தலை முடியைப் பற்றி எழுப்பினான்.

வல்லகி திடுக்கிட்டு செயல்படும் முன் தர்மதீரன் ஜிதேஷின் முகத்தில் முஷ்டியால் தாக்கி அவனின் இருகைகளையும் பின்னால் மடக்கி மண்டியிட வைத்து போர்க் ஸ்பூனை கழுத்தில் வைத்தான்.

அவனது எதிர்பாராத தற்காப்புச் செயலில் வல்லகி மெச்சுதலான பார்வைப் பார்த்துவிட்டு தானும் செயல்பட தயாராகி நின்றாள்.

"யாராவது கிட்ட வந்தீங்க ... இவன் முழுசா இருக்கமாட்டான். போங்க... பின்னால போங்கடா.... வல்லகி போலீஸ்க்கு கால் பண்ணுங்க", எனக் கூறினான்.

ஜிதேஷுடன் வந்த எட்டு பேரும் என்ன செய்வதென புரியாமல் தர்மனின் சொல்படி நடந்தனர்.

அந்த ரெஸ்டாரெண்ட் மேனேஜர் வல்லகி போன் எடுத்து டயல் செய்வது பார்த்துவிட்டு அருகில் வந்தார் .

அந்த ரெஸ்டாரெண்ட் விட்டு வெளியே வந்ததும்," எதுக்கு என்ன விடாம தொறத்தற? , என ஜிதேஷ் கேட்டான்.

"நீ என்ன பண்ற.... ஏது பண்றன்னு... நான் இப்பவரை கேட்டது இல்ல. ஆனா நீ ஆபீஸ் ஸ்டாப்ஸ் கிட்ட நடந்துக்கறது பிடிக்காம தான் கம்ப்-ளைண்ட் செஞ்சி உன்ன தூக்க சொல்லி இருக்கேன். நீ செய்றது பாத்தா சராசரி மனுசனா தோணல. ஏதோ பெரிய தப்பு பண்றன்னு மட்டும் புரியுது", தர்மதீரன் அழுத்தமாகக் கூறினான்.

ஜிதேஷ் திமிற முடியாமல்," நீ மட்டும் என்னவாம்? அந்த சுதாகர வச்சி எவ்வளவு வேலை பாக்கற... நீ எதுக்கு முயற்சி பண்றன்னு எனக்கு நல்லா தெரியும். அது நடக்க விடமாட்டேன். இப்ப என்ன நீ விடல உனக்கு தான் பிரச்சனை", என அந்த நிலையிலும் மிரட்டினான்.

வல்லகி அவன் அருகில் வந்து உடலில் சில இடங்களில் அழுத்தம் கொடுத்ததில் அவன் கை கால்கள் ஒழுங்காக செயல்பட முடியாது திசைக்-கொரு பக்கமாக திரும்பிக்கொள்ள, நிற்கவே முடியாமல் சரிந்து விழுந்தான்.

"என்ன பண்ண ? ஏன் இவன் இப்படி ஆகிட்டான்?",தர்மதீரன் பதற்ற-மாகக் கேட்டான்.

"ஓவரா பேசறான் அதான் கொஞ்சம் சைலண்ட் பண்ணேன்", எனக் கூறிவிட்டு பாலாவை அழைத்துக்கொண்டு தாங்கள் அமர்ந்திருந்த டேபிளுக்-குச் சென்றாள்.

அவள் அந்த பக்கம் நகர்ந்ததும் தான் மற்ற ஆட்களை பார்த்தான், அனைவரும் சக்தியிழந்து அரைமயக்கத்தில் இருந்தனர்.

தர்மதீரன் மனதில் உள்ளூற புன்னகையும், அதிர்ச்சியும் தோன்றியது.

"கில்லாடி தான்", என முணுமுணுத்துவிட்டு சுதாகரை அழைத்து விவரம் கூறவும், ஆட்களோடு வந்து அவன் இவர்களைத் தூக்கிச் சென்றான்.

"இன்னும் என்ன என்ன வித்தை கைல வச்சிருக்க?", எனக் கேட்டபடி தர்மதீரன் அவள் எதிரில் அமர்ந்தான்.

"வித்தையெல்லாம் பெருசா ஒன்னுமில்ல. தற்காப்புக்கு சில டெக்-னிக்ஸ்....", சாப்பிட்டபடி பதிலளித்தாள்.

"எனக்கும் சொல்லித்தறியா?",ஆர்வமாக கேட்டான்.

ஒரு நொடி அவனை ஆழமாகப் பார்த்துவிட்டு,"சரி... வீக் எண்ட்ல ஷெட்யூல் போடலாம். இந்த வாரம் நான் ஊருக்கு போகணும். அடுத்த வாரம் இருந்து பாக்கலாம்", எனக் கூறிவிட்டு தன் வேலையைத் தொடர்ந்-தாள்.

தர்மதீரன் அவளை ஒரு சில நொடிகள் பார்த்துவிட்டு," இது என் கார்ட். நம்பர் இதுல இருக்கு. நாளைக்கு இருந்து என் டீம்ல உங்கள மாத்திட-றேன்".

"தேவையில்ல.... நான் அந்த ஜிதேஷ் -அ கம்பெனிய விட்டு அனுப்பிட்டு அப்பறம் யோசிக்கறேன்" .

"அவன் கம்பெனிக்கு இனி வரமாட்டான்".

"இந்நேரம் அவன் உங்க பிரண்ட் கிட்ட இருந்து தப்பிச்சி இருப்பான்", எனக் கூறி அவள் வாய் மூடும் முன் சுதாகர் அவனை அழைத்து அவர்களை வேறொரு கும்பல் தூக்கிச் சென்றதாக கூறினான்.

தர்மதீரன் அவளைப் பார்க்கவும் ," அத்தனை பேரும் வேற ஒருத்தனுக்கு கீழ வேலை செய்யறாங்க... ஏதோ தப்பான வேலை. அந்த பார்சல்ல என்ன இருக்குன்னு பாத்துட்டு அடுத்த ஸ்டெப்ஸ் எடுங்க. எங்க பில் நாங்க பே பண்ணிட்டோம். நீங்க உங்களுக்கு பே பண்ணிக்கோங்க", எனக் கூறிவிட்டு திரும்பியவள் மீண்டும் அவனைப் பார்த்து," போலீஸ் கிட்ட போறது நல்லது", எனக் கூறிவிட்டு நிற்காமல் சென்றாள்.

தர்மதீரன் எந்த உணர்ச்சியும் முகத்தில் காட்டாமல் தான் கட்டவேண்டிய பணத்தைக் கட்டி விட்டு கருணாகரன் இல்லம் நோக்கி சென்றான்.

இடையில் சுதாகர் அந்த பார்சலை பிரித்து பார்த்து விட்டு அதில் இருந்த பொருட்களை வேறு இடத்தில் பத்திரப்படுத்தி வைத்துவிட்டு அவனும் கருணாகரன் இல்லம் நோக்கிச் சென்றான்.

9 - காற்றின் நுண்ணுறவு

தர்மதீரனிடம் விடைப்பெற்றுக்கொண்டு தோழிகள் இருவரும் தங்களது அறைக்கு வந்து சேர்ந்தனர்.

"அப்பப்ப்பாஆஆஆ.... எந்த நேரத்துல இந்த ஆபீஸ்ல கால் எடுத்து வச்சமோ அப்ப இருந்து ஒரே ரணகளமா போகுது... ஏன் வகி நாம வேற வேலை தேடிட்டு போயிடலாமா?", என பாலா தனக்கு தானே பேசிவிட்டு கடைசியில் வல்லகியிடம் நின்றாள்.

"எங்க போவ பேபி? இப்ப தான் நாம ட்ரைனீ-ஆ ஜாயின் பண்ணி இருக்கோம். கொறஞ்சது ஒரு இரண்டு வருஷம் வேலை பாத்தா தான் வேற கம்பெனில நம்மல வேலைக்கு எடுப்பாங்க....", எனக் கூறியபடி அடுத்த நாள் போட வேண்டிய உடுப்புகளை எடுத்து வைத்துவிட்டு தண்ணீர் பிடிக்க வெளியே சென்றாள்.

"இத மறந்துட்டோமே... நமக்கு இன்னிக்கு தானே நாய்சங்கிலியே குடுத்தானுங்க.... வேற சங்கிலி கிடைக்க இரண்டு வருஷம் வெயிட் பண்ணணுமோ ????? "

"இந்தா பாலா... உனக்கு பாட்டில். நாளைக்கு காலைல ஜாக்கிங் போகணும். சோ ஐஞ்சு மணிக்கு எந்திரிச்சு என்கூட வரணும். போன் நோண்டாம சீக்கிரம் தூங்கு"

"என்ன.... நடுராத்திரில ஜாக்கிங் ஆ? நமக்கு ஷிப்டே பத்து மணிக்கு தானே.... நான் 9.30 மணிக்கு எந்திரிச்சு ரெடி ஆகி போனா போதும். இந்த கெட்ட பழகத்த எல்லாம் எனக்கு சொல்லி குடுக்க ட்ரை பண்ணாத சொல்லிட்டேன்", பாலா அதிர்ச்சியாகி ஆவேசமாக பேசினாள்.

"நான் சொல்ற மாதிரி நடந்தா தான் உனக்கு சன்டே க்ளாஸ் எடுப்பேன். இல்லைன்னா உன்னை கழட்டி விட்டுட்டு அந்த சிடுமூஞ்சிக்கு மட்டும் தான் கோச்சிங்", வல்லகி மென் முறுவல் பூத்தபடிக் கூறினாள்.

அடடா..... வல்லகியின் முறுவல் தான் எத்தனை ஈர்க்கிறது.... லேசாக தெரியும் அந்த தெத்துப்பல் தான் எத்தனை அழகு.....

"நீ கோச்சிகிட்டா எனக்கு கோச்சிங் குடுக்கமாட்ட.... எல்லாம் என்னை சொல்லணும்.. என் வாய் இருக்கு பாரு... வரேன்..... விடிய விடிய முழிச்சிட்டு இருந்து உன்கூட ஓடி வந்து தொலையறேன்", கடுப்புடன் கூறிவிட்டு தலை முதல் கால் வரை போர்த்திக் கொண்டு உறங்கினாள்.

வல்லகி மெதுவாக புன்னகைத்து விட்டு, அறை விளக்கை அணைத்துவிட்டு டேபிள் லேம்ப் உதவியுடன் ஒரு புத்தகத்தை எடுத்துக்கொண்டு அமர்ந்தாள்.

ரெஸ்டாரெண்டில் இருந்து கருணாகரன் இல்லத்திற்குச் சென்ற தர்மதீரனும், சுதாகரும் கருணாகரன் சொன்னதைக் கேட்டுத் தலையைப் பிடித்துக்கொண்டு அமர்ந்து விட்டனர்.

"டேய்.... இப்படியே இருந்தா எப்படி? நாம அடுத்து என்ன பண்றது?", கருணாகரன்.

"நாங்க என்ன சார் பண்றது? நம்மனால சேர்மேன் ரீச் பண்ணமுடியல. ஆனா அவன் எப்படி ரீச் பண்ணான்? இருந்த ஒரு க்ளூவுக்கு இப்பதான் விடை தெரிய ஆரம்பிச்சது. அதுக்குள்ள கேட் போட்டுட்டாங்க.... ", சுதாகர் ஆதங்கமாகக் கூறினான்.

"சுதா... அந்த பார்சல்ல என்ன இருந்தது?", தர்மதீரன்.

"ஏதோ பழங்கால பொருட்களோட ஒரு டைரி இருந்தது. அப்பறம் வித்தியாசமான சாவி ஒன்னு இருந்தது", என தான் போட்டோ எடுத்திருந்தவற்றைக் காட்டினான்.

கருணாகரனும் அதைப் பார்த்துவிட்டு ஏதும் புரியாமல் அவர்கள் முகத்தைப் பார்த்தபடி இருந்தார்.

"சரிங்க சார். நாங்க வெளிய போயிடறோம். ஆனா அவனுங்க எங்க கண்காணிப்புல தான் இருப்பாங்க. சேர்மேன்கிட்ட எவ்வளவு சீக்கிரம் பேச முடியுமோ பேசிட்டு ஒரு மீட்டிங் எங்களுக்கு ஏற்பாடு பண்ணுங்க. யாருக்கும் அது தெரியக் கூடாது.... ", தர்மதீரன் மெதுவாகவும் அழுத்தமாகவும் கூறினான்.

"சரி தர்மா.....நான் ஏற்பாடு பண்றேன். ஆமா அந்த புது பொண்ணு வல்லகியா அந்த வித்தை கத்து குடுக்கறேன்னு சொன்னா?", கருணாகரன்.

"ஆமா சார்.... நல்ல திறமைசாலி. புத்திசாலியும் கூட.... ", சற்றே மென்னகையுடன் கூறினான் தர்மதீரன்.

"எங்க கத்துகிட்டாங்க அதை அவங்க?", சுதாகர்.

"அவங்க ஊர் பக்கமா இருக்கலாம். அந்த பொண்ணு சவுட் தமிழ்நாடுல இருந்து தானே வந்திருக்கு.... சவுத்ல அந்த வித்தையெல்லாம் இன்னும் சொல்லி குடுத்துட்டு தான் இருக்காங்க.... நாமலும் கத்து வச்சிக்கறது நல்லது", நடந்தபடியே கூறியவன் கண்களில், எதிரே அவன் பிடித்த எட்டுப் பேரில் மூவர் தள்ளாடியபடி நடந்து செல்வது கண்ணில் பட்டது.

சட்டென சுதாகரிடம் சைகை காட்டிவிட்டு அவர்களைத் தொடர்ந்துச் சென்றான்.

தலையில் அணியும் மாஸ்க்ஐ முகம் மறைத்தபடி அணிந்துக்கொண்டு ஆள் நடமாட்டம் இல்லாத பகுதி வந்ததும் சத்தம் இல்லாமல் அடித்து சாய்த்துவிட்டு யாருக்கோ அழைத்து வரச்சொன்னான்.

இரவு முழுவதும் சுதாகரிடம் இருந்து தப்பித்த இடத்தில் இருந்து அந்த ஜிதேஷின் இல்லம் உள்ள பகுதி முழுவதும் சுற்றியபடியே இருந்தவன் விடியும் நேரத்தில் பீச்சில் ஒரு படகில் படுத்தான்.

அலாரம் இல்லாமலே ஐந்து மணிக்கு எழுந்த வல்லகி பாலாவையும் எழுப்பி தன்னுடன் ஜாக்கிங் அழைத்துச் சென்றாள்.

வழியெல்லாம் தூங்கி வழிந்தபடி வந்த பாலா எதிரில் வந்தவன் மேல் மோதி கீழே விழுந்தாள்.

"ஹேய் பாலா....", என அழைத்தபடி வல்லகி பாலாவைத் தூக்கிவிட்டாள்.

"ஏங்க பாத்து ஓடிவரமாட்டீங்களா? ", மோதியவனும் ஒரு கை கொடுத்தான்.

"நீ ஏன்யா வந்து இடிச்ச?", பாலா கொட்டாவி விட்டபடிக் கேட்டாள்.

"அது சரி.... தூக்கத்துல நடக்கற வியாதி தான் நான் கேள்விப் பட்டு இருக்கேன். உங்களுக்கு ஓடற வியாதி இருக்கு போலவே", என பாலாவைக் கிண்டலாகக் கேட்டவன் வல்லகியைப் பார்த்து மிதமாக சிரித்துவிட்டு, "பாத்து கூட்டிட்டு போங்க. அவங்க நல்ல தூக்கத்துல இருக்காங்க போல", எனக் கூறிவிட்டு அங்கிருந்து நகர்ந்தான்.

"ஹேய் வகி... அவன் என்னை கிண்டல் பண்றான் நீ சிரிச்சிட்டு நிக்கற... அவன அடிச்சு என்னனு கேளு", மீண்டும் அவள் வார்த்தைகளை முடிக்கும் முன் கொட்டாவி வந்திருந்தது.

இம்முறை வல்லகி சற்று சத்தமாக சிரித்துவிட்டு பாலாவின் கைப்பிடித்து மெல்ல ஓட ஆரம்பித்தாள்.

சுதாகர் அதிகாலையில் எழுந்து தர்மதீரனைத் தேடிய படி அவர்கள் எதிரே வந்துக் கொண்டிருந்தான்.

"ஹலோ மிஸ்டர் சுதாகர்... என்ன ஜோடி இல்லாம தனியா வரீங்க?", வல்லகி.

"தீரன தேடிட்டு இருக்கேன். நீங்க வர்ற வழில எங்கயாவது பாத்தீங்களா?", சுதாகர் சற்றே கலக்கத்துடன் கேட்டான்.

"இல்ல.... பாக்கல... உங்களோட தானே இருப்பாரு எப்பயும்? அந்த ஜிதேஷ் ஆளுங்க தப்பிச்சிட்டதா சொன்னீங்களே அதுக்கப்பறம் எங்க போனீங்க இரண்டு பேரும்?", வல்லகி சற்றே யோசனையுடன் கேட்டாள்.

"வேற வேலையா ஒன்னா தான் போனோம். நைட் போனவன் இன்னும் வரல... இது வழக்கம் ஆனாலும் இன்பார்ம் பண்ணிடுவான். இன்னிக்கு எந்த மெஸேஜூம் வரல.... அதான் தேடிட்டு இருக்கேன்", சுதாகர்.

"நீங்க இரண்டு பேரும் யாரு ? பேசறதும் பண்றதும் ஐடி ப்ரோபஷனல் மாதிரி இல்லையே சீனியர்", பாலா சந்தேகமாக கேட்டாள்.

"தெரியாம இருக்கறது நல்லது. சரி நான் அவன தேடறேன்", எனக் கூறிவிட்டு நகர்ந்தவனை வல்லகி தடுத்தாள்.

"நில்லுங்க மிஸ்டர் சுதாகர். நாங்களும் ஹெல்ப் பண்றோம். உங்க நம்பர் குடுங்க எனக்கு கிடைச்சார்ன்னா சொல்றேன்", எனக் கூறி அவன் நம்பரை சேமித்து கொண்டாள்.

பெரும்பாலும் கடற்கரையில் தான் அதிகாலை வேலையை கடத்துவான் என்பதை அறிந்துக்கொண்டு தோழிகள் இருவரும் அவனைத் தேடியபடியே சென்றனர்.

வெகுதூரம் அவனைத் தேடி கடலோரமாக வந்தவர்கள் ஒரு இடத்தில் நின்று சுதாகரை அழைத்தனர்.

அழைப்பு எடுக்கப்பட்டதும் பெரும் சத்தத்துடன் அது அணைந்து போனது.

ஏதோ விபரீதம் என்ற உணர்ந்த வல்லகி தங்களைச் சுற்றியும் பார்வையை சுழற்றும் பொழுது ஒரு கார் அவர்களை நோக்கி வருவதை உணர்ந்து பாலாவை நடைபாதை மேடையில் தள்ளிவிட்டு இவள் ரோட்டின் மறுபுறம் ஓடினாள்.

எதிர்பக்கம் வந்த இன்னொரு கார் வல்லகியை தூக்கி வீசியது.

சட்டென நிகழ்ந்த விபத்தில் பாலா அதிர்ச்சியில் மூர்ச்சையாகி விழுந்து விட்டாள்.

சுதாகர் தாக்கப்பட்டதை அறிந்ததும் வல்லகியை தொடரக் கூறி தர்மதீரன் ஆட்களை அனுப்பி இருந்தான்.

அவர்கள் அவ்விடத்திற்கு சற்று தூரத்தில் இருந்தபோதே விபத்து நடந்திருந்தது.

வல்லகி தூக்கி எறியப்பட்ட வேகத்தில் அவளது மூச்சு குழாயில் ஒருவிதமான அழுத்தமும் தோன்றி அது அவளது மூளைக்கு கடத்தப்பட்டது.

இராசாயன கலவையும், மின்சார தாக்கமும் ஒருங்கே பெற்றது போலான மாற்றம் அவள் உடலில் ஏற்பட்டு அவளை ஆழ்ந்த உறக்கத்திற்கு அழைத்துச் சென்றது.

கண்கள் திறந்த நிலையில் அவள் உறக்கத்தில் இருந்தாள்.

தர்மதீரன் சுதாகருக்கு ஒரு பக்கம் பாதுகாப்பு ஏற்பாடுகள் செய்துவிட்டு வல்லகி மற்றும் பாலாவைக் காண விரைந்தான்.

தர்மதீரனின் முகத்தில் இருந்த ரௌத்திரம் எவரையும் ஒரு நொடி நடுங்கச் செய்ய வைக்கும். அவனது அலைப்புறுதலை இரண்டு பேர் சிரிப்புடன் இரசித்துக்கொண்டு இருந்தனர்.

தர்மதீரன் மருத்துவமனை வந்து வல்லகி மற்றும் பாலாவின் அறையை அறிந்துக் கொண்டு வேகமாக வந்தான்.

அவன் உள்ளே நுழையும் சமயம் வல்லகி எழுந்து அமர்ந்தாள். அருகில் பாலா இன்னும் மயக்கமாக கிடந்தாள்.

தலையில் ஏற்பட்ட அடியின் காரணமாக வலியும், மூச்சு விடுவதில் சற்று சிரமமும் அவளுக்கு ஏற்பட்டது.

"வல்லகி.... உன்ன தானே கார் இடிச்சது?", தர்மதீரன் பாலாவை பார்த்துவிட்டுக் கேட்டான்.

"ஆமா.... ஆனா.... எனக்கு மூச்சு விட கஷ்டமா இருக்கு. டாக்டர கூப்பிடுங்க", அவள் குரல் மிகவும் மெலிந்து ஒலித்தது.

தர்மதீரன் டாக்டரை அழைத்துக்கொண்டு வந்து வல்லகிக்கு ஏற்பட்ட விபத்தைப் பற்றி கேட்டறிந்தான்.

"நர்ஸ்... ஆக்ஸிஜன் மாஸ்க் போடுங்க"

அது போட்டதும் வல்லகிக்கு இன்னும் மூச்சு விடுவதில் சிரம்ம் ஏற்பட்டது.

நர்ஸ் படபடத்தபடி மாஸ்க் எடுத்தவுடன் சற்று மூச்சு சீரானது.

இரண்டு மூன்று முறை டாக்டரும் அதைப் பரிட்சித்துப் பார்த்துவிட்டுக் குழம்பினார்.

பின்னர் நர்ஸ்ஸை ஒரு சிறிய தொட்டியில் இருக்கும் செடியை கொண்டு வரச்சொல்லி அதை சுவாசிக்க வைத்தார்.

இப்பொழுது அவளது மூச்சு முழுதும் சீராக வந்து சென்றது. வல்லகி இருக்கும் அறையில் இருந்த ஜன்னல்களை திறந்துவிடச்சொல்லிவிட்டு நிறைய தொட்டிச்செடிகளை ஜன்னலில் இருந்து சூரிய வெளிச்சம் வரும் இடம்வரை வைக்கச்சொல்லி வல்லகியை அதற்கு அருகில் படுக்க வைத்தார்.

வல்லகி கொஞ்சம் கொஞ்சமாக உறக்க நிலைக்கு சீரான சுவாசத்துடன் செல்வதைப் பார்த்துவிட்டு, டாக்டர் வல்லகியை முழுதாக டெஸ்ட் எடுக்கச் சொல்லி கூறினார். பாலாவைச் சோதித்து விட்டு சிறிது நேரத்தில் கண்விழித்து விடுவாள் எனக் கூறிச்சென்றார்.

இரண்டு மணிநேரம் கழித்து பாலா கண்விழித்தாள்.

"வகி... வகி... உனக்கு என்னாச்சி டி? அய்யய்யோ.... இப்படி ஆகிடிச்சே..... டாக்டர்..... டாக்டர்..... வகிக்கு என்னாச்சி? ", என உறங்குபவளை எழுப்பினாள்.

"மேடம் இருங்க இருங்க... அவங்க தூங்கிட்டு இருக்காங்க.... ஒன்னும் இல்லை... சின்ன அடி தான்.... உங்களுக்கு இப்ப உடம்பு எப்படி இருக்கு? பரவால்லயா? அவங்கள டிஸ்டர்ப் பண்ணாம இருங்க டாக்டரை அழைச்சிட்டு வரேன்", நர்ஸ் அவளை சமாதானம் செய்துவிட்டுச் சென்றாள்.

சிறிது நேரத்தில் டாக்டர் வந்து பாலாவை செக் செய்துவிட்டு, "உங்களுக்கு அதிர்ச்சினால தான் மயக்கம் வந்திருக்கு. வேற எந்த பிரச்சனையும் இல்ல... உங்க பிரண்ட்-ஆ அவங்க?", என வல்லகியைக் காட்டிக் கேட்டார்.

"ஆமா டாக்டர். அவளுக்கு என்னாச்சி.... அடி ரொம்ப பலமா? ஒன்னும் பிரச்சனை இல்லையே.... வகிக்கு எதுவும் இல்லைதானே", என சிறுகுழந்தையைப் போல தேம்பியபடி கேட்டாள்.

"பெருசா எதுவும் இல்லம்மா.... புல் செக்அப் செய்ய சொல்லி இருக்கேன்.. வீட்டுக்கு சொல்லி யாராவது வரசொல்லுங்க... நர்ஸ் இவங்க திங்க்ஸ் குடுங்க.... டேக் கேர். நத்திங் டூ வௌர்ரி", மெலிதாக முறுவலித்துவிட்டுச் சென்றார்.

தன் போன் வந்ததும் பாலா அவசரமாக வல்லகியின் வீட்டிற்கு அழைத்தாள். அங்கே மற்றொரு அதிர்ச்சியான தகவல் காத்திருந்தது....

10 - காற்றின் நுண்ணுறவு

இவர்களுக்கு விபத்து நடந்ததும் தர்மதீரன் மனதில் பெரும் குழப்பமும், பயமும் தோன்றி இருந்தது.

கருணாகரன் அவனை அழைத்தபோது நடந்ததைக் கேட்டு அதிர்ச்சியாகி அமர்ந்திருந்தார்.

"என்ன தர்மா இது.... ஏதோ அவன் ஆபீஸ்ல சின்ன கையாடல் பண்றான், மிஸ்பிஹேவ் பண்றான்னு தானே நினைச்சிருந்தோம். இப்ப நடக்கறத பாத்தா பெரிய தப்பான விஷயங்கள் நிறைய பண்றான் போலவே..... உங்க ஏஜென்சில என்ன சொல்றாங்க?", கருணாகரன்.

"இனிமே தான் போய் பாக்கணும் சார். சுதாகருக்கு ஆக்ஸிடெண்ட் ஆன விஷயம் சொன்னதும், இன்னும் ஒரு மணி நேரத்துல வரசொல்லி இருக்காங்க.... நான் அங்க பேசிட்டு வரேன்.... நீங்க அந்த வல்லகி பாலா வீட்டுக்கு பேசிடுங்க... கொஞ்சம் யாராவது வந்து பார்த்தா பரவால்ல.... "

"சரி தர்மா... நான் பாக்கறேன்.... நீங்க கிளம்புங்க.... போலீஸ்ல இன்பார்ம் பண்றத பத்தி பேசுங்க"

"சரிங்க சார். வச்சிடறேன்"

இங்கே பாலா வல்லகியின் இல்லத்திற்கு முதல் அழைத்தாள் நீண்ட நேரமாக அழைப்பு எடுக்கப்படாமல் இருக்க தன் இல்லத்திற்கு அழைத்தாள்.

"ஹலோ..... அம்மா.... நான் பாலா பேசறேன்.... இன்னிக்கு காலைல வகிக்கு ஆக்ஸிடெண்ட் ஆகிரிச்சி.... "

"................"

"இல்ல எனக்கு ஒன்னும் இல்லம்மா.... என்னை வகி காப்பாத்-திட்டா.... அவளுக்கு தான் தலைல அடி பட்டுரிச்சிம்மா ... நான் இப்ப தான் மயக்கத்துல இருந்து முழிச்சேன்... அவ தூங்கிட்டு இருக்கா.... அவங்க வீட்டுக்கு போன் செஞ்சா யாரும் எடுக்கல... அங்க போய் சொல்-லிட்டு கிளம்பி வாங்கம்மா.... ", பாலா அழாத குறையாகப் பேசி முடித்-தாள்.

"..................."

"சரிம்மா.... நான் அரை மணி நேரத்துக்கு ஒரு தடவ கால் பண்றேன்.. "

தர்மதீரன் தனியார் டிடெக்டீவ் ஏஜென்சியில் வேலை பார்த்துக் கொண்-டிருக்கிறான்.

சுதாகரும், தர்மனும் கடந்த மூன்று ஆண்டுகளாக போலீஸ் வேலைக்கு முயற்சித்தபடி இந்த வேலையைப் பார்த்து வருகின்றனர்.

லஞ்சம் கொடுக்காமல் வேலை வாங்க வேண்டும் என்ற நோக்கத்தோடு இந்த காலத்தில் முயற்சிப்பது மிகவும் கடினமான விஷயம் தான். அதை இருவரும் செய்து வருதவால் தான் அனைத்து தகுதிகளும் இருந்தும் இன்-னும் விரும்பும் பணியில் இடம்பெறாமல் இருக்கிறார்களோ..... என்னவோ ?????

ஷார்ப் டிடெக்டீவ் ஏஜென்சி, காலை பதினோரு மணியளவில் தர்மதீரன் அங்குச் சென்றான்.

"என்ன நடக்குது தர்மா? சுதாகருக்கு எப்படி ஆக்ஸிடெண்ட் ஆச்சி? நீங்க எங்க போனீங்க? ", மாவழுதி, க்ரைம் ஹெட்.

"நான் அந்த ஜிதேஷ் பத்தி டீடைல்ஸ் கிடைக்குமான்னு தான் தேடிட்டு இருந்தேன் ஹெட். என்னை தேடி வழக்கம் போல சுதா வந்தப்ப தான் கார்ல அடிச்சிட்டாங்க. பட் நான் அங்க பக்கத்துல இருந்ததால நல்லதா போச்சு...."

"இன்னும் வேற யாருக்கு அடிபட்டு இருக்கு?".

"நேத்து எனக்கு ஹெல்ப் பண்ணதா சொன்னேனே ஹெட். அந்த பொண்ணு வல்லகி. அவங்களையும் கார்ல தான் அடிச்சு தூக்கி இருக்-காங்க"

"அவன் ஏதோ பணம் தான் ஆபீஸ்ல அடிக்கறானு நம்மகிட்ட வந்து கண்டுபிடிக்க கேட்டாங்க. இப்ப ஆள தூக்கற அளவுக்கு அவனுக்கு ஆள்-

பலம் இருக்குன்னா பெரிய விஷயம் பண்றான் போலவே", க்ரைம் ஹெட் யோசித்தபடி ஜிதேஷ் பற்றின விவரங்களைக் கேட்டுக்கொண்டிருந்தார்.

சுதாகர் அந்த பார்சலில் இருந்து கைப்பற்றிய பொருட்கள் அங்கே கொண்டு வரப்பட்டது. அதை பார்க்கும் போதே சோழன் உள்ளே வந்தார். ஷார்ப் டிடெக்டிவ் ஏஜென்சி உருவாக்கி நடத்திக்கொண்டிருப்பவர்.

"வழுதி..... அந்த நீளமான பொருள் ம்யூசியம்ல இருந்து திருடப்பட்டு இருக்கு. இந்த சாவியும் கர்நாடகல இருக்க ஒரு அரண்மனைல இருந்து திருடி இருக்காங்க. அந்த இரண்டு சின்ன பொருட்களும் ஆர்க்கியாலஜி டிபார்ட்மெண்ட்ல இருந்து எடுக்கப்பட்டிருக்க வாய்ப்பு அதிகம். நீங்க ஐ.பிக்கு உடனே தகவல் கொடுங்க....", எனக் கூறியவர் மீண்டும் தர்மதீரனிடம் இதற்கு முன் நடந்தவற்றை விசாரித்தார்.

"ம்ம்... தர்மா.... அந்த பொண்ணுங்க பேரு என்ன?"

"வல்லகி, பாலா...."

"அவங்க இரண்டு பேருக்கும் வேற எதாவது தெரியுமா ஜிதேஷ் சம்பந்தமா ?"

"இல்ல ... அவன இதுவரை அவங்க சரியா பார்த்தது கூட இல்ல சார்"

"சரி... நாம இன்டெலின்ஸ் ப்யூரோகிட்ட போறது தான் நல்லது.... பெரிய பேக்ரவுண்ட் இல்லாமா நாலு இடத்துல திருடறது கஷ்டம்.... ஜிதேஷ்க்கு அவ்ளோ பெரிய நெட்வொர்க் இருக்கா?"

"வாய்ப்பில்ல சார். அவன் பெரிய கைக்கிட்ட சிக்கி இருக்கான்னு தான் தோணுது. நேத்து கூட அவங்க உன்ன விடமாட்டாங்கன்னு தான் சொன்னான். அவனுக்கு அந்த பார்சல் கிடைக்கலன்னு பயம் தான். திமிரோ அதிகாரமோ அதிகம் இல்ல. இந்த பொருள வாங்கறதுல தான் படபடப்பா இருந்தான்", தர்மா யோசித்தபடியே கூறினான்.

"சரி... நாம இத தனியா ஹேண்டில் பண்றது சரிவராது. கவர்மெண்ட் பார்வைக்கு கொண்டு போகலாம். நீ சுதாகர பாத்துட்டு பேசு..... ஆளுங்க தேவைபட்டா கூப்டுக்க... நான் வழுதிகிட்ட பேசிக்கறேன்....", எனக் கூறி கம்பீரமாக திரும்பி நடந்தார்.

"தர்மா.... அந்த பொண்ணு மேலயும் ஒரு கண்ணு இருக்கட்டும்... அல்லக்கைங்க எப்பவும் அசிங்கமான வழில தான் பழி தீர்த்துக்க பார்ப்பாங்க... அந்த ஜிதேஷ அந்த பொண்ணு அடிச்சது அவனுக்கு பெரிய அவமானம். சோ....", எனப் பாதியில் விட்டதை தர்மதீரன் புரிந்துக்கொண்டு மருத்துவமனைக்கு விரைந்தான்.

பாலா வல்லகியை பாவமாக பார்த்தபடி கட்டிலில் அமர்ந்திருந்தாள்.

எப்பொழுது வல்லகி எழுந்து தன்னிடம் பேசுவாள் என உறங்காமல் பார்த்தபடி இருந்தபோது அந்த ஜிதேஷ் ஆட்களுடன் உள்ளே நுழைந்தான்.

"ஏய்.... நீ .... நீ எப்படி இங்க? எதுக்கு இங்க வந்த? வெளிய போ முதல்ல.... போ.... டாக்டர்.... நர்ஸ்..... ", எனக் கத்தினாள்.

அவள் சத்தம் கேட்டு நர்ஸுடன் இரண்டு பேர் உள்ள வந்து ஜிதேஷை அதட்ட, அவன் ஆட்களிடம் அவர்களை அடித்துக் கட்டிபோட உத்திரவிட்டு வல்லகியை நோக்கிச் சென்றான்.

விக்டர் என்பவன் வல்லகி இருந்தக் கட்டிலை இழுக்க, செடிகளை விட்டு தூரமாக அவளின் கட்டிலை இழுத்ததும் அவளுக்கு மூச்சு விடுவதில் சிரமம் ஏற்பட்டது.

பாலா அவர்களை தடுக்க முயன்றுத் தோற்றுக்கொண்டிருந்தாள்.

"டேய்..... அவள எங்க டா தூக்கிட்டு போக பாக்கறீங்க? நீங்க தானே ஆக்ஸிடெண்ட் செஞ்சீங்க.... விட்றுங்க டா.... அவ எதுவும் பண்ணல.... அந்த தர்மா சார் தான் எல்லாமே பண்ணாரு.....", பாலா ஜிதேஷை வல்லகி அருகில் நெருங்க விடாமல் தடுத்துக்கொண்டிருந்தாள்.

"என் மேல கைவச்சி அவ தப்பு பண்ணிட்டா... அதுக்கு அவள என்ன பண்றேன்னு பாரு... நீ நகரு... இல்ல நீயும் நாஸ்தி ஆகிடுவ", ஜிதேஷ் அவளை அவன் வழி விட்டு தள்ளினான்.

"வேணாம் ஜிதேஷ்.... அவள விட்று ... நீ என் தலைல கைவச்சதால தான் அவ உன்ன அடிச்சா.... மறுபடியும் தப்பு பண்ணாத... அவள விட்று... "

அவளை ஜிதேஷ் ஓங்கி அறைந்ததும் அவள் மீண்டும் மூர்ச்சையாகி கீழே விழுந்தாள்.

"பாஸ் ... இதுக்கு மூச்சு இழுத்துக்கீனுது..... இத்த இப்டியே வுட்டாலே போதும்... அதுவா பூட்டுக்கும்...... இத்த ஏன் தூக்கின்னு போவூணும்?"

"என் மேல இவ கைவச்சதுக்கு நானும் இவ மேல கை வச்சே ஆகணும்.... அவள தூக்கு.. ஆக்ஸிஜன் மாஸ்க் சிலிண்டரோட இழுத்துட்டு வா...."

"அதுல்லாம் ஒன்னி போடல... செடி தான் வச்சிருக்கானுவ.... அத்த வேணா இரண்டு தூக்கியாறவா?"

"எப்டியோ அவள உயிரோட தூக்கிட்டு வந்து சேருங்க டா", என முன்னே நடந்தான்.

வல்லகியின் மூக்கிற்கு அருகே ஒரு செடியைக் காட்டியதும் மூச்சு சீராவதைக் கண்ட அடியாள், "அட.... இத்த பாரு மாமே.... செடிய காட்னா மூச்சு நல்லா வுடுது.... நல்ல சோக்காகீதுல்ல..... இத்த மாறியே மத்த கேஸுக்கும் இருந்தா ஆஸ்பத்திரி செலவே இல்லாம பூடும்ல..... டேய்.... பக்கத்துல இருக்க தொட்டிய ஆளுக்கு இரண்டு இட்டாங்க டா.... ஒட்டுனாபோலவே வாங்கடா புட்டுக்க போவுது மூச்சி வுடமுடியாம", எனக் கூறியபடி அவளைத் தூக்கிக்கொண்டு செடிகளை மட்டும் அவளருகில் காட்டிக் கடத்தினர்.

அந்த ஆம்னி வேனில் அவளைப் படுக்கவைத்துச் செடிகளை அருகி-லேயே வைத்தனர்.

சிட்டி லிமிட் தாண்டும் வரை ஜிதேஷ் தலை தூக்காமல் பதுங்கி இருந்-தான்.

மாலை நேரத்தில் தமிழ்நாடு ஆந்திரா எல்லைப் பகுதியில் நூழைந்தனர்.

பாரஸ்ட் டிபார்ட்மெண்டை பலமாகக் கவனித்துவிட்டு, அடர்ந்தகாட்டின் முன்வரை வண்டியில் வந்தவர்கள் அதற்குமேல் இறங்கி நடக்க ஆரம்பித்-தனர்.

அந்த காட்டில் அவளை இறக்கவும் அவளின் சுவாசம் தாறுமாறாக எகிற ஆரம்பித்தது.

"ண்ணா.... ண்ணா.... பார்ட்டி புட்டுக்கும் போலண்ணா.... மூச்ச எப்-பிடி வுடுது பாரு...", ஒரு அடியாள் கத்தினான்.

"சனியனே... அந்த பூச்சட்டிய மூக்காண்ட வைடா.... பரதேசி பரதேசி.... இத்த உசுரோட குடுத்தா தான் துட்டு", மற்றவன் திட்டினான்.

"சார்... அந்த பார்ட்டி மூச்சு வுட்றதே பெருசாக்கீது..... இந்த காட்-டுக்குள்ளாற இட்டுண்ணு போயி எதாவது ஆயிறபோது சார்..... பாரஸ்ட் ஆளுங்க இத்தோட எங்கள பார்த்த நொங்கெடுப்பானுங்க.... ", ஒருவன் புலம்பினான்.

"விக்டர்.... நீ கேட்டத விட நாலு மடங்கு தரேன்.... என்னையும் அவளையும் சேப்பா பாத்துக்கறது தான் உன் வேலை. உங்க குடும்பத்துக்கு தேவையானது இந்நேரம் போய் சேர்ந்து இருக்கும்", ஜிதேஷ் பேசியபடியே ஆந்திரா எல்லைக்குள் காலடி எடுத்து வைத்தான்.

ஆள் மாற்றி ஆள் வல்லகியைத் தூக்கிக்கொண்டு நடந்தனர்.

இரவு நேரம் ஆனதும் ஓய்வெடுக்கவும், உணவு ஏற்பாடு செய்யவும் ஆட்களை ஏவிவிட்டு, ஒரு பாறையில் அவளை கிடத்திவிட்டு வேலையைப் பார்த்தனர்.

அவளை அவர்கள் கிடத்தி இருந்தது அஞ்சனப்பாறை....

சித்தர்கள் மூலிகையை அரைக்கும் பாறைக்கல் தான் அஞ்சனப்பாறை எனப்படும். அதில் அவளை உட்கார்ந்த வாக்கில் அமர்த்திவிட்டு அருகில் பூந்தொட்டி வைக்கும் சமயம் அது கீழே உடைந்துவிட அருகில் படந்திருந்த செடிகளை வேருடன் பறித்து அவளைச் சுற்றி மண் நிரப்பி அதில் செடிகளை வைத்தனர்.

"டேய்... டேய்..... விஷச்செடிகீது வச்சிட போறீங்கோ..... அப்பறம் அது புட்டுக்கும்... "

"ண்ணா..... தொட்டி கீய வுழுந்து உடஞ்சிச்சிண்ணா ..... அவசரத்துல இன்னா செடின்னு ஆராய்ச்சி பண்ணிகின்னு இருக்கவா? எல்லாம் நல்ல செடியாத்தான் இருக்கும்.... இந்த பக்கம் தான் சித்தர் சாமிங்க நிறைய இருப்பாங்கன்னு எங்க ஆயா கத சொல்லி கேட்டுக்கீறேன்..... அவுங்க

நல்ல செடி இருக்க எடத்துல தானு இருப்பாங்க....", அறிவுபூர்வமாக ஒரு-வன் கூறினான்.

"டேய்.... கழிசட.... பண்ணாட.... எந்த காலத்துல இன்னா கத வூட்-டுகினு இக்கீற நீ.... "

"நீயே வந்து பாத்து நட்டுவச்சிக்க ண்ணா.... எனக்கு நல்ல செடி கெட்ட செடிலாம் தெரியாது.... எல்லாமே செடி அவ்ளோ தான்" , சலித்-துக்கொண்டு அவன் சென்றுவிட்டான்.

"இவன் வேற.... அந்தாளு உடம்பு சரியில்லாத புள்ளைய தூக்கின்னு வாரவச்சி சாவடிக்கறான்.... சே.... ", என புலம்பியபடி அவனுக்கு மனதில் நல்லதாக தோன்றிய செடிகளை பிடுங்கி வந்து வல்லகியின் சுவாசத்தடையை போக்க முயன்றான்.

வல்லகியின் அதரத்தில் மிகவும் மெலிதாய் ஒரு முறுவல் பூத்ததோ எனத் தோன்றியது.

நல்ல கலவையான வாசனைகள் அந்த செடிகளில் இருந்து வந்துக்-கொண்டிருந்தது.

சிறிது நேரம் போன் பேசிவிட்டு வந்த ஜிதேஷ், "டேய்.... இப்டி மண்ண கொட்டி வச்சிருக்கீங்க.... எதாவது அந்த பொண்ணு மேல ஏறி கடிச்சிட போகுதுடா....", ஜிதேஷ் வல்லகியின் நிலையைப் பார்த்துக் கத்தினான்.

"கம்முனு இரு சாரு.... அந்த கல்லாண்ட எறும்பு கூட பூவல... இங்-குட்டு தான் அத்தனையும் இருக்கு.... அது அப்டியே குந்திகினு தூங்கட்-டும்.. நீ வந்து துண்ணு சார்", என அழைத்தான்.

ஜிதேஷ் அவளின் அருகில் சென்று பார்த்தபோது மண்ணில் இருந்த எறும்புகள், பூச்சிகள் அனைத்தும் அவளை நெருங்காமல் வெளியே ஓடுவ-தைக் கண்டு குழப்பமாக பார்த்துவிட்டு நகர்ந்தான்.

"சார்.... எத்தினி நேரம் சார் இன்னும் போவணும்?"

"நாளைக்கு காலைல போயிடலாம் விக்டர்.... காட்டுக்குள்ள ஒரு பங்-களா இருக்காம். அங்க தான் போகணும்.... ", எனக் கூறிவிட்டு வல்லகி-யின் அருகில் இருவரும் மற்றவர்கள் ஜிதேஷின் அருகிலும் படுத்தனர்.

வல்லகியைச் சுற்றி பல வகையான செடிகளுள் அறிய வகை மூலிகை-களும் இருந்தது தான் சிறப்பாக இருந்தது.

இரண்டு ஜாம காலம் அவளின் நாசியில் மூலிகையின் வாசம் ஏறியபடி இருக்க, மூன்றாம் ஜாமம் இருவர் அவள் அருகில் அரூபமாக வந்து உருவம் பெற்று அமர்ந்தனர்.

பித்தனைப் போல தோற்றம், குளித்து பல நூற்றாண்டுகள் இருக்கும் அப்படியான அழுக்கு அவர்கள் உடலில், ஆனால் கண்கள் சூரியனும் தன் ஜ்வாலை போதவில்லை என வருந்தும் அளவிற்கான சுடருடன் இருந்தது.

இடையில் இருந்து ஒரு செடியின் நார் எடுத்து நன்றாக கசக்கி அவளின் நாசி ஓட்டை வழியாக நான்கு சொட்டுக்கள் விட்டனர்.

பின்னர் கமண்டலத்தில் இருந்த நீரை எடுத்து அவள் கண்கள் திறந்து மூன்று சொட்டுக்கள் விட்டு, காதிலும் அதே போல விட்டனர்.

இடையில் இருந்த மற்றொரு மண் குடுவையில் இருந்த மூலிசைச் சாற்றை அவளின் வாய்வழியாகப் புகட்டினர்.

அதில் அவள் சற்று இரும்பவும் சற்று அவளின் முதுகில் தடவி விட்டு, தொண்டைக்குழியையும் தடவி விட்டு மீண்டும் மீதமிருந்த சாற்றை அவள் வாயில் ஊற்றிவிட்டு அங்கிருந்து சிறிது தூரம் சென்று மேலும் சில இலை கொடி வேர் என பலதும் கலந்து அவளருகில் பரப்பிவிட்டுச் சென்றனர்.

விடிகாலையில் விக்டர் எழுந்து பார்த்தபோது வல்லகியிடம் எந்த அசை-வும் இல்லாததைக் கண்டு ஜிதேஷை எழுப்பினான்.

பிணம் போல சரிந்துக் கிடந்தவளைக் கண்டு ஜிதேஷும் பதறினான்.

"என்ன விக்டர் பண்றது.... மூச்சே சுத்தமா இல்ல.... உடம்பும் ஜில்-லுன்னு போயிடிச்சி...."

"நான் தான் அப்பவே சொன்னேன்ல சார்..... பூட்ட கேஸ தூக்கின்னு போயி இன்னா பண்ண போறன்னு.... பாரு நிஜமா புட்டுகிச்சி போல.... எங்க ஆருக்கும் இங்க நாடி பாக்க கூட தெரியாது.......", விக்டர் தலையை சொறிந்தபடி மற்றவர்களை எழுப்பினான்.

"இன்னாச்சி ண்ணா..... கிளம்பணுமா?"

"அது கிளம்பிரிச்சி போல செங்கு..... மூச்சே காணோம் அந்த புள்ளை-யாண்ட...."

"ராவுல பாத்தப்ப கூட மூச்சு நல்லா தான்னா வூட்டுட்டு இருந்துச்சி.... நான் முழிச்சி பாத்தேனே.... ", எனக் கூறியபடி அருகில் சென்று பார்த்-தான்.

வல்லகியிடம் இருந்து எந்த அசைவும் தெரியவில்லை.... உடலும் நொடிக்கு நொடி ஜில்லிட்டு போய் கொண்டே இருந்தது.

"இப்ப இன்னான்னா பண்றது.... இத்த அப்டியே போட்டுட்டு போனா-லும் பிரச்சனை... பேசாம புதைச்சிறலாமா?", மற்றொருவன் கேட்டான்.

"ஹேய்.....", ஜிதேஷ் பதறினான்.

"இன்னா சார் கத்துற.... வேற என்ன பண்றது இத்த வச்சிகினு.... நாங்க தூக்கின்னு வந்ததுதான் மிச்சம்... ஒன்னித்திக்கும் ஆவுல இது.... அப்படி இங்கன எதாவது பள்ளம் தோண்டி பொதசைச்சா தான் நமக்கு தலி-வலி இர்க்காது... இன்னா விக்டரு நான் சொல்றது?"

"பசங்க சொல்ற மாறி செஞ்சா தான் சேப்டி சார்.... இப்ப பள்ளம் தோண்ட ஆரம்பிச்சா தான் விடியங்காட்டியும் நீ சொன்ன பாதைக்கு பூவ முடியும்"

ஜிதேஷ் அரைகுறையாக கண்களால் வல்லகியின் உடலை மேய்ந்தபடி சரியென்று தலையசைத்தான்.

பள்ளம் தோண்ட இடத்தை தேடிய போது ஏற்கனவே அந்த அஞ்சனக்-கல்லிற்கு பத்தடி தள்ளி ஒரு பள்ளத்தில் காய்ந்த இலைகள் வேர்கள் இருப்-பதைக் கண்டு அதிலேயே அவளையும் போட்டு மண் கொண்டு மூடிவிட்டு அவர்கள் அங்கிருந்துச் சென்றனர்.

அரூபமாக அவர்கள் இருவரும் புன்னகையுடன் பார்த்தபடி வல்லகியைப் புதைத்த இடத்தில் நின்றிருந்தனர்.

11 - காற்றின் நுண்ணுறவு

தன் அலுவலகத்தில் இருந்து மருத்துவமனை நோக்கி வந்துக் கொண்டி-ருந்த தர்மதீரனுக்கு, வல்லகியை யாரோ தூக்கிச் சென்று விட்டதாக தகவல் வரவும் அவசர கதியில் மருத்துவமனைக்கு விரைந்து வந்தான்.

ஜிதேஷ் அடித்து தள்ளியதில் பாலாவிற்கு உதடு கிழிந்து இரத்தம் வழிந்-தது. தலையிலும் அடிபட்டு வீக்கம் கொண்டிருந்தது.

டாக்டர் அவளுக்கு முதலுதவி செய்தபடி அவளை அமைதிபடுத்த முயன்றுக் கொண்டிருந்தார்.

"ப்ளீஸ் பாலா... கொஞ்சம் சைலண்ட் ஆ இருங்க. போலீஸ் வந்துட்டு இருக்காங்க.... காயத்துக்கு மருந்து போடணும்... கொஞ்சம் கோ-ஆப்ரேட் பண்ணுங்க", டாக்டர்.

"அந்த தர்மதீரன வரசொல்லுங்க ... அவரால தான் வகிக்கு இப்ப இவ்வளவு பிரச்சினை.... அவர் ஏதோ பண்றதுக்கு எங்கள சிக்கல்ல மாட்-டிவிட்டுட்டாரு.... வகி எங்க போனாளோ? அவனுங்க என்ன பண்ணாங்-களோ ...? அய்யோ வகி.... எங்க இருக்க டி? உனக்கு என்னாச்சின்னு தெரியலியே.... நான் என்ன பண்ணுவேன்.... சீக்கிரம் வாடி.... நமக்கு இந்த ஊரும் வேணாம் வேலையும் வேணாம்... நாம நம்ம ஊருக்கே போயி-டலாம்.... வகி.... வகி....", விடாமல் அழுது கரைபவளைக் கண்டு டாக்-டரும் நர்ஸும் அவளை அமைதியாக உட்காரவைக்கப் படாதபாடுபட்டனர்.

அச்சமயம் தர்மதீரன் உள்ளே வரவும் எழுந்து சென்று அவன் சட்டை-யைப் பிடித்து உலுக்கி, "என் வகி எங்க? அந்த ஜிதேஷ் தான் அவள தூக்-கிட்டு போனான்... என்ன நடக்குது எங்கள சுத்தி? என் வகி இப்ப இங்க வரணும்.... அவ வரலன்னா உங்கள நான் சும்மா விடமாட்டேன்.... என் வகிய சீக்கிரம் கண்டுபிடிச்சு குடுங்க.....இல்லன்னா உங்க மேல தான் நான் கம்ப்ளைண்ட் பண்ணுவேன் .. "

"பாலா..... ப்ளீஸ் கொஞ்சம் அமைதியா என்ன நடந்துச்சின்னு சொல்லு..... ", தர்மதீரன் அவளிடமிருந்து தன் சட்டையைப் பிரித்து விலக்-கித் தள்ளி நிறுத்திக் கேட்டான்.

"சார்..... பின் பக்க வழியா தான் அந்த பொண்ண கொண்டு போய் இருக்காங்க.... ஆம்னி ஒன்னு பின்பக்க கேட் வழியா போய் இருக்கு...

நாங்க பாலோ பண்ணிட்டு போறோம்", தர்மதீரன் உதவியாளன் விமல் அவ்விடம் வந்து கூறினான்.

"நானும் வரேன் விமல். நம்ம கூட ஒரு டாக்டர் அண்ட் நர்ஸ் ஏத்திக்கலாம்.... இங்க பாலாவுக்கும் சுதாகருக்கும் போலீஸ் ப்ரோடெக்ஷன் ஏற்பாடு பண்ணு.... நம்ம ஹெட்க்கு தகவல் சொல்லியாச்சான்னு கேளு.... ஒரு நிமிஷம் வெளியே வெயிட் பண்ணு வரேன்", மலமலவென உத்திரவுகளை அடுக்கிவிட்டு காத்திருக்கக் கூறினான்.

அழுதழுது முகம் வீங்கி இருந்த பாலாவை பார்த்து," பாலா..... உன் பிரண்ட் வல்லகிக்கு எந்த அசம்பாவிதமும் நடக்காது. அதுக்கு நான் பொறுப்பு.... நானே அவள கண்டுபிடிச்சு கூட்டிட்டு வரேன். நீ கொஞ்ச அமைதியா இரு. வல்லகி வீட்டுக்கு பேசினியா?", எனக் கேட்டான்.

அவன் கேட்கும் போது தான் பாலாவின் தாய் அழைத்தார். அதை எடுத்து ஸ்பீக்கரில் போட்டு பேச சொன்னான்.

"அம்மாடி பாலா.... வல்லகியோட அக்காவ யாரோ கடத்திட்டாங்களாம் டா. அவள காப்பாத்த போன அவங்க அம்மாவ சுட்டுட்டாங்களாம். அவங்க அப்பாவும் ஊர்ல இல்லயாம்.... நீ அவள பாத்துக்க... நான் இங்க நிலவரம் பாத்துட்டு கிளம்பி வரேன். உன் பிரண்ட்ஸ் யாராவது பக்கத்துல இருந்தா போன் குடு டா", பாலாவின் அம்மா.

"ஹலோ... அம்மா... நான் பாலாவோட ட்ரைனர் பேசறேன். நாங்க இவங்கள பாத்துக்கறோம். நீங்க அங்க பாத்துட்டு எங்களுக்கு தகவல் குடுங்க. கவலை படாதீங்க. நாங்க பாத்துக்கறோம்", தர்மதீரன் பாலாவின் போனை வாங்கிப் பேசினான்.

"நல்லது சார். வல்லகி முழிச்சிட்டாளா? அவளுக்கு இந்த அதிர்ச்சியான விஷயத்த சொல்லாதீங்க.... அவங்க அப்பாவ நாங்க பாத்து பேசிட்டு உங்களுக்கு சொல்றோம். கொஞ்சம் புள்ளைங்கள பத்திரமா பாத்துக்கங்க சார்... வச்சிடறேன்.. "

உறைந்து போய் அமர்ந்திருந்த பாலாவை தர்மா உலுக்கி நினைவுக்குக் கொண்டு வந்தான்.

"பாலா... பாலா....பாலா......."

"ஆஹ்...... என்ன சார் நடக்குது? வகி அக்காவ யார் கடத்தினாங்க? ஏன் இப்படி நடக்குது? வகிக்கு அவங்க அம்மான்னா உயிர் சார்.... அவங்களுக்கு என்னாச்சி தெரலியே... வகிய காணோம்னு நான் அவங்க அப்பாகிட்ட எப்படி சொல்றது? ", கனமான மனதுடன் வினவினாள்.

"அவங்க அக்கா, குடும்பம் பத்தின விவரம் உனக்கு தெரிஞ்சது சொல்லு. நான் எங்க ஹெட்கிட்ட சொல்லி போலீஸ்க்கு ப்ரசர் குடுக்கறேன்.. "

"அவ அக்கா பேரு.... ஒரு நிமிஷம் சார்.... ", என எழுந்து சென்று வகியின் போனை எடுத்து வந்து அவர்கள் போட்டோவைக் காட்டினாள்.

"இவங்க தான் வகியோட அக்கா.... பேரு.. "

"சுடரெழில் நாச்சியார்", தர்மதீரன் அதிர்வுடன் கூறினான்.

"உங்களுக்கு தெரியுமா சார் இவங்கள?", பாலா குழப்பமாக கேட்டாள்.

"நாங்க பிஜி பண்றப்ப தெரியும். ஒரே காலேஜ்.... நாச்சியாவோட தங்கச்சி தான் வல்லகியா..... அவ இப்ப என்னவா இருக்கா? ஆர்க்கியாலஜி டிபார்ட்மெண்ட்ல தானே வர்க் பண்றா?", அவசரமாக கேட்டான் ஏதோ மனதில் பிடி எழுந்தது.

"ஆமா சார். எங்கன்னு தெரியாது... ஆர்க்கியாலஜி டிபார்ட்மெண்ட்ல தான் இருக்காங்க.. இப்ப கூட பெரிய ஆர்க்கியாலஜிஸ்ட் ஒருத்தர் கிட்ட அசிஸ்டெண்ட் -ஆ ஜாயின் பண்ணதா வகி சொன்னா.. "

"இந்த போன் நான் எடுத்துக்கறேன். சீக்கிரமே வகியோட வருவேன். அதுவரைக்கும் அவள கடத்தினது உங்க வீட்ல கூட சொல்லாத ... புரிஞ்சதா பாலா?", தர்மா தீர்க்கமான பார்வையுடன் கூற பாலா சரியென தலையசைத்தாள்.

"விமல்.... சுதாகர் இருக்கற ரூம்லயே பாலாவையும் மாத்துங்க.. போலீஸ் மட்டும் கண் முன்னாடி தெரியட்டும். நம்ம ஆளுங்க பத்து பேர் உள்ள வெளியே எல்லா இடத்துலயும் கண்காணிப்போட இருக்கணும். சீக்கிரம் வண்டி ரெடி பண்ணு... ஒரு குரூப் வெளியூர் போகணும். பாஸ்ட் ... டைம் இல்ல....", எனக் கூறிவிட்டு அலுவலகம் நோக்கி விரைந்தான்.

"சோழன் சார்.... ஆர்க்கியாலஜி குரூப் யாரையாவது கடத்தி இருக்காங்களா ?", பத்தே நிமிடத்தில் வந்தவன் மூச்சு வாங்கியபடிக் கேட்டான்.

"தர்மதீரன்.... என்னாச்சி...?", சோழன்.

"இப்பதான் சார் தகவல் வந்தது .... பேமஸ் ஆர்க்கியாலஜிஸ்ட் தசாதிபன் கடத்தப்பட்டு இருக்கார். இது அவரோட டைரி...", என அந்த பார்சலில் இருந்த டைரியை டேபிளில் வைத்தார் மாவழுதி.

"அவரோட டீமையும் கடத்தி இருக்காங்க சார். வல்லகியோட அக்காவும் கடத்தப்பட்டு இருக்காங்க... அவங்களும் ஆர்க்கியாலஜிஸ்ட்... ப்ரோபசர் தசாதிபனோட அசிஸ்டெண்ட். இப்ப தான் தெரிஞ்சது. நம்ம ஆளுங்க ஒரு குரூப் பல்லவபுரம் போகணும். அவரோட டீம்ல வேற யார் யார கடத்தி இருக்காங்கன்னு கண்டுபிடிக்கணும் சார்", தர்மதீரன்.

"மிஸ்டர் தர்மதீரன்..... இத நாம மட்டுமே செய்ய முடியாது. இன்டெலின்ஸ் ப்யூரோவும் இருந்தா தான் பரவால்ல. எனக்கு ஐ.பி கமிஷனர் பார்க்க இப்ப அப்பாயிண்மெண்ட் கெடச்சி இருக்கு. நீங்க வல்லகியை தேடி போங்க. பின்னாடியே ஐ.பி ஆளுங்களும் வருவாங்க.... என்கூட கான்டாக்ட்-ல இருங்க", மாவழுதி.

"பல்லவபுரம் யார் போறது சார்?", தர்மதீரன் ஒருவித தவிப்புடன் கேட்டான்.

"அது நாம இப்ப பாக்க முடியாது தீரன். முதல்ல வல்லகிய பாருங்க. அதுக்கப்பறம் அதபத்தி பேசிக்கலாம்", என சோழன் பேச்சுவார்த்தை முடித்துவிட்டு எழுந்தார்.

தர்மனும் வல்லகியை காப்பாற்றிவிட்டு அடுத்த கட்ட நடவடிக்கை பற்றிப் பார்த்துக் கொள்ளலாம் என விமலுடன் ஆறு பேர் கொண்ட குழு அங்கிருந்து ஜிதேஷ் சென்ற ஆம்னியை தொடர்ந்துச் சென்றது.

மாலை வரை அந்த ஆம்னி சென்ற தடம் அறிய முடிந்தது. அதற்கு மேல் வனத்திற்கு செல்லும் பாதையில் நின்றனர்.

"எந்த பக்கம் போய் இருப்பாங்க சார்? நாம உள்ள போகணும்னா பாரஸ்ட் ஆபீஸ்ல பர்மிஷன் வாங்கணும். இந்த நேரத்துல குடுப்பாங்களான்னு தெர்ல...", விமல் சுற்றி முற்றிப் பார்த்துக்கொண்டே கேட்டான்.

"சாருக்கு கால் பண்ணி பேசு.. அவங்க உள்ள தான் போய் இருக்காங்க.... டயர் அச்சு கேட் குள்ள போகுது... வண்டியும் உள்ள தான் எங்கயோ இருக்கணும்", எனக் கூறியபடி வேலி ஒட்டி பார்வையைச் செலுத்தியபடி கூறினான்.

ஒரு மணிநேர போராட்டத்திற்கு பிறகு முதல் கேட் அனுமதி கிடைத்தது. உள்ளே நான்கு கிலோமீட்டர் சென்றதும் அடுத்த கேட் இருந்தது. அது தான் அடர்வனம் செல்லும் பாதை.

"சார் டயர் அச்சு இந்த கேட் தாண்டி உள்ள போகுது", விமல் பரபரப்புடன் கூறினான்.

"ம்ம்... இதுக்கு மேல உள்ள போக, ஐ.பி இல்லைன்னா போலீஸ் வரணும்", எனக் கூறும் போதே ஒரு ஜீப் உள்ளே வந்தது.

உள்ளிருந்து இறங்கியவர்,"ஹலோ .. யார கேட்டு இவ்வளவு தூரம் வந்தீங்க? முதல்ல கிளம்புங்க.... அதான் கம்ப்ளைண்ட் குடுத்தாச்சில்ல போங்க போங்க", என ஒரு எஸ்.ஐ விரட்டினார்.

"நாங்க டிடெக்டீவ் ஏஜென்சி ஆளுங்க சார். பாத்து பேசுங்க .... நீங்க பாக்கற வேலைய தான் நாங்களும் பாக்கறோம்", தர்மதீரன் சற்றே உஷ்ணமாக கூறினான்.

"அதுக்கு நீங்களும் நாங்களும் ஒன்னா? முதல்ல கிளம்புங்க... இனிமே நாங்க பாத்துக்கறோம்...", எஸ்.ஐ.

"மிஸ்டர் தினேஷ்.... இந்த கேஸ்ல காணாம போனது யாருன்னு தெரியுமா?", தர்மதீரன்.

"யாரோ பாலாவாம்... என்ன எழவு கேஸோ... ஒன்னும் அடக்கமா இருக்கறது இல்ல. எவனையாவது கூட்டிட்டு சுத்தறது அப்பறம் எங்க தாலிய அறுக்கறது.. "

தர்மதீரன் வாய் திறக்கும் முன், "தினேஷ்..... ", என ஒரு அதட்டலான குரலோடு இறங்கினான் அவன்.

"ஒரு பொண்ண பத்தி எது வேணா பேசலாம்னு பேசுவீங்களா? கடத்தப்பட்டது வல்லகி. பாலா இல்ல. . முதல்ல கேஸ் பைல ஒழுங்கா பாருங்க...", என உறுமிவிட்டு தர்மதீரன் அருகில் வந்தான்.

"ஹலோ ப்ரோ... நான் யாழினியன்... அசிஸ்டெண்ட் கமிஷனர் ஐ.பி. நீங்க தர்மதீரன் ரைட்?", எனத் தன்னை அறிமுகப்படுத்தியபடி அருகில் வந்தான்.

"எஸ். இவன் விமல் அண்ட் மை டீம்.. "

"ஹாய் ஆல்.... இவ்வளவு தூரம் நீங்களே வந்துட்டீங்களே.... இந்த கேட் இல்லன்னா நீங்களே உள்ள போயிருப்பீங்க.... குட் எபர்ட்.... ", என மனதாரப் பாராட்டினான்.

"அவங்க வந்த ஆம்னி இந்த கேட் உள்ள போய் இருக்கு.... நீங்க ப்ரோசீட் பண்ணா உள்ள போலாம். அந்த பொண்ண தூக்கிட்டு வந்து இவ்வளவு நேரமாச்சி... அடிபட்டப்பறம் சுயநினைவும் முழுசா வரல .... ", தர்மதீரன் நிலையை விளக்கி துரிதப்படுத்தினான்.

"போலாம். இதுக்கு மேல நோ கேட் ஃபார் அஸ். முத்து அண்ட் தினேஷ் வெயிட் ஹியர். டாக்டர் நம்ம கூட வராரா?", யாழினியன்.

"எஸ். அந்த பொண்ணோட கண்டிஷன் எனக்கு தான் தெரியும். கொஞ்சம் சீரியஸ்", டாக்டர்.

"ஓக்கே.... லெட்ஸ் கெட் இன். முகுந்தன்..... கேட்ல ஆளுங்கள காணோம் என்னாச்சி.... "

"எல்லாரும் ப்ளாட் ஆகிட்டாங்க சார். பாட்டில் இருந்தது", விமல் கேட்டின் அந்த பக்கம் இருந்து குதித்து வந்தான்.

"சரி வாங்க போலாம். காய்ஸ்.... பீ ஷார்ப் அண்ட் கேர்புல். மூவ்...."

யாழினியன் அந்த கேட் ஆபீசர்கள் குடி போதையில் மயங்கி இருப்பதை பார்த்துவிட்டு அவ்விடத்தை ஆராய்ந்தான்.

தர்மதீரனின் கண்ணில் ஒரு வரைபடம் தட்டுப்பட்டது. அதை எடுத்து பார்த்து விட்டு இனியனை அழைத்தான்.

"சார்.... "

"ப்ரோ. கால் மீ இனியன். நோ பார்மாலிட்டீஸ்"

"சரி.... இனியன்... இந்த மேப் இந்த பாரஸ்ட் ஓடதா பாருங்க...."

"ஒன் செகண்ட்", எனக் கூறிவிட்டு தன் டேப்பை உயிர்பித்து பார்த்தான். மிக சமீபமாக அப்லோட் செய்யப்பட்ட காட்டுப்பகுதியின் மேப் தான். ஆனால் சில குறியீடுகளும் வழிகளும் புதிதாக இருந்தது இருவரையும் யோசனைக்குள்ளாக்கியது.

"இரண்டு பாதை போகுது இனியன். நாம எந்த பக்கம் போறது?", தர்மதீரன் யோசனையுடன் கேட்டான்.

"இங்கி பிங்கி போடலாமா ப்ரோ", என சீரியஸாக கேட்டான் இனியன்.

தர்மதீரன் முறைக்கவும், "ஓக்கே ஓக்கே... நான் எப்பவும் மனசு சொல்றத கேப்பேன். சோ நான் லெப்ட்ல போறேன். நீங்க ரைட்ல போங்க... இந்தாங்க வாக்கி.... ஆளுங்க இரண்டு பக்கமும் சஃபுல் ஆகிடுங்க... முகுந்தன் கன்ஸ் அவங்களுக்கு குடுத்து விடுங்க. டச்லயே இருக்கணும் இரண்டு டீமும்", என அனைத்து முன்னெச்சரிக்கை தகவல்கள் மற்றும் பிற யோசனைகளை தர்மதீரனுடன் கலந்தாலோசித்துக் கூறினான்.

"ப்ரோ... நீங்களும் என்கூடவே வாங்களேன்.... முகுந்தன் அண்ட் விமல் அந்த டீம் லீட் பண்ணட்டும்.. "

"இல்ல... ", தர்மதீரன் யோசித்தான்.

"ஓக்கே... இன்பிட்வீன்ல ஒரு ஜாயின்ட் வருது அதுல நீங்க இந்த பக்கம் வந்துடணும் டீல் ஆ?", குறும்புடன் கேட்டான்.

"சரி", எனக் கூறிவிட்டு தன் ஆட்களை இனியன் சொல்வது போல செய்ய பணித்துவிட்டு அந்த டீம்முடன் சென்றான்.

முகுந்தனுக்கு இனியன் கண்காட்டிவிட்டு முன்னே நடந்தான்.

விமலும் முகுந்தனும் சுற்றியும் பார்வையைச் சுழற்றியபடி வந்தனர்.

தர்மதீரன் கண்களுக்கு இடது பக்கம் ஏதோ தென்பட அதை நோக்கி ஓடினான்.

இருட்டில் ஆம்னியில் ஒட்டியிருந்த லேசர் ஸ்டிக்கர் நிலவொளி பட்டு மின்னியதைப் பார்த்து தான் ஓடினான் தீரன்.

"விமல்.... ", லேசாக குரல் கொடுத்ததும் முன்னே வந்தவன் பைனாகுலரை கொடுத்தான்.

"யாரும் இல்ல போல சார்.... முகுந்தன் சார்.... நீங்க பார்த்தீங்களா...", விமல் கேட்டான்.

"வண்டிய நிறுத்திட்டு காட்டுக்குள்ள போயிருப்பாங்க சார். வாங்க எதாவது தடயம் கிடைக்குதான்னு பாக்கலாம்", என முன்னே சென்றான்.

சில மது புட்டிகள், போதை பொட்டலங்கள் தவிர எதுவும் சிக்கவில்லை.

அவர்கள் வல்லகி அருகில் பூந்தொடிகளை தூக்கிச் செல்லும் போது ஒவ்வொன்றாய் விழுந்து நொறுங்கியது அவர்கள் சென்ற வழியை அப்பட்டமாகக் காட்டியது.

சிறிது தூரத்தில் அதுவும் இல்லாமல் போக தர்மதீரன் யோசனையுடன் அங்கிருந்து பிரிந்த நான்கு வழிகளை ஆராய்ந்தான்.

நான்கு வழிகளிலும் காலடி தடங்கள் புதிதாகவே இருந்தது.

இனியன் சென்ற வழியிலும் ஒரு இடத்தில் நான்கு வழிகள் தென்பட்டது. அங்கும் காலடிதடங்கள் புதிதாகவே இருந்தது.

தேடி வருபவர்களை குழப்பவென்றே ஜிதேஷ் செய்த செயல் இப்போது பலன் கொடுத்தது.

நடு இரவு வரையிலும் தேடியவர்கள் ஒரு இடத்தில் சந்திப்பை ஏற்படுத்திக்கொண்டு ஆசுவாசப்படுத்திக் கொண்டனர்.

இவர்கள் இருந்த இடத்தில் இருந்து மூன்று கி.மீ தொலைவில் தான் ஜிதேஷ் குழு தங்கி இருந்தது.

காலத்தின் பிடியில் எது எப்படி நடக்க வேண்டும் என்று இருக்கிறதோ, அது அப்படியே நடந்து தீரும்.....

இவர்கள் ஓய்வெடுத்த நேரத்தில் அவர்கள் வல்லகியை புதைத்துவிட்டு கிளம்பி இருந்தனர்.

நடுவில் ஆந்திரா எல்லை இருந்ததால் எல்லைகடக்க அனுமதி வாங்குவதில் ஏற்பட்ட காலதாமதம், ஜிதேஷ் குழுவை அன்றிரவு தப்பிக்க வைத்தது.

12 - காற்றின் நுண்ணுறவு

குழியில் புதைக்கப்பட்ட வல்லகி மெல்ல சுவாசத்தை உள்ளிழுத்து வெளியேற்றியபடி சுயநினைவின்றிக் கிடந்தாள்.

அவள் உடலில் பல மாற்றங்கள் குழியில் புதைத்த நொடிகளில் ஆரம்பித்து வேகமாக நடந்தேறிக்கொண்டிருந்தது.

சுவாசக்குழாயுடன் மூளை நரம்பின் சில மர்ம முடிச்சுகள் கோர்க்கப்பட்டது.

அந்த சமயங்களில் அவளது சுவாசமானது இரண்டு நிமிடங்களுக்கு ஒரு முறை தான் சுழற்சிக் கொண்டது.

உள்ளிழுத்த காற்று அவள் உடல் முழுதும் சுற்றிய பின் மூளையும், கண்ணும், இதயமும் இணையும் மர்ம புள்ளியில் நின்று தனது நடனத்தை தொடங்கியது என்றே கூறவேண்டும்.

காற்று அவளின் உடலுக்குள்ளே புதுவிதமாக மெல்ல மெல்ல உறவாடத் தொடங்கியது.

சற்று நேரத்தில் ஆஞ்யாவிற்கு சற்று மேலே புதைந்திருந்த மர்மப்புள்ளியில் காற்றின் அணுக்கள் அதனோடு முழுதாக இரண்டறக் கலக்க முடியாமல் மூச்சுத் திணற ஆரம்பித்தது.

அவள் அருந்திய மூலிகை ரசமும், நாசியில் பிழிந்து விட்ட வேரின் சாறும் , உள் புதைந்திருந்த மர்மப்புள்ளியை, காற்றே ஜதி மாறாமல் உடலில் நடனமாடியபடியே மேலெழுப்ப தொடங்கியது.

அப்புள்ளியானது மேலே எழ எழ திணறிய சுவாசமானது சீராக மீண்டும் சுழற்சிக் கொண்டது.

உள்ளிழுக்கும் காற்று அப்புள்ளியில் நின்றதும், அவளுக்குள் பல மாற்றங்கள் ஏற்படுத்திக் கண்களுக்குள் ஏதேதோ காட்சிகளைக் காட்டியதும், அவள் கருவிழிகள் அசைந்தது.

இப்படி பல மாற்றங்கள் அவளுடலில் ஏற்பட்ட பின், சுயநினைவின்றி கிடந்தவள் மூன்று மணி நேரத்திற்கு பின், அதே இரண்டு சித்தர்களால் அம்மூலிகை குழியில் இருந்து மேலே கொண்டு வரப்பட்டாள்.

அதே அஞ்சனக் கல்லின் மேல் படுக்க வைத்து, கீழே அதனைச் சுற்றி உடைந்திருந்த பூந்தொட்டிகளை ஒட்டி, அதில் மண் நிரப்பி, அவளுக்கு தேவையான சில மூலிகைச் செடிகளை நட்டு அவளைச் சுற்றி வைத்துவிட்டு அரூபமாக அவளருகே அமர்ந்து அவளுக்கு வேண்டிய மருத்துவ உபசரனைகள் செய்துக் கொண்டிருந்தனர்.

அதிகாலை ஐந்து மணியளவில் கண்விழித்த தர்மதீரனும், யாழியனும் எல்லை கடக்க அனுமதி பெற்றுக் கொண்டு மற்றவர்களையும் எழுப்பி ஒன்றாகவே வல்லகியைத் தேடிச் சென்றனர்.

மனதில் தோன்றிய பாதையில் தர்மனும் இனியனும் முன்னே நடக்க விமலும், முகுந்தனும் சுற்றிலும் பார்வையைச் செலுத்தியபடி முன்னும் பின்னும் பாதுகாப்பு வளையத்தை உறுதி செய்தபடி நடந்தனர்.

மற்றவர்களின் முகத்தில் சோர்வு இருந்தாலும் மனதில் வைராக்கியமும், கடமையுணர்ச்சியும் மிகுந்திருக்க, எதையும் பொருட்படுத்தாது கவனமாகவே பாதையில் முன்னேறினர்.

எடுத்து வந்திருந்த நீரும் ஒரு மணி நேரத்தில் தீர்ந்துவிட, "முகுந்தன்.. பக்கத்துல தண்ணி இருக்கற இடம் எதாவது இருக்கா பாருங்க.... ", இனியன் கட்டளையிட்டான்.

"ஓகே சார்.."

"நானும் இன்னொரு பக்கம் பாக்கறேன் சார்", என விமலுடன் இன்னும் இருவரும் ஆளுக்கொரு திசையில் சென்றனர்.

"தர்மா ப்ரோ... அவனுங்க எப்பவோ பார்டர தாண்டி இருப்பானுங்க... எப்படியும் நாம ஆறு ஏழு மணிநேரம் அவங்கள விட பின்தங்கி இருப்போம். ஆந்திரா பாரஸ்ட் செக்போஸ்ட் தகவல் குடுத்திருந்தாலும் இங்க மாதிரி அங்கயும் அவங்களுக்கு கைகூலிங்க இருக்கற வாய்ப்பு தான் அதிகம். அடுத்து என்ன பண்ணலாம். ஐடியா வச்சிருக்கீங்களா?", இனியன் உடன் வந்தவர்களின் சோர்வைக் கவனித்தபடிக் கேட்டான்.

"பார்டர் தாண்டி அந்த பக்கம் செக் போஸ்ட் வரை பாக்கலாம் இனியன். அந்த பொண்ணு உயிருக்கு நாம கண்டுபிடிக்கறவரை எதுவும் ஆகாம இருந்தா போதும்", மனதை அரிக்கும் எண்ணத்தைக் கூறினான்.

"அவ்வளவு சீரியஸான பொண்ண இவனுங்க ஏன் சிரமப்பட்டு தூக்கிட்டு போகணும்? நிஜமா ரொம்ப சீரியஸா? இன்னும் என்னால அந்த பொண்ண பத்தி நீங்க சொன்னத நம்ப முடியல ப்ரோ", சுற்றியும் பார்வையை சுழற்றியபடியே தர்மாவையும் கண்பார்த்துக் கேட்டான்.

"ஆமா சார். அந்த பொண்ணோட கண்டிஷன் படி இப்ப வரை உயிர் இருந்தாலே பெருசு. இவங்க வேற பூந்தொட்டிய உடச்சிட்டே போய் இருக்-

காங்க. காட்டுக்குள்ள இருந்தாலும் அந்த பொண்ணுக்கு மூச்சு விடறதுல சிரமம் ஏற்பட்டா கஷ்டம் தான்", டாக்டரும் சம்பாஷணையில் கலந்துக் கொண்டார்.

"ஆக்ஸிஜன் மாஸ்க் போட்டு இருப்பீங்களே ... அவனுங்களும் மாஸ்க் வச்சி தான் தூக்கி இருக்கணும் இப்படி ஒரு பிரச்சனை இருக்கறப்ப...", இனியன் யோசனையுடன் கேட்டான்.

"இல்ல சார். அந்த பொண்ணுக்கு உடம்புல ஏதோ மாற்றம் ஏற்பட்டிருக்கு. சுத்தமான செடில இருந்து வர்ற ஆக்ஸிஜன் தான் சுவாசிக்க முடியுது. சிலிண்டர் காத்த சுவாசிக்க முடியாது.........", என முன்தினம் ஆஸ்பத்திரியில் நடந்ததைக் கூறினார் டாக்டர்.

"ரேர் பினாமினான் போலவே... இப்ப கொஞ்சம் நம்பறேன்", என சத்தமாக கூறி, "ஆனா நேர்ல பாத்தா தான் முழுசா நம்ப முடியும்... ", என தனக்குள் சொல்லியவன் கண்களில் முகுந்தன் அடிபட்டு ஓடிவரும் காட்சி கண்களில் பட்டது.

"காய்ஸ் அலர்ட்....", என கத்திய இனியன் முன்னே ஓடிவந்து முகுந்தனை கைப்பற்றி தன் பின்னே தள்ளி விட்டு அவன் பின்னால் துரத்தியபடி வந்த ஓநாயைச் துப்பாக்கியால் சுட குறி வைத்தான்.

அவன் ஒன்றைச் சுட்டதும், பின்னால் கூட்டமாக வந்த ஓநாய்கள் அங்கிருந்தவர்களைக் கண்டு வெறி கொண்டு பாய்ந்து வந்தன.

அவனை நோக்கி பாய்ந்த ஓநாயை தூர வீசிவிட்டு, தன் துப்பாக்கி எடுக்க முனைய, அடுத்தடுத்த ஓநாய்களின் பாய்ச்சலில் அவன் துப்பாக்கி காணாமல் போனது. அனைவரும் துப்பாக்கி உபயோகப்படுத்த முனைந்து பின், சுட முடியாமல் ஆளுக்கொரு திசையில் ஓடினர்.

சிறிது நேரத்தில் உயரமான மரத்தில் ஏறும்படி இனியன் குரல் கொடுத்ததும் அங்கிருந்த மரங்களில் ஏற ஆரம்பித்தனர்.

அடர்ந்த காட்டுப்பகுதியாகையால் பல விசித்திர பூச்சிகளும் , சிறிய விலங்குகளும் இவர்கள் மரங்களில் ஏறியதும் வெளிப்பட்டன. அதில் பலருக்கு காயங்களும், விஷக்கடியும் ஏற்பட்டது.

வல்லகி இருந்த இடத்திற்கு அரை கிலோமீட்டர் தூரத்தில் தான் இவர்களும் மரத்தில் ஏறி தங்களை ஓநாய்களிடம் இருந்து தற்காத்துக்கொண்டு இருந்தனர்.

இவர்கள் போட்ட சத்தம் அரூபமாக இருந்த சித்தர்களுக்கு கேட்டதும், இருவரும் விசித்திரமான குரல் எழுப்ப பத்து நிமிடத்தில் இனியன் குழு இருந்த இடத்திற்கு சில பழங்குடி மக்கள் வந்தனர்.

ஓநாயை விரட்டியடிக்கும் உபகரணங்களோடு வந்து அவற்றை துரத்திவிட்டு, அடிப்பட்டிருந்தவர்களையும், விஷக்கடி வாங்கியவர்களையும் அறிந்து அவசரகால விஷமுறிவு மூலிகையை வாயில் செலுத்தியபின், சிலரைக் கைத்தாங்கலாகவும் , சிலரை தூக்கிக் கொண்டும் , பின்தொடருமாறு தர்-

மனிடம் சைகை செய்துவிட்டு முன்னே நடந்தனர்.

தர்மனும் இனியனும் தங்களுக்கு ஏற்பட்டிருந்த சிராய்ப்புகளில் வழிந்த இரத்தத்தை துடைத்தபடியே அவர்களைப் பின்தொடர ஆணையிட்டு ஒருவர் மற்றவரை தாங்கியபடி நடந்தனர்.

சுற்றிலும் பழங்குடி மக்கள் ஒருவித புகையை பரப்பியபடி அவர்களை தங்கள் இருப்பிடம் நோக்கி அழைத்துச் சென்றனர்.

"ப்ரோ.. இவங்க உங்க ப்ரண்ட்ஸ் ஆ?", இனியன் சிரிப்புடன் ஆர்வமாக கேட்டான்.

திரும்பி முறைத்தவன் ,"ம்ம்.... உங்க ப்ரண்ட்ஸ் னு நினைச்சேன் இனியன்... வாங்க போலாம். இந்த விமல் எங்க போனான்னு தெர்ல... வாக்கி குடுங்க... ", என விமலை தொடர்பு கொள்ள முயன்றான்.

பாதிக்கும் மேற்பட்டவர்களுக்கு அடிபட்டு இருந்தது. அவர்களுக்கெல்லாம் வைத்தியம் பார்க்கப்பட்டு ஓரிடத்தில் படுக்க வைத்தனர்.

இந்த கலவரத்தில் சித்தர்கள் வல்லகியையும் அங்கிருந்த ஒரு குடிசையில் கிடத்திவிட்டு தர்மனிடம் வந்தனர்.

"பூகோலம் பிளக்கும் நேரம் வந்தது... யாழின் இனியவனுடன் நேராக நரசிம்ம துவாரம் செல். நாச்சியாளின் கரம் சேர வேண்டிய பொருளின் முதல் தடயத்தை கண்டுபிடி... அந்தகாரனை வதைக்காவிடில் அனைத்தும் அந்தமகாரத்தில் மூழ்கிவிடும்", எனக் கூறிவிட்டு வல்லகி இருக்கும் குடில் வாயிலில் அவனை விட்டு விட்டு அங்கிருந்து குடில் பின்னால் சென்று மறைந்துப் போயினர்.

தர்மதீரன் அவர்கள் கூறியது ஒன்றும் புரியாமல் குடிசைக்கு பின்னே சென்று அவர்களைத் தேடினான்.

"ப்ரோ... அங்க என்ன பண்றீங்க? விமல் வந்துட்டான்", எனக் கூறியபடி இனியன் அவ்விடம் வந்து பாதி திறந்திருந்த குடிசைக் கதவைத் திறந்துப் பார்த்தான்.

உள்ளே சென்று அங்கு படுத்திருந்தவளை உற்று நோக்கி விட்டு, "ப்ரோ. .. இங்க பாருங்க", என ஆச்சரியமும் அதிர்ச்சியும் கலந்து தர்மனை அழைத்தான்.

இதழில் மென்னகை சூடியபடி வல்லகி ஆழ்ந்த உறக்கத்தில் லயித்திருந்தாள்.

இனியனின் சத்தம் கேட்டு உள்ளே வந்த தர்மனும் ஆச்சரியம் கொண்டு வல்லகியைப் பார்த்தான்.

அவள் உடலிலும் முகத்திலும் ஏதோ மாற்றம் வந்திருப்பது போல தெரிந்தது அவனுக்கு.

"இனியன்.... இவ எப்படி இங்க? இவ கூட யாரும் இல்லையா நீங்க பாத்தப்ப?"

"நான் உங்கள தேடி தான் வந்தேன். கதவு பாதி தொறந்து இருந்தது. யாரோ நம்மாளுங்கள படுக்க வச்சிருக்காங்கன்னு நினைச்சி உள்ள பாக்கலாம்னு வந்தேன். நீங்க யாரோ பெரியவங்க கூட இந்த பக்கம் வந்தீங்களே அவங்க எங்க? அவங்க தான் இந்த பொண்ணு இங்க இருக்கறத சொன்னாங்களா... ?"

"அவங்க புரியாத பாஷைல என்னமோ சொன்னாங்க.... ஒன்னும் புரியல. சொல்லிட்டு பின்னாடி போனாங்க ஆள காணோம். அதான் தேடிட்டு இருந்தேன். ஒரே மர்மமா இருக்கு... இவ எப்படி இங்க வந்தான்னு தெரியல. அவனுங்க என்ன ஆனானுங்கன்னும் தெரியல....", தர்மதீரன் விமலுக்கு குரல் கொடுத்து டாக்டரை அழைத்து வரச் சொன்னான்.

"சார் டாக்டருக்கு ரொம்ப அடிபட்டு இருக்கு. இப்ப நடக்க முடியாது", எனக் கூறியபடி வல்லகியைப் அவ்விடத்தில் பார்த்துவிட்டு வினவினான்.

தர்மனும் இனியனும் நடந்ததைக் கூறியும் அதை நம்பமுடியாமல், "சார்... இங்க எல்லாம் மர்மமாவே இருக்கு. அந்த பொண்ண நாம கொண்டு போகணும். ஆந்திரா பாரஸ்ட்கிட்ட ஹெல்ப் கேட்டு நம்ப ஊருக்கு போலாம். நிறைய பேருக்கு அடிபட்டு இருக்கு பாதி பேருக்கு மேல நடக்க முடியாது ", விமல் அடுத்து தேவையான நடவடிக்கைகளை ஞாபகப் படுத்தினான்.

"ம்ம்.... நாம முதல்ல இங்கிருந்து சென்னை போலாம். இங்க வண்டி வருமான்னு தெர்ல. நான் போய் விசாரிக்கறேன். நீங்க பாருங்க...", என யாழினியன் மற்றவர்கள் இருந்த பக்கம் சென்றான்.

"எப்படி சார் இந்த பொண்ணு இங்க வந்தது? ", நம்பமுடியாமல் மீண்டும் கேட்டான் விமல்.

"அதான் சொன்னேனே தெர்ல டா.... ஒரே குழப்பமா இருக்கு. அந்த பெருசுங்க வேற எங்கயோ என்னை போக சொல்லிட்டு போனாங்க... நாச்சியாவுக்கும் இதுக்கும் ஏதோ தொடர்பு இருக்கு. வழுதி சார கான்டாக்ட் பண்ண முடிஞ்சதா? அந்த ஆர்க்கியாலஜி டீம் பத்தி எதாவது தெரிஞ்சதா?", இரு கைகளாளும் பின்னந்தலையைப் பிடித்தபடி கேட்டான்.

"இல்ல சார் இங்க ரேஞ்ச் இல்ல... வாக்கி தான் எடுக்குது. இந்த பொண்ணு சுத்தி இத்தனை செடிய வச்சிருக்காங்க.... என்னவா இருக்கும்?", என செடிகளைத் தொட அருகில் சென்றவனை அவ்வறையில் அதுவரை அரூபமாக இருந்த ஒருவர் அவனை பின்னே இழுத்தார்.

சட்டென ஒரு மூதாட்டி கண்முன்னே காற்றில் இருந்து உருவம் பெற்று வந்ததைக் கண்டு தர்மதீரன் ஸ்தம்பித்து நின்றுவிட்டான்.

விமலும் சற்று பயந்து அலறிட அவ்விடம் வந்துக்கொண்டிருந்த இனியன் வேகமாக உள்ளே ஓடிவந்தான்.

" என்னாச்சி விமல்?"

"யாழினும் இனியவா.... உன் ஜென்ம கடமையானது உன் கண் முன்னே இருக்கிறது. உன் பிறப்பின் பயனை நிறைவேற்ற தயாராக இரு. தர்மத்தின் தீரனே.... இருவரும் நரசிம்மர் ஸ்தூபம் சென்று காத்திருங்கள். அடுத்த தகவல் வந்து சேரும். காலமானது வேகமெடுத்து இப்புவியை இருளுக்கு சமர்ப்பிக்கும் முன்னே கடமையை நிறைவேற்றுங்கள். புத்தியும் மனமும் இணைந்து செயல்பட்டால் செல்லும் பாதையை உணரமுடியும்", எனக் கூறிவிட்டு வல்லகியை இவர்கள் இருவர் தவிர மற்றவர்கள் நெருங்கக் கூடாது எனவும், அச்செடிகளை யாரும் தொடக் கூடாது எனவும் கட்டளை-யிட்டு புன்னகையுடன் மீண்டும் காற்றில் கலந்து அரூபமானார்.

இம்முறை மூவரும் திகைத்து மூச்சு விடவும் மறந்து சிலை போல நின்-றனர்.

ஆந்திர எல்லை கடந்த ஜிதேஷின் கூட்டம் அந்த வரைபடத்தின் குறிப்-பிட்டு இருக்கும் குகை அருகில் வந்து நின்றனர்.

குகையின் மறுபக்கம் நீர்வீழ்ச்சி இருந்தது.

"சார்.... நீங்க சொன்ன இடம் இதுவா? ", விக்டர் கேட்டான்.

"மேப் ல இந்த மார்க் தான் காட்டுது விக்டர்.... பக்கத்துல எதாவது வீடு மாதிரி இருக்கா பாரு.... ", சந்தேகமாக சுற்றிலும் பார்த்தபடி அவனும் மற்றொரு பக்கம் பார்க்கச் சென்றான்.

பத்து நிமிடத்தில், "சார்....", என ஒருவன் கத்த அனைவரும் அவன-ருகில் ஓடினர்.

அந்த குகையின் ஒரு ஓரத்தில் இருந்து சென்ற ,சிறு நீரோடைப் பாதை-யில் நூறு அடி தூரத்தில் ஒரு நுழைவாயில் இருந்தது.

அந்த நுழைவாயில் அருகில் அனைவரும் நின்றதும் சட்டென அங்கே வாயில் அருகில் நின்றவர்கள் தலை மண்ணில் உருண்டது.

ஜிதேஷ், விக்டர் மற்றும் ஒருவன் தவிர மற்றவர்கள் தலை உடம்பில் இல்லாமல் முண்டமாக நிற்பதுக் கண்டு, அவர்களுக்கு தலை சுற்றி மயக்கம் வர ஆரம்பித்தது.

அத்தோடு அந்த நுழைவாயில் தாண்டி வரிசையற்று வளர்ந்திருந்த செடிகளில் இருந்து வந்த வாசம் அவர்கள் நாசியில் புகுந்து நரம்பு மண்ட-லத்தை அடைந்து, அவற்றை மெல்ல மெல்ல செயல் இழக்கச் செய்தன.

ஜிதேஷ் இரண்டடி கூட எடுத்து வைக்கமுடியாமல் தள்ளாடி விழ, விக்-டர் சிரமப்பட்டு இன்னும் சில அடிகள் முன்னேறி காட்டுக் கொடிகளின் தோரணத்தை அடைந்து அம்மாளிகையின் படிகட்டை தொட்டதும் மயங்கி சரிந்தான்.

மற்றொருவன் சிரிப்புடன் இவர்கள் இருவரையும் தூக்கிக் கொண்டு உள்ளே சென்று இருவரையும் தனித் தனியே அடைத்து வைத்துவிட்டு யாருக்கோ தொடர்புக் கொண்டான்.

13 - காற்றின் நுண்ணுறவு

இங்கே ஆந்திரா பாரஸ்ட் ஆபீசர்கள் உதவியுடன் தர்மனும் இனியனும் தன் ஆட்களுடன் சென்னை வந்து சேர்ந்தனர்.

பழங்குடி மக்களுக்கு பல முறை நன்றி உரைத்துவிட்டு, வல்லகியை தர்மன் தூக்கிக் கொள்ள, அவள் அருகில் இருந்த செடிகளை இனியன் தூக்கிக்கொண்டு தனி வாகனத்தில் அவளை ஏற்றிக் கொண்டனர்.

அடுத்த நாள் காலை சென்னையை அடைந்ததும் வழுதி தர்மனை அழைத்தான்.

"தர்மா.... எங்க இருக்க? சீக்கிரம் நம்ம ஆபீஸ் வா....", என இறுக்கமாக கூறிவிட்டு போனை வைத்துவிட்டார்.

வழுதியின் குரலில் இருந்த இறுக்கம் நிலைமையின் தீவிரத்தை உணர்த்தியது.

"இனியன்.... என் சீப் கூப்பிடறாரு. நான் உடனே போகணும். இவங்களுக்கு பாதுகாப்பு ஏற்பாடு பண்ணிடுங்க.... அங்க போயி நிலைமைய தெரிஞ்சிகிட்டு உங்களுக்கு கால் பண்றேன். உங்களுக்குமே அடுத்து ஆர்டர் வரலாம் ", எனக் கூறிவிட்டு வல்லகி அருகில் வந்து அவள் தலையை மெதுவாக கோதிவிட்டு அங்கிருந்துச் சென்றான்.

நான்கு நாட்களாக வீட்டிற்கே செல்லாமல் அங்கும் இங்கும் சுற்றி அழைந்ததால், இல்லம் சென்று சுடுநீரில் குளித்து பத்தே நிமிடத்தில் தயாராகி தன் அலுவலகம் நோக்கி பைக்கில் சென்றான்.

அவன் அறியாமல் இரண்டு பைக் அவனைப் பின்தொடர்ந்தது.

"குட் மார்னிங் சீப்.... நிலைமை ரொம்ப சீரியஸா இருக்கா?", கண்களில் கலக்கத்தை மறைக்க முயன்றபடிக் கேட்டான்.

வழுதி அவனை சில நொடிகள் உற்று பார்த்துவிட்டு ," சுதாகர்....", என குரல் கொடுத்தார்.

ஒரு கையில் கட்டுடன் நடந்து வந்தவன் தர்மனைக் கட்டித் தழுவிக்கொண்டான்.

"நீங்க இரண்டு பேரும் உடனே கிளம்புங்க.... உங்களுக்கு இனி இங்க வேலை இல்ல", எனக் கூறி இருவரின் முகத்தையும் கூர்ந்துப் பார்த்தார்.

"ஏன் சீப்? நாங்க என்ன தப்பு பண்ணோம்?", சுதாகர் அதிர்ச்சியுடன் கேட்டான்.

"முதல்ல இரண்டு பேரும் கிளம்புங்க.... உங்க செட்டில்மெண்ட் ரெடியா இருக்கு.... ", எனக் கூறிவிட்டு அங்கிருந்து நகர்ந்தார்.

"தர்மா .... என்னடா இது?", சுதாகர் ஒன்றும் புரியாமல் வினவினான்.

"வா போலாம்... இனிமே நமக்கு இங்க வேலை இல்ல", தர்மதீரனும் இறுக்கமான முகத்துடன் அங்கிருந்து தன் சகல இத்யாதிகளையும் வாங்கிக் கொண்டு, வழுதியை ஒரு பார்வைப் பார்த்துவிட்டு வெளியேறினான்.

"டேய்... எங்கடா போற? அவங்க ஏன் நம்மல வேலைல இருந்து எடுத்-தாங்க? ஒன்னும் புரியல டா....", சுதாகர் குழப்பத்தில் உழன்றபடி கேள்வி-கள் கேட்டான்.

"அதான் சொல்லிட்டாங்களே நமக்கு இனி அங்க வேலை இல்-லைன்னு... வா ஊர் பக்கம் போவோம்.... இவங்க அரசியலுக்கு நாம பலி-யானது போதும் சுதா", எனக் கூறியபடி கடந்து சென்ற இரண்டு பைக்கையும் பின்னால் வரும் காரையும் கவனித்தபடி இவனும் பொறுமையாக வண்டியை ஓட்டினான்.

இருவரும் ஊருக்குச் சென்று என்ன செய்வது? என்ற சம்பாஷணை தொடங்கி கால் மணிநேரம் வரையிலும் தொடர்ந்தவர்கள், அடுத்து வந்த சிக்னலில் அவனை முந்திக்கொண்டுச் சென்றனர்.

இருவரும் தாங்கள் தங்கியிருந்த இல்லம் வந்து அனைத்து பொருட்க-ளையும் எடுத்துக் கொண்டு அங்கிருந்து இரயில் நிலையம் சென்றனர்.

ஒருவன் அரை மணி நேரத்திற்கு ஒரு முறை வெவ்வேறு வண்டியில் தங்களை தொடர்வதை கவனித்த தர்மன் சுதாகரிடம் தன் போக்கில் உரை-யாடியபடி இன்னும் யாரெல்லாம் தங்களை பின்தொடர்கின்றனர் என அறிய சுற்றிலும் பார்வையைச் சுழற்றினான்.

"மச்சான்.... அன்னிக்கு நீ சொன்னியே அது போலவே நடந்துடிச்சி பாரேன்....", தர்மதீரன்.

"சோத்துக்கு அடுத்து என்ன பண்றதுன்னு புரியாம நானே காண்டுல இருக்கேன் நீ ஏன்டா இப்ப கண்டத சொல்லி என் உயிர வாங்கற... இது வேற வலிக்குது ... சே....", என கையை சற்று வேகமாக அசைத்ததில் வலி எடுத்ததும் முகம் சுளித்தான்.

தர்மன் அவனுக்கு மாத்திரை கொடுத்து படுக்க வைத்துவிட்டு கம்பார்ட்-மெண்ட் பாத்ரூம் சென்றுவிட்டு வந்து தலையனைக்கு அடியில் துப்பாக்கியை வைத்தபடி அவனும் கண்மூடிப் படுத்தான்.

மதிய நேரமாதலாலும், அவர்கள் இருப்பது பர்ஸ்ட் க்ளாஸ் ஏசி கம்-பார்ட்மெண்ட் என்பதால் கூட்டம் அவ்வளவாக இல்லை.

இருந்தவர்களில் சிலரும் சென்னைத் தாண்டி இரண்டு மணி நேரத்தில் இறங்கியதால் இருபது பேர் கூட அங்கே இல்லை.

தர்மதீரன் அவர்கள் கண்காணிக்கப்படுகிறார்கள் என்பதை மட்டும் உணர்ந்து மிகவும் சகஜமாக இருப்பது போலவே காட்டிக்கொண்டு, சுதாக-ருக்கு எதுவும் தெரியாமல் பார்த்துக் கொண்டான்.

சிதம்பரத்தில் இறங்கியவர்கள் ஏதோ ஒரு குக்கிராமம் செல்லும் பேருந்-தில் ஏற பஸ்நிலையம் சென்றனர்.

சுதாகர் தர்மன் இழுத்த இழுப்பிற்கெல்லாம் உடன் நடந்தான்.

ஏதோ நடப்பதை சற்று முன்னர் தர்மதீரன் சிதம்பரத்திலே இறங்க வேண்-டும் என்று கூறியதிலிருந்து புரிந்துக் கொண்டு அவனும் சுற்றிலும் பார்வை-

யைச் செலுத்திப் பார்த்தான்.

தாங்கள் ஆபீஸில் இருந்து வெளி வரும் பொழுது தங்களைக் கடந்து சென்ற வண்டியில் இருந்த ஒருவன் இங்கு இருப்பதைக் கண்டு நிலைமைப் புரிந்து அமைதியாக இருந்தான்.

"சுதா... வாடா அந்த பஸ் தான் கடைசி.... இத விட்டா விடிய விடிய இங்கயே உட்கார்ந்திருக்கணும்", என லக்கேஜ்ஜை எடுத்துக் கொண்டு முன்னே நடந்தான் தர்மதீரன்.

இவர்கள் பின்னேயே ஐந்து பேர் தொடர்ந்து வந்து அதே பேருந்தில் ஏறிக்கொண்டனர்.

இரவு நேரம் ஆள் அரவமற்ற இடம் இவர்களுடன் அந்த ஐந்து பேருமே இறங்கி நின்றனர்.

"டேய்.... பேசாம எங்க கூட நடந்தா உங்களுக்கு நல்லது... ", என சுதாகர் முதுகிலும் தர்மதீரன் முதுகிலும் கத்தியை வைத்தனர்.

தர்மனும் சுதாகரும் அமைதியாக லக்கேஜ்களை எடுத்துக்கொண்டு இரண்டடி நடக்க சடாரென திரும்பி பைகள் கொண்டே அவர்களைத் தாக்கி மயக்கமடையச் செய்தனர்.

தர்மன் விசில் அடிக்க ஒரு ஆம்னி டெம்போ அவ்விடம் வந்து அவர்களை அள்ளிக்கொண்டு இவர்களையும் ஏற்றிக்கொண்டு ஊருக்குள் நுழைந்தது.

"என்னடா நடக்குது இங்க? நம்ம ஆளுங்க இங்க எப்படி?", சுதாகர் தர்மனை வினவினான்.

"ரொம்ப பெரிய இடம் நம்ம எடுத்த கேஸ்ல சம்பந்தப்பட்டு இருக்கு அதான் நம்மல வேலை விட்டு தூக்கிட்டு உலகத்த விட்டும் தூக்க ஆள் அனுப்பி இருக்காங்க. இனியன் என்ன ஆனான்னு தெரியல.... ஜோஸப்... எதாவது தகவல் இருக்கா?", என வண்டி ஓட்டுபவரிடம் கேட்டான்.

"இல்ல தர்மா... ஆனா உங்கள சேப் பண்றது தான் எங்க ட்யூட்டி இப்ப... அங்க போய் பேசிக்கலாம்", ஜோஸப்.

அங்கே இனியனுக்கும் இடமாற்றம் கொடுக்கப்பட்டிருந்தது. அதை எதிர்த்து கேள்வி கேட்டதற்காக மூன்று மாதம் சஸ்பென்ட் செய்யப்பட்டான்.

இனியன் இடத்தில் வேறொருவர் பொறுப்பெடுத்துக்கொண்டு வல்லகிக்கு கொடுக்கப்பட்டிருந்த பாதுகாப்பை ரத்து செய்து விட்டு அந்த கேஸ் முடிந்ததாக பதிவேற்றினார்.

பாலா வல்லகியின் அருகிலேயே அமர்ந்திருந்தவள் வல்லகி கண் முழிக்கக் காத்திருந்தாள்.

இரண்டு போலீசார் வந்து இதுவரை நடந்தவற்றை எல்லாம் வல்லகியிடம் மட்டுமின்றி, யாரிடமும் உரைக்ககூடாது என மிரட்டிவிட்டுச் சென்றனர்.

பாலாவின் தாய் ஊரில் இருந்து போன் செய்து," கண்ணு.... வல்லகி எப்படி டா இருக்கா?"

"இன்னும் மயக்கத்துல தான்மா இருக்கா. அவங்க அம்மா எப்படி இருக்காங்க? அப்பா வந்துட்டாரா?"

"அம்மாவுக்கு ஆபரேஷன் செஞ்சி பரவால்ல உயிர் பொழச்சிட்டாங்க. போலீஸ் கம்ப்ளையண்ட் குடுக்க போன அவங்க அப்பா பயந்துபோய் திரும்ப வந்துட்டாரு.... நீங்க ஜாக்கிரதையா இருங்க. நான் இன்னும் வல்லகிக்கு அடிபட்ட விஷயத்த சொல்லல. இப்ப தான் சொல்லப்போறேன். அந்த பொண்ணு கண்ணு முழிச்சி இருந்தா பரவால்லன்னு தான் இப்ப போன் பண்ணேன்.... நம்ம ஊர்ல என்னன்னமோ நடக்குது கண்ணு. யார் யாரோ வராங்க போறாங்க... ஒன்னும் நெலவரம் சரியில்ல... ஊர விட்டு யாரும் போகக்கூடாதுன்னு போலீஸ்காரங்க சொல்லிட்டாங்க. அதான் என்னால கிளம்பி வரமுடியல. ஒத்த புள்ள நீ என்ன பண்றியோன்னு கவலையா இருக்கு. உனக்கு ஒன்னும் இல்ல தானு... சமாளிச்சிக்கமா", குரலில் வருத்தமும் பயமும் அக்கறையும் காட்டிக் கேட்டார்.

"எனக்கு ஒன்னும் இல்லம்மா... வகி தான் பாவம்.... நான் இங்க பாத்துக்கறேன். அவங்க அப்பாவ கொஞ்சம் கூடவே இருந்து பாத்துக்க சொல்லும்மா அப்பாவ..... இவ கண்ணு முழிச்சதும் சொல்றேன். நீயும் ஜாக்கிரதையா இரும்மா....", தாயின் குரலில் தெரிந்த கலக்கத்தில் தன் கவலையை மறைத்து அவருக்கு தைரியம் கூறியபடி தனக்கும் சொல்லிக்கொண்டாள்.

"சரிம்மா... நான் வச்சிடறேன். பாத்துக்க... கவனமா இரு... கூட புள்ளைங்க இருக்கு தானே?"

"இருக்காங்க ம்மா....நான் வச்சிடறேன்", எனக் கூறி பட்டென வைத்துவிட்டாள்.

வல்லகியின் குடும்பத்தைச் சுற்றி ஏதோ சதி நடக்கிறது என மட்டும் தெளிவாக பாலாவிற்கு புரிந்தது.

இதில் இருந்து தோழியையும் அவள் குடும்பத்தையும் எப்படி மீட்பதென தெரியாமல் தலைகவிழ்ந்து அமர்ந்திருந்தாள்.

"மிஸ் பாலா....", இனியன்.

"வாங்க சார்... தர்மா சார் வரலியா?", பாலா பின்னால் பார்த்துவிட்டுக் கேட்டாள்.

"இல்ல பாலா. அவர வேலைய விட்டு தூக்கிட்டாங்க ன்னு மட்டும் தான் தகவல் வந்தது. என்னையும் சஸ்பெண்ட் பண்ணிட்டாங்க. இங்க இருந்த கார்ட்ஸ் எல்லாம் எங்க?", என அறையின் வெளியே இருந்த ஆட்களைக் காணாமல் கேட்டான்.

"அவங்க எல்லாம் மதியமே போயிட்டாங்க சார். என்னையும் யார்கிட்டயும் எதுவும் சொல்லக்கூடாதுன்னு மிரட்டிட்டு போனாங்க. என்ன சார் நடக்குது இங்க?", பாலா தனக்குள் இருந்த சந்தேகத்தைக் கேட்டாள்.

"தெரியலங்க. இவங்க கண் முழிச்சாங்களா? எதாவது பேசினாங்களா?", என வல்லகியைப் பார்த்தபடிக் கேட்டான்.

"இல்ல சார்..."

" கால் மீ பை நேம் ... "

"நீங்க போலீஸ் உங்கள எப்படி பேர் சொல்லி கூப்பிடறது?", பாலா தயங்கியபடிக் கூறினாள்.

"வாய்ல தான்ங்க.... ", யாழினியன் முறுவலித்தபடிக் கூறினான்.

பாலா முறைத்துவிட்டு, "இப்ப இந்த கவுன்டர் அவசியமா?", எனக் கேட்டாள்.

"சரி.... நீங்க எதாவது சாப்டீங்களா? ரொம்ப டயர்டா இருக்கீங்க....", அவளை ஆராய்ந்தபடிக் கேட்டான்.

"இல்ல... பரவால்ல வேணாம். இவள விட்டு நகரவே பயமா இருக்கு... அந்த ஜிதேஷ் மறுபடியும் வந்து தூக்கிட்டு போயிடுவானோன்னு யோசனை-யாவே இருக்கு", பாலா கண்களை அகல விரித்து முகத்தில் பயமும் கவலையும் காட்டி பேசியது யாழினியனை இரசிக்கத்தூண்டியது எனலாம்.

"அதுக்காக பட்னி இருந்து நீங்களும் மயங்கிட்டா யாரு பாத்துக்குவா? இருங்க நான் வாங்கிட்டு வரேன். உங்க போன் குடுங்க", என வாங்கி தன் நம்பரை பதிவு செய்துவிட்டு அவள் எண்ணையும் சேமித்துக்கொண்டான்.

"எமர்ஜென்சி ன்னா உடனே கூப்பிடுங்க... நான் பத்து நிமிஷத்துல வரேன்", எனக் கூறிச் சென்றவன் சொன்னபடியே வந்தான்..

"நீங்க சாப்டீங்களா?"

"எனக்கும் சேத்து தான் வாங்கிட்டு வந்திருக்கேன். பிரஷ் ஆகிட்டு வாங்க சாப்பிடலாம்"

பாலா முகம் கழுவி முகம் துடைத்தபடி அவனுக்கும் தட்டெடுத்து வைத்து தண்ணீர் பிடித்து வந்து வைத்தாள்.

இருவரும் அமைதியாக சாப்பிட்டு எழுந்தனர்.

இருவரின் மனதிலும் பல கேள்விகள் ஊற்றாக பெருக்கெடுத்தது. அதற்-கான விடை தான் இருவருக்கும் புலப்படவில்லை.

பாலா தன் தாய் சற்றுமுன் கூறிய விஷயங்களை இனியனிடம் கூறி-விட்டு, "இவங்க குடும்பத்த மட்டும் டார்கெட் பண்றது யாரா இருக்கும் சார்?"

"அவங்க அக்கா ஆர்க்கியாலஜிஸ்ட் தானே", யாழினியன் நெற்றியைச் சுறுக்கியபடிக் கேட்டான்.

"ஆமா சார். ப்ரொபசர் தசாதிபனோட அசிஸ்டெண்ட்-ஆ ரீசென்டா ஜாயின் ஆனாங்கன்னு வகி சொன்னா... "

"அங்க தான் ஏதோ விஷயம் இருக்கு. இவங்க கண் முழிச்சா நமக்கு எதாவது விடை தெரியலாம்", எனக் கூறியவன் தான் வெளியே காவல் காப்-பதாகக் கூறிவிட்டு, அவளைப் படுத்துறங்கச் சொன்னான்.

நடுசாம வேளையில் அரூபமாக வந்த மூதாட்டி அவளின் நெற்றியில் தைலம் போல ஏதோ தடவிவிட்டு, காதில் ஏதோ கூறி அவள் வாயில், தான் கொண்டுவந்த குடுவையில் இருந்த நீரைப் புகட்டினார்.

அவர் நீர் புகட்டிச் சென்ற பத்து நிமிடத்தில் வல்லகியைக் கொல்ல ஆட்கள் வந்தனர்.

கதவருகில் யாழினியன் இருப்பதைக் கண்டு முதலில் தயங்கி நின்றவர்-கள் பின் முன்னேறினர்.

கதவிற்கு பத்தடிக்கு முன்பே இனியன் அவர்களைக் கண்டு, "என்னடா இன்னும் நீங்க திருந்தலியா? ஒரு பொண்ண கொல்ல இத்தன பேரா?", என அங்கு வந்திருந்தவர்கள் முகங்களை தனக்குள் சேமித்துக்கொண்டு கைகளை நீட்டி ஒருவனை அழைத்தான்.

"நாங்க பத்து பேர் இருக்கோம். நீ ஒத்த ஆளு... பேசாம போயிடு சாரு.... உங்கம்மாவுக்கு ஒரே புள்ளையாமே.. உனக்கு எதுக்கு இந்த வேலை? ", என முன் நின்றவன் அவனை பார்த்து நக்கலாக கூறினான்.

"இது சினிமாவும் இல்ல நான் ஹீரோவும் இல்ல. ஆனா நான் கத்து-கிட்ட வித்தைக்கு கொறஞ்சது ஐஞ்சு பேரை அடிப்பேன். இது ஹாஸ்பிடல் நம்ம ஆட்டத்த வெளியே போய் வச்சிக்கலாமா?", முன்னே வந்தபடிக் கேட்-டான்.

"கொல்றா முதல்ல அவன....", என ஒருவன் ஆயுதம் ஏந்த அதை லாவகமாக அவன் கையில் இருந்து பறித்தவன் அவனை பலமாக அடித்-தான்.

அவன் போட்ட சத்தத்தில் பாலா பதறி எழுந்து வெளியே வந்தாள்.

"சார்... யார் இவங்க?"

"நம்ம விருந்தாளிங்க தான். பலமா விருந்து போட்டுட்டு வரேன். வெளியே வராதீங்க.... கதவை பூட்டிக்கோங்க பாலா", எனக் கூறிவிட்டு அடுத்தவனை தாக்கினான்.

இந்த சத்தத்தில் நர்ஸ் முதல் டாக்டர் வரை வந்து அவர்களை தடுக்க நினைத்து அடிபட்டுச் சுருண்டனர்.

"இங்க பாரு சாரு ... நான் அந்த புள்ளைய மட்டும் கொன்னுட்டு போவ வந்தேன். நீ அனாவசியமா இத்தன பேர பலி குடுக்க வைக்காத.... நவுந்துடு.... இதுக்கு மேல எனக்கு பொறுமை இல்ல", எரிச்சலுடன் கூறி-னான்..

"உன்ன அனுப்ச்சவன் யாருடா...? நான் இருக்கற வரைக்கும் அந்த பொண்ண தொட விடமாட்டேன்", இனியன் ரௌத்திர முகத்துடன் கூறி-னான்.

"நான் இப்பவே அவள கொல்றேன். டேய் அந்தாள தட்டி தூர போடுங்-கடா... எத்தனை பேர் வந்தாலும் சாச்சிட்டு போலாம்", என ஆவேசமாக கத்திவிட்டு முன்னேறினான்.

இருவர் யாழினியனை பின்பக்கமாக தாக்கி நிலைகுலைய வைத்தனர்.

"இம்ச.... இவன முதல்ல கொல்றா... என்னா சலும்பல் பண்றான் ", என ஒருவன் அவனை வெட்டவந்தான்.

பாலா அவனை தடுக்கும் முன் வல்லகி அவளைத் தாண்டி வெளியே வந்து வெட்டவந்தவனின் கழுத்தில் விரல் கொண்டு அழுத்தம் கொடுக்க அப்படியே மயங்கி சரிந்தான்.

மற்றவர்களையும் மனோவேகத்தில் அவர்களின் வர்மத்தில் தாக்கி நிலைக்குலையச் செய்தாள்.

அடியாட்கள் அனைவரும் ஒரு நிமிடத்தில் செயல்பட முடியாமல் தவித்தபடி தரையில் கிடத்தியவளை பயத்துடன் பார்த்தபடி முணகவும் முடியாமல் கிடந்தனர்.

அவள் உடல் சில நொடிகள் நடுங்கி பின் சீரானது. அழுத்தமாக காலடிகள் பதித்து அறையின் உள்ளே சென்றவளின் தோரணை இதுநாள் வரையில் இல்லாத ஒன்றாக இருந்தது.

14 - காற்றின் நுண்ணுறவு

"வாவ்..... ", என இனியன் அவளின் அதிரடி நடவடிக்கையில் மெய்மறந்து நின்றான்.

"நீங்க என்ன பண்ணீங்க இப்ப?", ஆச்சரியம் விலகாமல் கேட்டான்.

"இவங்கள அட்மிட் பண்ணிட்டு உள்ள வாங்க.... பாலா... கொஞ்சம் தண்ணி வேணும். சாப்பிட எதாவது இருக்கா?", என தலையை உலுக்கி எதையோ நியாபகப்படுத்த முயன்றபடி நடந்தாள்.

யாழினியன் அடிபட்டு கிடந்தவர்களுக்கு சிகிச்சை கொடுக்க ஏற்பாடு செய்துவிட்டு, தன் அசிஸ்டெண்ட் முகுந்தனுக்கு அழைத்து விவரம் கூறி வரச்சொன்னான்.

"இந்தா வகி... சாப்பிடு.... ", என அவள் சாப்பிட உணவை கொடுத்தவள் அவள் முகத்தை பார்த்தபடி அப்படியே நின்றாள்.

முதலில் தண்ணீர் தொண்டையில் இறங்க இறங்க வலி எடுத்தது. பின் இரண்டு இட்லி சாப்பிட்டு விட்டு நிமிர்ந்து பார்த்தபோது அவளுக்கு முதலில் சிகிச்சை கொடுத்த டாக்டர் எதிரில் நின்றார்.

"மிஸ் வல்லகி... உங்க உடம்புல எதாவது மாற்றம் தெரியுதா ?"

"தெரியல டாக்டர். நான் எத்தனை நாளா மயக்கத்துல இருக்கேன்? அன்னிக்கு கார் ஆக்ஸிடண்ட் அப்பறம் என்ன நடந்துச்சி?", என யோசித்தபடிக் கேட்டாள்.

டாக்டர்கள் அவளைச் சூழ்ந்து கொண்டு பல சோதனைகள் செய்ய தேவையான இரத்தம் முதல் அனைத்தும் எடுத்துக் கொண்டு அவளது சுவாசப் பிரச்சினை இப்பொழுது எப்படி உள்ளதென வினவினர்.

அப்பொழுது தான் அவளைச் சுற்றி அத்தனை செடிகள் இருப்பதைக் கவனித்தவள் ஏன் என வினவினாள்.

முன்னர் சிகிச்சை கொடுத்த டாக்டர் விவரம் கூறியபின் நம்பாத தன்மையோடு அவரைக் கண்டாள்.

அன்று விபத்திற்குப் பிறகு என்ன நடந்ததென யோசிக்க யோசிக்க தலைவலி எடுத்தது. டாக்டர்கள் அவளை பரிசோதித்துவிட்டு நேற்று உடலில் இருந்த காயம் ஏற்பட்ட தழும்புகள் கூட இல்லை என்பது கண்டு வியந்தனர். பின் ஏதேனும் நோய் இருக்கிறதா எனவும் சோதித்து, எதுவும் இல்லை என்பதை உறுதி செய்ய இரண்டு நாட்கள் காத்திருக்கக் கூறினர்.

சுவாசத்தில் மட்டும் ஏதோ மாறுதல் இருப்பதாக அவள் கூறியதால் அதை அதிக கவனம் கொண்டு ஆராய்ந்தனர்.

அவர்கள் கொண்டுள்ள உபகரணங்கள் கொண்டு அவளுக்கு ஏற்பட்டிருக்கும் மாறுதலை அவர்களால் வரையறுக்கமுடியாமல் திகைத்தனர்.

ஆனாலும் அவள் உடலில் ஏதோ மாற்றம் உள்ளே ஏற்பட்டுள்ளது எனவும், அதை அவள் உணர சில காலம் ஆகலாம் எனவும் கூறி ஓய்வெடுக்க கூறிவிட்டு அவ்விடம் விட்டு நகர்ந்தனர்.

"ஸ்ஸ்ப்பப்பா...... எத்தனை மருந்து.... எத்தனை ஊசி....எப்படிதான் இதுலயே டாக்டர்ஸ் எல்லாம் வாழ்றாங்களோ.... கொடுமைடா சாமி....", யாழினியன் தண்ணீர் பாட்டிலை எடுத்து தண்ணீர் குடித்தப்படிக் அங்கலாய்த்துக் கொண்டான்.

"நீங்க யாருன்னு தெரிஞ்சிக்கலாமா?", வல்லகி நேரடியாக கேட்டாள்.

"ஏங்க....இவங்களுங்க்கு எதுவுமே நீங்க சொல்லலியா?", யாழினியன் அதிர்ச்சியாக கேட்டான்.

"அவளே இப்பதான் கண்ணு முழிச்சா. கண்ணு முழிச்சதும் சண்டை சச்சரவு ஆரம்பமாகிடிச்சி... வகி.. இவர் அசிஸ்டண்ட் கமிஷ்னர், இன்டெலிஜென்ஸ் ப்யூரோ. இவர்தான் தர்மா சார் கூட சேர்ந்து உன்னை தேடி கண்டுபிடிச்சி தூக்கிட்டு வந்தாங்க... ", என ஆரம்பித்தவள் அவளுக்கு தெரிந்த விவரங்களை முழுதாகக் கூறினாள்.

"நீ சொல்றது எல்லாம் நிஜமா பாலா?", நம்பாத பார்வையுடன் அவளைக் கேட்டாள்.

"என் அம்மா மேல சத்யமா நிஜம்டி... அப்பறம்... ", என இழுத்தாள்.

"தர்மதீரன் எங்க?", அடுத்த கேள்விக்குச் சென்றாள்.

"அவர வேலைய விட்டு தூக்கிட்டாங்க.. அது மட்டும் தான் இப்போதிக்கு தெரியும். அந்த ஜிதேஷ் பத்தி உங்களுக்கு வேற எதாவது தெரியுமா?", இப்போது யாழினியனின் குரலும் தோரனையும் முற்றிலும் மாறி இருந்தது.

"இல்ல.. அவன்கிட்ட நேரடியா பேசினது கூட இல்ல. அன்னிக்கு ரெஸ்டாரெண்ட்ல அவன அடிச்சதோட சரி. அதுக்கப்பறம் அவன பாக்கவும் இல்ல... தர்மதீரன் சுதாகர் இரண்டு பேரும் என்ன ஆனாங்க? அவங்க நிஜமா யாரு?", வல்லகி தன் சந்தேகங்களைக் கேட்டாள்.

தர்மதீரன் மற்றும் சுதாகர் இருவரும் தனியார் புலனாய்வுத்துறைச் சேர்ந்தவர்கள் எனவும் ஒரு கேஸ் சம்பந்தமாக அந்த கம்பெனியில் வேலையில் அமர்த்தப்பட்டார்கள் எனவும் அவளுக்கு தேவையான விவரங்களை மட்டும் கூறி அவளைப் பார்த்தான்.

யாழினியன் கூறியதைக் கேட்டவள் ஏதோ பெரிய சதி நடக்கிறது என நன்றாக புரிந்துக் கொண்டாள்.

"பாலா.... வீட்ல இருந்து கால் பண்ணாங்களா... எப்படி சமாளிச்ச?", என யோசனையுடன் கேட்டாள்.

பாலாவிற்கு இப்பொழுது எப்படி அங்கு நடந்த விஷயங்களை கூறுவதென புரியவில்லை. தயங்கி தயங்கி யாழினியனைப் பார்த்துவிட்டு வல்லகியைப் பார்த்தாள்.

"வகி.... நான் சொல்றத கேட்டு ஷாக் ஆகாத..... மனசையும் உடம்பையும் நீ நல்லா வச்சிருந்தா தான் பரவால்ல... அது.... அது வந்து.... அக்கா...... அக்காவ.....", என அவள் திக்கித் திணறுவதிலே ஏதோ விபரீதம் என உணர்ந்தவள் கண்களைக் கூர்மையாக்கி பாலாவை விழிகளால் மேலே கூறச் சொன்னாள்.

"அக்காவ யாரோ கடத்திட்டாங்களாம். அம்மா காப்பாத்த போனப்ப சுட்டுட்டாங்களாம். இப்ப நல்லா இருக்காங்க.... அப்பா தான் அங்க பாத்துட்டு இருக்காரு. உனக்கு அடிபட்டது அவருக்கு இன்னும் சொல்லல... தர்மா சார் சொல்லவேணாம்னு சொன்னாரு.... எங்கம்மாவ அங்க பாத்துக்க சொல்லி இருக்கேன்... ஆனா....", எனக் கூறி தயங்கி வல்லகியைப் பார்த்தபோது அவள் மயங்கிச் சரிந்திருந்தாள்.

யாழினியன் அவசரமாக டாக்டரை அழைக்க ஓட பாலா பதறியபடி வல்லகியை எழுப்ப முயன்றாள்.

"என்னாச்சி.... பேஷண்ட் இப்ப நல்லா தானே இருந்தாங்க.... எப்படி திடீர்னு மயங்கினாங்க?", டாக்டர் பாலாவை கேட்டபடி வல்லகியை பரிசோதித்தார்.

"அவங்க வீட்ட பத்தி கேட்டா டாக்டர். அங்க நடந்த பிரச்சினைய கேட்டதும் மயங்கிட்டா..... ", பாலா அழுதபடிக் கூறிவிட்டு வல்லகியின் கையை பிடித்தபடியே நின்றாள்.

"நான் தான் அவங்கள ஜாக்கிரதையா பாத்துக்க சொல்லிட்டு போனேன்ல... எதுக்கு அதுல்லாம் சொல்லி அவங்கள டென்ஷன் பண்ணீங்க? படிச்சி இருக்கீங்களே தவிர அதுக்கு தகுந்தமாதிரி நடக்கறது இல்ல.... நர்ஸ்.... அந்த செடிகளை இவங்க பக்கம் எடுத்து வைங்க.... இவங்க உடம்புல என்ன என்ன மாற்றம் நடக்குதுன்னு நாம கண்காணிச்சிட்டே இருக்கணும்... வழக்கமா பண்ற ட்ரீட்மெண்ட் இவங்க உடம்பு ஏத்துக்காது.... பக்கத்துல சீப் நர்ஸ் ஒருத்தங்க இருக்கச் சொல்லுங்க", என படபடவென உத்திரவிட்டு அவளுக்குத் தேவையான முதலுதவிகளைச் செய்-

துவிட்டு டாக்டர் நெற்றியைத் தடவியபடி வல்லகியின் அருகில் அமர்ந்தார்.

பாலாவும் யாழினியனும் அறைக்கு வெளியே காத்திருந்த நேரம் அந்த அரூவ பாட்டி டாக்டரின் உடலில் புகுந்து அவளைச் சுற்றி இருந்த செடிகளில் இருந்து சில இலைகளைப் பறித்து கசக்கி , அந்தச் சாற்றை அவள் வாயில் ஊற்றச்செய்தார்.

நர்ஸ் உள்ளே வரும் சமயம் டாக்டர் அவளது நெற்றிக்குச் சில பச்சிலைகளை இட்டுவிட்டு அதன் ஈரம் காய காய மற்றொரு இலையை கசக்கி அதன் மேல தடவுமாறு உத்திரவிட்டுச் சென்றார்.

அடுத்த இருபத்திநான்கு மணிநேரம் வல்லகி மயக்கத்திலேயே இருந்தாள்.

ஆனால் அவள் உடல் கொஞ்சம் கொஞ்சமாக தேறி வருவது கண்டு டாக்டர் சற்று ஆசுவாசமடைந்து யாழினியனை தொடர்புகொண்டார்.

"மிஸ்டர் இனியன்.... அந்த பொண்ணு உடம்புல நல்ல முன்னேற்றம் இருக்கு. இன்னும் சில மணிநேரங்கள்ல கண்ணு முழிச்சிடும்.... "

"தேங்க்யூ டாக்டர். இப்ப அங்க தான் வந்துட்டு இருக்கேன். நேர்ல வரேன்", எனக் கூறி வைத்தவன் யாருக்கோ அழைத்து அதைக் கூறிவிட்டு ஹாஸ்பிடல் நோக்கிக் கிளம்பினான்.

அன்றிரவு பாலா தன் தாயிற்கு அவள் மயக்கத்தில் இருந்து எழுந்து அக்கா அம்மா பற்றிய விஷயங்களை அறிந்ததும் மீண்டும் மயங்கியதைக் கூறி இருந்தாள்.

இப்போது தாயிடம் இருந்து அழைப்பு வருவது கண்டு போனை எடுத்துக்கொண்டு நடந்தபடியே, "கண்ணு.... வல்லகி பாப்பா எழுந்துரிச்சா டா ?"

"இல்லம்மா... ஆனா உடம்புல நல்ல முன்னேற்றம் தெரியுதுன்னு டாக்டர் இப்ப சொன்னாரு. கொஞ்ச நேரத்துல கண்ணு முழிப்பான்னு சொல்லி இருக்காரு.. அங்க அவங்க அம்மா எப்படி இருக்காங்கம்மா?", கேட்டபடி பாலா கேண்டீனில் அமர்ந்திருந்தாள்.

"அவங்க காலைல கண்ணு முழிச்சிட்டாங்க.... பொண்ணு நினைப்பு வந்ததும் அழ ஆரம்பிச்சிட்டு அவள கண்டுப்பிடிக்கச்சொல்லி அடம் பண்ணிட்டு இருந்தாங்க. டாக்டருங்க வந்து மயக்க ஊசி போட்டுட்டு போனாங்க... பாக்கவே பாவமா இருக்கு கண்ணு... அவங்க அப்பாரும் உடைஞ்சி போய் இருக்காரு. நல்ல வேல வல்லகிய பத்தி அவரு எதுவும் இப்பவரை கேக்கல....", என அவர் சொல்லிக்கொண்டிருக்கும் போதே வல்லகியின் தந்தை அவரிடமிருந்து போனை வாங்கினார்.

"வதனிம்மா... நான் வல்லகியோட அப்பா பேசறேன்.... இப்ப அவ எப்படி இருக்கா டா?", என உடைந்த குரலில் அவர் கேட்டதும் பாலா மிகவும் கலங்கித் தவித்துப் போனாள்.

"அப்பா.... உங்களுக்கு..... எப்படி.... அம்மா இன்னும்.... உங்ககிட்ட சொல்லலன்னு ... சொன்னாங்க.... ", தயங்கித் தயங்கி லேசாக தேம்பியபடிக் கேட்டாள்.

"தெரியும் டா. நாச்சியாவ காணோம்னு போலீஸ் கிட்ட கம்ப்ளையண்ட் பண்ண போனப்ப அங்கயே சொன்னாங்க... திரும்பி போகலண்ணா அங்க சின்னப்பொண்ணு இப்ப பாதி உசிரோட இருக்கறதும் இல்லாம போயிடும்னு மிரட்டினாங்க டா.... அவ எழுந்துட்டாளா?", மனதில் அழுத்திய பாரமும், அடக்கப்பட்ட கோபமும் அவரது குரலில் மாறி மாறி ஆட்சி செய்தது.

"இன்னும் கொஞ்ச நேரத்துல கண்ணு முழிச்சிடுவாப்பா ... முன்ன இருந்தத விட அவ உடம்புல நல்ல முன்னேற்றம் இருக்குன்னு டாக்டர் இப்ப தான் சொன்னாரு.. அவ கண்ணு முழிச்சதும் சொல்றேன்ப்பா... அம்மா எப்படி இருக்காங்க...?அவங்களுக்கு.....", எனக் கேட்க வந்து தயங்கினாள்.

"அவளுக்கு தெரியாது. தெரியவும் வேணாம்.... இங்க நான் பாத்துக்கறேன். அங்க நீங்க ஜாக்கிரதையா இருங்க... தர்மதீரன் ன்னு ஒருத்தர் இன்னிக்கு என்கிட்ட பேசினாரு. உங்களுக்கு பாதுகாப்பு போட்டு இருக்காராம். அதே மாதிரி இங்கயும் போட்டு இருக்கறதா சொன்னாருடா.... நீங்க கவனமா இருங்க. அவ கண்ணு முழிச்சிட்டா அவளே சமாளிச்சிடுவா... நீ தனியா ரொம்ப கஷ்டப்படறடா வதனிம்மா ... ரொம்ப நன்றிடா இந்த சூழ்நிலைல அவகூட நீ இருக்கறதுக்கு", என மனதின் ஆழம் தொட்டு நன்றியுரைத்தார்.

"என்னப்பா பெரிய வார்த்தையெல்லாம் சொல்றீங்க.... சீக்கிரம் வகி கண்ணு முழிச்சி அக்காவ கண்டுபிடிச்சிடுவாப்பா.... தைரியமா இருங்க....", அவரைத் தேற்றினாள்.

"சரி டா. ஹாஸ்பிடல் பில் கட்ட பணம் உன் அக்கவுண்ட்ல அனுப்பிட்டேன் வதனிம்மா.... அதை எடுத்துக்க... மேல் செலவுக்கும் அனுப்பி இருக்கேன். அவ நல்லா குணமான அப்பறம் இங்க வந்தா போதும். பத்திரமா இருங்க டா.... அம்மாகிட்ட தரேன்", என பாலாவின் தாயிடம் போனை கொடுத்துவிட்டு தன் மனைவி அருகில் சென்று அமர்ந்துக்கொண்டார்.

பாலாவிடம் சில நொடிகள் உரையாடிவிட்டு வல்லகியின் தந்தையிடம் சென்றார்.

"அண்ணே..... சின்னபாப்பாவுக்கு அடிபட்டது உங்களுக்கு முன்னமே தெரியுமா?"

"தெரியும்மா....", சுரத்தே இல்லாமல் பதில் வந்தது.

"நீங்க போய் பாத்துட்டு வாங்கண்ணே.. நான் இங்க பாத்துக்கறேன்"

"இல்லம்மா... அவ சீக்கிரமே கண்ணு முழிச்சி வருவா... இங்க இவள விட்டுட்டு என்னால போக முடியாது. அப்ப அப்ப வதனிம்மாகிட்ட பேசிட்டே

இருங்க. பாவம் சின்னக்குழந்தை.... ரொம்பவே கஷ்டப்படறா...."

"இக்கட்டான சூழ்நிலைய சமாளிக்க கத்துகட்டும் ண்ணே.... அவ சமாளிப்பா.... நான் சாப்பாடு எடுத்துட்டு வரேன். அவரு வயக்காட்டுல இருந்து இப்ப வந்துடுவாருண்ணே.... நீங்க மனசு விடாம இருங்க... சீக்கிரம் பிரச்சினை எல்லாம் தீரும்", என ஆறுதல் கூறிவிட்டுச் சென்றார்.

சிறிது நேரத்தில் வல்லகி கண் முழித்ததும் பாலா வகியின் அப்பாவிற்கு அழைத்துக் கூறினாள்.

"சரிம்மா.... டாக்டர் அவ பேசலாம்னு சொன்னா போன் போட்டு குடு.... ", எனக் கூறி வைத்துவிட்டார்.

"டாக்டர்...வகிக்கு....", அவளை பரிசோதித்து விட்டு வெளியே வந்தவரைக் கேட்டாள்.

"ஒன்னும் பிரச்சினை இல்லை. அவங்க உடம்புல என்ன மாற்றம் நடக்குதுன்னு தெரியல. ஆனா அது அவங்க உடம்ப கெட்டவிதமா பாதிக்கல. இவங்க விஷயத்த பொறுத்தவரை எல்லாமே மர்மமா தான் இருக்கு.. கொஞ்ச நேரத்துல உள்ள போய் பாருங்க. ஷாக் ஆகற விஷயத்த மட்டும் இப்ப உடனே சொல்ல வேணாம்", எனக் கூறிவிட்டுச் சென்றார்.

பாலா வல்லகியைக் காண காத்திருக்கையில் யாழினியனும் வந்து சேர்ந்தான் முகுந்தனுடன்.

"வாங்க சார்.... வகி இப்ப தான் கண் முழிச்சா.... நீங்களும் வந்துட்டீங்க...."

"டாக்டர் என்ன சொன்னாங்க....?", முகுந்தன்.

"ஷாக் ஆகற விஷயம் மட்டும் உடனே எதுவும் சொல்லவேணாம்னு சொல்லிட்டு போனாரு. கொஞ்ச நேரத்துல உள்ள போய் பாக்கலாம்னு சொன்னாரு... "

யாழினியன் சுற்றிலும் பார்வையைச் சுழற்றியபடியே நின்றிருந்தான்.

முகுந்தனும் அந்த காரிடோரரில் நடந்தபடியே அங்கிருந்தவர்களைக் கண்காணித்தபடி இருந்தான்.

பாலா சீக்கிரம் வல்லகியைக் காணவேண்டும் என்பதில் மட்டுமே குறியாய் இருந்ததில் இவர்களின் நடவடிக்கைகளை கவனியாமல் ரூம் வாசலையே பார்த்தபடி இருந்தாள்.

சாதாரண மனிதன் போல உடையணிந்து அவன் அந்த மருத்துவமனையின் உள்ளே நுழைந்தான்.

வல்லகி இருக்கும் அறை நோக்கி நடந்தவன் ஆங்காங்கே கண்காணிப்பு ஆட்கள் இருப்பதை உணர்ந்து எத்தனை பேர் உள்ளனர் என மனதில் எண்ணிக்கொண்டே அந்த காரிடோர் வந்தான்.

அங்கே யாழினியன் நிற்பதைக் கண்டு ஏளனமாக உதட்டை வளைத்துவிட்டு அதற்கு அடுத்த காரிடோரில் சென்று அமர்ந்தான்.

வல்லகி கண் முழித்த சில நிமிடங்களில் அவள் உடலில் இருக்கும் மாற்றங்களை, அவளே படிபடியாக உணர்ந்து கையாள ஏதுவாக வகை செய்துவிட்டு அவளை ஆசிர்வதித்துவிட்டு அவ்விடம் விட்டுச் சென்றார் அந்த பாட்டி.

பாட்டி அந்த பக்கம் சென்றதும் கண் விழித்த வல்லகி ஏதேதோ தோன்றவும் மீண்டும் கண்களை மூடி கசக்கிவிட்டு மீண்டும் கண் திறந்தாள்.

மீண்டும் கண்களுக்கு புகை போல ஏதோ தென்பட, நாசியில் மூச்சுக்காற்றை ஆழமாக இழுத்தபோது கண்களில் நீர் வழிந்தபடி இருந்தது.

நெஞ்சுக்குழியில் பொதிந்திருந்த மர்மப்புள்ளியை அவளே சுயமாக முடுக்கிவிட்டாள் மீண்டும் ஆழ மூச்செடுத்து....

15 - காற்றின் நுண்ணுறவு

அருகில் இருந்த காரிடாரில் அமர்ந்திருந்தவன் ஒரு மணி நேரத்திற்கு ஒரு முறை அங்கிருந்து நகர்ந்து வல்லகி இருந்த அறையை பார்வைப் பார்த்தபடிச் சென்று வந்தான்.

மீண்டும் மயங்கியவள், நான்கு மணிநேரம் கழித்து வல்லகி கண் முழித்துப் பார்த்தாள்.

வழக்கத்திற்கு மாறான அமைதி அவள் முகத்தில் தெரிந்தது. பார்வையும் தீராத தேடலோடு தென்பட்டது.

பாலா அவசரமாக ஓடி வந்து கட்டிக்கொண்டாள். யாழினியன் முகுந்தனுக்கு சைகை காட்டிவிட்டு உள்ளே சென்றான்.

"வகி.... வகி.... எப்படி இருக்க? இப்ப எப்படி இருக்கு? இன்னும் உடம்பு வலிக்குதா? ", அவளை கண்களால் அளந்தபடிக் கேட்டாள்.

"நல்லா இருக்கேன் பாலா.... நீ ஏன் இப்படி ஆகிட்ட? ஒழுங்கா சாப்பிடலியா?", குரலில் மென்மையும், அன்பும் வழக்கத்திற்கு மாறாக வழிந்தது.

"அதான் நீ இப்ப எழுந்துட்டல்ல... இனி சரி ஆகிடுவேன். உட்கார்றியா? ஹெல்ப் பண்ணவா?",பாலா.

"கேக்ககூடாது. செய்யணும்.... அவங்கள பிடிச்சி எழுப்புங்க.... நான் தலகாணி வைக்கறேன்.....", யாழினியன்.

பாலா வல்லகியை நிமிர்த்தி ஒரு கையில் பிடித்தபடி பாதி பெட்டை மேலே எழுப்பி அவள் அமர வாகாக்கி திருவினாள்.

யாழினியன் சற்றே அசடு வழிந்தபடி பாலாவை பார்த்துவிட்டு வல்லகிக்கு உதவி புரிந்தான்.

"எதாவது குடிக்கறியா வகி? ", பாலா மிகுந்த அக்கறையுடன் கேட்டாள்.

"வேணாம் பாலா.... தண்ணி மட்டும் கொஞ்சம் குடு போதும். அம்மா இப்ப எப்படி இருக்காங்க? அக்கா எங்க இருக்கான்னு தெரிஞ்சதா?", மெதுவாக பொறுமையாக கேட்டாள்.

முதலில் அதிர்ந்து யாழினியனைப் பார்த்தாள். அவள் பார்வை புரிந்தவன், "உங்க அம்மாக்கு இப்ப பரவால்ல. நார்மல் ஆகிட்டு வராங்க. கேஸ் பைல் பண்ணி இருக்கு. சீக்கிரமே உங்க அக்காவ கண்டுபிடிச்சிடுவாங்க.... நீங்க உங்கள ஸ்ட்ரெஸ் பண்ணிக்காம இருங்க போதும்.... பாலா இவங்க என்ன சாப்பிடலாம்னு டாக்டர கேட்டுட்டு வாங்க.. நான் போய் வாங்கிட்டு வரேன்", எனக் கூறி பாலாவை அனுப்பி வைத்தான்.

அவள் வெளியேறிய நொடி முகுந்தன் உள்ளே வந்தவன் அவள் கையில் போனை கொடுத்துப் பேச சொன்னான்.

பத்து நிமிடம் அமைதியாக அனைத்தையும் கேட்டவள் திருப்பி முகுந்தனிடம் கொடுத்துவிட்டு கண்மூடி பின்னால் சாய்ந்துக்கொண்டாள்.

முகுந்தன் சற்று நேரத்தில் கிளம்பிவிட, பாலா எளிதில் ஜீரணம் ஆகும் உணவு வகைகளை கேண்டீனில் வாங்கி வந்திருந்தாள்.

"நான் வாங்கிட்டு வரேன்னு தானே சொன்னேன்... ", இனியன் முறைத்தபடிக் கேட்டான்.

"ஏதோ பேசணும்னு தானே என்னை வெளியே அனுப்பினீங்க... அதான் நானே வாங்கிட்டு வந்துட்டேன். இந்தாங்க உங்களுக்கும்...", என அவனுக்கும் கொடுத்துவிட்டு வல்லகிக்கு மெதுவாக ஊட்டிவிட்டாள்.

"நானே சாப்பிடறேன் பாலா", சற்று சிரமத்துடன் கூறினாள்.

"வழக்கமா நாம செய்யறது தானே வகி. ஆ காட்டு... உன்ன பத்திரமா பாத்துப்பேன்னு சொல்லி இருக்கேன். அதை காப்பாத்தணும்ல....", என ஏதேதோ கதைகள் பேசி வல்லகியை உணவருந்தவைத்துவிட்டு தானும் சாப்பிட அமர்ந்தாள்.

"பாலா... அப்பா பேசினாறா?"

"ஆமா வகி. இந்தா பேசு", என அவள் மொபைலை கொடுத்தாள்.

டயல் செய்தபின் சற்று மனதை திடப்படுத்திக்கொண்டு, "அப்பா....", என்றதுமே மீண்டும் குரல் உடைய ஆரம்பித்தது.

"எப்படி டா கண்ணா இருக்க? உடம்பு பரவால்லயா? சாரிடா செல்லம். அப்பாவால வரமுடியல.... ", அவரும் குரல் உடைய பேசினார்.

"எனக்கு ஒண்ணுமில்லப்பா.... நீங்க எப்படி இருக்கீங்க? அம்மா.... அம்மா எப்படி இருக்காங்க?"

"அம்மா இப்ப பரவால்ல டா. கொஞ்சம் பொலம்பிட்டே இருக்கா அவ்வளவு தான். உன் உடம்பு எப்படிடா இருக்கு? காயமெல்லாம் ஆறிடிச்சா?"

"காயம் எல்லாம் மறைஞ்சிரிச்சிப்பா", எனக் கூறி அவளுக்கு நிகழும் மர்மத்தை அவரிடமும் கூறினாள்.

அதையெல்லாம் கேட்டவர், "செல்லம்... உன் உடம்புக்கு ஒண்ணுமில்லையே.... அந்த செடி எல்லாம் உன் பக்கத்துல தான் இருக்காடா இப்பவும்? வதனிம்மா இதபத்தி என்கிட்ட எதுவும் சொல்லவே இல்லடா.... உனக்கு உடம்பு நல்லா இருக்கு தானே கண்ணா?", கவலையுடன் கேட்டார்.

"நல்லா இருக்கேன் ப்பா.... முன்ன விட பலமா இருக்கறமாதிரி தான் உணர்றேன். நான் நேர்ல வரேன் ப்பா.... உங்கள அம்மாவ பாக்கணும்"

"சாரி மிஸ் வல்லகி.... நாங்க சொல்றவரைக்கும் நீங்க இந்த ஊரவிட்டு போக கூடாது", என அவளிடம் கூறிவிட்டு அவளின் தந்தையிடம் உரையாட ஆரம்பித்தான்.

அவருக்கு தேவையானதை மட்டும் கூறிவிட்டு ," நாங்க சொல்றவரைக்கும் அவங்க சென்னை விட்டு எங்கயும் போககூடாது. நீங்க அங்க ஜாக்கிரதையா இருங்க சார்", எனக் கூறிவிட்டு அழைப்பைத் துண்டித்தான்.

"நீங்க தான் சஸ்பென்ட்ல இருக்கீங்களே .... நீங்க எப்படி இப்படி சொல்லலாம்?", பாலா கோபத்துடன் கேட்டாள்.

"இந்த கேஸ் நான் எடுத்தது. நான் சொல்றபடி தான் போகும் நான் அங்க இல்லைன்னா கூட. இவங்க உயிருக்கு இன்னமும் ஆபத்து இருக்கு. நாங்க சொல்றபடி நடந்துக்கறது தான் நல்லது", எனக் கூறி வேகமாக வெளியே சென்றுவிட்டான்.

யாழினியன் சென்றபின் காலையில் வந்தவன் அந்த பக்கம் வந்து வகியின் அறையை நோட்டம் விட்டபின் சென்றுவிட்டான்.

இரவும் யாழினியன் காவலுக்கு அங்கே அமர்ந்திருந்தான்.

வல்லகியின் அறையின் ஜன்னல் வாயிலாக ஒரு உருவம் உள்ளே வந்தது.

ஸ்லைடிங் விண்டோவாக இருந்ததால் உள்ளே நுழையும் அந்த உருவத்திற்கு எந்த சிரமும் இல்லாது போனது.

வல்லகியின் கட்டில் அருகிலேயே அமர்ந்தபடி முன்னே கைவைத்து வல்லகியைப் பிடித்தபடி படுத்திருந்தாள் பாலா.

அந்த உருவம் இருவரையும் பார்த்துவிட்டு வல்லகியை எழுப்பியது.

கண் திறந்த வல்லகி சத்தம் போடாமல் தன் கையை மெல்ல உருவ முனைய பாலா அசையவும் அமைதியாக வந்திருந்த உருவத்தை கூர்ந்துப் பார்த்தாள்.

அந்த உருவம் அவளிடம் ஒரு சிறிய சுருக்கு பையை கொடுத்துவிட்டு அதை அவளிடம் வைத்துக் கொள்ளுமாறு கூறிவிட்டு திரும்பும் சமயம் இன்னொரு உருவம் உள்ளே வந்தது. வகி சட்டென அந்த பையை கட்டிலுக்கு அடியில் சொருகிவிட்டு முதலில் வந்த உருவத்தை மறையும்படி பணித்துவிட்டு அரைக்கண் மூடி நடப்பதை கவனித்தாள்.

அந்த புது உருவம் சுற்றிலும் பார்வையை சுழற்றிவிட்டு பாலா அருகில் நின்று அவளது கழுத்தில் எதையோ வைத்து அழுத்த அவள் சுயநினைவு தப்பி கீழே சரிந்தாள்.

அடுத்து வல்லகியைச் சுற்றி உள்ள செடிகளை ஆராய்ந்தபடி அவளது கால் கட்டை விரல் அருகில் சின்ன ஊசியால் குத்தப் போக சட்டென வல்லகி கட்டைவிரலை திடமாக்கி அந்த உருவத்தின் நெஞ்சுக்குழியில் அடித்து

அழுத்த அவன் சுவாசிக்க முடியாது சில நொடிகள் திணறிய நேரத்தில் வலது தோள்பட்டையின் மையத்தில் அழுத்தி பின்னங்கழுத்தில் அடித்தாள்.

அவன் உடல் செயல் இழந்து சுயநினைவுடன் கீழே சரிந்தான்.

டொம்மென்ற சத்தம் கேட்டு யாழினியன் தடவை தட்டும் போது ஒளிந்திருந்த உருவத்தை வெளியேற கூறிவிட்டு மெல்ல எழுந்து அறைக் கதவைத் திறந்தாள்.

பாலா ஒரு பக்கமும் முகமூடி அணிந்த உருவம் ஒரு பக்கமும் வீழ்ந்து கிடந்தனர்.

"என்னாச்சி வல்லகி? யார் இது?", என பதற்றத்துடன் உள்ளே வந்தவன் நேராக ஜன்னல் அருகில் சென்று அவசரமாக கண்களை சுழற்றிவிட்டு வல்லகியின் அருகில் வந்து நின்றான்.

"தெர்ல.... பாலா என் கைய பிடிச்சபடி படுத்திருந்தா அவ கை என்னை இழுக்கவும் எழுந்து பார்த்தா இந்த உருவம் நிக்குது. அவன் சுயநினைவோட தான் இருக்கான். விசாரிங்க. நான் பாலாவை பாக்கறேன்", என பாலாவைத் தூக்கி தான் படுந்திருந்த கட்டிலில் கிடத்தி அவள் கழுத்தை பரிசோதித்தபின், டாக்டரை அழைத்துவர வெளியே சென்றாள்.

அவள் டாக்டரை அழைத்துக்கொண்டு வரும் சமயம் காலையிலிருந்து வேவு பார்ப்பவன் கண்களில் விழுந்தாள்.

அவளின் உடல்வாகும், நிமிர்வும் அவனை ஏதோ சிந்தனையில் ஆழ்த்த, அங்கிருந்து கிளம்பி ஜிதேஷை அடைத்து வைத்திருக்கும் காட்டு பங்களா நோக்கிப் புறப்பட்டான்.

டாக்டர் வந்து பாலாவிற்கு மாற்று சிகிச்சை செய்து, அவள் கண்விழிக்க இரண்டு மணிநேரம் ஆகும் என கூறிவிட்டுச் சென்றார்.

யாழினியன் முகுந்தனுக்கு அழைத்து வரச் சொன்னான்.

"முகுந்தா .... சீக்கிரம் ஹாஸ்பிடல் வா"

டாக்டர் சென்ற பின் அங்கே மறுபக்கம் படுக்கவைத்திருந்தவன் அருகில் சென்றனர் இருவரும்.

முகமூடியை அவிழ்த்த பின் அந்த முகத்தை எங்கோ பார்த்ததாக யாழினியனுக்கு தோன்றியது.

"உன் முகம் எங்கயோ பார்த்து இருக்கேனே.... எந்த ஊர்டா நீ?"

கை கால்கள் அசைக்கமுடியாமல் கண்கள் பரிதவித்தபடி இருந்தது.

"யார் அனுப்பினா உன்ன? என் அக்கா எங்க இருக்கா?", வல்லகி நேரடியாக கேள்விக்கு வந்தாள்.

சிறிது நேரம் பதில் இல்லாது போக வல்லகி அவன் உடம்பில் ஒரு இடத்தில் அழுத்தம் கொடுத்து தலையில் அடிக்க திரும்பி இருந்த கைகால்கள் நேரானது.

அவன் கைகளை முழுதாக அசைக்கும்முன் அவன் விழா எழும்பு பகுதியில் விரலால் அழுத்தம் கொடுத்து முதுகெழும்பில் அடிக்க வலியில் கதறி-

னான்.

"ஆஆஆஆஆ.... வேணா.... ஆஆஆஆஆ"

"என் அக்கா எங்க?", குரலில் தீவிரம் கூடி இருந்தது.

"ஆஆஆஆஆஆ... தெரியாது.... "

"யார் உன்ன அனுப்பினா?", யாழினியன்.

"தெரியாது.....".

"தெரியாதா ", எனக் கேட்டபடி சற்று கீழே முதுகெழும்பிற்கு பக்கவாட்டி அடிக்க துடிதுடிக்க ஆரம்பித்தான்.

"ஆஆஆஆ.... அய்யோஓஓஓஓஓ.... அம்மாஆஆஆஆஆ.... எனக்கு நிஜமா தெரியாது.......", வலியில் அலறினான்.

வல்லகி மாற்றி மாற்றி உடலில் அழுத்தம் கொடுத்து அவனை வலியில் துடிக்கவைத்து விசாரிக்கும்போது முகுந்தன் உள்ளே வந்தான்.

"சார்..... இவன் நம்ம காட்டுக்கு போனப்ப அந்த பழங்குடி மக்கள் கூட்டத்துல இருந்தவன்ல", என கேட்டபடி வந்தவனை இனியன் சட்டென திரும்பி பார்த்துவிட்டு, "வல்லகி... கொஞ்சம் அவன நார்மல் பண்ணுங்க", எனக் கூறினான்.

யோசனையுடன் வல்லகி இனியனை பார்க்க," ப்ளீஸ்... இப்படி செஞ்சி அவனுக்கு எதாவது ஆகிட்டா அப்பறம் அந்த ஜிதேஷ் கூட்டத்த பிடிக்க முடியாது.... கொஞ்சம் பொறுமையா இருங்க....", என இனியன் எடுத்துரைத்தான்.

"முகுந்தன்.... அவன்கிட்ட இருக்க மருந்து என்னனு டெஸ்ட் பண்ண அனுப்பு.... ஒரு மணிநேரத்துல ரிப்போர்ட் வேணும். இவன நம்ம இடத்துக்கு கொண்டு போ.... நான் வந்து பேசிக்கறேன்", என முகுந்தனுக்கு சைகையும் கொடுத்துவிட்டு வல்லகி அருகில் வந்தான்.

"என்னங்க நீங்க பாட்டுக்கு அவன கொன்னுடுவீங்க போல... இது எங்க கத்துகிட்டீங்க? தர்மா சொன்னாரு வர்மக்கலை உங்களுக்கு தெரியும் னு.... ஆனா இப்படி அலற வைப்பீங்கன்னு நான் எதிர்பாக்கல..... ", எனக் கூறியபடி அருகில் வந்து நின்று, "நான் உள்ள வர்றப்ப ஒருத்தன் வெளியே போனானே அவன் யாரு?", என சிரித்தபடிக் கேட்டான்.

"தெரியாது"

"தெரியாதவன ஏன் காப்பாத்தறீங்க வல்லகி? "

"அவன் என்னை கொல்ல வரல"

"அப்ப எதுக்கு வந்தான்?"

"தெரியாது"

"பொய் சொல்லாதீங்க வல்லகி. எனக்கு வர்மக்கலை தெரியாம இருக்கலாம்.... ஆனா பொய் சொன்னா தெளிவா தெரியும். உங்களுக்கு அவன தெரியாது, ஆனா அவன் எங்கிருந்து வந்திருக்கான்னு உங்களுக்கு தெரியும். சொல்லுங்க... யார் அனுப்பி வந்தான்?", இனியன் கிடுக்கியாக கேள்வி-

யைக் கேட்டான்.

"நாச்சியா அனுப்பி தான் வந்தான்", எனக் கூறி தன்னிடம் கொடுத்துச் சென்ற சுருக்குப் பையை அவனிடம் கொடுத்தாள்.

இனியன் அதை பார்த்துவிட்டு தர்மனுக்கு புகைப்படம் அனுப்பினான்.

சிறிது நேரத்தில் இனியனும் தர்மனும் கூடி பேசி அடுத்த நாள் காலையே வல்லகியை வீட்டிற்குச் செல்லக் கூறினர்.

அவளது வழக்கமான வாழ்விற்கும் ஒருசில நிபந்தனைகள் விதித்துத் திரும்பக் கூறினர்.

வல்லகி அனைத்தையும் ஒருவித அமைதியுடன் கேட்டுக்கொண்டு அவர்கள் சொல்படி நடக்க சம்மதித்தாள்.

பாலாவிற்கு சமாதானம் கூறி அடுத்த நாள் முதல் அலுவலகம் செல்ல வேண்டும் என்று மட்டும் கூறிவிட்டு, அதற்கான ஆயத்தங்கள் மேற்கொள்ள ஏற்பாடு செய்யச்சொன்னாள்.

அன்றிலிருந்து மூன்றாம் நாள் காலை வல்லகியும் பாலாவும் தங்களின் அலுவலகத்திற்குச் செல்ல ஆரம்பித்தனர்.

பஸ்ஸில் இருந்து இறங்கி வீடு வந்து சேரும் முன் அனைத்தும் படமாக மனதில் ஓடியிருந்தது வல்லகிக்கு...

16 - காற்றின் நுண்ணுறவு

மெல்ல வல்லகி மனதில் நடந்ததை நினைத்து பார்த்தபடி நடந்து கொண்டிருக்க, பாலா சுற்றிலும் பார்வையை சுழற்றியபடியே நடந்துக்கொண்டிருந்தாள்.

பஸ்ஸில் ஏறிய உடன் தூங்கியிருந்தாலும் இடையில் கண்விழித்தபோது அவர்களை யாரோ கண்காணிப்பது போல ஒரு உணர்வு தோன்ற தான் அமர்ந்திருந்த சீட்டில் இருந்து நான்கு சீட் பின்னே அமர்ந்திருந்தவனின் பார்வை இவர்களிடமே நிலைத்திருந்தது.

நடுஇரவில் அவன் உறங்காமல் தங்களையே பார்ப்பதை உணர்ந்தவள் அப்போதிருந்து உறங்காமல் மற்ற யாரேனும் தங்களை கண்காணிக்கிறார்களா என சுற்றிலும் பார்வையை விட்டாள்.

அவன் அவ்வப்போது எதையோ போனில் டைப் செய்வது கண்டு சந்தேகம் கூடியதால் நித்திரையை துரத்திவிட்டு வல்லகியின் கைகளை பிடித்தபடி அமர்ந்திருந்தாள்.

சில மாதங்களுக்கு பிறகு தாய் தந்தையை பார்க்கப்போகும் ஆர்வமும், தாயிற்கு முடியாத நேரத்தில் உடனிருந்து கவனிக்கமுடியாமல் போன வேதனையும் வல்லகியை சுற்றம் மறக்கச் செய்திருந்தது.

இவர்கள் சொந்த ஊருக்கு ஏறும் பஸ்ஸில் அவனும் ஏறி பயணித்ததால், இன்னும் உள்ளுக்குள் பயந்துபோன பாலா வல்லகியைப் பார்த்தாள்.

அவள் இன்னும் ஏதோ யோசனையில் இருப்பது கண்டு சுற்றிலும் பார்வையை சுழற்றியபடியே வந்தவள், இத்தனை நேரம் தொடர்ந்து வந்தவன் பின்தொடரவில்லை என்பதை உறுதிபடுத்திக்கொண்டு வேகமாக நடக்க ஆரம்பித்து வல்லகியையும் முடுக்கினாள்.

"வா வகி.. சீக்கிரம் நடக்கலாம்"

"ம்ம்ம்.... ", என்றபடி அப்போது தான் பாலாவின் முகத்தை பார்த்த வல்லகி அவளின் முகத்தில் இருக்கும் பயத்தைக் கண்டு , "என்னாச்சி பாலா? ஏன் முகமெல்லாம் இப்படி வேர்த்து இருக்கு? பயந்தமாதிரி இருக்க...", என சந்தேகமாகக் கேட்டாள்.

"ஒண்ணுமில்ல.... இவ்வளவு நாள் கழிச்சி ஊருக்குள்ள வரோம். அப்பா அம்மாவ சீக்கிரம் போய் பாக்கலாம்ணு தான். வேகமா நட..."

"அவங்கள பார்க்க ஆர்வம் வந்தா சந்தோஷம் தானே வரணும்.. உனக்கு ஏன் பயம் வருது?"

"இந்த க்ராஸ் கொஸ்டினுக்கு கொறச்சல் இல்ல..... சுத்தி நடக்கறத கவனிக்காம எந்த உலகத்துல இருக்காளோ இவ...", என முனகியபடி நடந்தவளை சட்டென வல்லகி பிடித்து தன் பக்கம் இழுத்தாள்.

கார் ஒன்று அவர்களை உரசியபடிக் கடந்துச் சென்றது.

"நீ எந்த உலகத்துல இருக்க பாலா.... ஒரு செகண்ட் கவனிக்காம போயிருந்தாலும் அடிபட்டிருக்கும்.... ஜாக்கிரதையா நட... நீ இந்த பக்கம் வா என தனக்கு மறுபக்கம் அவளை நடக்கச் சொல்லி இழுத்து நிறுத்தினாள்.

"வகி..... "

"சொல்லு பாலா....".

"நம்மல யாரோ பாலோ பண்ற மாதிரி இருக்கு... "

"யாரு பாலா?"

"தெர்ல... ஒருத்தன் பஸ்ல இருந்து நம்மல நோட் பண்ணிட்டே வந்த மாதிரி இருந்தது. நம்ம ஊரு பஸ்ல கூட ஏறினான். ஆனா எங்க எறங்கினான்னு தெர்ல", மீண்டும் சுற்றிலும் பார்த்தபடிக் கூறினாள்.

"நம்ம ஹாஸ்பிடல்ல இருந்து டிஸ்ஜார்ஜ் ஆனதுல இருந்து நிறைய பேரு நம்மல பாலோ பண்ணிட்டு தான் இருக்காங்க வகி.... நீ முன்ன பாத்து நட... ", என அமைதியாக கூறிவிட்டு நடந்தாள்.

"என்ன சொல்ற? அப்ப இருந்து யாரு பாலோ பண்றாங்க? ஏன் பண்றாங்க?", பாலா அதிர்ச்சியுடன் கேட்டாள்.

"தெர்ல... ", எனக் கூறியவள் சட்டென நின்று வேகமாக மூச்செடுக்க ஆரம்பித்தாள்.

ஏதேதோ காட்சிகள் மங்கலாக தெரிந்தது. சிறிது நேரத்தில் உடல் அதிர்ந்து துள்ளிக்கொண்டு அவ்விடம் விட்டுத் தள்ளி நின்றாள்.

வல்லகி அதிர்ந்து அவ்வாறு தள்ளி நிற்கவும் தன் கைப்பையில் இருந்த மாத்திரை எடுத்துக் கொடுத்தாள்.

"வே .... வேணாம்..... இங்க..... இங்க என்னமோ நடந்திருக்கு.... சீக்கிரம் அப்பாவ கேளு", என தலையை பிடித்தபடி அவ்விடத்திலேயே அமர்ந்துக்கொண்டாள்.

வல்லகி வீட்டின் தெருமுனை தான் அது. இரண்டாவது வீடே வல்லகியுடையது என்பதால் பாலா அவசரமாக ஓடினாள்.

அந்த நேரம் வல்லகியின் தந்தை எதேச்சையாக வெளியே வர, பாலா ஓடி வருவதுக் கண்டு பதற்றமடைந்து, அவரும் அவளை நோக்கி ஓடி வந்தார்.

"என்னடா வதனிம்மா... ஏன் இப்படி ஓடி வர்ற? வல்லகி எங்க?", என பதற்றமாகக் கேட்டார்.

"அப்பா.... அவ அங்க இருக்கா... அந்த இடத்துல எதாவது நடந்ததா?", எனக் கேட்டபடி அவரை அழைத்துக்கொண்டு அவ்விடம் வந்தாள்.

"செல்லம்மா.... ஏன்டா இங்க உட்கார்ந்திருக்க? என்னாச்சி? அடிபட்டது வலிக்குதா டா?", என அவளை அணைத்து அவளை ஆராய்ந்தபடிக் கேட்டார்.

"அப்பா.... இங்க..... இங்க என்ன நடந்தது? ஏதோ மனச பாதிக்கற விஷயம் அதீதமா நடந்திருக்கு... உங்களுக்கு தெரியுமா?", இம்முறை தன்னைத் திடப்படுத்தியபடிக் கேட்டாள்.

"இங்க என்னடா நடந்திருக்கும்? நீ ஏன் இப்படி கேக்கற? எனக்கு புரியலடா..... நீங்க வீட்டுக்கு வாங்க... எந்திரி டா செல்லம்மா", என அவர்களை வீட்டிற்குள் அழைத்து வந்தார்.

இன்னும் வல்லகி அதே தோரணையில் தலையைப் பிடித்தபடி அமர்ந்திருக்க பாலா தான் அவருக்கு அவளுக்குள் நடக்கும் மாற்றங்களைக் கூறினாள்.

அனைத்தையும் பொறுமையாக கேட்டவர் அவளின் ரிப்போர்ட்களைக் கேட்டார்.

அனைத்தையும் ஆராய்ந்தவர் யாருக்கோ அழைத்து தன் வீட்டிற்கு இன்று கட்டாயம் வந்தே ஆகவேண்டும் என கட்டளையிட்டுவிட்டு வல்லகியின் அருகில் வந்து அமர்ந்தார்.

"செல்லம்மா.... உன்ன செக் பண்ண டாக்டர் நம்பர் குடுடா....."

அவரிடன் தன் மொபைலை கொடுத்துவிட்டு தன் தாயைக் காணச் சென்றாள்.

அவளுக்கு முன் பாலா அவரின் அருகில் அமர்ந்து அவரிடம் பேசிக்கொண்டிருந்தாள்.

"பாத்தீங்களாம்மா... என் சமையல் சாப்டு வகி எப்படி குண்டாகிட்டான்னு... நான் அவ்ளோ நல்லா சமைக்கறேன்.... நான் சொன்னா நம்-

பமாட்டேன்னு சொன்னீங்க நீங்களே பாருங்க", என வல்லகியை அருகில் அமரச் சொல்லிவிட்டு ஹாலிற்குச் சென்றாள்.

வகி அம்மாவின் கால்கள் செயல் இழந்து இருப்பதுக் கண்டு கண்களில் குளம் கட்டியது.

தாயின் தோளில் முகம் புதைத்து சத்தமாகவே அழ ஆரம்பித்திருந்தாள்.

அவளின் அழுகை அவளுள் அழுத்திக்கொண்டிருக்கும் வேதனைக-ளைக் கண்ணீர் வழியே வெளியேற்றியது.

அரை மணிநேரம் வரை அவளை யாரும் சமாதானம் செய்யவில்லை அழக்கூடாது எனவும் கூறிவில்லை.

அவள் மனதை அழுத்தியிருக்கும் பாரம் குறைய அவளை நன்றாக அழ விட்டனர்.

ஹாலில் இருந்த வல்லகியின் தந்தையும் அவள் அழும் சத்தம் கேட்டு கண்கலங்கினாலும், தன் ஒரு மகளையாவது பாதுகாத்திட வேண்டும் என உறுதி கொண்டு நிரல்யனைத் தொடர்புகொண்டார்.

"ஹலோ.... நான் தமிழோவியன் வல்லகியோட அப்பா பேசறேன்... "

"சொல்லுங்க சார்.. நான் டாக்டர் நிரல்யன் "

"உங்ககிட்ட என் பொண்ணு ஹெல்த் விஷயமா கொஞ்சம் பேசணும். இப்ப பேசலாமா?", எனக் கேட்டார்.

"அண்ணா.... நான் ரெடி.... வாங்க போலாம்... ஸ்கூல்க்கு டைம் ஆச்சி", என சாக்ஷி போசும் சத்தம் போனிலும் கேட்டது.

"சாக்ஷி ட்ரைவர கூட்டிட்டு போறியா டா? அண்ணா நாளைக்கு கூட்-டிட்டு போறேன்...", என நிரல்யன் தயக்கத்துடன் கூறினான்.

"இன்னிக்கு பேரண்ட்ஸ் மீட்டிங் அண்ணா.... நீ தானே அண்ணா வரணும்.. நீ இல்லாம போனா திட்டுவாங்கண்ணா... ப்ளீஸ்ண்ணா... ஒன் ஹவர் மட்டும் வாங்க.... ", என சாக்ஷி கெஞ்சலாக கேட்பது உணர்ந்து,"டாக்டர் நிரல்யன் நீங்க உங்க சிஸ்டர் வர்க் முடிச்சிட்டு இந்த நம்பருக்கு கால் பண்ணுங்க... நாம பேச ஆரம்பிச்சா லேட் ஆகும்", எனக் கூறிவிட்டு போனை வைத்தார்.

அவரின் குரலில் இருந்த எதுவோ ஒன்று நிரல்யனை மறுமொழி உரைக்க விடாமல் தடுத்து, அவர் கூறியது போல செய்ய வைத்தது.

"அப்பா.... அந்த டாக்டர் யார்கிட்டயோ வகிய காட்டணும்னு சொன்-னாரு. அதையும் மறக்காம கேளுங்க.... அவ சில சமயத்துல மூச்சு விட கஷ்டப்படறது பார்க்க ரொம்ப கஷ்டமா இருக்குப்பா", பாலா தாளாத வருத்-தமும் வலியும் கலந்து கூறினாள்.

"சரிடா.... உங்கம்மாவும் அப்பாவும் ஊருக்கு போய் இருக்காங்க டா. நீ இங்கயே இரு... நான் போய் சாப்பிட ரெடி பண்றேன் குளிச்சிட்டு வாடா", எனக் கூறிவிட்டு தன் மனைவி இருக்கும் அறையை எட்டிப் பார்த்தார்.

வல்லகி தாயின் தோள்களைக் கட்டியபடி உறங்கி இருந்தாள்.

மனைவி நிலவரசியைப் பார்த்தவர் அவர் முகத்தில் இருந்த பாதி முறுவல், மீதியைத் தேடியது.

மீதி முறுவலுக்கு காரணமாக வேண்டியவள் ராகவியை தன்னுடன் இறுக்கமாக பிணைத்தபடி அந்த கட்டிடத்தில் இருந்து தப்பிச் செல்ல முயன்றுக் கொண்டிருந்தாள்.

"ரா... சீக்கிரம் அந்த கயிற பிடி... அத பிடிச்சிட்டு சீக்கிரம் இறங்கு ... ", என ஹஸ்கி குரலில் கூறியபடி சத்தம் எழுப்பாமல், தானும் இந்த கயிற்றில் இருந்து அடுத்த கயிற்றிற்குத் தாவ முயன்றாள்.

ராகவி பயந்தபடி , "பேபி... நாம தப்பிக்கவேணாம். மாட்டினா மறுபடியும் அவன் உன்னை அடிப்பான்..", என அழுதபடிக் கூறியவளை தீயென முறைத்துவிட்டு அவளை மலமலவென கீழே இறங்க வைத்தாள்.

அன்று ஏனோ காவலுக்கு நின்றவர்கள் சற்று அசட்டையாக இருந்ததால் சட்டென கையில் கயிற்றை வைத்து மூன்று மாடி கட்டிடத்தில் இருந்து கீழே இறங்க முடிவெடுத்து விட்டாள் சுடரெழில் நாச்சியார்.

"காலைல தானே அவ்வளவு அடி விழுந்து காயம் ஆச்சி... மறுபடியும் ஏன் பேபி இப்படி பண்ணனும்? ", தரையில் குதித்துவிட்டுக் கேட்டாள்.

"காயத்துக்கு வீட்ல போய் பத்து போட்டுக்கலாம்னு தான்.... பேசாம வா.... ", என அவளை இழுத்துக்கொண்டு அங்கிருந்த கார் ஒன்றில் டிக்கி கதவை திறந்து இருவரும் அமர்ந்துக்கொண்டனர்.

"இது எங்க போகும்? இது அவனுங்க கார் தானே....", ராகவி.

"ஸ்ஸ் ", என வாயில் விரல் வைத்து காட்டிவிட்டு முன்னே காட்டினாள்.

யோகேஷ்வரன் அவசரமாக வண்டியில் வந்து ஏறி, உடனே புறப்பட ஆணையிட்டான்.

"கோ பார்ஸ்ட்.... பாஸ் வந்திருப்பாரு.... இடியட்ஸ்... அவர் போன் பண்ணத ஏன் யாரும் இவ்வளவு நேரம் எனக்கு சொல்லல? ஷிட் ஷிட்..... அவர் மட்டும் நான் அங்க போறதுக்கு முன்ன வந்திருந்தா அத்தனை பேரும் செத்தீங்க ", என மிரட்டலும் புலம்பலுமாக தனியார் ப்ளைட் நிற்கும் ஏர்ட்ரம் சென்றான்.

அவன் உள்ளே நுழைவதற்கும் ப்ளேன் தரை இறங்குவதற்கும் சரியாக இருந்தது.

நீளமான பெருமூச்சொன்றை விட்டுவிட்டு காரைவிட்டு இறங்கி நின்றான்.

அதித் ஒவிஸ்கர் என்று நினைந்திருந்தவனுக்கு ப்ளைட்டில் இருந்து இறங்கி வருபவனைக் கண்டு உள்ளுக்குள் நடுக்கம் எடுத்தது.

அவன்...... ம்ரிதுல் ....

17 - காற்றின் நுண்ணுறவு

காரில் ஒளிந்திருந்த நாச்சியாரும் ராகவியும் புதிதாய் வந்தவனைப் பார்த்தனர்.

அங்கிருந்து தப்ப முடியுமா என்பது தான் நாச்சியாரின் அதிகபட்ச சிந்தனையாக இருந்தது.

ம்ரிதுள்.... அதித் ஓவிஸ்கரின் தம்பி. தன் தந்தையின் மற்றொரு மனைவியின் மைந்தன்.

அவன் தலைமையில் அமர்ந்து போடும் திட்டங்களை, களத்தில் இறங்கி கூலியாட்களுடன் கலந்து வேலை செய்பவன்.

இவன் தன்னை எப்போதும் வெளிக்காட்டிக் கொள்ள முனைந்ததும் இல்லை.

இவனது தாய் தமிழ்நாட்டைச் சேர்ந்தவர். ஆதலால் தமிழ் ஆண்மகனாகவே வளர்ந்து பல கலைகள் கற்றவன். ஆனால் அவன் பெயரின் அர்த்தத்திற்கு நியாயம் செய்யாது வாழ்ந்து வருகிறான்.

"வாங்க ம்ரிதுள்.... அதித் பாஸ் வருவாருன்னு நினைச்சேன். உங்கள சந்திச்சதுல சந்தோஷம்", என கஷ்டப்பட்டு முகத்தில் சிரிப்பை வரவழைத்து வரவேற்றான்.

"கஷ்டப்பட்டு சிரிக்காத யோகேஷ். அந்த பொண்ணுங்கள வச்சிருக்கற இடத்துக்கு போ", கத்திரியில் கத்தரித்தாற் போல வேலையில் இறங்கக் கூறினான்.

"உடனே போலாம்.... ", என காரின் முன்பக்க இறுக்கையில் அமர்ந்து அவனே காரை எடுத்தான்.

ம்ரிதுள் பின்பக்கத்தில் ஏறிக்கொண்டு யோசனையில் ஆழ்ந்திருந்தான்.

ராகவியும், நாச்சியாவும் மூச்சைக் கூட வெளியிட முடியாமல் அமைதிக் காத்தனர்.

சிறு சத்தமும் அவர்களை வெளிகாட்டிவிடக்கூடும். ஆதலால் வாய் பொத்தி உடல் குறுக்கி அடியில் படுத்துக்கொண்டிருந்தனர்.

"யோகேஷ்.... வண்டிய காட்டு பங்களாக்கு விடு", என ஆணையிட்டான்.

"அந்த பொண்ணுங்க.....", என யோகேஷ் தயக்கமாக ஆரம்பித்த போதே, "சொன்னத செய்" , என்ற பதில் முகத்தில் அடித்தாற் போல வந்தது.

காட்டு பங்களாவிற்குச் செல்ல எப்படியும் நான்கு மணிநேரம் ஆகும். அதுவரை பெண்கள் இருவரும் அவர்களிடம் சிக்கிக் கொள்ளாமல் இருப்பது சற்று கடினம் தான்.

தமிழோவியன் சமைக்க தேவையான காய்கறிகளை வெட்டிக் கொண்டிருக்கும் போதே அவருக்கு முக்கியமான அழைப்பு வர பாலாவை கவனிக்க கூறிவிட்டு அலுவலக அறைக்குள் புகுந்துக் கொண்டார்.

பாலா காலை டிபனுக்கு சாம்பார், காரசட்னி, இட்லி என அனைத்தும் தயார் செய்திருந்தாள்.

அவள் சமையலறை விட்டு வெளியே வரவும், தமிழோவியன் தன் அலுவலக அறையில் இருந்து வெளியே வரவும் சரியாக இருந்தது.

"அப்பா ..... சமையல் முடிச்சிச்சிட்டேன். ஐஞ்சு நிமிஷம் குளிச்சிட்டு வந்துடறேன்ப்பா... அப்பறம் ஒன்னா சாப்பிடலாம்", எனக் கூறி பாலா குளிக்க தேவையானவைகளை எடுத்துக்கொண்டிருந்தாள்.

"சரி வதனிம்மா... நான் வல்லகிய எழுப்பறேன். அப்பாவுக்கு கொஞ்சம் வேலை இருந்தது உனக்கு ஹெல்ப் பண்ண முடியல சாரிடா....", தமிழோவியன்.

"இதுல என்னப்பா இருக்கு... இதுக்கு போய் பெரிய வார்த்தை எல்லாம் சொல்லிகிட்டு.... நீங்க அவள எழுப்புங்க.. கும்பகர்ணியாட்டம் தூங்கறாப்பா இப்ப எல்லாம்..... ", எனக் கூறியபடி பாத்ரூமில் புகுந்துக் கொண்டாள்.

"வல்லகி.... செல்லம்மா... எழுந்திரு டா....", என மெல்ல அவளை எழுப்பினார்.

" இன்னும் கொஞ்ச நேரம் அவ தூங்கட்டும்ங்க.... ", நிலவரசி.

"சாப்டு தூங்கட்டும்மா... நான் உன்னை தயார் செய்யறேன் வா... வல்லகி ... எழுந்திரு டா", அவளைச் சற்று பலமாகத் தட்டியதும் கண்விழித்தாள்.

"சாரிப்பா.... நான் டிபன் செய்யறேன்..நீங்க குளிச்சிட்டு வாங்க....", என அரைதூக்கத்தில் உளறினாள்.

"அதுல்லாம் எல்லாமே ரெடி. நீ குளிச்சிட்டு வா வகி சாப்டலாம். நேத்து நைட்டும் சரியா சாப்பிடல.. இப்ப சரியான பசில இருக்கேன் .... ", பாலா தயார் ஆனாள்.

"சரி. அம்மாவ நான் ரெடி பண்றேன்ப்பா...."

"என் பொண்டாட்டிய நான் தான் ரெடி பண்ணுவேன். நீ போய் குளிச்சிட்டு சீக்கிரம் வா. வதனிம்மா பசில இருக்கா பாரு.. நாங்க அடுத்து வரோம். அரசி.. கை குடு", என மென்மையான புன்னகையோடு அவரைக் கைப்பற்றி அருகில் அமரவைத்து கையில் ஏந்திக்கொண்டே பின்பக்கம் சென்றார்.

இப்படி செல்பவர்களைக் கண் இமைக்காது பார்த்துவிட்டு, வல்லகியும் பாலாவும் மென்னகையைப் பரிமாறிக்கொண்டனர்.

பாலாவின் அவசரத்தில் வகியும் குளிக்கச் சென்றுவிட்டு பத்து நிமிடத்தில் தயாராகி வந்து பாலாவிற்கு முதலில் இட்லி வைத்து பின் முறுகலாக தோசை சுட்டுக் கொடுத்தாள்.

"சுட்டுட்டு நீயும் வா வகி. சேர்ந்தே சாப்பிடலாம்... ", பாலா ஹாலில் அமர்ந்துக் கத்தினாள்.

"கத்தாத டி. வரேன். அப்பா அம்மா வந்ததுக்கு அப்புறம் அவங்களுக்கு சூடா சுட்டுக்கலாம்... பானை தண்ணி வேணுமா?", சமையலறை உள்ளிருந்துக் கேட்டாள்.

"நான் உனக்கும் எடுத்துட்டு வந்துட்டேன். நீ சாப்பிட வா.....", இவர்கள் உரையாடல் வீட்டுற்கு வெளியே மேலும் நான்கு ஜோடி காதுகளில் விழுந்தது.

"வரேன் வரேன்... எதுக்கு தான் இப்படி கத்துவியோ தெர்ல பாலா நீ.... ஊருக்கே கேக்கும் நீ பேசறது", வல்லகி செல்லமாகக் கடிந்தபடி வந்தமர்ந்தாள்.

"கேக்குது ஊருக்கு.. ஏன் பாதாள லோகம் வரைக்கும் கேக்குதுன்னு சொல்லேன்", என பாலாவும் கொணட்டிக்கொண்டாள்.

நீண்ட நாட்கள் கழித்து மீண்டும் இருவரும் சகஜமாக உரையாடுவது இருவருக்குமே மனதிற்கு இதமாக இருந்தது.

"அந்த டாக்டர் என்ன சொன்னாரு அப்பா கிட்ட?", வல்லகி வாயில் இட்லியைப் பிட்டு வைத்தபடிக் கேட்டாள்.

"சாப்பிடறப்ப பேசக்கூடாது", எனக் கூறியபடி நிலவரசி தமிழோவியனின் கையில் மிதந்து வந்தார்.

"இத சொல்ல மட்டும் சரியா வந்துடுவீங்களே.... நாச்சியாவும் வருவாளே உங்களுக்கு வரிஞ்சிகட்டிகிட்டு... ", எனக் கூறியதும் அத்தனை நேரம் இருந்த லகுதன்மை முற்றிலும் மறைந்துப் போனது.

வல்லகி மீண்டும் மனப்பாரம் கொண்டு உண்ணாமல் அமைதியாக அமர்ந்திருந்தாள்.

தமிழோவியன் நிலவரசியை தயார் படுத்திவிட்டு, தானும் தயாராகி வரும் வரையிலும் வல்லகி அப்படியே அமர்ந்திருப்பதுக் கண்டு, " செல்லம்மா... சீக்கிரம் சாப்பிடு அக்காவ தேடி போலாம். உன்னால அவள கண்டுபிடிக்க முடியும்", என அமைதியாகக் கூறினார்.

அவர் கூறியது கேட்டு நிலவரசியும் ஏதும் புரியாத பாவனையில் தன் கணவரைப் பார்த்தார்.

"என்னப்பா சொல்றீங்க.... அக்கா இருக்க இடத்த இவ எப்படி கண்டுபிடிக்க முடியும்?", பாலாவும் புரியாமல் கேட்டாள்.

"வல்லகி தெருமுனைல உட்கார்ந்திருந்த இடத்துல தான் அரசி குண்டடிப்பட்டு கிடந்தா... அந்த இடத்துல வச்சி தான் நாச்சியாவ கடத்தி இருக்காங்க....", தமிழோவியன்.

"ஆனா.... அப்பா.... அக்கா இப்ப எங்க இருக்காங்க ன்னு அவளால எப்படி சொல்ல முடியும்?", பாலா.

"முடியும். இன்னும் கொஞ்சம் பயிற்சி எடுத்து அவ மனச ஒருமுகப்படுத்தி காத்தோட பேசணும், பழகணும், உறவாடணும்....", ஒவ்வொரு வார்த்தையிலும் அழுத்தம் கூட்டி உரைத்தார்.

"அது எப்படிப்பா நான் பண்ண முடியும்?", வல்லகி.

"உன் உடம்புல ஏற்பட்டிருக்கற மாற்றங்கள் உன்னால முடியும்னு சொல்லுது செல்லம்மா.... சாப்பிடு... நமக்கு நிறைய வேலை இருக்கு.... தர்மதீரன் கொஞ்ச நேரத்துல வந்துடுவாரு... இன்னும் ஒரு சிலர நாம போய் சந்திக்கணும்... ", என யோசனையில் ஆழ்ந்தபடியே பேசினார்.

தன்னால் நாச்சியாவை கண்டுபிடிக்க இயலும் என்ற வார்த்தையே வல்லகியைப் புத்துணர்ச்சிப் பெறச் செய்தது.

தன்னுடன் பிறந்தவளைக் கண்டுப்பிடிக்கத் தயாரானாள்.

நாலரை மணி நேர பயணத்திற்குப் பின், காட்டிற்குள் செல்லும் பாதையில் கார் நின்றது.

"யோகேஷ்.... எனக்கு பத்து பேர் வேணும்.... அந்த ஆர்க்கியாலஜி டீம இங்க கொண்டு வந்துடு........ நாளைக்குள்ள.... ".

"அவங்க தான் இன்னும் நமக்கு தேவையானத கண்டுபிடிக்கலையே ம்ரிதுள்..... ".

"அந்த ப்ரோபசருக்கு நல்லாவே தெரியும்... அவனுக்கு தெரிஞ்சது அசிஸ்டண்ட் பொண்ணுக்கும் தெரியும்... "

"அந்த பொண்ணு அங்க இருக்கே.. அதையும் இங்க கொண்டு வரவா?"

"தேவையில்ல... டிக்கி தொற... இரண்டு பொண்ணுங்களும் இங்க தான் இருக்காங்க", என அவன் சொன்னதும் அதிர்ந்து நின்றான் யோகேஷ்
.

தானே டிக்கி திறந்து ராகவியையும் கைக் கொடுத்து இறக்கி அவன் எதிரில் வந்து நின்றாள் சுடரெழில் நாச்சியார்.

இருவரின் பார்வையும் கூர்திட்டிய ஆயுதமாக ஒருவரை ஒருவர் நோக்கி நின்றது.....

18 - காற்றின் நுண்ணுறவு

நாக் அவசர அவசரமாக மரத்தில் தாவி ஏறி ஒன்றிலிருந்து மற்றொன்றிற்கு தாவிக் கொண்டிருந்தான்.

ரிஷி கொடுத்த சத்தம் அந்த பழங்குடி கிராமத்தில் இருந்தவன் காதுகளில் விழுந்ததும், பதற்றமாகவும் ஜாக்கிரதையாகவும் அடர்ந்த மரங்களுக்கிடையில் தாவிச் சென்றவன், அந்த டென்ட்களில் இருந்து ஆட்களைனைவரையும் இழுத்து வந்து வரிசையில் நிற்க வைத்தது, இவன் கண்களில் விழுந்தது.

இளவெழிலி வெளியே வரமுடியாதென தர்க்கம் செய்துக்கொண்டிருக்க, வேறொருவன் வந்து அவளை ஓங்கி அறைந்ததில் உதடு கிழிந்து இரத்தம் வழிந்தது.

"எங்களால எங்கயும் வரமுடியாது.... நாங்க இங்கயே தான் இருப்போம். எவனா இருந்தாலும் அவன இங்க வரசொல்லு.... எங்க ப்ரோபசர கொன்னதுக்கு அவன் பதில் சொல்லியே ஆகணும்.... இல்ல அவனுக்கு தேவையான எதுவும் அவங்க கைக்கு எப்பவும் கிடைக்காம பண்ணிடுவோம்", அப்போதும் தைரியமாகவே பேசினாள்.

"சும்மா நொய்யி நொய்யின்னு இருக்காத.... வான்னா வரணும். உங்கள கொல்லாம அங்க கூட்டிட்டு போகணும்னு நினைக்கறோம். தேவையில்லாம சாவாதீங்க எவனும்", அக்கூட்டத்தின் தலைவன் எரிச்சலுடன் கூறினான்.

"எங்கள கொன்னுக்க... அதனால எந்த பிரச்சினையும் எங்களுக்கு இல்ல... உங்கள அனுப்பினவனுக்கு தான் அத்தனை பிரச்சினையும் வரும்", என ரிஷியும் திமிராக பதில் கொடுத்தான்.

"உங்க வீட்ல உள்ளவங்கள கொன்னா?", என்ற குரல் மற்றொரு அடியாளின் கையில் இருந்த போனில் இருந்து ஒலித்தது.

"இத்தனை நாள்ல அவங்க பாதி செத்திருப்பாங்க .. முழுசா கொன்னுடு... எல்லாருமே நிம்மதியா போவோம்", என இளவெழிலி அடக்கப்பட்டக் கோபத்துடன் கூறினாள்.

"சரி.... வினோத் .. உங்க அப்பா மார்கெட்ல நிக்கறாரு இன்னும் இரண்டு நிமிஷத்துல நீ வண்டில ஏறல... அவர் கண்ணு முன்னால உன் தங்கச்சிய நாலு பேர் ரேப் பண்ணுவாங்க.... எப்படி வசதி?", எனக் கூறினான் ம்ரிதுள்.

"உனக்கு என்னடா வேணும்? ஏன்டா எங்கள டார்ச்சர் பண்ற?", வினோத் ஆத்திரமும் அழுகையும் கலந்துக் கேட்டான்.

"இப்போதிக்கு நீங்க எல்லாரும் வண்டில ஏறுங்க. அங்க இருக்கற பொருளெல்லாம் தானா வரவேண்டிய இடத்துக்கு வந்துடும்....", எனக் கூறி போனை கட் செய்துவிட்டு நிமிர்ந்தான்.

எதிரில் நாச்சியார் அருவருப்பான முகபாவனையோடு அவனை தீயென முறைத்துக்கொண்டிருந்தாள்.

"உள்ள போ"

"ஆம்பள தானே நீ?", நாச்சியார் எகத்தாளமாக கேட்டாள்.

"ஏய்ய்....", யோகேஷ் சீறினான்.

"ஸ்ஸ்ஸூ.... ஒருத்தர மிரட்ட அவங்க வீட்டு பொண்ண துருப்பு சீட்டா எத்தனை காலத்துக்கு தான் நீங்க பயன்படுத்துவீங்க? அவன் கிட்ட இருந்து அந்த வேலைய சாமர்த்தியமா செய்ய வைக்க வக்கில்ல.... உங்களுக்கெல்லாம்.......", என கெட்டவார்த்தையில் திட்டியவள் அங்கிருந்து ராகவியை மற்றொரு கையால் இழுத்தபடிச் சென்றாள்.

"ம்ரிதுள்... ஏன் நீ இவ்வளவு அமைதியா இருக்க? அவ என்ன பேச்சு பேசிட்டு போறா.... கம்முனு விடக்கூடாது.... இப்பவே அடிச்சி அவள ஒரு வழி பண்றேன்", எகிறியபடி நகர்ந்தவனை ம்ரிதுள் மர்மமான மென்னகையு-

டன் அவள் செல்லும் திக்கைப் பார்த்தபடி இழுத்து நிறுத்தினான்.

"பொண்ணுங்களுக்கு பொதுவா திமிரு இருக்கும்... அழகும் இருந்தா அது இரண்டு மடங்கு இருக்கும்... இவளுக்கு அறிவும் இருக்கு, அது சரி-யான நேரத்துல உபயோகப்படுத்தவும் தெரியுது... அதனால தெனாவட்டும் அதிகமா தான் இருக்கும்... நான் சொன்னத செய்.... நான் விலங்க வேட்டையாடிட்டு வரேன்... சமைக்க தேவையானத ஏற்பாடு பண்ணு... ", எனக் கூறிவிட்டு அதிநவீன வில்லையும் அம்பையும் எடுத்துக்கொண்டு வெளியே சென்றான்.

அந்த பங்களாவின் கேட் அருகில் நின்ற மானைக் கண்டவுன் அதை குறி வைத்தான்.

மாடியில் இருந்து இவன் குறி வைப்பதைப் பார்த்துக்கொண்டிருந்தாள் நாச்சியார்.

நொடியில் மான் அம்பினில் தைத்து நான்கடி தள்ளி விழுந்தது.

அதை அடியாட்கள் தூக்கிக்கொண்டு உள்ளே வந்தனர்.

அவன் பின்னே நான்கு பேர் காட்டிற்குள் சென்றனர்.

நாச்சியார் மனதில் எழுந்த கலக்கம் கண்களில் எட்டாமல் இருக்க பிர-யத்தனப்பட்டுக் கொண்டே , அடுத்து என்ன செய்வதென யோசனையில் இருந்தாள்.

"பேபி... அடுத்து என்ன பண்றது?", ராகவி அங்கிருந்த சோபாவில் அமர்ந்தபடிக் கேட்டாள்.

"அதபத்தி அப்பறம் பேசிக்கலாம் ... நான் குளிச்சிட்டு வரேன்... தனியா எங்கயும் போகாத.. யார் கூப்டாலும் எது கேட்டாலும் பதில் சொல்-லாத ரா... பத்து நிமிஷத்துல வந்துடறேன்", ராகவிக்கு மேலே சைகை காட்டிவிட்டு உள்ளே சென்றாள்.

ராகவியும் ஏதோ புரிந்து வேறெதும் பேசாமல் உள்ளே கட்டிலில் அமர்ந்-துக் கொண்டாள்.

நாச்சியார் குளிக்கும் போதும், அந்த அறையைச் சுற்றி நன்றாக ஆராய்ந்துவிட்டு உடலில் துணி போர்த்தியபடியே குளித்துவிட்டு வந்தாள்.

அதற்கு நடுவில் அவர்களின் உடைகளை ஒருவன் கொடுத்துவிட்டுச் சென்றான்.

நாச்சியார் அதையும் ஆராய்ந்துவிட்டே அணிந்துக் கொண்டாள்.

"ஏன் பேபி உன் ட்ரஸ் தானே அது... அதை ஏன் இவ்வளவு நேரம் ஆராய்ச்சி பண்ணணும்?"

"அது அவங்களோட சின்ன வயசு பழக்கம் மிஸ். ராகவி.... அவங்க யாரையும் எதையும் எப்பவும் நம்பறதே இல்லை", எனக் கூறியபடி ம்ரிதுள் அந்த அறையின் உள்ளே வந்தான்.

"நீ எதுக்கு வந்த?", ராகவி வரவழைக்கப்பட்டத் தைரியத்துடன் கேட்-டாள்.

"பரவால்லயே... பூவுடன் சேர்ந்த நாறும் மணக்கும்னு சொல்றதுக்கு தகுந்தமாதிரி உங்களுக்கும் தைரியம் கொஞ்சம் வந்திருக்கு போலவே", என ராகவியை மேலிருந்து கீழே வரை ஆராய்ந்தபடிக் கூறினான் ம்ரிதுள்.

"என்ன பேசணும்?", என நாச்சியார் ராகவியை தன் பின்னால் மறைத்தபடிக் கேட்டாள்.

19 - காற்றின் நுண்ணுறவு

தமிழோவியன் அவசரமாக வாசலுக்குச் சென்று ஒருவரை அழைத்து வந்தார்.

தன் தந்தை கூறிய சாத்தியக்கூறுகளை மனதில் அசைபோட்டபடி அமர்ந்திருந்த வல்லகி, புதிதாய் வந்தவரைக் கவனியாமல் கண்மூடி அர்த்த - சயனநிலையில் அமர்ந்திருந்தாள்.

அவள் அமர்ந்திருந்த நிலையைக் கண்ட புதியவர், "ஓவியா.... நீ ஓவியத்த தான்டா பெத்து இருக்க", எனக் கூறியபடி அவள் எதிரில் அமர்ந்தார்.

தமிழோவியன் மென்னகைப் புரிந்துவிட்டு, "பாலா.... செல்லம்மா ...", என இருவரையும் அழைத்துவிட்டு தண்ணீர் கொண்டு வந்துக் கொடுத்தார்.

தந்தை அழைத்ததும் கண்விழித்தவள் எதிரில் இருப்பவரைக் கண்டு எழுந்து நின்றாள்.

பாலாவும் வல்லகியும் அவரை மரியாதை நிமித்தமாக வரவேற்றனர். பின் பாலா சமயலறை நோக்கிச் சென்றாள்.

"இவர் என் ப்ரண்ட்... இவர் தான் உன்னை ட்ரைன் பண்ணப்போறாரு செல்லம்மா"

"நீ ஏன்டா இப்ப பாரதி பொண்டாட்டிய கூப்பிடற?", புதிதாய் வந்தவர் கண்சிமிட்டியபடிக் கேட்டார்.

"பிறை ஐயா.... இந்த நிலைமைல நான் உங்களோட சண்டை போட தயாரில்ல... என் பொண்ணுங்கள காப்பாத்திட்டு உங்க கிட்ட சண்டை போடறேன்....", தமிழோவியன் வருத்தம் தோய்ந்த குரலில் பதிலளித்தார்.

"கடல்ல அலை ஓய்ஞ்சப்பறம் குளிக்க நினைச்சா எப்படி ஓவியா? எனக்கு பூஸ்ட் - அப் உன் கூட போடற சண்டை தான்", உரிமையுடன் அங்கலாய்த்தார்.

"இல்லய்யா.... மன்னிச்சிடுங்க... ", என சில நொடிகளில் தன்னை மீட்டவர், "நான் என் செல்லம்மாவ கூப்டேன். இவ என் சின்ன பொண்ணு வல்லகி... என்னோட செல்லம்மா", என முகத்தில் வரவழைத்தச் சிரிப்புடன் கூறினார்.

அவர் தமிழோவியன் முகத்தை சில நொடிகள் கூர்ந்துப் பார்த்துவிட்டு, "அரசியார் எங்க?", எனக் கேட்டார்.

"உள்ளே தான் இருக்கேன் ஐயா", என நிலவரசி உள்ளிருந்து குரல் கொடுத்தார்.

"இந்தாங்கப்பா டீ", என பாலா தமிழோவியன் கையில் கொடுத்துவிட்டு, புதியவருக்கும் கொடுத்தாள்.

"நீங்க குடிங்க.. அம்மாவ கூட்டிட்டு வரேன்", என உள்ளே சென்று நிலவரசியை கைகளில் தாங்கி வந்தார்.

அவர்கள் சிரிப்புடன் வருவதைக் கண்ட பிறைசூடன், "அப்படியே இருபத்திஐஞ்சு வருஷத்துக்கு முன்ன கல்யாணம் பண்ணிட்டு கைல தூக்கினியே அதே மாதிரி இருக்கு டா ஓவியா", என மனம் மகிழ்ந்துக் கூறினார்.

இருபத்தைந்து ஆண்டுகளுக்கு முன் பிறந்த வீட்டை எதிர்த்து வந்த இருவருக்கும் சட்டப்படியும், முறைப்படியும் திருமணம் செய்து வைத்தவர் பிறைசூடன் தான்.

இவரிடம் தான் தமிழோவியன் உதவியாளராகப் பணிபுரிந்து வந்தார்.

நிலவரசியை ஒரு கல்லூரி கலந்துரையாடலில் கண்டு மனதைப் பறிகொடுத்து, பின் பெரும் போராட்டங்களுக்குப் பிறகு இதயத்தோடு தன்னவளையும் மீட்டுக்கொண்டார்.

அன்று முதல் தமிழோவியனுக்கு மட்டுமின்றி நிலவரசிக்கும் மிகவும் மதிப்புக்குரியவராய் ஆகிப் போனார்.

ஆனால் அவர் எப்போதும் படிப்பு ஆராய்ச்சி என்று இருந்துவிட்ட படியால், இத்தனை காலம் வெளிநாட்டில் இருந்துவிட்டு சென்ற மாதம் தான் இந்தியா வந்தார்.

தமிழோவியனும் ஆராய்ச்சியாளர் தான். ஆனால் பேராசிரியராக பணிபுரிந்த படி குடும்பத்தைவிட்டு பிரியாமல், அறிவுத் தேடலையும் மற்றொரு பக்கம் கடைபிடித்து வருகிறார்.

பிறைசூடன் மனித உடலுக்குள் பல அறிய விஷயங்கள் மறைந்துள்ளது. சரியான கையாளுதலுடன் ஒரு மனித உடலை சீராக பராமரித்து, மனதையும் உடலையும் இணைக்கும் வித்தைப் புரிந்து நடந்துகொண்டால், மனித உடல் அடுத்த கட்டத்திற்கு முன்னேறும். அதாவது மனித உடலை அடுத்த புதிப்பிப்பாக மாற்ற இயலும்.

உடல் இயக்கங்கள் முதல் செயல்பாடுகள், அறிவுத் திறன், கண்பார்வை, யோசிக்கும் திறன், என அனைத்தும் மேம்படுத்தப்பட்ட நிலைக்குச் செல்லும் என ஆணித்தரமாக நம்பி இத்தனைக் காலமாக அதற்கான ஆராய்ச்சியில் மூழ்கி இருந்தார்.

உடலுக்குள் இருக்கும் பல்லாயிரம் அதிசயங்களில் ஒரு சிலதை இந்திய நாட்டில் இருக்கும் சீதோஷ்ண நிலை, இயற்கையாக விளையும் செடி ,கொடி, காய் கனிகள் என அனைத்தும் சரியாக உட்கொண்டு வந்தால் பயனை சீக்கிரம் அடையலாம் என்ற முடிவிற்கு வந்து இப்போது வந்திருக்கிறார்.

தமிழோவியனுக்கும் அவருக்கும் இரண்டு ஆண்டுகள் தான் வித்தியாசம். ஆனால் பார்க்க நாற்பதை தாண்டிடாத தோற்றமே பெற்றிருந்தார்.

லேசாக நரைத்திருந்த முடியும் கூட அவருக்கு கூடுதல் தேஜஸைத் தான் கொடுத்தது.

வல்லகி சொன்னதை வைத்து ஏதோ உணர்ந்த தமிழோவியன் இவருக்கு தான் அலைபேசியில் பேசி இப்போது வரவழைத்திருக்கிறார்.

அவர்கள் நல்ல நேரம் தமிழ்நாட்டிற்கு புறப்பட்டுக்கொண்டிருந்தவர், நேராக இவர்கள் இல்லத்திற்கும் வந்துவிட்டார்.

"நல்ல டீ.... ஓவியா டீத்தூள்ல ஆன்டிஆக்ஸிடென்ட் கலந்திருக்க போலவே டா.... அதான் இவ்வளவு இளமையா இருக்கீங்க போலவே நீங்க இரண்டு பேரும்", என மீண்டும் வம்பிலுத்தார்.

"சாப்பாடு அரிசில இருந்து எல்லா சாப்பிடற பொருள்லையும் கலந்து தான் வச்சிருக்காரு ஐயா ... எனக்கு தெரியாதுன்னு நினைச்சிட்டு இருக்-காரு.... அது எங்க உடம்ப கெடுக்கலங்கறதால நானும் கம்முனு விட்டுட்-டேன் ... ", நிலவரசியும் உரையாடலில் கலந்துக்கொண்டார்.

"எதுல எவ்வளவு கலக்கணும்னு ஓவியனுக்கு சரியா தெரியும் அரசி.... அதான் இரண்டும் பொண்ணா பெத்து வச்சிருக்கான்ல... அதுலையும் இவன் தில்லாலங்கடி இருக்கு", என பிறைசூடன் கூறிவிட்டு ஓவியனைப் பார்த்து கமுக்கமாகச் சிரித்தார்.

நிலவரசி தமிழோவியனை முறைக்கவும்," ஐயா .... என் பொண்ணோட ரிப்போர்ட்ஸ் எடுத்துட்டு வரேன் ", என உள்ளே சென்றுவிட்டார்.

"தாத்தா....", பாலா யோசனையுடன் அழைத்தாள்.

பிறைசூடன் சுற்றும் முற்றும் பார்த்துவிட்டு," என்னையா கூப்ட?", என அவளைக் கேட்டார்.

"ஆமா தாத்தா....", என அவள் சொல்லிமுடிக்கும் முன் அவள் காது-களை பிடித்துத் திருகினார்.

"உனக்கு என்னை பார்த்தா தாத்தா மாதிரியா இருக்கு? அவன விட இரண்டு வயசு தான் எனக்கு அதிகம். அவனை அப்பாங்கற என்னை தாத்-தாங்கற.... ம்ம்.... என்ன இதெல்லாம்?", என சற்றே முகத்தைக் கடுமை-யாக வைத்துக்கொண்டுக் கேட்டார்.

"சாரி சாரி.... எனக்கு எப்படி கூப்பிடறதுன்னு தெரியல அதான் அப்படி கூப்பிட்டேன்... ஏய் வகி... என்னை காப்பாத்துடி.... சிரிச்சிட்டு உட்கார்ந்-திருக்க... என் காதே அவர் கையோட வந்துடும் போல டி.... காப்பாத்து ...", என தோழியை உதவிக்கு அழைத்தாள்.

"பெரியப்பா... அவள விடுங்க.... தெரியாம சொல்லிட்டா", என வல்-லகி அவரை முறை வைத்து அழைக்கவும் உள்ளம் குளிர்ந்து பாலாவின் காதுகளை விட்டார்.

"இன்னொரு தடவ கூப்பிடு மா?", அவர் குரலில் இருந்த ஏதோ ஒன்று வல்லகியையும் தாக்கியது.

"பெரியப்பா.... பெரியப்பா.... ", என அவர் அருகில் அமர்ந்துக் கொண்டாள்.

"உங்கள பத்தி அப்பா அம்மா நிறைய சொல்லி இருக்காங்க... நீங்க பாரின்ல இருக்கறதாவும் சொல்லி இருக்காங்க.... இத்தனை நாள் எங்களை பாக்க தோணலையா உங்களுக்கு? ஒரு போன் கூட பண்ணல... அப்பா-கிட்ட மட்டும் மெயில்ல எப்பவாது பேசுவீங்கன்னு அப்பா சொல்வாரு... உங்கள சித்தப்பான்னு கூப்பிட்டாலும் தப்பில்ல.... பார்க்கவும் அவ்வளவு ஸ்மார்ட்ஆ யங்கா இருக்கீங்க...", எனப் பேசிக்கொண்டு இருந்தாள்.

"அண்ணான்னு கூப்பிடு... யார் வேணாம்னு சொல்லப்போறா... அவரு அதுக்கும் சரின்னு தான் சொல்லுவாரு..... யப்பா.... காதே அவர் கையோட போயிருக்கும் போல.... பாரு எப்படி சிவந்திருக்கு", எனக் கண்ணாடி முன்னால் நின்றுக் காதை ஆராய்ந்தபடிப் பேசினாள்.

"உன் வாய் தைக்கறேன் வா இங்க ... டார்லிங் னு கூட கூப்பிடலாம்.... அதென்ன தாத்தா... என் இத்தனை வருஷ ஆராய்ச்சிய நீ கேள்வி கேட்டுட்ட... ", அவரும் அவளுக்கு சரிசமமாக வாய்கொடுத்தார்.

"ஆமா.. செஞ்சீங்க ஆராய்ச்சி.... என் வகிய சரி பண்ணுங்க... அப்ப ஒத்துக்கறேன்... ஏன் உங்கள என் தம்பின்னு கூட சொல்லி எல்லாருக்கும் இன்ட்ரோ தரேன்", பாலாவும் விடாமல் வம்பு வளர்த்தாள்.

"அடடா.... பாலா... என்ன இது? பெரியவங்க கூட வார்த்தைக்கு வார்த்தை பேசிட்டு இருக்க.... ", நிலவரசி அதட்டினார்.

"அரசி... நீயுமா இப்படி?", போலியாக முகத்தை சோகமாக வைத்துக்-கொண்டு வல்லகியை பாவமாகப் பார்த்தார் பிறைசூடன்.

"ஐயா.... நான் அப்படி சொல்லல.... ஏங்க..... சீக்கிரம் வாங்க", என பதறிப்போய் கணவனை அழைத்தார்.

"ஓவியா ... எல்லாரும் என்னை தாத்தான்னு சொல்லிட்டாங்க.. நான் போறேன் போடா", என எழுந்து நின்றார்.

"என்னாச்சுங்க ஐயா .... யார் அப்படி சொல்றது?"

"இதோ... இந்த அரையடி தஞ்சாவூர் பொம்மையும், அரசியும்", என குழந்தைப் போல கைக்காட்டினார்.

"டார்லிங்", வல்லகி அழைக்கவும் திரும்பி அவளைப் பார்த்து புன்னகைத்துவிட்டு, "இதோ பார் ஓவியா.... இவ தான் என் டார்லிங் பேபி. என்னை எவ்வளவு அழகா டார்லிங்னு கூப்பிடறா பாரு... இவள நான் என் வீட்டுக்கு கூட்டிட்டு போறேன்..... உங்க கூட எல்லாம் டூ விட்டுட்டேன்", சிரிக்காமல் அவர் அப்படி முகத்தை வைத்துக்கொண்டு பேசியது நிலவரசிக்கும் பாலாவுக்கு சிரிப்பு அடக்கமாட்டாமல் வந்தது.

"ஹாஹாஹாஹாஹா"

"ஹாஹாஹாஹாஹாஹா"

அனைவரும் ஒரு சுற்று சிரித்து முடித்தனர்.

"இப்ப பாருங்க எல்லார் முகமும் எப்படி இருக்கு? கப்பல் கவுந்த சோகத்துலயே இருந்தா கப்பல் மிதக்க ஆரம்பிச்சிடுமா? நாம தான் அதுக்கு முயற்சி பண்ணணும்.... இப்படியே சிரிச்சபடியே இருங்க... ", எனக் கூறி-யவர் தமிழோவியன் கையில் இருந்த ரிப்போர்ட்களை வாங்கிப் பார்த்தார்.

"இன்னும் இரண்டு ரிப்போர்ட் எங்க?", என பிறை கேட்டதும் , "ஊருக்கு போய் தான் வாங்கணும்.... குடுத்துட்டு வந்திருக்கு பெரியப்பா", என பாலா முந்திக்கொண்டு பதில் கொடுத்தாள்.

பிறைசூடன் அவளை ஒருமுறைப் பார்த்துப் புன்னகைத்துவிட்டு அருகில் அழைத்தார்.

"காது வலிக்கிதாடா?"

"ஆமா"

"பேச்சுக்கு கூட இல்லைன்னு சொல்லமாட்டியா?"

"வலிக்குதான்னு கேட்டா வலிக்கறப்ப ஆமான்னு தானே சொல்ல முடி-யும்"

"ஹாஹாஹாஹா... ஓவியா.. யாருடா இந்த பொண்ணு...? எனக்கு ரொம்ப பிடிச்சிருக்கு... நான் கூட்டிட்டு போறேன்....", பிறைசூடன் பாலா-வின் தலையை வருடிவிட்டபடிக் கூறினார்.

"என் பிரண்ட் பெரியப்பா... ஒன்னா தான் வர்க் பண்றோம்... ஸ்கூல் பிரண்ட்ஸ்.... ", வல்லகி.

"உன் பேர் என்ன?"

"பாலவதனி"

"நல்ல பேர்.... சரி... ஓவியா எல்லாரும் உடனே சென்னை கெளம்-புங்க.... அங்க வச்சி தான் எல்லாமே பண்ணமுடியும்.. அங்க எனக்கு புது வர்கிங் லேப் ரெடி பண்ணி இருக்கேன். அங்க போலாம்... ", என அனை-வரையும் கிளம்பச் சொன்னார்.

"எல்லாருமா?", தமிழோவியன் யோசனையாகக் கேட்டார்.

"ஆமா எல்லாரும் தான்.... உன் பெரிய பொண்ண பத்தியும் விசா-ரிச்சேன்... நிலைமை சரியில்லன்னு தெரிஞ்சப்பறம் இங்கயே ஏன் இருக்க-ணும்?", பிறைசூடன்.

"அவங்க இங்க இருந்தா நாச்சியார பத்தி எதாவது தகவல் தெரிய வாய்ப்பிருக்கு இல்லையா சார்", எனக் கூறியபடி தர்மதீரன் உள்ளே வந்-தான்.

வல்லகியும் பாலாவும் அவன் மாற்றத்தைக் கண்டு ஒருவரை ஒருவர் பார்த்துக் கொண்டனர்.

"நாச்சியா?", யோசனையாக சூடன் ஓவியனைப் பார்க்க, "சுடரெழில் நாச்சியார் என் முதல் பொண்ணுங்க ஐயா", என விளக்கம் கொடுத்தார்.

"அவள கடத்திட்டு போய் ஒரு மாசம் மேல ஆச்சு... இப்பவரை எந்த தகவலும் வரல... அவள வேலை வாங்க இவங்கள எதாவது செய்யவும் வாய்ப்பிருக்கு தானே மிஸ்டர்?", என நிறுத்தினார்.

"நான் தர்மதீரன்... ப்ரைவேட் டிடெக்டீவ்.... ", என தன்னை அறிமுகப்படுத்திக் கொண்டான்.

"பிறைசூடன்"

"டாக்டர் பிறைசூடன்....", என அவர் வாங்கிய பட்டங்கள் கூறிவிட்டு , "உங்கள சந்திச்சதுல சந்தோஷம்... வல்லகிய குணப்படுத்திட முடியும் தானே சார்?", எனக் கேட்டான்.

"அவள எதுக்கு குணப்படுத்தணும்?"

"அவ நார்மலா இல்லையே"

"அவ நம்மல விட அப்டேட்டா இருக்கா மிஸ்டர் தர்மதீரன். அதை கன்பார்ம் பண்ண இன்னும் சில டெஸ்ட் பண்ணிட்டு இனி அவள அவளே ஹேன்டில் பண்ண ட்ரைன் பண்ணணும்.... ஷி இஸ் ப்ரீசியஸ் வெர்சன் இன் ஹீயூமன் ப்ரீட்", எனக் கூறினார்.

"புரியல....", தர்மதீரன்.

"உடனே யாருக்கும் புரியாது.... கொஞ்சம் பொறுத்திருங்க", எனக் கூறி பிறைசூடன் தமிழோவியன் அலுவலக அறைக்குச் சென்றார்.

20 - காற்றின் நுண்ணுறவு

"சீனியர்.... எங்க போனீங்க? என்ன வேஷம் இது? ஆளே அடையாளம் தெரியல.. உங்க வாய்ஸ் வச்சி தான் உங்கள கண்டுபிடிச்சேன்", என பாலா அவன் அருகில் வந்து விசாரித்தாள்.

"தேவைபடறப்ப வேஷம் போட்டு தான் ஆகணும்.... வல்லகி எப்படி இருக்க? உடம்பு பரவால்லயா?", என அக்கறையுடன் விசாரித்தான்.

"நல்லா இருக்கேன் மிஸ்டர் தர்மதீரன். சுதாகர் சார் எப்படி இருக்காரு.... உங்கள வேலைய விட்டு தூக்கிட்டதா யாழினியன் சொன்னாரு... என்ன பண்றீங்க? இப்ப எங்க இருக்கீங்க?", வல்லகி அவனை அமரச்சொல்லிவிட்டு கேள்வி கேட்டாள்.

"நான் ஆஸ்பத்திரில இருந்தப்ப தம்பி தான்மா அப்பாவுக்கு உதவியா இருந்தாரு .... போலீஸ் கம்ப்ளையண்ட் குடுக்க போனப்ப அவங்க எடுக்கமுடியாதுன்னு சொல்லிட்டாங்க... இவர் ரகளை பண்ணவும் இவர உள்ள வைக்க முயற்சி பண்ணப்ப, தம்பி தான் வந்து அதை தடுத்தாரு... அதுக்கப்பறம் நிறைய உதவி பண்ணிட்டு தான் இருக்காரு.... ", நிலவரசி தர்மதீரனை நன்றியுரைக்கும் பார்வைப் பார்த்து அனைத்தும் கூறினார்.

"இதுலாம் எங்க வேலைம்மா.... உங்களுக்கு உடம்பு பரவால்லயா?", தர்மதீரன்.

"நல்லா இருக்கேன்ப்பா.... வல்லா... தம்பிக்கு டீ போட்டு கொண்டு வா", என அவளை அனுப்பிவிட்டு பாலாவை மதிய உணவு பரிமாற ஏற்பாடு செய்யும்படி அனுப்பிவிட்டு தர்மதீரன் கைகளில் எதையோ கொடுத்தார்.

அதை அவனும் தன் கோட்டின் உள்ளே வைத்துக்கொண்டான்.

பிறைசூடன், "ஓவியா.... வல்லகிக்கு சரியான முறைல அவ உடம்புல, ஏதோ ரணசிகிச்சை இல்லைன்னா பதப்படுத்தப்படற சிகிச்சை நடந்திருக்கு... அதான் உடம்பு இந்தளவுக்கு முன்னேறி இருக்கு... அவளால காத்துல இருக்கற நினைவுகளை படிக்க முடியுது... இது சாதாரணமான விஷயம் இல்ல... இதுக்கான ஆரம்பகட்ட ஆராய்ச்சி பலமுறை தோற்றுப் போய் இருக்கு... இன்னமும் உலகம் முழுக்க முயற்சி செஞ்சிட்டு தான் இருக்-காங்க...ஆனா வல்லகியால கொஞ்சம் கொஞ்சமா அதை படிக்க முடி-யுது... காட்சிகளுமே கண்ணுக்கு தெரியுதுன்னு சொல்றது தான் இதுல உச்-சகட்ட பிரமிப்பு .... "

"இதனால வல்லகி வாழ்க்கை எதாவது?", என கேட்கத் தயங்கி அமை-தியானார் தமிழோவியன்.

"பயிற்சி எடுத்துகிட்டா அவளால சகஜமா இருக்க முடியும் ஓவியா.... தவிர இதனால அவ மூளை நரம்பு மண்டலம் எதுவும் குழம்பல... எல்லாமே சரியா தான் வேலை செய்யுது. அதுகூட ஒரு அப்டேஷன் நடந்திருக்கு அவ்வளவு தான்... அது யார் பண்ணான்னு தான் தெரியல... ஆனா..... சரி... அவள இன்னும் நிறைய டெஸ்ட் பண்ணணும்... அவளுக்கு அவளுக்குள்ள ஏற்பட்ற மாற்றங்களை கையாள பயிற்சி குடுத்து அவளை அவளே தடுமாற்றம் இல்லாம இயக்க வைக்கனும்... இது தான் நம்மலால இப்ப பண்ணமுடியும்.... ", எனக் கூறி நிறுத்தினார்.

தமிழோவியன் குழப்பமும் பயமும் கலக்கமும் கலந்த நிலையில் பிறை-சூடனைப் பார்த்தார்.

"ஓவியா... அவ எனக்கும் பொண்ணு தான். அவள பத்தின தகவல் எதுவும் எப்பவும் வெளியே போகாது .. அவளோட வாழ்க்கைய அவ வாழ எந்த தடையும் வராம பாத்துக்கறது நம்ம பொறுப்பு .... அதுல என் பங்கு அதிகமாவே இருக்கும்.... அவ சோதனை எலியா இருக்க மாட்டா டா.... என்னை நம்பு",என தைரியம் கூறினார்.

"உங்கள நம்பி தான்யா உங்கள கூப்பிட்டேன். ஆனா என் பொண்ணுங்க இரண்டு பேருமே சிறப்பானவங்களா இருக்கணும்னு நினைச்சி தான் ஒருசில விஷயங்களை நான் செய்துகிட்டேன். அவங்க வளர வளர அவங்கள கண்-காணிச்சிகிட்டே தான் வரேன். ஆனா அவங்க ஆசையும் கனவுகளையும் நான் கலைக்க விரும்பல... மத்தவங்கள விட அவங்களோட செயல்பாடும், திறமையும் பத்து சதவீதம் கூட இருந்தா அவங்க பெருசா சாதிப்பாங்கன்னு நினைச்சேன். ஆனா அதனாலயே இவங்களுக்கு இப்படி ஒரு இக்கட்-டான சூழ்நிலைகள் வரும்னு நான் எதிர்பாக்கலய்யா.... அரசிக்கு எல்லாம்

தெரிஞ்சும் அவ என்னை எதுவும் கேள்வி கேக்கல...அவ என்னை அவ்வளவு நம்புறா... நான் பொண்ணுங்களுக்கு கெட்டது பண்ணி இருக்க மாட்டேன்னு நினைக்கறா .. ஆனா எனக்கு உறுத்தல் இருந்துகிட்டே இருக்கு... ", மனதில் அழுத்திய பாரத்தைக் கண்ணீர் வழியாகவும், வார்த்தை வழியாகவும் சிறிது வெளியேற்றினார் தமிழோவியன்.

"ஓவியா.... வாழ்க்கைல நாம எது மேல பிடிப்பு அதிகமா வைக்கறமோ அதுல தான் சோதனையும் வரும். அது தான் நியதி... இந்த சோதனைல உன் பொண்ணுங்க ஜெயிச்சி வர நம்மலால முடிஞ்ச உதவிய பண்ணலாம். உன் மூத்த பொண்ணோட ரிப்போர்ட் எங்க?", எனக் கேட்டார்.

வல்லகியின் இந்த மாற்றத்திற்கு முந்திய ரிப்போர்ட்டுடன் நாச்சியாவின் ரிப்போர்ட்டும் சிறிய அளவு வித்தியாசத்துடன் தான் இருந்தது.

நடுவில் வல்லகிக்கு கொடுத்த உடல்நிலை மாற்றம் நாச்சியாருக்கு நிகழாததால் அவளுக்கு எவ்வித மாற்றங்களும் ஏற்படவில்லை.

"ஓவியா.... நாம கௌம்பலாம் தானே... அந்த டிடெக்டீவ் சொல்றது போல நீங்க இங்க இருக்கணுமா?", பிறைசூடன்.

"ஆமாங்க ஐயா.. நீங்க வல்லகிய கூட்டிட்டு கிளம்புங்க... நாச்சியா எதாவது எங்களுக்கு தகவல் கொடுக்க முயற்சி பண்ணா அவ எங்க இருக்கான்னு தெரிய வாய்ப்பிருக்குங்கய்யா....", தந்தையின் தவிப்பும் பதற்றமும் நன்றாகப் புரிந்தது.

"சரி.. அந்த சின்ன வாலு பொண்ணையும் கூட்டிட்டு போறேன். அவங்க அப்பா அம்மாகிட்ட சொல்லிடு.... ",என எழுந்தார்.

"சாப்பிட்டு போலாங்கய்யா... எல்லாம் தயாரா தான் இருக்கு", என தமிழோவியன் சாப்பிட ஏற்பாடு செய்யக் கிளம்பினார்.

பிறைசூடன் எதையோ நினைத்து நீண்ட மூச்சொன்றை வெளியேற்றிவிட்டு வெளியே வந்தார்.

வல்லகியும் பாலாவும் எல்லாருக்கும் பரிமாறிக்கொண்டு இருந்தனர்.

அப்போது நிரல்யன் தமிழோவியனின் அலைபேசிக்கு அழைத்தான்.

"ஹலோ... நான் டாக்டர் நிரல்யன் பேசறேன்... இப்ப உங்ககிட்ட பேசலாமா?".

"ஹலோ டாக்டர்... நான் வல்லகி பேசறேன். அப்பா சாப்டுட்டு இருக்காரு... கொஞ்சம் வையிட் பண்ணுங்க அவர் வந்ததும் கூப்பிட சொல்றேன்..."

"பரவால்ல.... பொறுமையா வரட்டும்... உங்களுக்கு உடம்பு எப்படி இருக்கு வல்லகி? மூச்சு திணறல் மறுபடியும் வந்ததா?", எனக் கேட்டான்.

"மூச்சு திணறல் வரல டாக்டர் ஆனா தலையெல்லாம் வலிக்க ஆரம்பிச்சது. தலை சுத்திச்சி... எமோஷன்ஸ் கன்ட்ரோல் பண்ண முடியல... டேப்லெட் போட்டதும் கொஞ்சம் அமைதி ஆனேன்... ".

"நீங்க எப்ப சென்னை வரீங்க... உங்கள இன்னொருத்தர் கிட்ட செக் பண்ணனும். அவர் அப்பாயிண்ட்மெண்ட் வாங்கிடவா? ", நிரல்யன்.

"யார பாக்கணும் டாக்டர்?"

"அவர் ஈ.என்.டில ரிசர்ச் பண்ணிட்டு இருக்காரு. காத்த நம்மலால படிக்க முடியுமா முடியாதாங்கற தலைப்புல, அவருக்கு நல்ல விஸ்டம் இருக்கு.... உங்க மத்த ரிப்போர்ட்ஸ் மதியம் தான் வந்தது... மொத்த ரிப்-போர்ட்ஸ்ஸோட ஒரு காப்பி அவருக்கு அனுப்ப போறேன்".

"அவர் பேரு....?".

"மாமல்லன்".

"ஒரு நிமிஷம் அப்பா வந்துட்டாரு ", என வல்லகி அலைபேசியை கொடுத்துவிட்டு அங்கிருந்துச் சென்றாள்.

"சொல்லுங்க நிரல்யன்... இப்ப ப்ரீ ஆகிட்டீங்களா?", தமிழோவியன்.

"ப்ரீ தான் சார்.... மாமல்லன் கிட்ட உங்க பொண்ணோட ரிசல்ட்ஸ் காட்டப் போறேன். அவரு இதுல நிறைய ஆர்டிகள் எழுதி இருக்காரு. இப்ப ரிசர்ச்சும் பண்ணிட்டு இருக்காரு... அவர்கிட்ட காட்டினா நமக்கு ஒரு ஐடியா கிடைக்கும்ன்னு தோணுது", நிரல்யன்.

"டாக்டர் நிரல்யன். என் பொண்ணு லேப் சப்ஜெட் இல்ல.. அவ அவளோட வாழ்க்கைய வாழனும்... அவள வச்சி ஆராய்ச்சி பண்றதுக்கு நான் எப்பவும் சம்மதிக்க மாட்டேன். இவள பத்தின எந்த தகவலும் அவர் வெளியே விடமாட்டாருங்கற உறுதி எனக்கு குடுத்தா தான் என் பொண்ண கூட்டிட்டு வருவேன்", என கண்டிப்பானக் குரலில் கூறினார்.

"சரிங்க சார். அவர்கிட்ட முதல்ல இப்படி ஒரு கேஸ்ன்னு மட்டும் டிஸ்-கஸ் பண்றேன். அப்பறம் நேர்ல பாக்கலாம். மத்த ரிப்போர்ட் உங்களுக்கு மெயில் பண்ணவா?", நிரல்யன்.

"என் மெயில் ஐடி தரேன் ... பண்ணிடுங்க டாக்டர். தேங்கஸ் பார் யூவர் கன்சர்ன்", எனக் கூறி வைத்தார்.

"என்ன ஓவியா?", பிறைசூடன் யோசனையாய் அமர்ந்திருந்தவரைப் பார்த்துக் கேட்டார்.

"மாமல்லன் கிட்ட போலாம்னு டாக்டர் சொல்றாரு",எனக் கூறி திருப்தி-யின்மையுடன் பார்த்தார்.

"யாரு.... மாமல்லன்.....",என யோசித்தவர் சட்டென நினைவு வந்து ,"அவனா.... அவன் மனுஷங்கள உயிராவே மதிக்கமாட்டான்னு கேள்வி பட்டிருக்கேன் ஓவியா... வேணாம்... நாமலே பாத்துக்கலாம்... அவனுக்கு ரிப்போர்ட் கூட அனுப்பவேணாம்... அப்பறம் விபரீதம் ஆகிடப்போகுது", என அவசரமாகக் கூறினார்.

"இருங்க டாக்டருக்கு கால் பண்றேன்", என அலைபேசியில் அழைக்க, பிஸி என்றே வந்தது.

இவருக்கு மெயில் வந்து பத்து நிமிடத்தில் நிரல்யன் தமிழோவியனை அழைத்து," சார்.... மாமல்லன் நேர்ல பாக்கணும்னு சொல்றாரு... எப்ப வரீங்க?", எனக் கேட்டான்.

"சாரி நிரல்யன்... மாமல்லன நாங்க பாக்கறதா இல்ல.... அவர் உயிராவே யாரையும் மதிக்கமாட்டருன்னு இப்பதான் கேள்விபட்டேன். என் பொண்ண நான் கஷ்டப்பட விடமாட்டேன். இதுக்கு மேல என் பொண்ண பத்தி யார்கிட்டயும் பேசாதீங்க ... ", எனக் கூறி தமிழோவியன் வைத்துவிட்டார்.

நிரல்யன் இந்த பதிலை சற்றும் எதிர்பார்க்காததால் அதிர்ந்து அமர்ந்திருந்தான்.

"அண்ணா..... இந்தாங்க ஐஸ்க்ரீம்.... உங்க ட்ரீம் டாக்டர் கிட்ட பேசிட்டீங்களா? அவரு உங்கள பாக்க ஓக்கே சொல்லிட்டாரா? எப்ப பாக்க போறீங்க? அந்த பேஷண்ட் எப்ப வராங்க?", என சாக்ஷி வரிசையாக கேள்விகள் தொடுத்தாள்.

"தெர்லம்மா..... அவங்க ஏதோ சொல்றாங்க... ஆனா நான் நாளைக்கு அவர பாக்க போறேன்.... ", என யோசனையுடன் மறுமொழி உரைத்துவிட்டு ஐஸ்கிரீம் சாப்பிட ஆரம்பித்தான்.

"என்ன சொல்றாங்கண்ணா?"

"ஒண்ணுமில்லடா... நீ சாப்பிட்டு போய் படி... எனக்கு கொஞ்சம் வேலை இருக்கு", என எழுந்து தன் அறைக்குச் சென்றுவிட்டான்.

மாமல்லன் லேப்....

"ரித்விக்.. அந்த ஈ.என்.டி டாக்டர் பத்தி விசாரி... அந்த பேஷண்ட் பத்தின ஃபுல் டீடைல்ஸ் எனக்கு இரண்டு மணிநேரத்துல வேணும்... அந்த சப்ஜெட் ரொம்ப முக்கியம்... அதுக்கு எதுவும் ஆகாம பாத்துக்க ஆளுங்கள போடு... வேற யாருக்கும் அந்த சப்ஜெட் பத்தி தெரியவே கூடாது.. அந்த டாக்டர கூட போட்டு தள்ளிடு... இதுல நான் மட்டும் தான் பேர் புகழ் வாங்கணும். எவனும் வரக்கூடாது... புரியுதா?", வல்லகியின் ரிப்போர்ட்களை கையில் வைத்தபடிக் கட்டளையிட்டது மாமல்லன் அன்றி வேறு யாராக இருக்க முடியும்...???

"டாக்டர்.... ஒரு சந்தேகம்....", ரித்வித்.

"என்ன?"

"இந்த ரிப்போர்ட் மட்டும் வச்சி எப்படி நீங்க உங்க தீதிஸ் ப்ரூவ் ஆகும்னு நினைக்கறீங்க? அது இல்யூஷனா இருக்க கூட வாய்ப்பிருக்கே", ரித்விக்.

"அந்த டாக்டர் நேர்ல அதை பாத்திருக்கான் கேட்டிருக்கான்".

"அவன் ரொம்ப நாளா உங்கள பார்க்க ட்ரை பண்ணிட்டு இருக்கான். அவன் பொய் கூட சொல்லி இருக்கலாம்.... அந்த சப்ஜெட்அ அவனையே கூட்டிட்டு வர சொன்னதுக்கு இன்னும் அவன்கிட்ட இருந்து பதில் வரல....

",ரித்வித் தயக்கத்துடன் கூறினான்.

"சரி.. நாளைக்கு அவன் சப்ஜெட்டோட வரலன்னா இங்கயே அவன போட ஏற்பாடு பண்ணு..... இல்ல இல்ல... இப்ப இருக்கற சப்ஜெட் எப்ப வேணா டெட் ஆகும். சோ அவன அடுத்த சப்ஜெட் ஆக்கிடலாம்... அதுக்கு ஏற்பாடு பண்ணிடு", எனக் கூறிவிட்டு உள்ளறையில் சாய்ந்தவாக்கில் இருக்கும் இருக்கையில் அமர்ந்திருந்த வாலிபன் ஒருவனுக்கு எதோ மருந்து செலுத்திவிட்டு அடுத்தக் கட்ட சோதனைக்கு தயாராக ஆரம்பித்தான் அவன்.

ரித்வித் ஓர் வெறுப்பு பொங்கும் பார்வையைப் பார்த்துவிட்டு அங்கிருந்து வெளியேறி நிரல்யனுக்கு அழைத்தான்.

நிரல்யன் வருவதாக மட்டும் கூறி வைத்துவிட்டான்.

மாலை பிறைசூடனுடன், வல்லகியும் பாலாவும் கிளம்பினர்.

தர்மதீரன் அவர்களுக்கு பாதுகாப்பு ஏற்பாடுகள் கவனித்துவிட்டு அங்கிருந்து கிளம்பினான்.

கிளம்பும் முன் வல்லகியிடம் வந்தவன்," வல்லகி.... ஹாஸ்பிடல்ல உன்கிட்ட ஒரு பொருள் ஒருத்தன் வந்து குடுத்தான்ல அது எங்க?", எனக் கேட்டான்.

"எந்த பொருள்?", வல்லகி முகத்தில் எதுவும் காட்டாமல் கேட்டாள்.

"உன் அக்கா குடுத்துவிட்ட பொருள்... அது உன்கிட்ட தான் இருக்குன்னு எனக்கும் தெரியும்", அழுத்தமாகக் கூறினான்.

"கீதன் அண்ணாவ பாத்தீங்களா?அக்கா எங்க இருக்காளாம்? ", என ஒருவித பரிதவிப்புடன் கேட்டாள்.

"இடம் மாத்திட்டாங்களாம்.... இப்ப எங்கன்னு தெரியல... ஆனா கூடிய சீக்கிரமே தெரியும்.... அது உன்கிட்டயே பத்திரமா இருக்கட்டும்... உன் உடம்ப பாத்துக்க... நான் கிளம்பறேன்... உங்க பாதுகாப்புக்கு கன் தரவா?", தர்மதீரன்.

"என் வகிக்கு கன் எதுக்கு சீனியர்? அவ கைவச்சால அத்தனை பேரும் சுருண்டு விழுந்துடுவானுங்க", பாலா சிரித்தபடி அருகில் வந்து நின்றாள்.

"எல்லாரும் வந்து இந்தான்னு கைல கால குடுக்கமாட்டாங்க... உங்களுக்கு ஏற்பாடு பண்றேன். சுட கத்துக்கோங்க... சார்கிட்ட சொல்லிட்டு போறேன்", என பிறைசூடன் அருகில் சென்று இருவருக்கும் துப்பாக்கி சுடும் பயிற்சி அளிக்குமாறு கூறிவிட்டு, அனைவரிடமும் விடைப்பெற்றுக் கொண்டு அங்கிருந்து கிளம்பினான்.

21- காற்றின் நுண்ணுறவு

அடுத்த நாள் காலை நிரல்யன் சீக்கிரம் தயாராகி மாமல்லனின் இருப்பிடம் நோக்கிக் கிளம்பினான்.

"அண்ணா.... ஆல் தி பெஸ்ட்....", என சாக்க்ஷி வாழ்த்துக் கூறி வழியனுப்பி வைத்தாள்.

மாமல்லனிடம் எப்படி வல்லகி வராததன் காரணம் கூறுவது என்கிறக் குழப்பத்துடன் கார் ஓட்டியபடி வந்தான்.

பிறைசூடன் மாலை கிளம்பி இரவிற்குள் சென்னை வந்து சேர்ந்தவர் பெண்கள் இருவரையும் தன் இருப்பிடம் நோக்கி அழைத்துச் சென்றார்.

அவர்கள் இருவருக்கும் தங்க ஒரு தளத்தையே கொடுத்தவர். அதில் அனைத்து வசதிகளும் செய்துகொடுத்தார்.

அவர்கள் இருவரும் தங்கியிருந்தது இரண்டாவது தளம். அவர் முதல் தளத்தில் தங்கி இருந்தார். அது தவிர மேலே இரண்டு தளமும், அன்டர்க்ரவுண்ட் இரண்டு தளமும் இருந்தது.

சுற்றிலும் தோட்டம் ஆங்காங்கே சில பயிற்சி கூடங்கள் என புத்தம் புதிதாய் காணப்பட்டது அந்த இடம்.

முதல் நாள் இரவு உணவை வெளியேவே முடித்துக்கொண்டனர். காலையும் அவர்களின் அறைக்கே உணவுச் சென்றிருந்தது.

சாப்பிட்டு முடித்ததும் ஒரு மினி ரோபோ வந்து அவர்கள் சாப்பிட்ட இடத்தைச் சுத்தம் செய்துவிட்டுப் பாத்திரங்களை எடுத்துச் சென்றது.

இருவரும் தயாராகி அந்த இடத்தைச் சுற்றிப் பார்க்கச் சென்றனர்.

எல்லாம் சுற்றிப் பார்த்துவிட்டு பிறைசூடனைத் தேடிக் கொண்டு வந்தனர்.

"பெரியப்பா.... இதுலாம் இப்ப தான் நீங்க ரெடி பண்ணீங்களா?", எனக் கேட்டபடி வல்லகி அவரின் லைப்ரரிக்குள் வந்தாள்.

"வாடா வல்லகி.... ஆமா... இங்க வந்து செட்டில் ஆகணும்னு முடிவு பண்ணதால இரண்டு வருஷம் முன்னயே இதை ரெடி பண்ண ஆரம்பிச்சேன். இது தவிர நார்த் இந்தியாலையும் இரண்டு ரிசர்ச் லேப் கட்டிட்டு இருக்கேன்..."

"உங்களுக்கு அவ்வளவு வருமானம் வருதா ?", எனக் கேட்டபடி பாலாவும் உள்ளே வந்தாள்.

பிறைசூடன் மெலிதாக சிரித்தார். வல்லகி பாலாவை முறைத்தாள்.

"என்னை ஏன்டி முறைக்கற... இத்தனை ப்ளோர் கட்டி எல்லா வசதியும் இருக்கு... இதுல இவரோட ரிசர்ச் லேப் லைப்ரரி வேற ப்ராக்டீஸ் ஏரியான்னு இதுவே பாரு நாலு காணி அளவுக்கு இருக்கு.... அதான் கேட்டேன்... நாம ஹாஸ்டலுக்கு தங்கவே அவ்வளவு கேக்கறாங்க... இங்க இவ்வளவு பெரிய இடம் வாங்கி பில்டிங் கட்டறதுன்னா சும்மாவா? வெளிநாட்ல கொள்ளை அடிச்சிட்டு வந்திருப்பாரோன்னு தான் எனக்கு தோணுது", பிறையைப் பார்த்து நமுட்டு சிரிப்பு சிரித்தபடிக் கூறினாள்.

"ஆமாடி என் சீமாட்டி.... உன்ன தான் அடுத்த தடவ பேங்க்ல கொள்ளை அடிக்க அனுப்ப போறேன். அதுக்கு நீ ரெடி ஆகு..."

"எந்த பேங்கல கொள்ளை அடிக்க போறோம்?", ஆர்வம் மின்னக் கேட்டாள்.

"எந்த பேங்க்ல அடிக்கலாம் நீயே சொல்லு", பிறைசூடன்.

தலையில் கை வைத்து யோசித்தவள்," ஹான்ன்ன்.... போன வாரம் ஒரு தெலுங்கு டப்பிங் படம் பாத்தேன். அதுல ஒரு பேங்க் வரும். அந்த பேங்க்ல மினிமம் பேலன்ஸ்ஆ ஐயாயிரம் கோடி வச்சிருந்தா தான் அக்கவுண்டே ஓபன் பண்ணுவாங்களாம். அந்த பேங்க்ல கொள்ளை அடிக்கலாம் பெரியப்பா", கண்கள் மின்னக் கூறியவளின் முகபாவம் கண்டு பிறைசூடன் அவளை ஆரத்தழுவிக் கொண்டார்.

"நிஜமா உன்ன பெத்தவங்க ஏதோ புண்ணியம் செஞ்சி இருக்காங்க.... மனுஷன் எந்த கஷ்டத்துல இருந்தாலும் உன் பார்வையே அத ஓட வச்சிடுது ... சரி வாங்க ப்ராக்டீஸ் ஆரம்பிக்கலாம்", என இருவரையும் அழைத்துக்கொண்டு கீழே பயிற்சிக் கூடத்திற்கு வந்தார்.

பாலாவும் வல்லகியும் அந்த லேப்பை பிரப்மிப்புடன் பார்த்துக் கொண்டிருந்தனர்.

ஒரு சுவற்றில் உலகின் பிரசித்தி பெற்ற பல பல்கலைகழகங்கள் பிறைசூடனுக்கு கொடுத்த பரிசுகள், கோப்பைகள், பாராட்டுப் பத்திரங்கள் என நூற்றுக்கணக்கில் ப்ரேம் செய்யப்பட்டு இருந்தது. பிறைசூடன் பற்றி அவர்கள் இருவரும் ஒன்றும் அறியாததால் அவரது ஞானமும், அதன் விசாலமும் அறியாமல், சிறுகுழந்தை போல இவர்களுடன், அவரும் உரையாடுவதால் சாதாரணமான ஆளை விட சற்று உயர்ந்தவர் என்று மட்டுமே எண்ணி இருந்தனர்.

இப்போது அவரின் பட்டங்கள், அவருக்கு கிடைத்திருக்கும் மரியாதைகள், பரிசுகள் என அவரின் சாதனைகளின் பட்டியலைக் கண்டுப் பிரமித்து தான் நின்றனர்.

"ஹேய் க்யூட் பேர்ட்ஸ்.... இங்க வாங்க... முதல்ல உங்களுக்கு வார்ம் அப் தான்.... இங்க முதல் டோர்குள்ள வாங்க", எனக் கூறிவிட்டு உள்ளே சென்றார்.

இவரும் தடதடவென ஓடிச் சென்றனர்.

"நான் தான் பர்ஸ்ட்...."

"இல்ல நான் தான் பர்ஸ்ட்"

"இல்ல நான் தான்..."

"நான் தான்..."

முதலில் இருவரும் எதனால் சண்டை போடுகின்றனர் என்று ஒரு நொடி நிதானித்துக் கவனித்தவர், பின் "நான் தான் முதல்ல வந்தேன். நீங்க இரண்டு பேருமே லேட் தான்", எனக் கூறிச் சிரித்தார்.

பெண்கள் இருவரும் சிரித்துவிட்டு அவரின் அருகில் சென்று நின்றனர்.

"இது என்ன பெரியப்பா?", என வல்லகி அங்கிருந்த கலவையான பொருட்களைப் பார்த்துவிட்டுக் கேட்டாள்.

அங்கே எழுதுவதற்கு ஸ்லேட் முதல் டிஜிட்டல் ஸ்லேட் வரை அனைத்தும் இருந்தது.

விளையாட்டு பொருட்களிலும் அனைத்தும் இருந்தது. சிலம்பம், மான் கொம்பு, ஜிம்நாஸ்டிக் செட்டிங் ஒருபக்கம், ஜிம் வைட் ஒரு பக்கம், வாலிபால்,ஸ்கேட்டர்,பேஸ்கட் பால், புட் பால், ஹேண்ட் பால், ஹாக்கி, க்ரிக்கெட் பேட் , இப்படி பல வகையான பொருட்களும் இன்னொரு பக்கம் அழகாக அடுக்கி வைக்கப்பட்டு இருந்தது.

செஸ், கேரம், ஸ்நூக்கர்,என உள்விளையாட்டு பொருட்களும் இன்னொரு பக்கம் இருந்தது.

"இதுல்லாம் நீங்க தினம் விளையாடுவீங்களா பெரியப்பா?", பாலா ஆச்சரியமாகப் பார்த்தபடிக் கேட்டாள்.

"ஆமா.... போர் அடிச்சா அப்ப அப்ப விளையாடுவேன்", என்றபடி சிலம்பம் இருக்கும் பக்கம் சென்று மணல் வளையத்திற்குள் சென்று நின்று வல்லகியை அழைத்தார்.

வல்லகியும் மற்றொரு சிலம்பத்தை எடுத்துக் கொண்டு அவருக்கு சிலம்ப முறையில் வணக்கம் வைத்துவிட்டுப் போட்டிக்குத் தயாராக நின்றாள்.

பிறைசூடன் ஆரம்ப கட்டத்தில் இருந்து ஆரம்பித்து வல்லகியின் உடல் அசைவுகளையும், நேர்த்தியாக அவள் சிலம்பும் சுழற்றுவதையும் படம்பிடிக்க உத்திரவிட்டார்.

"யார்கிட்ட போட்டோ எடுக்க சொன்னீங்க பெரியப்பா?", பாலா சுற்றிலும் பார்த்துவிட்டுக் கேட்டாள்.

"இது ஹைலி சிஸ்டமைஸ்டு ஸ்மார்ட் ஜோன். வாய்ஸ் ஆர்டர் குடுத்தா போதும். இங்க சுத்தி சிசிடிவி கேம் இருக்கு ... வல்லகிய ஸ்பெஷல் கேம்ல ரெக்கார்ட் பண்ண சொன்னேன். அது 360° ல 3 டைமன்சன்ல வீடியோ அண்ட் போட்டோ எடுக்கும்... ", எனக் கூறியபடி அடுத்தக் கட்ட சிலம்பாட்டத்திற்குச் சென்றார்.

வல்லகி முன்பை விட வேகமாகவும், விவேகத்துடனும், துள்ளியமான கணக்கிடுதல்களோடு தன்னை நோக்கி வரும் சிலம்பத்தை தட்டிவிட்டும், தற்காத்துக்கொண்டும் இருந்தாள். அதை அவளே புதிதாய் உணர்ந்தும் கொண்டிருந்தாள்.

அவளுக்குள் உற்சாகம் பொங்கப் பொங்க, அவளது செயல்திறன் முற்றிலும் யாரும் எதிர்பார்க்காத அளவிற்கு இருந்தது.

பிறைசூடன் கலைத்துப் போனதால், அங்கிருந்த ரோபோவை ஏவி விட்டு வல்லகியைக் கண்காணித்தார்.

சிலம்பம் முடிந்து மான் கொம்பை வைத்து அதிலும் சிறப்பாக செயல்பட்டாள். ரோபோ அசுர வேகத்தில் சுழன்று சுழன்று அவளை தாக்க முனைந்தும், அவளை சிறிது கூட நெருங்க முடியாமல் தோற்றுக்கொண்டே இருந்தது.

இது போல வல்லகிக்கு தெரிந்த விளையாட்டுகள் அனைத்தும் அடுத்த நான்கு மணிநேரமும் வல்லகியும் ரோபோவும் ஆடிக்கொண்டே இருந்தனர்.

ரோபோவிற்கு சார்ஜ் இறங்கி அது கீழே தொப்பென்று விழுந்தது. வல்லகி அப்போதும் புத்துணர்ச்சியுடன் நின்றிருந்தது தான் பிறைசூடனுக்கு மிகுந்த ஆச்சரியம் கொடுத்தது.

பாலா அவளை வாயைப் பிளந்துக் கொண்டுப் பார்த்திருந்தாள்.

"மனுஷியாடி நீ.... புல் ஜார்ஜ்ல வந்த பெரியப்பாவ டயர்ட் பண்ண.. அதுக்கப்பறம் டபுள் ஜார்ஜ்ல வந்த ரோபோவ ஜீரோ பண்ணிட்ட.... இன்னும் இப்ப தான் குளிச்சி மேக்அப் பண்ணிட்டு வந்த மாதிரி 'ஈ'ன்னு பல்ல இளிச்சிட்டு நிக்கற.... உனக்கு டயர்டே ஆகலையா?"

"டயர்ட் ஆகல பாலா ... ரொம்ப உற்சாகமா இருக்கு... வாயேன் நீயும் ஒரு ரவுண்ட் விளையாட", வல்லகி சிரித்தபடி அழைத்தாள்.

"உன்கிட்ட ரோபோ பட்ட பாடு போதும்.. நான் வேறயா? அதுக்குலாம் என்னை எதிர்பாக்காத.... என்னோடது பிஞ்சு உடம்பு ... உன் வேகத்துக்கெல்லாம் தாங்காது.... யம்மாடி... என்ன பெரியப்பா இவ இப்படி இருக்கா? இன்னிக்கு வரைக்கும் கும்பகர்ணியாட்டம் தூங்கறாளே என்னத்த செஞ்சி கிழிச்சான்னு நெனைப்பேன்.... இப்ப இந்த கிழி கிழிக்கறா... இன்னும் பத்து ரோபோ வாங்கி வச்சிக்கலாம்... இவகிட்ட மல்லுகட்ட நம்பலால ஆவாது பெரியப்பா", பாலா படபடவென பேசித் தள்ளினாள்.

"வதனி சொல்றது சரி... உன் வேகம் விவேகம் இரண்டு அட்டகாசமா இருக்கு... இத நாம சிஸ்டம் ல ரன் பண்ணி உன் பாடி பங்ஷனிங் பாக்கலாம் வாங்க", என தன் லேப்பிற்கு அவர்களை அழைத்துச் சென்றார்.

"பெரியப்பா... பெரியப்பா", பாலா மெல்ல அவரின் தோளைச் சுரண்டினாள்.

"என்ன?", என அவர் சிஸ்டமில் கவனத்தைப் பதித்தபடியே கேட்டார்.

"இங்க கிட்சன் எங்க இருக்கு? சாப்பிட எதாவது செஞ்சிட்டு வரட்டா?", என அவள் கேட்டதும் டக்கென திரும்பியவர் , "சாரிடாம்மா.... நான் லேப் வந்தா எல்லாத்தையும் மறந்துடறேன். ஒரு நிமிஷம் ... வல்லகி இத அப்லோட் பண்ணு வந்துடறேன்", என அவளிடம் கொடுத்துவிட்டு அங்கிருந்து வெளியே சென்றார்.

வல்லகி அவர் கூறியது மட்டுமின்றி அவளின் கண்களில் பட்ட அனைத்தையும் செயல்படுத்திப் பார்த்துக்கொண்டிருந்தாள்.

பாலா, "அடியே... நீ பாட்டுக்கு ஏதேதோ பண்ணிட்டு இருக்க.. அவர் நிறைய சேவ் பண்ணி வச்சிருக்காரு.... அதையெல்லாம் டெலீட் பண்-

ணிடாத... ஏய்ய்... இப்ப ஏன்டி சிஸ்டம் ஓ.எஸ் அ நோண்டற? இது ஐ.ஓ.எஸ் டி.... வேணாம். சிஸ்டம் கரப்ட் ஆகிட்போகுது....", என பாலா கத்த கத்த வல்லகி ஓ.எஸ் ஸில் இருந்து சில விவரங்களைச் சேகரித்து வைத்துக்கொண்டு இருந்தாள்.

சென்றவர் அரை மணி நேரத்தில் சமைத்த உணவு வகைகளை கொண்டு வந்து டைனிங் ஏரியாவில் வைத்துவிட்டு இன்டர்காமில் அழைத்தார்.

"லஞ்ச் ரெடி... இரண்டு பேரும் வாங்க", எனக் கூறினார்.

"வா... போலாம் .... போதும் நீ நோண்டினது", என பாலா வலுகட்டாயமாக அவளை இழுத்துச் சென்றாள்.

மாமல்லனைக் காணச் சென்ற நிரல்யன் வல்லகியின் ரிப்போர்ட் மற்றும் வல்லகி செக்-அப்பிற்கு வந்த நாளின் சிசிடிவி ரெக்கார்டிங் உடன் மட்டும் அங்குச் சென்றிருந்தான்.

வாசலில் இருந்து அனுமதி பெற்று உள்ள வந்தவனை ரித்விக் நிறுத்தினான்.

"அந்த பொண்ணு எங்க?"

"அவங்க சொந்த ஊருக்கு போய் இருக்காங்க... வந்ததும் கூட்டிட்டு வரேன். இப்ப டாக்டர்கிட்ட முக்கியமான விஷயம் டிஸ்கஸ் பண்ணணும்...", முகத்தில் ஏதும் காட்டாமல் பதிலளித்தான்.

"சப்ஜெட் இல்லாம வந்து எதபத்தி டிஸ்கஸ் பண்ணப்போற நீ?", ரித்வித் திமிராகக் கேட்டான்.

"மிஸ்டர்.. அவங்க உயிருள்ள பொண்ணு.... அடாப்ஸி சப்ஜெட் இல்ல... மைண்ட் யூவர் வேர்ட்ஸ்", நிரல்யன் சற்றுக் கடினமாகக் கூறினான்.

ரித்வித் பதில் கூறும்முன் மாமல்லன் அழைக்கவும் இருவரும் உள்ளே சென்றனர்.

"நீங்க தானே நிரல்யன்? அந்த சப்ஜெட் எங்க? கொண்டு வந்தீங்களா?", எனக் கேட்டான் மாமல்லன்.

இப்போது நிரல்யனை ரித்விக் நக்கலான பார்வை பார்த்துவிட்டு ,"அந்த பொண்ணு சொந்த ஊருக்கு போய் இருக்காங்களாம் டாக்டர். வந்ததும் இவர் கூட்டிட்டு வருவாராம். இப்ப ஏதோ உங்ககிட்ட டிஸ்கஸ் பண்ணணும்னு சொல்றாரு", எனக் கூறிவிட்டு நிரல்யனைப் பார்த்துச் சிரித்தான்.

"ஓஓஓ ... அந்த சப்ஜெட் எப்ப வரும்? இன்னிக்கு வந்திருந்தா இன்னிக்கே நாம ரிசர்ச் ஸ்டார்ட் பண்ணி இருக்கலாம்... லேட் பண்றது எனக்கு பிடிக்காது நிரல்யன். வேற என்ன டிஸ்கஸ் பண்ணணும்?", என மாமல்லன் கூறும் வார்த்தையும், முகபாவனையும் கவனித்தபடி இருந்த நிரல்யன் தனக்குள் ஒரு முடிவுக்கு வந்தான்.

"அந்த பொண்ணால நிஜமா காத்த படிக்க முடியுதான்னு எனக்கு சந்தேகமா இருக்கு. இது அனதர் லெவல் ஆப் ஹேலோசினேஷனா கூட இருக்கலாம்லயா?", நிரல்யன்.

"நீ அந்த பொண்ணு உன் மனநிலைய அப்படியே சொன்னதா நீ சொன்னியே நிரல்யன்", மாமல்லன் சந்தேகமாகக் கேட்டான்.

"ஆமாம்... ஆனா அது ஜஸ்ட் ப்ளூக்கா கூட இருக்க வாய்ப்பிருக்கலாம்ன்னு தோணுது", நிரல்யன்.

"ஓஓஓஓ.... ரித்விக்", என ஒரு குரல் கொடுத்ததும் நிரல்யன் மயங்கிச் சரிந்தான்.

அவன் கண்விழித்துப் பார்க்கும்போது வல்லகி அன்று அவனது மனநிலையை ஆழ்ந்து மூச்செடுத்து கூறுவது மீண்டும் மீண்டும் திரையில் ஓடிக்கொண்டிருந்தது.

அதைப் பார்த்து மாமல்லன் கண்களில் தன் முயற்சி வெற்றிப் பெறப் போகும் வெறி மின்னியது.

22 - காற்றின் நுண்ணுறவு

"ஹேய்.... லிவ் மீ.... என்ன பண்ணீங்க என்னை?", நிரல்யன் குரல் பலவீனமாக ஒலித்தது.

"நீ பேசினத வச்சி நீ என்ன முடிவுக்கு வந்திருந்தன்னு எனக்கு தெரியும் நிரல்யன். என் ஆராய்ச்சிக்கு குறுக்க யார் வந்தாலும் அவங்கள சும்மா விடமாட்டேன். அந்த பொண்ண நீ கொண்டு வரல.... ஆனா நானே அவள இங்க கொண்டு வரமுடியும்... பாக்கறியா?", மாமல்லன் அதிகபட்சத் தலைகனத்துடனும், திமிருடனும் கூறினான்.

"உன்னால முடியாது", என நிரல்யன் கஷ்டப்பட்டுப் புன்னகைத்துக் கூறினான்.

"எதையும் முடிச்சி காட்றது தான் என் பழக்கம்", எனக் கூறிவிட்டு அங்கிருந்து நகர்ந்தான்.

நிரல்யன் மீண்டும் மயக்கத்திற்கு சென்றிருந்தான். மாமல்லன் அவனுக்கு கொடுத்திருந்த மருந்தின் வீரியம் அவன் மூளை தவிர மற்ற அனைத்தையும் மறத்துப் போக வைத்தது. உடல் அசைவுகள் ஏதுமின்றி ஜடம் போலப் படுத்திருந்தான்.

அவன் மூளையின் பெரும் பாகம் அவனின் தங்கை சாக்ஷி ஆக்கிரமித்திருந்தாள்.

அதனால் எமோஷன்ஸ் மானிட்டரில் அதிகபடியான சிகப்பு நிறக்கோடுகள் ஒளிர்ந்தது. சாக்ஷி தன் அண்ணனை காணாமல் தவிக்கத் தொடங்கினாள்.

அங்கே காட்டு பங்களாவில் நாச்சியாவும், ராகவியும் அந்த அறையை தங்களால் முடிந்தவரை அலசி ஆராய்ந்துவிட்டிருந்தனர்.

ம்ரிதுள் கூறிய பஸ்ஸலுக்கான விடையை நெருங்கியதாக உணர்ந்தாள் நாச்சியார்.

"ஹாய் ப்யூட்டி கேர்ள்ஸ்.... உங்களுக்காக லஞ்ச் ரெடி... வாங்க சாப்பிடலாம்", ம்ரிதுள் உற்சாகமாக அழைத்தான்.

"இந்த செட்டப்போட நாலு முக்கியமான பீஸஸ் மிஸ் ஆகுது", நாச்சியார்.

"அப்படியா?", ம்ரிதுள் மலர்ந்த முகத்துடன் கேட்டான்.

"ஆமா.... அப்பறம் இது எல்லாம் ஒவ்வொரு வகையான உலோகத்துல செஞ்சி இருக்காங்க... இது எல்லாத்தையும் இணைக்கற பகுதி இது அத்தனையும் இழுத்து நிக்க வைக்கறமாதிரி இருக்கணும்", ராகவி.

"ம்ம்... இன்ட்ரெஸ்டிங்", கைக்கட்டி அவர்கள் கூறுவதைக் கேட்டுக் கொண்டிருந்தான்.

"நீங்க இதெல்லாம் எங்க இருந்து திருடினீங்க?", நாச்சியார் முகத்துக்கு நேராகக் கேட்டாள்.

"உனக்கு இவ்வளவு தைரியம் இருக்க கூடாது நாச்சியார். அதனால தான் நீ இங்க இருக்க... உன்னால உன் டீமும் கஷ்டப்படுது.... முதல் சாப்ட வாங்க, உனக்கு இன்னொரு சர்ப்ரைஸ் இருக்கு", எனக் கூறிவிட்டு மலர்ந்த முகத்துடனே வெளியேறினான்.

நாச்சியாரும் ராகவியும் சாப்பிட டைனிங் ஹால் செல்லும் பாதையில் இருக்கும் ஒரு அறையில் வலியில் யாரோ அலறும் சத்தம் கேட்டது.

"ஆஆஆஆஆ..... வேணாம் விட்று.... எனக்கு தெரியாது... நான் எடுக்கல.... எல்லாமே ஒரே பார்சல்ல தான் போட்டேன்", என ஜிதேஷ் அலறும் சத்தம் இவர்களுக்கு தெளிவாகக் கேட்டது.

அங்கிருந்த ஜன்னலை நாச்சியார் லேசாகத் திறந்துப் பார்த்தாள்.

எதிரே ஒரு பக்கம் ஜிதேஷ் கைகால்கள் கட்டப்பட்டு, நாற்காலியில் பிணைத்து வைக்கப்பட்டிருந்தான்.

மற்றொரு பக்கம் அதித் ஒவிஸ்கர் லைவில் ஜிதேஷ் ரணப்படுவதை கண்டு இரசித்துக்கொண்டிருந்தான்.

"அப்ப அந்த இரண்டு பொருள் மட்டும் எங்க போச்சி? யார் எடுத்தா?", அதித் மிக மிருதுவான குரலில் கேட்டான்.

"எனக்கு தெரியாது பாஸ்.... ப்ளீஸ் என்னை உயிரோட விட்றுங்க", எனக் கதறினான்.

தலையில் சூடான மெலுகு ஊற்றி, அதற்கு மேல் ஹேர்செட்டிங் ஜெல் தடவி நன்றாக நிற்கவைத்து ஒவ்வொரு முடியாக ம்ரிதுள் சிரமமே இன்றி பிடுங்கிக்கொண்டிருந்தான்.

முதலில் சூட்டினில் வலி தெரியாமல் எரிச்சலை மட்டும் உணர்ந்தவன் நேரம் ஆக ஆக ஒவ்வொரு முடிக்கும் இரத்தம் வழிவதில் வலி உணர்ந்து உச்சகட்ட குரலில் கதறிக் கொண்டிருந்தான்.

ம்ரிதுள் அவன் கைகால்களை சுத்தம் செய்ய உத்திரவிட்டு விட்டு சிறிது நேரம் கழித்து அவன் ஒவ்வொரு விரலாக வெட்டி ஒரு கூடையில் போட்-

டுக்கொண்டிருந்தான். அதன் பின் ஜிதேஷின் உடையைக் களையச் சொல்லி உடலின் ஒவ்வொரு நரம்பையும் கொறடா வைத்து இழுத்து விட்டதில் ஒவ்வொரு நரம்பும் அறுபட்டு உள்கசிவு ஏற்பட ஆரம்பித்து மயங்கிச் சரிந்தான்.

இதையெல்லாம் பார்த்து ராகவி பயந்து நடுங்கி நாச்சியாரின் பின்னால் ஒளிந்துக் கொண்டு, " போலாம் பேபி... எனக்கு பயமா இருக்கு... இங்க இருக்க வேணாம்... எப்படியாவது தப்பிச்சி போயிடலாம்... ப்ளீஸ் பேபி... ப்ளீஸ்", முழுதாக சத்தம் வெளியே வராமல் கெஞ்சினாள்.

"போலாம் ரா... நீ பயப்படாத.... நமக்கு ஒன்னும் ஆகாது", என சமாதானம் கூறி முன்னால் நகரும் போது ம்ரிதுள் அந்த அறையை விட்டு வெளியே வந்தான்.

நாச்சியார் ஒரு நொடி உள்ளே பயந்து தன்னை சமன் செய்துக்கொண்டாள்.

"அடடா... இரண்டு பேரும் இங்க தான் இருக்கீங்களா... வாங்க சாப்பிட போலாம்.... நான் வரதுக்குள்ள சாப்ட்ருவீங்களோன்னு நினைச்சேன்", ம்ரிதுள் உற்சாகமாகப் பேசியபடி முன்னே நடந்தான்.

"அந்த ஸ்கீரீன்ல இருக்கறது யாரு?", நாச்சியார் அதித் படத்தைப் பார்த்துக் கேட்டாள்.

"அது உனக்கு தேவையில்லாத விஷயம்", என யோகேஷ் பதிலளித்தான்.

"எங்களுக்கு பிடிக்காத தேவையில்லாத நிறைய விஷயங்கள நீங்க செய்ய வைக்கறீங்க... அவன் பேர் சொன்னா நாங்க அவன எதாவது பண்ணிடுவோம்னு நினைக்கறீங்களா?", நாச்சியார் இளக்காரமாக கேட்டாள்.

"ஆனாலும் உனக்கு இவ்வளவு தெனாவட்டு இருக்க கூடாது நாச்சியா... உங்களால என்ன புடுங்க முடியும்னு இவ்வளவு அதுப்பு உனக்கு?", யோகேஷ் அவளிடம் இறங்கிப் போக விருப்பமின்றிப் பேசினான்.

"இவ்வளவு நேரம் இவன் புடுங்கினதுல மட்டும் என்னத்த சாதிச்சீங்க நீங்க இரண்டு பேரும்", என நாச்சியா கேட்டதும் யோகேஷ் ஆத்திரப்பட்டுக் கையோங்கினான்.

நாச்சியா அவன் இதயத்தில் அழுத்தம் கொடுத்து, விலாவை உதைத்து, இரண்டு கைகளையும் பிடித்து, பின்பக்கமாகக் கொண்டுச் சென்று மடக்கினாள்.

வலி தாங்காமல் யோகேஷ் கதறவும், அடியாட்கள் துப்பாக்கியுடன் நாச்சியாவை குறிவைத்து நின்றனர்.

"ரிலேக்ஸ் காய்ஸ்..... இரண்டு பேர் மட்டும் யோகேஷ தூக்குங்க... நாச்சியா அவன விடு... உன் வித்தை நல்லா இருக்கு.. இது வர்மக்கலை தானே.... முறையா தான் கத்திருக்க போல... நல்ல வேகம்... ஆனா ஒரு பொண்ணுக்கு இத்தனை வேகம் ஆச்சிரியமா தான் இருக்கு.... ", எனக் கூறியபடி யோகேஷ் அருகில் வந்து அவனை நிற்கவைத்து இரண்டு தோள்

பட்டையிலும் அழுத்தம் கொடுத்து கைகளை முன்னே திருப்பினான். பின்னர் இதயத்திற்கு அருகிலும் பின்பிக்கமும் அழுத்தம் கொடுக்க யோகேஷின் மூச்சுத் திணறல் நின்றது. ஒரே நிமிடத்தில் யோகேஷ் மீண்டும் பழையநிலைக்கு திரும்பி இருந்தான்.

நாச்சியா அவனை ஊடுருவும் பார்வைப் பார்த்துவிட்டு, ராகவியை இழுத்துக்கொண்டு அங்கிருந்து நகர்ந்தாள்.

"ம்ரிதுள் இப்பவும் அவள ஒன்னும் பண்ணப்போறது இல்லையா நீ?", இருமியபடிக் கேட்டான் யோகேஷ்.

"ஆட வெட்றதுக்கும், அத வேக வைக்கறதுக்கும் ஏற்பாடு பண்ணிட்டு தான் அருவால தூக்கணும்... ஏற்பாடு பண்ணு", எனக் கூறிவிட்டு மீண்டும் ஜிதேஷ் இருந்த அறையில் புகுந்துக் கொண்டான்.

"பத்து நிமிஷம் ரெஸ்ட் எடுத்துட்டு வேலைய பாரு .. எப்ப அவளோட மொத்த டீமும் இங்க வரும்?", ம்ரிதுள்.

"நடுவுல பாரஸ்ட்செக் போஸ்ட்ல இருந்த நம்ம ஆளுங்கள மாத்திட்டாங்க போல... அதான் லேட் ஆகுது... வண்டி வரமுடியல... பார்டரும் தாண்ட முடியல.... "

"இங்கிருந்து இருபது பேர அனுப்பு... நடக்க வச்சி கூட்டிட்டு வரட்டும். ஒரு பொருள் கூட மிஸ் ஆகக்கூடாது.... ", எனக் கூறிய ம்ரிதுள் கண்கள் மின்னலென ஜொலித்தது.

"சரி ம்ரிதுள்", என யோகேஷ் இருவரின் உதவியோடு மெல்ல நடந்தான்.

"உடம்பு செட்-அப்பயே திருப்பிட்டு பத்து நிமிஷம் ரெஸ்ட் எடுத்தா போதுமா? சரியான சைக்கோங்க எல்லாம்....சே.... அந்த சார்லஸ் மட்டும் சுழல்ல மாட்டாம இருந்திருந்தா இவன் இங்க வந்தே இருக்க மாட்டான். அந்த ஜேக் இன்னும் கண்ணுமுழிக்கல.... எனக்கே இப்படி இருக்கு... அந்த டீம் என்னாச்சோ தெர்ல.... ", என முனகியபடி நடந்தவனை ம்ரிதுள் அழைத்தான்.

"எந்த செக் போஸ்ட்ல ஆள மாத்தி இருக்காங்க?", யோசனையுடன் கேட்டான்.

"**********லையும், ************** லையும் மட்டும் மாத்தி இருக்காங்க... ", யோகேஷ்.

"ஷிட் ஷிட்.... யாரோ பாலோ பண்றாங்க.... அதகூட கவனிக்காம என்ன பண்ணிட்டு இருக்க நீ? உடனே அவங்கள வரவேணாம்னு சொல்லு... யாரும் இந்த அருவி பக்கத்துல வரவே கூடாது.... உடனே சொல்லு.... இடியட்... யூஸ்லெஸ் ****க்கர்",என திட்டிவிட்டு யாரையோ தொடர்புக் கொண்டான்.

வெகு நேரமாக அழைப்பு மணி அடித்துக்கொண்டே இருந்தது. கால் மணிநேரம் கழுத்து மீண்டும் அலைபேசி அலற," ஹாலோ....", என்றொரு குரல் ஒலித்தது.

"யார் நீ? ", ம்ரிதுள் கம்பீரமாகக் கேட்டான்.

"நீ யாருன்னு சொல்லு நான் யாருன்னு சொல்றேன்", யாழினியனும் கனீரென பதில் கொடுத்தான்.

"அசிஸ்டண்ட் கமிஷ்னர் யாழினியன்.... நீ இவ்வளவு தூரம் வந்துட்-டியா? க்ரேட்", எனப் பாராட்டினான்.

"பரவால்லயே அந்தளவுக்கு நான் பேமஸ் ஆகி இருக்கேன் போலவே.... கொஞ்ச தூரத்துல தானே நீயும் இருக்க... சீக்கிரமே மீட் பண்ணலாம்", எனக் கூறி யாழினியன் வைத்து விட்டு அங்கிருந்த பொருட்கள் அத்தனை-யும் வேற இடத்திற்கு மாற்ற உத்திரவிட்டு விட்டு தர்மதீரனுக்கு அழைத்தான்.

"ப்ரோ..... பெருச்சாளி சிக்கிடிச்சி", என சந்தோஷமாகக் கூறினான்.

"அவன் மூனுதலை பாம்பு.. அவனுக்கு மேல ஒருத்தன் இருக்கான்னு இப்ப தான் தகவல் வந்தது... நாம ஒரு இடத்துக்குப் போகணும்... சொல்-றப்ப உடனே கிளம்பி வா இனியா", அடிபட்ட வெறியில் வார்த்தைகளைத் துப்பினான்.

"சஸ்பெண்ட்ல தானே இருக்கேன். எப்ப கூப்டாலும் வரேன் ப்ரோ.... இங்க இருக்கற சரக்க நீங்க சொன்ன இடத்துக்கு தானே அனுப்பனும்?", யாழினியன்.

"இல்ல ... நாச்சியா வீட்டுக்கு அனுப்பிடு", எனக் கூறி மேலும் சில விஷயங்களை விவாதித்துவிட்டு வைத்தான்.

அதித் ஒவிஸ்கர் ஜேக் கண் முழித்ததாக தகவல் வந்ததும், அவனை தன் இருப்பிடம் அழைத்து வர உத்திரவிட்டான்.

"பாஸ்... அவன் பாடி கண்டிஷன்ல இப்ப இங்க கூட்டிட்டு வரமுடி-யாது", உடன் இருந்தவன் கூறவும், "அப்ப அவன நான் போய் பாக்க-ணுமா?", எனக் கோபமாக கேட்டான்.

"இல்ல பாஸ்... இன்னும் இரண்டு நாள்ல நடக்க ஆரம்பிச்சிடுவான்னு சொன்னாங்க.... அவனே வந்து பாக்கவைக்கலாம்.... அந்த டைஸி டீம் தான் என்ன பண்றதுன்னு உங்கள கேக்கறாங்க", என தயங்கித் தயக்கிக் கூறினான்.

"டைஸி", என மென்மையாக உரைத்துவிட்டு, "அவள கிளம்பி இன்-னிக்கு நைட் டீம்மோட இங்க வரச் சொல்லு.... பேசிக்கலாம்", என மென்-னகையுடன் உரைத்துவிட்டு அருகில் இருக்கும் மதுபாட்டிலைத் திறந்தான்.

கொஞ்சம் கொஞ்சமாகப் போதை ஏற ஏற, "டைஸி.... மை ஸ்வீட் டார்லிங்.... ஐ லவ் யூ.... மிஸ்ஸிங் யூ சோ மச்.... ", என உளற ஆரம்-பித்தான்.

டைஸிக்கு தகவல் அனுப்பியதும் அவளும் பறக்க ஆரம்பித்திருந்தாள் மிகுந்த பயத்துடன்....

23 - காற்றின் நுண்ணுறவு

வல்லகியும் பாலாவும் சாப்பிட அமர்ந்தனர். அரைமணிநேரத்தில் இத்தனை வகைகள் சமைக்க முடியுமா என்று இருவரும் யோசித்தனர்.

"என்னடா பாத்துட்டே இருக்கீங்க..? சாப்டுங்க?", பிறைசூடன் இருவருக்கும் பரிமாறியபடிக் கூறினார்.

"எப்படி பெரியப்பா அரை மணிநேரத்துல இத்தனை டிஷ் செஞ்சீங்க?", பாலா.

"காலைலையே எல்லாம் மேரினேட் பண்ணிட்டேன். மீதி எல்லாம் ரோபோ பாத்துட்டு இருந்தது. நான் வந்ததும் பூஸ்ட் அப் செஞ்சி ரெடி பண்ணிட்டேன் அவ்வளவு தான். இதுலாம் நம்ம உடம்புக்கு தினமும் தேவைபடுற சத்துக்கள் இருக்கற உணவு வகைகள்... ", என கிட்டதட்ட பதினைந்து வெரைட்டி வைத்தார்.

"இத்தனையும் சாப்டா ஒரே வாரத்துல நான் பூசணிக்காய் மாதிரி ஆகிடுவேன் பெரியப்பா....", பாலா ஆதங்கத்துடன் கூறினாள்.

"எல்லாமே கொஞ்சம் கொஞ்சமா தான் வச்சிருக்கேன். தவிர கார்போஹைட்ரேட் ரொம்பவே கம்மியா தான் குடுப்பேன். நீ இப்ப இருக்கறத விட ஒரு வாரத்துல ஒரு கிலோ குறைவ... வையிட் செக் பண்ணிக்கோ... ", பிறைசூடன்.

வல்லகி அனைத்து உணவுகளின் மணத்தையும் நாசியில் நுகர்ந்துக் கொண்டிருந்தாள்.

"பெரியப்பா.... சிக்கன்ல உப்பு கம்மியா இருக்கு.... பொன்னாங்கன்னி கீரை செம.... அந்த பாவக்காய் ரோஸ்ட் மசாலா கொஞ்சம் அதிகம்...", என கண்கள் மூடிக் கூறிக்கொண்டு வந்தாள்.

"இது மூக்கா என்னாதிது ? மோந்து பாத்தாலே வயிறு நிறைஞ்சிடுமாடி உனக்கு?", பாலா.

"பசி நல்லா எடுக்கும்... எடுத்து வை.... எல்லாத்தையும் ஒரு கை பாக்கறேன்.... பெரியப்பா இதுலாம் எனக்கும் கத்துக்குடுங்க.....", எனக் கூறிவிட்டு இரண்டு மடங்கு உணவு அதிகமாக எடுத்துக்கொண்டாள் வல்லகி.

வல்லகியின் உணவு அளவு முதல் அவளின் அசைவுகள், தூக்கம், உடல் புத்துணர்ச்சியின் கால அளவு, மனம் புத்துணர்வு பெறும் சூழ்நிலைகள் என உடல் மட்டுமின்றி உள்ளமும் கண்காணிப்புக்குள் வந்தது.

வல்லகிக்குப் பெரிதாக எந்த சிரமும் ஏற்படவில்லை. முன்பை விட அவளின் ஆற்றல் இரண்டு மடங்கு அதிகமாகி இருந்தது.

இங்கு வந்து நான்கு நாட்களில் அவளின் உடல் மெலிந்திருந்தது , ஆனால் எழும்புகள் வைரமாக மாறிக்கொண்டிருந்தது. முகத்தில் பொலிவு கூடியது, சுத்தமான காற்று அங்கே சுற்றிலும் இருந்ததால் மூச்சு திணறல் ஏற்படவே இல்லை.

அங்கே காற்றை சுத்தம் செய்யும் செடிகள் நிறைய நட்டு வைத்திருந்தார் பிறை.

வல்லகி இருவர் செய்யும் வேலையை ஒருத்தியாக பாதி நேரத்தில் செய்யமுடிந்தது. அவளுக்குக் கொடுக்கும் ஒவ்வொரு பணியும் அவளுக்கு இடும் தீனியாக மாறி, அவளை மெறுகேற்றிக்கொண்டிருந்தது.

தனக்கு தெரிந்த விஷயங்களை இப்போது நன்றாக நுணுக்கங்களுடன் கற்றுக்கொண்டாள். தனக்குத் தெரியாத விஷயங்களை கற்றுக்கொள்ளவும் ஆரம்பித்திருந்தாள்.

பாலாவும் அவளுடன் சேர்ந்து சில விஷயங்களைக் கற்றுக்கொண்டதுடன், பிறைக்கு முழுநேர உதவியாளராக மாறி இருந்தாள். அவளின் ஆர்வம் கண்டு அவரும் அவளுக்கு ஆரம்ப பாடத்தில் இருந்து சொல்லிக்கொடுக்க ஆரம்பித்தார்.

அந்த துறையை அவள் படிக்கவில்லை தான், ஆனால் அங்கிருக்கும் கணிணியில் வேலை செய்ய கற்றுக்கொண்டாள். அவளின் ஆர்வமும் விளையாட்டுத்தனமாக கேட்கும் விஷயங்களும், வல்லகியுடன் செய்யும் சேஷ்டைகளும் பிறைசூடனுக்கு மிகப்பெரும் ஆசுவாசமாக இருந்துப் புத்துணர்ச்சிக் கொடுத்தது.

காட்டில் டென்ட்டினை காலி செய்து அனைவரும் சிறு தொலைவு வரை வண்டியில் வந்தவர்கள் அதற்கு மேல் முன்னேற முடியாமல் அப்படியே நின்றனர்.

யோகேஷை தொடர்புக் கொண்டு சொல்லியும் எந்த முன்னேற்றமும் இன்றி இருந்தது. அங்கிருப்பவர்களைக் கண்காணித்து பத்திரமாக அழைத்து சென்று மற்றொரு இடத்தில் சேர்ப்பது என்பது மிகச் சிரமமாகவே தோன்றியது.

அதுவும் நடுகாட்டிற்குள் எந்த வித வசதியுமின்றி , அத்தனை பேருடன் அவர்கள் இதுநாள் வரைக் கண்டு பிடித்தது முதல் குறிப்பெடுத்த துண்டு காகிதம் கூட தவறக்கூடாதென ம்ரிதுள் கட்டளையிட்ட பின், அதை பாதுகாப்பதே பெரிதாக இருந்தது.

தவிர குழுவில் நான்கு பெண்கள், எட்டு ஆண்கள் என அனைவரும் எப்பொழுது தப்பிப்பதென தவித்துக்கொண்டிருப்பது நன்றாகவே புரிந்தது.

அந்த அடியாட்களின் தலைவன் ஜேம்ஸ், தனது உதவியாளனை அழைத்தான்.

"டேய் காசி.... அவனுங்க என்னதான் சொல்றானுங்க? இதுங்கள வச்சிட்டு நாம அத்தனையும் தூக்கிட்டு போறது சாத்தியமே இல்ல... எப்ப எவன் கம்பி நீட்டுவான்னு தெரியாது.... பொண்ணுங்க நாலும் எப்ப எத வச்சி நம்மல சொருவும்னு தெரியாது.... எதுக்கும் துணிஞ்சி நிக்கறாங்க அத்தனை பேரும். காட்டுக்குள்ளாறயே இவனுங்க எப்படி அந்த ஸ்டேட்க்கு கொண்டு போறது? ஆளுங்கள அனுப்ப சொன்னியா இல்லையா?", காத்தி-

ருக்கும் எரிச்சலில் கேட்டான் ஜேம்ஸ்.

"சொல்லிட்டேன் ... ஆளுங்கள அனுப்பறதா சொன்னாங்க. நடுவுல செக் போஸ்ட் தாண்டி தான் போயாகணுமாம்... அங்க தான் பிரச்சினைல நிக்கறாங்க.... ஊருக்குள்ள இதுங்கள கூட்டிட்டு போனா கண்டுபிடிக்கறது கஷ்டம். அத்தனையும் தப்பிச்சிடும்... ", காசி.

"ம்ம்.... நாலு நாளாச்சி காசி.... பொட்ட புள்ளைங்கள வச்சிகிட்டு கஷ்டமா இருக்குது... நேத்து நம்ம தடியன் பொண்ண தடவ போறான்... இவனுங்க மத்தில இதுங்கல எப்படி நாம பத்திரமா கொண்டு போவறது? அந்த மவராசன் பொண்ணுங்க மேல எவன் கையும் படக்கூடாதுன்னு சொல்லி இருக்கான். எவனாவது கைவச்சா நானே கொன்னாகணும் டா.... பசங்க கிட்ட சொல்லி வை. இன்னிக்கு வேட்டைக்கு யார் போயிருக்கா?", அதிகபட்ச மன அழுத்தத்துடன் பேசினான் ஜேம்ஸ்.

"கூட்டிட்டு போயிடலாம்ண்ணா... நான் பசங்க கிட்ட சொல்றேன். அந்த விக்டர் குரூப் என்னாச்சின்னு தெர்ல ண்ணா.... நாம தான் அவங்கள கைகாட்டி விட்டோம். நம்மல இங்க உக்கார வச்சிட்டு அந்த விக்டர எங்க உக்கார வச்சிருக்காங்களோ தெர்ல... இவங்களுக்கெல்லாம் எப்படிண்ணா இவ்ளோ காசு வருது.. அச்சடிக்கற மிஷின திருடி வச்சிருப்பாங்களா? ", காசி அவர்களுக்கு மட்டுமே இப்போது செலவு செய்ய கொடுத்தப் பணத்தை வைத்துக் கேட்டான்.

"நம்ம வீட்ல அடுப்பு எரியுது. அதுவரைக்கும் நாம பாத்தா போதும். வேட்டைக்கு யார்டா போய் இருக்கா?", மீண்டும் கேட்டான்.

"நம்ம பசங்க நாலு பேரோட அந்த பசங்கள்ல இரண்டு பேர இழுத்துட்டு போயிருக்காங்க. . தூக்கிட்டு வர ஆளு வேணும்னு", காசி.

"ஏன்டா நம்ம ஆளுங்க இல்லையா...? எதுக்கு அந்த பசங்கள இழுத்துட்டு போவணும்?", ஜேம்ஸ் கோபத்துடன் கேட்டான்.

"அண்ணா ... நேத்தே நம்ம ஆளுங்க மூனு பேருக்கு அடிபட்றுச்சி... இங்க காவலுக்கு ஆள் பத்தாதுன்னு நான் தான் இழுத்துட்டு போவ சொன்னேன். கலகம் பண்றவன அனுப்பல... வாய் பேசாத பூச்சி இரண்டு இந்த கூட்டத்துல இருக்கு அதுங்கள தான் அனுப்பி இருக்கேன்", காசி சமாதானம் கூறிவிட்டு காவல் காப்பவர்களை கண்காணிக்க நடக்க ஆரம்பித்தான்.

தூரத்தில் ஒலி ஒன்று வித்தியாசமாக கேட்டது. இளவெழிலி அதைக் கேட்டதும் இயற்கை அழைப்புக்கு ஒதுங்க வேண்டும் எனக் கூறி எழுந்தாள்.

அவளுடன் இன்னொரு பெண்ணும் எழுந்தாள். ஜேம்ஸ் காசிக்கு குரல் கொடுத்து முதலில் இடம் பார்த்துவிட்டு, பிறகு அவர்களை அனுப்பக் கூறினான்.

அதே போல காசி அந்த இடத்தை ஒரு முறை பார்த்துவிட்டுச் சற்று தூரத்தில் இருக்கும் பாறைக்கு அந்த பக்கம் ஒருவனை நிற்கவைத்துவிட்டுப் பெண்களை அனுப்பினான்.

இரண்டு இரண்டு பேராக தான் செல்ல வேண்டும் என முன்பே விதிகள் விதிக்கப்பட்டிருந்தது.

நாக் மரத்துடன் மரமாக யாருக்கும் தெரியாத படி கேமிப்ளேக் உடையணிந்து மரக்கிளைகளில் மறைந்து அமர்ந்திருந்தான்.

"நாக்.... நாக்....", மெல்ல அழைத்தாள்.

"இளவெலிழி... இந்த பக்கம் வா... அங்கிருந்து பாத்தா நான் உன்கிட்ட பேசறது தெரியும்", என அவளை மரத்தைச் சுற்றி சென்று நிற்கச் சொன்னான் .

"என்ன நாக்...? நாச்சியா எங்க இருக்கான்னு தெரிஞ்சதா?", இளவெலிழி.

"இல்ல... ஆனா இவங்க போற வழில யாரோ இருக்காங்கன்னு பேசறத கேட்டேன். போலீஸ் இருக்க வாய்ப்பு அதிகம். இன்னும் கொஞ்ச தூரத்துல ஒரு செக் போஸ்ட் வரும். அத தாண்டி தான் போயாகணும். அங்க என்னமோ நடந்திருக்கு போல", நாக் தனது சந்தேகத்தைக் கூறினான்.

"அப்ப நீ அவங்கள இங்க கூட்டிட்டு வரலாம்ல"

"அது யாருன்னு தெரியாம நான் எப்படி போய் பேசறது. இவன் ஆளுங்களா இருந்துட்டா இன்னும் கஷ்டம்"

"அதுவும் சரிதான். இன்னும் எத்தன நாளைக்கு இங்க இருக்கறது?"

"நாளைக்கு இருந்து மழை பெய்ய ஆரம்பிச்சிடும். நடுவுல ஐஞ்சு இடத்துல ஆறு போகுது... மழை வந்தா வெள்ளம் ஓடும்.... இன்னிக்கு இராத்திக்குள்ள நீங்க இங்கிருந்து போனா தான். ஆனா இதுக்கு மேல சமதளம் இல்ல... நாளைக்கு இராத்திக்குள்ள இங்க இருந்து கிளம்பலன்னா நீங்க எல்லாரும் தப்பிச்சிடுங்க...", நாக்.

"வினோத் சம்மதிக்கமாட்டான்", இளவெழிலி

"இப்ப தப்பிக்கலன்னா போற வழில இன்னும் கஷ்டப்படுவீங்க... உயிரோட போறதே பெருசு. நடுவுல கரடி, யானை, புலி, நடமாடுற இடம் எல்லாமே இனி வரும். இந்த காட்ல பாம்பும் அதிகம்", இருக்கும் ஆபத்துக்களை வரிசையாக கூறினான்.

"நீ தைரியமா இருக்க எதாவது சொல்லுவன்னு பாத்தா இப்படி பயமுறுத்தற.... ", இளவெழிலி திட்டினாள்.

"இருக்கறத தானே நான் சொல்றேன்.... இன்னிக்கு உங்ககிட்ட இருக்கற ஆயுதத்த வச்சி தப்பிச்சி கிழக்கு பக்கம் தப்பிச்சி போயிடுங்க. அதுக்கப்பறம் பிரச்சினை இருக்காது", நாக்.

"எங்கள பேசவே விடமாட்டேகறானுங்க இவனுங்க... பேசினா தானே ஒரு முடிவுக்கு வரமுடியும்", தவிப்புடன் கூறினாள்.

"எதாவது செஞ்சி சீக்கிரம் பேசுங்க.... நீங்க விட்டுட்டு வந்த இரண்டு பையும் நான் எடுத்துட்டு வந்துட்டேன்... அத வச்சி இவங்கள சமாளிச்சிக்கலாம்", நாக்.

"ஏய்.... இன்னும் என்ன பண்ற.... சீக்கிரம் வா", என காசி குரல் கொடுத்தான்.

இளவெழிலி ஓடையில் கைகால்களை கழுவிக்கொண்டு வந்தாள். உடன் வந்த பெண்ணும் அமைதியாக வந்து தனித்தனியாக அமர்ந்திருந்த இடத்தில் அமர்ந்ததும் கயிறுக் கொண்டுக் கட்டப்பட்டார்கள்.

ஆம்.... அனைவரையும் தனித்தனியாக இடம்விட்டு ஒருவரை ஒருவர் பார்க்கமுடியாத மாதிரிக் கட்டப்பட்டு இருந்தனர்.

சிறு சத்தம் இவர்களுக்குள் எழுந்தாலும் அடி விழுகிறது. ஆதலால் ஏதும் செய்ய வழியின்றி அனைவரும் தவித்துக்கொண்டிருந்தனர்.

இனியனும், தர்மதீரனும் இவர்களைத் தான் தேடிக்கொண்டு இருக்கின்றனர்.

நாச்சியா இருந்த போது நாக்கிடம் இரண்டு பொருட்களைக் கொடுத்து வீட்டிற்கு ஒன்றும், மற்றொரு இடத்திற்கு ஒன்றும் அனுப்பிவிட்டு அவ்வப்போது வீட்டு நிலவரங்களைக் கண்டுக்கொண்டிருந்தாள்.

அவளை அழைத்துச் செல்ல வந்தவர்கள் காவலுக்கு இவர்களை நிற்கவைத்து சென்றதும் அதிகமாக நாக்கிடம் இளவெலிழியால் உரையாட முடியவில்லை. ரிஷியும் கோபத்தில் உள்ளுக்குள் கொத்துக்கொண்டிருந்தான்.

சுழற்சி முறையில் ஆட்கள் இடம்மாற்றப்படுவதும், காவல் முறையும் மாறுவதும் கண்டு இவர்களை ஆட்டுவிப்பவன் எத்தகையவன் என்று ஓரளவு ஊகிக்க முடிந்தது.

இளவெலிழி ரிஷியிடம் எப்படியாவது பேசிவிட வேண்டும் என மனதிற்குள் நினைத்துக்கொண்டிருந்தாள்.

அதற்கான சந்தர்ப்பம் அமையுமா?

24 - காற்றின் நுண்ணுறவு

தர்மதீரன் தன் வேலையை விட்டு வந்ததில் இருந்து நாச்சியார் கடத்தப்பட்ட இடம், நேரம், அவளை தூக்கிச் சென்ற வாகனம், சென்ற வழி என அத்தனையும் கொஞ்சம் கொஞ்சமாகத் துப்பறிந்துக் கொண்டிருந்தான்.

மேற்கு தொடர்ச்சி மலைகளில் தான் அவர்களைக் கொண்டுச் சென்று இருக்க வேண்டும் என்ற யூகத்துடன், ஒவ்வொரு பகுதியாகப் பிரித்து ஆட்களை வைத்து இனியனும், தர்மனும் தேடிக் கொண்டு இருக்கின்றனர்.

இதற்கு சோழனும், மாவழுதியும் பெரும் தூண்களாக மறைந்திருந்தே வழிகாட்டி வருகின்றனர்.

சோழன் பல சிக்கலான வழக்குகளை தீர்க்க உதவியதால் அவருடன் பணிபுரிந்த போலீஸ் மற்றும் பல்வேறு துறை அதிகாரிகளும் யாரும் அறியாமல் கூட்டுச் சேர்ந்து, இந்தப் பணியை நடத்தி வருகின்றனர். அவ்வவ்பொழுது தர்மனுக்குத் தேவையான பணம், பொருள், ஆட்கள் என அனைத்தும்

நுணுக்கமாக அனுமானித்து வழுதியும் சோழனும், அவன் கேட்கும் முன்பே தயாராக வைத்திருப்பது தர்மனுக்கு பெரும் உதவியாக இருந்தது.

இது தவிர மற்ற டீம் ஆட்கள் கடத்தப்பட்ட இடத்திற்கு இனியன் தலைமையில் ஒரு தனிப்படை அமைத்து அதையும் ஆராய்ந்துக் கொண்டிருந்தனர்.

கடத்தப்பட்ட ஒவ்வொருவரும் கொண்டு சென்று சேர்த்த இடம் ஒரே காட்டுப்பகுதி தான். நீலகிரி மலையில் அனைவரையும் ஒன்றாய் சேர்த்து, ப்ரோபஸர் தசாதிபனையும் அவ்விடத்தில் சேர்த்து அவர்கள் தேடும் இடத்திற்கான பொருட்கள், தடையங்களைச் சேகரிக்கக் கட்டளையிடப்பட்டிருக்க வேண்டும்.

அதித் ஓவிஸ்கரின் எண்ணம், ம்ரிதுள்ளின் துள்ளியமான கணக்கீடுகளினால், ஆட்களின் செயல்பாடுகளால் உருவம் பெற்றுக் கொண்டிருக்கிறது.

குடும்ப உறுப்பினர்களை முன்வைத்து மிரட்டியும், உடன் இருப்பவர்களைத் துன்புறுத்தியும், இத்தனை நாட்களாக அவர்களின் காரியங்களைச் சாதித்து வந்தனர்.

இவர்கள் செல்லும் இடமெல்லாம் எப்போதும் இருபது பேர் கொண்டக் குழு பின்தொடர்ந்துக் கொண்டே இருக்கும். அவர்களும் குறிப்பிட்ட நேர அளவு மட்டுமே இவர்களைப் பின்தொடரவேண்டும் என்ற கட்டளையும் இருந்தது.

அதனால் யாருக்கும் முழு விவரம் என்பது தெரியவில்லை.

இப்படியாக மேற்கு தொடர்ச்சி மலையின், ஒரு இடத்தில் தான் நாம் முதலில் இவர்களைக் கண்டது. அதன் பிறகு அங்கிருந்து அவர்கள் நகர்ந்து இப்போது மீண்டும் நீலகிரிக்கு அருகில் இருக்கும் மலைத்தொடரில் தான் தங்கியுள்ளனர்.

ஆங்காங்கே அவர்கள் கண்டெடுத்த பொருட்கள், சேகரித்த தகவல்கள் என அனைத்தையும் ம்ரிதுள் பாதுகாப்பாகக் கொண்டு வரவேண்டும் எனக் கட்டளையிட்டுள்ளான்.

தாய் தந்தையை இழந்தத் துக்கத்தில் தன்னிலை இழந்து நின்று இருந்தவனிடம் ஒரு பெட்டியும், உள்ளே சில பொருட்களுடன் பழங்கால எழுத்துக்களால் எழுதிய குறிப்பேடுகள், அவன் மூழ்கி இருந்த இருள் அவன் கைகளில் திணித்து விட்டுச் சென்றது.

அதில் இருந்த இடத்தைக் கண்டறியவும், அதைத் திறக்கவும் சில வருடங்களாக அதித் முயற்சித்து வருகிறான். அவனுக்குத் துணையாக ம்ரிதுள் களத்தில் தன்னை யாரென்று காட்டிக்கொள்ளாமலே வேலைப் பார்த்து வருகிறான்.

கடலுக்கடியில் அவனுக்கு கிடைக்கப்போவது என்ன? இந்த கேள்வி தான் பல நாட்களாக நாச்சியாரின் தலையிலும், ம்ரிதுள்ளின் தலையிலும் ஓடிக்கொண்டிருக்கிறது.

"பேபி.... நாம எப்படி இங்க இருந்து தப்பிக்கறது?", ராகவி சுற்றிலும் பயந்தபடிப் பார்த்துக்கொண்டே கேட்டாள்.

"நாம இனிமே தப்பிக்க முடியாது ரா... அவன் நம்ம டீம் மெம்பர்ஸ்அ இங்க கொண்டு வர சொல்லி இருக்கான். இங்க இருந்து மறுபடியும் நம்மல எதையோ தேட வைக்க போறான்", நாச்சி தன் கையில் இருக்கும் புத்தகத்-தைப் பார்த்தபடியே பதில் கூறினாள்.

"அப்ப நாம போலீஸ் கிட்ட போக முடியாதா?"

"போனாலும் ப்ரயோஜனமில்ல ரா.... நாம நேத்திருந்து அந்த ரூம்ல பார்த்த அத்தனையும் உலகம் முழுக்க இருக்க பெரிய ம்யூசியம்ல இருந்தும் பல நாட்டு தொல்பொருள் ஆராய்ச்சி துறை, அகழ்வாராய்ச்சித்துறைன்னு அத்தனைல இருந்தும் கொண்டு வந்திருக்காங்க... அவங்க பலம் உலகம் முழுக்க விரவியிருக்குன்னு அதுல இருந்து புரிஞ்சது ரா", நாச்சியார் பெரு-மூச்சு எடுத்தபடிப் புத்தக்கத்தைக் கவிழ்த்து வைத்துவிட்டு ராகவியைப் பார்த்-தாள்.

"அப்ப நாம அடுத்து என்ன பண்ணப்போறோம் பேபி?", ராகவி கண்கள் குளம் கட்டியது.

"தெரியல ரா.... ஆனா நம்மல இன்னொரு பக்கம் யாரோ தேடிட்டு இருக்காங்க", நாச்சியார்.

"யாரு பேபி? போலீஸ்... சிபிஐ?", ஆர்வமாக கேட்டாள் ராகவி.

"தெர்ல... நம்ம டீம் மெம்பர்ஸ் இங்க கொண்டு வர்ற லேட் ஆகுதுன்னு அவன் கத்திகிட்டு இருந்தான். அடுத்து என்ன நடக்கும்னு யாருக்கும் தெரி-யாது ரா.... நாம எதுக்கும் தயாரா இருக்கணும் அவ்வளவு தான். அவன க்ளோஸ் ஆ வாச்ட் பண்ணலாம் அது ஒன்னு தான் நம்மனால பண்ணமு-டியும் ", நாச்சியார் உள்ளுக்குள் திடமாகவே கூறினாள்.

"இப்படியே போனா எப்படி பேபி.... ஒரு முடிவு வேணாமா? நம்ம வீட்ல இருக்கறவங்க எப்படி இருக்காங்களோ? உங்கம்மாவ வேற சுட்டுட்டாங்கன்னு நீ சொன்ன... இப்ப அவங்க எப்படி இருக்காங்களோ? ஒரு மாசம் மேல ஆச்சி... நம்மல கடத்திட்டு வந்து.... ", ராகவி உள்ளுக்குள் உடைந்து-போனாள்.

"அம்மா .... அம்மாவ வல்லா பாத்துப்பா.... அவ எதாவது பண்-ணுவா... ஆனா சின்னபொண்ணு.... உலகம் இன்னும் புரியாத வயசு.... அப்பா.... அப்பா பாத்துப்பார் தான்... ", ஒரு நொடி உள்ளுக்குள் கலங்கி-னாலும் தன்னைத் திடப்படுத்திக்கொண்டு, " எப்படி இருந்தாலும் வாழ்க்கை நம்மல இழுத்துட்டு போயிட்டு தான் இருக்கும்..... அதோட போக்குலயே போவோம். சீக்கிரமே இதுக்கு முடிவு வரும்னு தான் தோணுது ரா....நீ பயப்படாம தூங்கு", என அவளை ஆசுவாசப்படுத்தி உறங்கவைத்துவிட்டு, இவள் பால்கனியில் அமர்ந்து அடர்ந்த காட்டின் மேல் பார்வையைப் பதிய-வைத்தாள்.

அந்த கும்மிருட்டில் அவளது மனதும் மூழ்கியது. மூளைக்குள் நடக்கும் போராட்டம் கனவாக மாறி அவளது கனவுத்திரையில் ஒளிபரப்பானது.

"வல்லா ... வேணாம்.... நீ வந்துடு.... போகாத.....", என நாச்சியார் கதறித் துடித்துக்கொண்டிருக்கிறாள்.

எங்கோ ஓர் இடத்தில் வல்லகியை மட்டும் தனியே ஆபத்து என்று அறிந்தபின் உள்ளே அனுப்புகிறான் அவன். அவள் பின்னே யாரும் வரவேண்டாமென அவளும் உரைத்துவிட்டு இறுதியாக நாச்சியாரைப் பார்த்து , "அம்மா அப்பாவ பாத்துக்க நாச்சி", எனக் கூறி உள்ளே செல்கி-றாள்.

நாச்சியாவின் கதறல் மெல்ல மெல்ல குறைந்தது. அவளது குரல் தேய்ந்து எங்கோ மறைந்து போனது. அந்தகாரமானது அவளை கொஞ்சம் கொஞ்சமாக உள்ளே இழுத்துக்கொண்டிருக்கிறது.

அவளைச் சுற்றியுள்ளவர்களையும் தனக்குள் இழுக்கிறது. அவர்களைச் சுற்றி இருக்கும் அனைத்தும் மெல்ல மெல்ல அந்தகாரத்தில் மூழ்கி அடி ஆழம் செல்கிறது..... செல்கிறது..... சென்றுக் கொண்டே இருக்கிறது....

யாரோ தலையில் கைவைக்க திடுக்கென கண்விழித்து எழுந்து அமர்ந்-தாள்.

கண் எதிரே அவர்கள் இருவரும் நின்றிருந்தனர்.

25 -காற்றின் நுண்ணுறவு

"பெரியப்பா.... பெரியப்பா.... எங்க இருக்கீங்க?", பாலாவும் வல்லகியும் பிறைசூடனைத் தேடியபடி அந்த ரிசர்ச் லேப்பில் நுழைந்தனர்.

அங்கே அவர் கணினியில் எதையோ பார்த்தபடி குறிப்பெடுத்துக்கொண்-டிருந்தார்.

"இராத்திரி முழுக்க தூங்காம என்ன பண்ணிட்டு இருக்கீங்க பெரியப்பா? நேத்து நாங்க இங்கிருந்து போனப்ப உட்கார்ந்து இருக்கற பொசிஷன்லயே நீங்க இன்னும் இருக்கீங்க ......", பாலா அங்கலாய்த்தபடி அவரின் அரு-கில் வந்து அவரைத் தங்கள் பக்கம் திருப்பினாள்.

"வேலைன்னு வந்தா நான் தமிழன்டா", என கெத்தாக காலரைத் தூக்கி விட்டுக்கொண்டார்.

"அது வெள்ளைக்காரன்னு தானே சொல்லுவாங்க", பாலா தன் சந்தே-கத்தைக் கேட்டாள்.

"வெள்ளைக்காரன் என்னிக்கு உடம்பு வலஞ்சி வேலை செஞ்சி இருக்-கான். டைம் ஆனா ஓடிறுவானுங்க... நம்ம தான் வேலைய கைல எடுத்தா கடைசி வரைக்கும் நின்னு செய்வோம்.. சரி தானே பெரியப்பா?", வல்லகி சிரித்தபடி அவருக்கு குடிக்க தண்ணீர் கொடுத்துவிட்டு பின்னர் டீ கொடுத்-தாள்.

"சரிதான் டா.... அவங்களுக்கு எல்லாமே அவங்க பிக்ஸ் பண்ண நேரத்துல நடக்கணும். டைம் முடிஞ்சா ஓடிறுவாங்க.... வேலை முடிஞ்சாலும்... முடியலன்னாலும் ", எனக் கூறிவிட்டு சிறிது தன்னை ஆசுவாசப்படுத்திக்கொண்டார்.

"சரி சொல்லுங்க... இராத்திரி முழுக்க கண்முழிச்சி என்ன கண்டுபிடிச்சீங்க ?", பாலா விஷயத்திற்கு வந்தாள்.

"கொஞ்சம் கொஞ்சமா.... கண்டுபிடிச்சிட்டு இருக்கேன் ", எனக் கூறிவிட்டு அவர் எடுத்த குறிப்புகளை இன்னொரு கணினியில் பதிவேற்றினார்.

அந்த கணினி அவர் கொடுத்த தகவல்களை ஆராய ஆரம்பித்து சில முடிவுகளை சில நொடிகளில் அவர்களுக்குக் காட்டியது.

வல்லகியின் உடல் அழுத்தங்கள், மூச்சுக்காற்றின் நிலைத்தன்மை , மூளையின் செயல்பாடுகள், என அனைத்தும் நேற்று காலையில் இருந்ததை விட இப்போது ஒரு மடங்கு அதிகரித்திருந்தது.

அவள் தசைகளும்,எலும்பும் முன்பைவிட பலம் பெற்று இருக்கிறது.

அவள் உடலின் இலகுத்தன்மை முன்பை விட இரண்டு மடங்கு அதிகரித்திருப்பதும் அவருக்கு ஆச்சரியப்படுத்தியது.

"வல்லகி.... இதே ஸ்பீட்ல போனா நீ தான் இந்த உலகத்தோட ஸ்டாங் அண்ட் ஹைலி ப்ளக்ஸிபுள் லேடியா இருப்ப.... நேத்து காலைல நாம பாத்த ரிசல்ட்டுக்கும் இன்னிக்குமே நிறைய வித்தியாசம் இருக்கு... எனக்கு இன்னொரு தடவை யோசிச்சி சொல்லு... நீ அடிபட்டு இருந்தப்ப என்ன நடந்தது? யாராவது ஸ்பெஷல் ட்ரீட்மெண்ட் பண்ணாங்களா?", என மீண்டும் கேட்டார்.

"நான் தான் சொன்னேனே பெரியப்பா.... இவள ஹாஸ்பிடல்ல சேத்தின கொஞ்ச நேரத்துல கடத்திட்டு போயிட்டான் அந்த வீணாபோன ஜிதேஷ். அப்பறம் இனியன் சாரும், தர்மா சாரும் தான் தேடி கண்டுபிடிச்சி தூக்கிட்டு வந்தாங்க. அவங்க வந்தப்ப நிறைய வித விதமான செடிங்களை இவளோடவே தூக்கிட்டு வந்தாங்க. முன்னயே இவளுக்கு ஆக்ஸிஜன் மாஸ்ட் போட்டப்ப அது ஒத்துக்கல தான். அப்பவும் டாக்டர் செடிய தான் தூக்கி வச்சிருந்தாரு.... ஆனா இவள காட்டுக்குள்ள இருந்து கண்டுபிடிச்சி தூக்கி வந்ததா அவங்க சொன்னாங்க.. அங்க காட்டுவாசிங்க இவளுக்கு ஏதோ வைத்தியம் செஞ்சி இருக்காங்க.. இத நூத்திபத்தாவது தடவை நீங்க கேட்டு நானும் சொல்லிட்டேன்", என கூறிவிட்டு அவருக்கு கொண்டு வந்திருந்த நீரை இவள் முழுதாக அருந்திவிட்டு அவர்களைப் பார்த்தாள் பாலா.

"அந்த செடியும் நாம இங்க கொண்டு வந்து நாலு நாள் ஆகுது.... அதையும் நீங்க பாத்துட்டீங்க... எனக்கு என்ன நடந்ததுன்னு தெரியல பெரியப்பா... இவளும் இனியன் சாரும் சொன்னத வச்சி தான் நான் அதுல்லாம் தெரிஞ்சிகிட்டேன்.... அந்த கார் இடிச்சப்பவே எனக்குள்ள ஏதோ மாற்றம் நடந்திருக்கணும்... அதோட தொடர்ச்சியா காட்டுக்குள்ள

அவங்களுக்கு தெரிஞ்ச வைத்தியம் செஞ்சிருக்கலாம்... இதுக்கு மேல எனக்கும் எதுவும் தோணல... ", வல்லகியும் கூறிவிட்டு அவரின் எதிரில் நின்றாள்.

"எக்ஸாட்லி.... அந்த கார் உன்ன இடிச்சதுல உனக்குள்ள இருக்கற ஏதோ ஒரு ஸ்விச் ஆன் ஆகி இருக்கணும். தவிர இந்த மூலிகைல பாதி தான் நம்ம பாத்திருக்கோம். மீதி எல்லாம் ரொம்ப புதுசா இருக்கு.... இதுல எனக்கு தெரிஞ்ச மூலிகைகள் எல்லாமே உன்ன ஹீல் பண்ணி இருக்கு.. உனக்குள்ள ஏற்படுற தடைகளையும், சிரமத்தையும் விலக்க வழி செய்யுது... இந்த ஒரு மாசத்துல நீ கடந்து வந்த நாட்கள்ல நிறைய மாற்றங்கள் உனக்குள்ள ஏற்பட்டு இருக்கு. உனக்குள்ள இருந்த அழுத்தம் கொஞ்சம் குறைஞ்சதால உன் செயல்திறன் இப்ப ஓரளவுக்கு வெளிய தெரியுது.... இது எல்லாம் வச்சி பாக்கறப்ப... ஒரு சித்தர் பாடின பாட்டுபடி, உன்ன உயிரோட புதைச்சி எடுத்து செய்யக்கூடிய செய்முறை உனக்கு நடந்திருக்கணும். அதனால தான் உனக்கு இவ்வளவு மாற்றங்கள் நடந்துட்டு இருக்கு... ஆனா அந்த செய்முறை செய்ய எத்தனை நாள் ஆகும்னு எனக்கு தெரியல. நீ காணாம போன ரெண்டு நாள்ல அது நடந்திருக்குன்னா, அதுக்கும், உனக்கு ஆக்ஸிடண்ட் நடந்ததுக்கும் சம்பந்தம் இருக்கா? செத்து பொழச்சா ஏற்பட்ற மாற்றங்கள் உனக்குள்ள நடந்துட்டு இருந்தா , நீ செத்து மறுபடியும் பொழச்சி இருக்கணும் வல்லகி", தன் மனதில் தோன்றியதை ஒவ்வொன்றாகக் கோர்த்தபடி வந்தார்.

"அப்ப இவ பேயா பெரியப்பா?", பாலா சற்றுப் பயத்துடன் வல்லகியை விட்டுத் தள்ளி நின்றபடிக் கேட்டாள்.

"இல்லடா.... நாம கம்ப்யூட்டர் அப்டேட் பண்றதுக்கு ஆப் ஆகி, ஆன் ஆகற மாதிரி வல்லகிக்கு நடந்திருக்கணும்", என பிறைசூடன் தனது யூகத்தைக் கூறினார்.

"இருக்கலாம் டாக்டர் பிறைசூடன்.... ஆனா இதுக்கு மேல இந்த ஆராய்ச்சிய நான் பாத்துக்கறேன். நீங்க விலகிடுங்க... வயசாயிடிச்சில்லயா... சோ ரெஸ்ட் எடுத்துக்கோங்க.... பாய்ஸ்.... அந்த சப்ஜெட்ட எடுத்துட்டு வாங்க", என்றபடி மாமல்லன் அவ்விடம் வந்தான்.

"ஹலோ... யார் மிஸ்டர் நீங்க? உங்கள யார் உள்ள விட்டது?", பிறைசூடன் வல்லகியை தன் பின்னால் மறைத்தபடி முன்னால் வந்தார்.

"நான் டாக்டர் மாமல்லன். நீங்க என்னை பத்தி கேள்வி பட்டிருப்பீங்களே டாக்டர் பிறைசூடன்", என கைக்குலுக்க முன்னே வந்து நீட்டினான்.

"வணக்கம்.... நீங்க என்னை பார்க்க எந்த அப்பாயிண்ட்மெண்ட்டும் வாங்கலியே.... தவிர செக்யூரிட்டி மீறி நீங்க என் லேப் வரைக்கும் வந்தது எனக்கு சுத்தமா பிடிக்கல.... நீங்க போயிட்டு அப்பாயிண்ட்மெண்ட் வாங்கிட்டு வாங்க", என வாசல் பக்கம் கைநீட்டினார்.

"வெறும் நாலு ரோபோவும், இன்ட்ரா கனெக்டெட் சர்வைலன்ஸ் லாக்கிங் சிஸ்டம் வச்சிட்டு இருக்கறது ரொம்பவே தப்புன்னு உங்கள பாத்து நான் புரிஞ்சிகிட்டேன் டாக்டர். நான் இனி மனுசங்களையும் காவலுக்கு வைக்கணும் தான் போல... சரி அது என் பிரச்சினை. நீங்க அந்த சப்ஜெட்ட எடுத்துட்டு போக விட்டா நான் அமைதியா போயிடறேன்", என வல்லகியைக் கைக்காட்டிக் கூறினான்.

"ஏது சப்ஜெட்டா.... மிஸ்டர்... அவ என் பிரண்ட்...நோட் புக் இல்ல.... ஒரு உயிருக்கு மதிப்பும் மரியாதை குடுக்க தெரியல யார் நீ? வெளியே போ... ஆளுங்கள கூட்டிட்டு வந்தா நீ பெரிய இவனா? பெரியப்பா போலீஸுக்கு கால் பண்ணுங்க", பாலா கோபத்துடன் பேசினாள்.

"நீ வேஸ்ட் ஆப்ஜெட்.... வாய் மூடு...பாய்ஸ்.... கெட் த சப்ஜெட்", என தன் அடியாட்களுக்கு உத்திரவிட்டான்.

வல்லகி சிரித்தபடி முன்னே வந்து நின்று,"மிஸ்டர்... டாக்டர் நிரல்யன் எங்க?", எனக் கேட்டாள்.

"ஷார்ப் சப்ஜெட்... அவன் இன்னொரு சப்ஜெட்டா என் லேப்ல தான் இருக்கான். நீயும் வந்தா என் ஆராய்ச்சி கம்ப்ளீட் ஆகிடும்", மாமல்லன்.

"உயிரோட மதிப்பு தெரியாத ஆள் நீ.... நீயெல்லாம்", என வாயிற்குள் எதோ முனகிவிட்டு, "முதல்ல வெளியே போ.... என் பெரியப்பாவ டென்ஷன் பண்ணாத", என வெளியேற உத்திரவிட்டாள்.

அவள் கூறிமுடிக்கும் முன் மைக்ரோ இன்ஜெக்ஷனை ஓங்கிய படி ஒருவன் அவள் அருகே வந்தான்.

அவளின் கழுத்தை குறிவைத்து வந்தவன், பக்கவாட்டில் கழுத்து திரும்பியபடி கீழே விழுந்தான்.

"ஒரே அடில விழுந்துட்டான்... இன்னும் கொஞ்சம் ஸ்ட்ராங் பாய்ஸ அ நீ கூட்டிட்டு வந்திருக்கணும் மாமல்லன்", எனக் கூறியபடி அவனைத் தாண்டி முன்னே வந்தாள்.

மற்ற நால்வரும் ஒரே சமயத்தில் அவளை நோக்கி வர,"நீங்க இந்த டெக்னிக் மாத்தமாட்டீங்களே",என சிரித்தபடி அங்கிருந்து புல்வெளிக்கு ஓடினாள்.

"பெரியப்பா இப்ப நிஜமா அடிக்க போறேன். இப்ப ஒரு மைக்ரோசெகண்ட் கூட விடாதீங்க... கேப்சர் பண்ணிடுங்க", எனக் கூறிவிட்டு கையை மடக்கி முகத்திற்கும், உடலிற்கும் அரணாக வைத்துக் கொண்டாள்.

அவர்கள் அனைவரும் அவளை மயங்க வைக்கும் மைக்ரோ இன்ஜெக்ஷனுடனே அவளைத் தாக்க வந்தனர்.

மாமல்லன் அவளைக் கூர்ந்துக் கவனித்தான்.

திடமாக கால்களை ஊன்றி, கைகளை மடக்கி, முகத்தில் சிரிப்பு மாறாமல் நின்று அந்த அடியாட்களை எதிர்கொண்டாள்.

நால்வரும் நான்கு பக்கமும் அவளைத் தாக்கத் தொடங்க, வல்லகி முத-லில் சாதாரண தற்காப்பு வித்தைகளை மட்டும் பயன்படுத்தி வந்தாள்.

குனிந்து, தாவி, நகர்ந்து என அசால்ட்டாக அவள் அவர்களின் தாக்-குதலில் தப்பித்துக் கொண்டிருப்பதுக் கண்டு பிறைசூடனே உள்ளுக்குள் உறைந்து தான் போனார்.

பாலா அவளை வைத்தகண் வாங்காமல் கைத்தட்டி விசிலடித்து, அவளை உற்சாகப்படுத்தியபடி இருந்தாள்.

"சூப்பர் வகி.... அதோ அந்த பக்கம் வரான் பாரு....இந்த பக்கம் உன் கால பிடிக்க வரான் அவன மிதி....அவனுங்க இரண்டு பேரும் உன்ன பின் பக்கமாக அடிக்கவரானுங்க பாரு", பாலா கூறக் கூற வல்லகி நான்கு பக்க-மும் நின்று நிதானமாக அவர்களின் தாக்குதலில் இருந்து தப்பித்து அவர்க-ளைக் காயப்படுத்திக்கொண்டிருந்தாள்.

கிட்டதட்ட முக்கால் மணி நேரமாக அவளை மயக்கமடைச் செய்ய அவர்கள் ஐவரும் போராடிக் கொண்டிருந்தனர்.

அவர்களின் கை அவள் உடையைக் கூட தொட முடியாதபடி அசுர வேகத்தில் அவள் தன்னைத் தற்காத்துக்கொண்ட விதம், மாமல்லனை மட்-டுமின்றி பிறைசூடனையும் வியப்புற வைத்தது. நொடிக்கு நான்கு அடிகளை அடியாள்கள் ஐவரும் பெற்றனர்.

அவளுக்கு எதுவும் ஆகக்கூடாது என்பதால் அத்தனை நேரம் நிதான-மாக தாக்கியவர்கள், அவள் சிரிப்புடனே சிறுகுழந்தையிடம் விளையாட்டுக் காட்டுவதுப் போலவே தாக்கியது அவர்களைக் கோபப்படுத்தியது.

ஊசியை எறிந்துவிட்டு கத்தியை எடுத்துக்கொண்டனர்.

"சப்ஜெட்க்கு எதுவும் ஆகக்கூடாது பாய்ஸ்.... ", மீண்டும் மாமல்லன் குரல் கொடுத்தான்.

"அவனுங்களுக்கு எதுவும் ஆகக்கூடாதுன்னு நீ வேண்டிக்க டா முட்-டைகோஸ் மண்டையா", பாலா சிரித்தபடி வல்லகியின் அடுத்த ஆட்டத்தைக் காண ஆவலாக இருந்தாள்.

"பாலா கம்ப தூக்கிபோடு"

பாலாவும் ஓடிச்சென்று கம்பை எடுத்துவந்து தூக்கிப்போட்டாள்.

"வகி... இப்ப டி.ஆர் பாட்டு பாடினா செமயா இருக்கும்ல?".

"அத நீயே பாடு"

"வாடா என் மச்சி வாழக்கா பஜ்ஜி... உன்னுடம்ப பிச்சி .... போடப் போறேன் பஜ்ஜி", என பாலா சொடக்கு போட்டு பாடியபடி சுவாரஸ்யமாக நின்றிருந்தாள்.

வல்லகி கம்பை வைத்து சுழற்றி தன் உடலை அதற்கு தகுந்தாற்போல இலகுபடுத்திக்கொண்டு, பாலா பாடும் பாட்டிற்கு ஏற்றபடி ஆடிக்கொண்டி-ருந்தாள்.

"இன்னும் என்ன தயக்கம்? வாங்க நான் ரெடி", என வல்லகி மந்தகாசச் சிரிப்புடன் கூறினாள்.

நால்வரும் ஒரே பக்கமாக அவளைக் கத்தியால் குத்த வர, கம்பை வைத்து நால்வரையும் தடுத்து காலால் எட்டி உதைத்தாள்.

சிறு பெண் எத்தனை நேரம் தாக்குபிடிப்பாள் என தப்பாகக் கணக்கிட்டு, அவர்கள் மீண்டும் மாறி மாறித் தாக்க வல்லகியின் அருகில் கூட நெருங்க முடியாமல் அடிபட்டுக் கீழே விழுந்தனர்.

வலது பக்கம் ஒருவன் அவள் தோளைக் குறி வைத்துப் பாய, பின்பக்கம் அவளது முதுகை குறிவைத்து ஒருவன் பாய்ந்தான். இருவரையும் சமாளிக்கும் நேரத்தில் அவளின் மறுபுறத்தில் கத்தி பறந்து வந்தது.

நொடிக்கும் குறைவான நேரத்தில் அவர்கள் இருவரையும் எட்டி உதைத்துவிட்டு அந்த கத்தியைப் பிடித்து வந்த திக்கலேயே எறிந்தாள்.

கத்தியை வீசிய மாமல்லன் அலட்டிக்கொள்ளாமல் நகர்ந்துக் கொண்டான்.

அவளது உடல் அசைவுகள், வேகம், விவேகம் என அனைத்தும் நேரில் கண்டதும் அவளை எப்படியாகினும் தூக்கிச் செல்ல வேண்டுமென்ற வெறி அதிகமாகியது.

அரைமணிநேரத்தில் அவன் அடியாட்கள் அனைவரும் இரத்தம் வழிய கீழே சரிந்தனர்.

"பாலா போலீஸ்க்கு கால் பண்ணியா?"

"பண்ணிட்டேன் வல்லகி", பின்னிருந்து பிறைசூடன் பதில் கொடுத்தார்.

"இவன் லேப்ல இருக்கற டாக்டர காப்பாத்தணும்... ரோபோ மாஸ்.... அரெஸ்ட் ஹிம் ... போலீஸ் வர்ற வரைக்கும் அவன் நகர கூடாது.... ",எனக் கட்டளையிட்டுவிட்டு அங்கிருந்த சேரில் அமர்ந்தாள்.

"கிங்காங்... வந்து இவனுங்கள கட்டிப்போடு", என பாலா அடியாட்களைக் கட்டிப்போட மற்றொரு ரோபோவுக்கு கட்டளையிட்டாள்.

"ரொம்ப தப்பு பண்ற நீ.... ", மாமல்லன்.

"உன்னவிட இல்ல"

"நான் ஆராய்ச்சி பண்ற டாக்டர்"

"நீ டாக்டர்-ன்னு சொல்லவே தகுதி இல்லாதவன்... ஒரு உயிர மதிக்கவும் தெரியல, அதோட வேல்யூவும் தெரியல.... ", வல்லகி வெறுப்புடன் ஒரு பார்வைப் பார்த்துக் கூறினாள்.

"ஒரு விஷயம் கண்டுப்பிடிக்கணும்னா இதுல்லாம் சகஜம்.... பிறைசூடன் பண்ணாத தப்பையா நான் பண்ணிட்டேன்", மாமல்லன் பிறைசூடனை இழுத்தான்.

"அவரு இங்க மனுஷங்கள சோதிக்க அனுமதி குடுக்கலன்னு தான் வெளிநாடு போனாரு... உன்னமாதிரி எலியாட்டம் மனுஷங்கள அடச்சி வைக்கல... கடத்தவும் செய்யல", பாலா.

"அப்படியா.... டாக்டர்... பிறைசூடன்... உங்களோட மறுபக்கம் இவங்களுக்கு தெரியாது போலவே", மாமல்லன் ஒருமாதிரி சிரித்தபடிக் கூறினான்.

"ஷட்சப்.... வல்லகி பாலா.... போலீஸ் வந்துட்டாங்க.... இனி அவங்க பாத்துப்பாங்க .. நீங்க உள்ள போங்க....", ஆத்திரத்துடன் அவனைப் பார்த்துக் கத்திவிட்டு, இவர்களிடம் அமைதியாகக் கூறினார்.

"இல்ல பெரியப்பா... டாக்டர் நிரல்யன காப்பாத்தணும்.. நாங்க போய் அவர பாத்துட்டு வரோம்... நீங்க அதுவரைக்கும் ரெஸ்ட் எடுங்க", எனக் கூறிவிட்டு வல்லகி போலீஸாரிடம் விஷயத்தைக் கூறி தானும் உடன் சென்றாள்.

மாமல்லன் பிறைசூடனைப் பார்த்துச் சிரித்தபடி அருகில் வந்து, "நல்லாவே நடிக்கறீங்க .... சீக்கிரம் பாக்கலாம்", எனக் கூறிவிட்டு போலீஸாருடன் சென்றான்.

மாமல்லனின் லேப்பில் சுயநினைவின்றி கிடந்த நிரல்யனை மருத்துவமனையில் அனுமதித்துவிட்டு, அவன் தங்கைக்குத் தகவல் கொடுத்து அவள் வந்தபின் அங்கிருந்துக் கிளம்பினர்.

மேலும் அந்த லேப்பில் பல உயிரற்ற சடலங்கள் கண்டெடுக்கப்பட்டது. உயிரோடு பலரை அவன் ஆராய்ச்சிக்காக பலியாக்கியது ஆதாரங்களுடன் கிடைத்தது.

வல்லகியும் பாலாவும் அவையனைத்தையும் பார்த்துவிட்டு," சே... ஆராய்ச்சிக்காக என்ன என்ன பண்றாங்க.... எத்தன பேர இவனே கொன்னிருக்கான்.... எப்படி துடிதுடிச்சிருப்பாங்க அவங்க எல்லாம்.......", பாலா அடங்காதக் கோபத்துடன் பேசினாள்.

"பாலா... நீ ஊருக்கு கிளம்பு", வல்லகி யோசனையுடன் கூறினாள்.

"ஏன் வகி? நீ மட்டும் தனியா என்ன பண்ணுவ? உனக்கு ஹெல்ப் பண்ண தானே நானும் வந்தேன்", பாலா ஏதும் புரியாமல் கேட்டாள்.

"இத விட பல மடங்கு ஆட்கள பிறைசூடன் ஆராய்ச்சி பண்ண கொன்னிருக்காரு.... அங்கிருந்து வெளியே வர சந்தர்ப்பம் பாத்துட்டு இருந்தேன். இப்ப கெடச்சிருக்கு. நீ இப்டியே கிளம்பு.... ", வல்லகி உணர்ச்சியற்றக் குரலில் கூறினாள்.

"என்ன சொல்ற வகி? நம்ம பெரியப்பாவா? எப்படி உனக்கு தெரியும்?", பாலா அதிர்ச்சியுடன் கேட்டாள்.

"நாம வந்த அடுத்த நாள் சிஸ்டம் நோண்டினேன்ல .. அப்பவே பாத்தேன். தனியா அந்த பைல்ஸ் சேவ் பண்ணி நைட் பாத்தேன். அதிர்ச்சியா தான் இருந்தது. அவரோட நோக்கம் இப்ப எப்படி இருக்குன்னு தெரிஞ்சிக்க தான் அவருக்கு தீனி போட்றமாதிரி எனக்குள்ள இருக்கற மாற்றங்கள ஓரளவு சொன்னேன்", வல்லகி ஒரு நொடி நிதானித்து, "நாளைக்கு என்னை அராப் கண்ட்ரிக்கு கடத்திட்டு போகப் போறாரு.... நீ அப்பா அம்மா கூட இரு", எனக் கூறினாள்.

"மாட்டேன்... உன்ன தனியா விடமாட்டேன்னு அப்பாவுக்கு சத்தியம் பண்ணி குடுத்திருக்கேன்... யாரை நம்பறது யார நம்பக்கூடாதுன்னு தெரியாத சூழ்நிலைல உன்ன தனியா நான் எப்பவும் விட்டுட்டு போகமாட்டேன் வகி", என அவளை இறுக்கிக் கட்டிக்கொண்டாள் பாலா.

26 - காற்றின் நுண்ணுறவு

"சொன்னா கேளு பாலா.... உன் உயிருக்கே ஆபத்து வரலாம்.... அந்த மனுஷன் என்ன பண்ணப்போறார்-னு எனக்கும் தெரியல. அப்பா அம்மாவுக்கு நாச்சியாவாது முழுசா கிடைச்சிட்டா பரவால்ல.... அப்பா எப்படி இந்தாள நம்பினாருன்னு தெரியல. அவங்களுக்கு எதுவும் ஆகக்கூடாது... யாராவது அவங்க பக்கத்துல இருக்கணும்", வல்லகி தலையைப் பிடித்தபடிக் குனிந்துக்கொண்டுப் பேசினாள்.

"அவங்கள நாங்க பாத்துக்கறோம் வல்லகி..... நீங்க இப்ப எங்களோட கிளம்புங்க", என ஏஞ்சல் அவ்விடம் வந்தாள்.

புதிதாக ஒரு யுவதி நிற்பதுக் கண்டு தோழிகள் இருவரும் சந்தேகமாகப் பார்த்தனர்.

"யார் நீங்க?", பாலா தான் முதலில் கேட்டாள்.

"இத பாத்தா தெரியலாம்", என பிறைசூடனுக்கு வீடியோ கால் செய்துக் கொடுத்தாள்.

அங்கே பிறைசூடன் உடல் முழுக்க ஆங்காங்கே இரத்தம் வழிய மண்டியிட்டு அமரவைக்கப்பட்டிருந்தார்.

அருகில் ஒரு வெளிநாட்டுக்காரி கால் மேல் கால் போட்டு அமர்ந்தபடி புகைப் பிடித்துக்கொண்டிருந்தாள்.

வல்லகியும் பாலாவும் ஒருவரை ஒருவர் பார்த்துக் கொண்டு, "யார் நீங்க? எதுக்கு அவர அடிச்சி இப்படி உக்கார வச்சிருக்கீங்க?", வல்லகி இறுகிப்போன குரலில் கேட்டாள்.

"சத்தம் போடாம வந்தா எல்லாமே தெரியும்", என ஏஞ்சல் பாலாவின் முதுகில் துப்பாக்கியை வைத்தாள்.

"நல்லா தமிழ் பேசற.... ஆனா பாக்க வேற நாட்டு ஆளு மாதிரி இருக்க", வல்லகி பாலாவின் கைப்பிடித்து நடந்தபடிக் கேட்டாள்.

"நல்ல தைரியம் தான்.... போலீஸ் கிட்ட ஓடலாம்ன்னு ப்ளான் இருந்தா ட்ராப் பண்ணிடு .. உன் அப்பா அம்மாவும் எங்க கஸ்டடில தான் இருக்காங்க", ஏஞ்சல் கூறிவிட்டு அருகில் இருந்த தடியனை அவர்கள் பின்னால் கண்காணித்தபடி வரச் சொல்லிவிட்டு அவர்கள் இருவருடன் சேர்ந்தே நடந்தாள்.

அந்த காரிடோரில் இருந்து திரும்பும் போது, "மிஸ்.வல்லகி....", என முகுந்தன் அழைத்தான்.

"ஹலோ மிஸ்டர் முகுந்தன்.... எப்படி இருக்கீங்க?", வல்லகி சிரித்தபடி அவனுக்கு கைகொடுத்துவிட்டு, அவன் கையில் அழுத்தம் கொடுத்தாள்.

"நல்லா இருக்கேன். நீங்க எப்படி இருக்கீங்க? உங்கள அன்னிக்கு அப்-பறம் பாக்கவே இல்ல", சகஜமாக பேசியபடி அவளுடன் நின்றவர்களை ஆராய்ந்தான்.

"ஊருக்கு போயிட்டேன் முகுந்தன். அதுக்கப்பறம் இப்ப போன வாரம் தான் பெரியப்பா வீட்டுக்கு வந்தேன்.... அவர் பாரின்ல இருந்து போன வாரம் தான் வந்தாரு", வல்லகி பாலாவின் கைகளை இறுக்கிப் பிடித்தபடி ஏஞ்சலைவிட்டு சற்றுத் தள்ளி நின்றாள்.

"ஓஓ.... அவர் பேரு என்ன? எங்க இருக்காரு?", முகுந்தன் யாருக்கோ அழைத்துவிட்டு அப்படியே அழைபேசியை கையில் பிடித்துக்-கொண்டான்.

"இங்க தான் நாம ஒருதடவ போன பீச் ரெஸ்டாரெண்ட்ல இருந்து இரண்டு கி.மீ கடற்கரையோரமா நடந்தா வரும்... நாம கூட யாரு இந்த பெரிய ஏரியால இவ்வளவு பெரிய வீடு கட்றாங்கன்னு பேசிட்டு போனோமே...", வல்லகி.

"அதான் நான் கூட சொன்னேனே நாலு காணி இடம் வரும்னு... அது தான்.... ", பாலா பேச்சில் கலந்துக்கொண்டாள்.

ஏஜ்சல் கண்காட்டியதும் ஒருவன் பாலா அருகில் வந்து எதையோ வைத்து அவளது முதுகில் கீறிவிட்டு நகர்ந்துச் சென்றான்.

"அதுவா... சரி சரி.... ஆமா இவங்க எல்லாம் யாரு... பாரினர்ஸ் மாதிரி இருக்காங்க", முகுந்தன் ஏஞ்சல் மற்றும் மற்ற அடியாட்களைப் பார்த்-துக் கேட்டான்.

"வீ ஆர் பாடிகார்ட்ஸ்.... டாக்டர் பிறைசூடன், இவங்களுக்காக எங்கள அப்பாயிண்ட் பண்ணி இருக்காரு.... நாங்க கிளம்பணும் நேரமாச்சி... பாஸ் காத்துட்டு இருப்பாரு", என ஏஞ்சல் தானே முன்வந்து பேசினாள்.

"டாக்டர் பிறைசூடன்?", முகுந்தன் சந்தேகமாகப் பார்த்தான்.

"அவர் சைன்டிஸ்ட்.... இப்ப இந்தியால செட்டில் ஆகிடலாம்னு வந்-துட்டாரு", என வல்லகி கூறிவிட்டுக் கண்காட்டினாள்.

பாலாவிற்கு கொஞ்சம் கொஞ்சமாக தன் உடலில் ஏதோ வித்தியாசம் தெரிந்து வல்லகியின் கைகளை அழுத்தினாள்.

அவள் கண்கள் சிவப்பேறுவதைக் கண்டு வல்லகி," ஓக்கே முகுந்தன் அப்பறம் பாக்கலாம்", என முன்னே பாலாவைப் பிடித்தபடி நடந்தாள்.

முகுந்தன் செல்பவர்களைப் பார்த்துக்கொண்டே காதில் போனை வைத்-தான்.

"நம்ம கெஸ் சரி.... வல்லகிய பாலோ பண்ணு முகுந்த்... அவங்க இரண்டு பேருக்கும் எதுவும் ஆகக்கூடாது....", இனியன் அந்த பக்கம் இருந்துக் கட்டளையிட்டான்.

"பாலாவுக்கு எதுவோ குடுத்திருக்காங்க சார். அவங்க நிக்கமுடியாம வல்லகி மேல சாஞ்சிட்டே நடந்து போறாங்க... ", என முகுந்தன் பாலாவின் முகத்தில் ஏற்படும் வித்தியாசங்களைப் உள்ளுக்குள் நினைவுக்கூர்ந்துப் பார்த்தபடிக் கூறினான்.

"ஷிட்.... ப்ளடி *****க்கர்ஸ்", இனியன் அந்த பக்கம் கோபத்தில் கத்தினான்.

"சரி... வல்லகிய பாலோ பண்ணுங்க... அவகிட்டா எப்படியாவது கான்டாக்ட் பண்ண பாருங்க. யாருக்கும் சந்தேகம் வரக்கூடாது.... அந்த புதுசா வந்த பொண்ண பத்தின டீடைல்ஸ்ஸும் கலெக்ட் பண்ண சொல்லு முகுந்த்", என கட்டளையிட்டுவிட்டு அருவியில் குதித்தான்.

இனியன் இட்ட கட்டளைகளை சோழனுக்கும், மாவழுதிக்கும் பகிர்ந்தபடி மேற்கொண்டு என்ன செய்வதென கலந்து ஆலோசித்துக் கொண்டிருந்தான்.

"முகுந்த்.... நம்ம தேட்ற தலை நம்மல ரொம்ப ஷார்ப்பா வாட்ச் பண்ணுது.... தர்மனுக்கும் இனியனுக்கும் தகவல் குடுத்து ஜாக்கிரதையா இருக்க சொல்லு... புதுசு புதுசா ஆளுங்கள இறக்கறாங்க.... இவ்வளவு செய்ற அளவுக்கு அவங்க எதை தேடறாங்க?", மாவழுதி.

"வழுதி .... அந்த நாலு பொருளும் எங்க இருக்கு?", சோழன் ஏதோ சிந்தனையில் ஆழ்ந்தபடிக் கேட்டார்.

"நீங்க சொன்ன இடத்துல தான் பத்திரமா இருக்கு", வழுதி.

"அந்த டைரி மட்டும் எப்படியாவது வல்லகி கைல குடுக்க முயற்சி பண்ணசொல்லு"

"அதுவா? ஏன் சீப்?", வழுதி எதற்கென காரணம் அறியக் கேட்டான்.

"நாச்சியார கடத்தினதும், இப்ப பிறைசூடன் வச்சி வல்லகிய டார்கெட் பண்றதும் ஒரே ஆளுங்களா இல்லையான்னு நாம தெரிஞ்சிக்கணும்", சோழன்.

"அப்படி இருக்கும்னு நீங்க நினைக்கறீங்களா சார்?", முகுந்த் கேட்டான்.

"அப்படி இருந்தா?", சோழன் நிலைக்குத்தியக் குரலில் கேட்டார்.

"நம்ம வேலை சுலபம் ஆகும்", எனக் கூறியபடி தர்மன் அங்கே வந்தான்.

"ஹே தர்மா... நீ எப்படி இங்க? காட்டுக்குள்ள போறதா தானே ப்ளான்?", வழுதி கேட்டார்.

"நம்ம விக்டர் கேங்க்ல புதுசா இருந்தவன் யாருன்னு தெரிஞ்சிரிச்சி சீப்",என ம்ரிதுள்ளின் புகைப்படத்தை டேபிளில் போட்டான்.

"யாரு இவன்?", முகுந்த் யோசனையுடன் கேட்டான்.

"இவன் தான் விக்டர் கேங்க்ல புதுசா ஜாயின் பண்ணவன். ஜிதேஷ் வல்லகிய கடத்திட்டு காட்டுக்குள்ள போனப்ப இவனும் அதுல இருந்திருக்கான்", தர்மதீரன்.

"பாத்தா நம்ம நாட்டு பையன் மாதிரி தான் இருக்கு.... இவனுக்கும் நாச்சியாவ கடத்திட்டு போனவங்களுக்கும் சம்பந்தம் இருக்குன்னு சொல்றியா?", மாவழுதி.

"நிச்சயமா இருக்க வாய்ப்பிருக்கு... இவனே தான் நாச்சியாவோட ப்ரோபஸர கடத்தி இருக்கான். அங்க அவர கடத்திட்டு, உடனே இங்க விக்டர் கேங்க்ல ஜாயின் ஆகி ஜிதேஷ் கூட காட்டுக்கு போயிருக்கான். ப்ரோபஸர கடத்தின இடத்துல இருந்த சிசிடிவி ஃபூட்டேஜ் நேத்து தான் கிடச்சது ", என பென்டிரைவைக் கம்ப்யூட்டரில் இணைத்து அந்தக் காட்சிகளை ஓட்டினான்.

"கொஞ்சம் கெட் - அப் மாத்தி இருக்கான் போல. பாத்தா ரொம்பவே பலசாலி மாதிரி தான் இருக்கான்.... ", மாவழுதி.

"புத்திசாலியும் கூட வழுதி... ஒரு நாளைக்குள்ள அங்க அவங்கள அஸெம்பல் பண்ணிட்டு, இங்கயும் வந்து ஒன்னும் தெரியாத மாதிரி இருந்திருக்கான்.... அக்யூரெட் கால்குலேசன் போட்டு வேலை செய்றான்", சோழன் அவனது முகத்தையும், அதில் தெரிந்த கூர்மையும் ஆராய்ந்தபடிக் கூறினார்.

"சார்.... ஜிதேஷோட அல்லக்கை சிக்கிட்டான்", என ஆபீஸில் அவனுக்கு ஜால்ரா அடித்துக்கொண்டிருந்த ஒருவனை மற்றொரு டிடெக்டிவ் ஒருவர் இழுத்து வந்தார்.

"நீ சத்தீஷ் தானே", என தர்மதீரன் கேட்டான்.

"ஆமா சீனியர்... ப்ளீஸ் என்னை விட்றுங்க.... நான் எதுவும் பண்ணல... அந்த ஜிதேஷ் கூட சுத்திட்டு குடிச்சிட்டு இருந்தேன் அவ்வளவே தான்", எனப் பயந்தபடிக் கூறினான்.

"இவன நீ பாத்திருக்கியா ?", என ம்ரிதுள்ளின் போட்டோவைக் காட்டினான் தர்மதீரன்.

"இல்ல எனக்கு தெரியாது.... என்னை விட்றுங்க", என மீண்டும் பினாத்தினான்.

முகுந்தன் ஓங்கி ஒன்று அறைந்து, "நல்லா கண்ண தொறந்து பாத்து சொல்லு... இவன நீ ஜிதேஷ் கூட பாத்திருக்கியா? ", என அருகில் அந்த போட்டோவைக் காட்டினான்.

சத்திஷ் கண்களைக் நன்றாக கசக்கி கண்ணீரைத் துடைத்துக்கொண்டு அந்தப் போட்டோவைப் பார்த்தான்.

"இவன்.... இவன.... நான் ஜிதேஷோட கெஸ்ட் ஹவுஸ்ல அடிக்கடி பாப்பேன். பயங்கரமா வாள் சண்டை போடுவான். ஜிதேஷ்க்கு வாள்சண்டை கத்து குடுத்துட்டு இருந்தான்", திக்கித் திணறிக் கூறினான்.

"வாள் சண்டையா?", தர்மன் சந்தேகமாகக் கேட்டான்.

"ஆமா... இவனுக்கு வாள் சண்டை , சிலம்பு, வர்மக்கலைன்னு பழைய கால வித்தையெல்லாம் நல்லா தெரியும்னு ஜிதேஷ் சொல்வான். அதுல்லாம் ஜிதேஷ்க்கு கத்துக்கணும்னு ஆசை. அவங்க மாமாகிட்ட சொன்னப்ப அவர்

தான் இவன அனுப்பினாரு", என தனக்குத் தெரிந்ததைக் கூறினான்.

"மாமா-வா? அது யாரு? கம்பெனி போர்ட் மெம்பர் சக்தி ஈஸ்வரனா?", தர்மதீரன்.

"இல்ல.... சேர்மேன் வைப் லீலாவதி மேடமோட அண்ணன் விஜய்-சௌந்தர்"

"விஜய் சௌந்தர்?", என சோழன் யோசனையுடன் கேட்டார்.

"ஆமா சார்.... அவர் அராப் ஸ்டேட்ஸ் ல இருக்காரு", சத்தீஷ்.

"அவர் எப்படி ஜிதேஷ்க்கு சொந்தம்?", முகுந்தன்.

"அது தெரியல சார்.... அவங்க அம்மா வழில சொந்தம்னு ஒரு தடவை சொல்லிருக்கான். ஆனா அவன் குடும்பத்துல யாரும் இப்ப இல்ல... எல்லாரும் இறந்துட்டாங்க. சக்தி ஈஸ்வரன் சார் தான் அவனுக்கு கார்டியன்.. அவரும் இவன் நடந்துக்கறது சரியில்லன்னு இவன்கூட பேசறது இல்ல"

"வழுதி.... அந்த விஜய் சௌந்தர் பத்தி விசாரிக்க சொல்லு", சோழன்.

வழுதி யாருக்கோ அழைத்து விவரங்கள் கூறி தகவல் கிடைத்ததும் அழைக்கச் சொல்லி அழைப்பை முடித்தார்.

தர்மதீரன் கண்காட்டவும் சதீஷை வேறு இடத்திற்கு அழைத்துச் சென்று அடைத்து வைத்தனர்.

"பிறைசூடன் கடைசியா எங்க இருந்து இந்தியா வந்தாரு முகுந்த்?", சோழன்.

"அவரு ரஷ்யால இருந்து வந்திருக்கறதா தெரிஞ்சது சார். தவிர அவருக்கு இந்தியால செட்டில் ஆகலாம்னு வந்து இருக்கறதா வல்லகி சொன்னாங்க... கூட இருந்தவங்க எல்லாருமே பாரினர்ஸ்.... எந்த நாட்டுக்காரங்கன்னு கெஸ் பண்ண முடியல... ஆனா அந்த பொண்ணு நல்லா தமிழ் பேசிச்சி", என ஏஞ்சலின் போட்டோவைக் காட்டினான்.

"பாத்தா ப்ரெஞ்ச் பொண்ணு மாதிரி இருக்கு.... ஆனா தமிழ்நாட்டு சாயலும் இருக்கு", மாவழுதி அந்த போட்டோவைப் பார்த்துக் கூறினார்.

"சரி... அப்ப இது எல்லாமே செய்யறது ஒரே டீம் தான். இப்ப வல்லகிய எதுக்கு டார்கெட் பண்ணனும்?", தர்மதீரன் கேள்விக்கு வந்தான்.

"ஒன்னு நாச்சியார எதாவது செய்ய வைக்க வல்லகிய வச்சி மிரட்ட தேவையா இருக்கலாம். இல்லைன்னா வல்லகி பத்தி தெரிஞ்சி அவள வேற எதுக்காவது யூஸ் பண்ண முயற்சி பண்ணலாம்", முகுந்த்.

"கரெக்ட்.... பிறைசூடன வச்சி அவங்க ஏன் டார்கெட் பண்ணனும்?..... வல்லகிய பத்தி அவர் இந்த ஐஞ்சு நாளுல எல்லாத்தையும் அலசிட்டாரு.... அவளோட திறமை அவங்களுக்கு எந்த இடத்துல தேவைபடுது?", தர்மதீரன்.

27 - காற்றின் நுண்ணுறவு

அன்றிரவு நாச்சியார் தலையில் கை வைத்ததும் திடுக்கிட்டு எழுந்து பார்த்தவள் முன்னே பரதேசி கோலத்தில் இருவர் நின்றிருந்தனர்.

அந்நேரத்தில் அவர்களைக் கண்டதும் மிரண்டு பின் சில நொடிகளில் தன்னை சமன்படுத்திக்கொண்டாள்.

"நீங்க யாரு?", தைரியமாகவே கேட்டாள்.

"பராசக்தியின் ஸ்வரூபத்திற்கு தைரியத்திற்கு குறைவில்லை தான். நீ காக்க வேண்டிய பொக்கிஷம் உன்னை தேடி வரப்போகிறது. அதை பத்திரமாக பார்த்துக்கொள்", ஒருவர் சிரித்தபடிக் கூறினார்.

"பொக்கிஷமா? என்ன அது? நீங்க எப்படி இங்க வந்தீங்க? ", நாச்சியார் இதுவும் ம்ரிதுள்ளின் நாடகமோ என்ற நினைப்பில் சந்தேகக் கண் கொண்டே அவர்களைப் பார்த்தாள்.

"சந்தேகம் உன் ஆத்மாவோடு பிறந்தது. அதை பிரித்தறிந்து உண்மையை உணரக்கற்றுக் கொள் நாச்சியா.... உன் சுடர் கொண்டு அந்தகாரத்தை விரட்ட பிறப்பெடுத்திருக்கிறாய்.... உன் கைகளை பிணைத்திருப்பதும் உன் அறிவில் சூழ்ந்திருக்கும் அந்தகாரம் தான். இன்னுமா நீ அறியவில்லை அவர்களின் தேடலை?", மற்றவர் கேள்வி கேட்டார்.

"உன் பிறப்பின் பயன் உணர்ந்துக் கொள். அந்தகாரத்தில் வியாபித்திருக்கும் காற்றுடன் கரம்கோர்த்து தான் நீ சுடராக எறிய வேண்டும். இதில் விழும் பலிகள் உன் சுடருக்கு விறகாய் மாறி தீப்பிழம்பாய் நீ உருவெடுக்க பயன்படும். இந்தா இதை உட்கொள். உன் முழுமனதோடு ஏற்றுக்கொள். இனிவரும் காலங்களில் உனக்கு குழப்பம் விலக்கி தெளிவின் பாதை காட்ட உதவும்", என ஒரு வேரினைக் கொடுத்தார் அவர்.

பச்சையும் கருநீலமும் கலந்த நிறத்தில் இருந்தது அது. நாச்சியா அதைக் கையில் வாங்காமலே, அவர்களை இன்னும் சந்தேகத்தோடே பார்த்துக்கொண்டிருந்தாள்.

அவளின் பார்வைக் கண்டு, "உனக்கு நம்பிக்கை வரவில்லை... நம்பிக்கையில்லாமல் நீ எதையும் உட்கொள்ள வேண்டாம். நீ இதன் மதிப்பும் அவசியமும் உணரும் தருணம் எங்களை நினைத்துக் கொள். அப்போது இதை உனக்கு தருகிறோம்", எனக் கூறிவிட்டு அவளுக்கு தீர்த்தம் தெளித்து ஆசி வழங்கிவிட்டு அவ்விடம் விட்டு மறைந்தனர்.

தன் கண்முன்னே இருவர் மாயமாய் மறைந்ததைக் கண்டு திகைத்து அவர்களைத் தேடினாள். அறைக்குள் சென்று தேடிவிட்டு மீண்டும் பால்கனிக்கு வந்தவளின் கண்களுக்கு அவர்கள் இருவரும் தூரத்தில் காற்றில் மிதந்தபடி செல்வது தெரிந்தது.

நாச்சியார் பரபரப்பாக அறையில் விளக்கைப் போட்டு எதையோ தேடுவதுக் கண்டு எழுந்த ராகவி , "என்ன பேபி? இந்நேரத்துல எத தேட்ற?", எனக் கண்களை கசக்கியபடிக் கேட்டாள்.

"ஒண்ணுமில்ல ரா... நாம எத தேடறோம்னு ஓரளவு புரிஞ்சது. அதை எழுதி வைக்கதான் டைரி தேடினேன் ", என வாயிற்கு வந்த பொய்யைக் கூறினாள்.

"எத தேடறோம் பேபி?", ராகவி ஆர்வமாக கேட்டாள்.

"ஒரு குகைய... ஆனா அதுக்கான வாசல் எதுன்னு இன்னும் தெரியல", நாச்சியார் எதையோ நினைத்தபடி மீண்டும் அந்த பழங்கால பொருட்கள் இருக்கும் அறைக்கு ஓடினாள்.

அவள் திடீரென எழுந்து ஓடுவதுக் கண்டு ஆட்களும் அவளின் பின்னே ஓடினர்.

"இத தொறங்க", என அதிகாரமாகக் கட்டளையிட்டாள்.

"முடியாது... நீ உன் ரூமுக்கு போ... ", ஒருவன் பதில் கொடுத்தான்.

"இப்ப இத தொறக்கல உன்ன கொன்னுடுவேன்... தொறடா முதல்ல", என உறுமினாள்.

"என்ன பேபி ஏன் இப்ப இத தொறக்கணும்னு சொல்ற?", என பின்னாலே ஓடிவந்த ராகவி கேட்டாள்.

"அந்த குகைக்கு போறதுக்கான வாசல் எங்க இருக்குன்னு இங்க மறுபடியும் பாத்தா தெரியும்", என அவள் கூறும்போதே யோகேஷ் அங்கு வந்தான்.

"என்ன இந்நேரத்துல இங்க சத்தம்? நீ ஏன் இங்க நிக்கற? ரூமுக்கு போ", என அதட்டினான்.

நாச்சியார் சினம்கொண்டு யோகேஷின் கைகளை பின்னே வளைத்து அவன் முதுகில் உதைத்து அந்த கதவைத் திறக்கக் கூறினாள்.

"தொறங்கடா அத", என வலி தாங்காமல் அவன் கத்தினான்.

"அது சார்கிட்ட தான் சாவி இருக்கு.. அவர் வராம தொறக்க முடியாது பாஸ்", என ஒருவன் கூறினான்.

"போய் அவன எழுப்புங்க டா... என் கைய பிச்சே எடுத்துடுவா போல இவ... அவன எழுப்பி சாவி வாங்கிட்டு வாங்கடா", என வலி தாளாமல் கத்தினான்.

"அவர் ரவுண்ட்ஸ் போயிருக்காரு பாஸ்", என மற்றொருவன் கூறினான்.

"அய்யோ.... ஏய்... என் கையவிடு... நான் தொறக்கறேன்....", என யோகேஷ் அவளை வலியுடன் மிரட்டினான்.

"உன் கைய பிச்சி எடுத்தா தான் மரியாதை வரும் போல.... நானும் உன்ன பாத்ததுல இருந்து பாக்கறேன் ஏய் ஏய்னு கூப்பிடற... ஒழுங்கா மிஸ் நாச்சியார்னு கூப்பிடு", என அவன் கையை இன்னும் பின்னே முறுக்கினாள்.

"ஆஆஆஆஆஆ...... அய்யோ ... அம்மா...... ஏய்.... நீ என் இடத்துல இருக்க... அந்த நினைப்பு உனக்கு இருக்கா? உன் இஷ்டத்துக்கு என்னை ஆட்டிவைக்காத.... நான் ஒரு சத்தம் குடுத்தா நீ பீஸ் பீஸா

ஆகிடுவ", யோகேஷ் அந்த நிலையிலும் அவளை மிரட்டினான்.

"கொல்றதா இருந்தா ஒரு மாசத்துக்கு முன்னயே எங்கள கொன்னிருக்கணும். இத்தனை நாள் பாதுகாத்துட்டு இருக்க மாட்டீங்க.... எங்க அவன்... அவன வரசொல்லு", நாச்சியார்.

"அவனே வந்தா தான். அவன் யாருக்கும் கட்டுப்பட மாட்டான்", யோகேஷ்.

"காலைல ஒருத்தன பாத்தனே அவனுக்கு கூடவா?", என அதித்-ஐ நினைவுக் கூர்ந்துக் கேட்டாள்.

"நீ தேவையில்லாத விஷயத்துல நுழையாத... உனக்கு இந்த ரூம் தொறக்கணும்னா அவன் வர்ற வரைக்கும் வையிட் பண்ணு", என யோகேஷ் வலியில் கதறியபடிக் கூறினான்.

நாச்சியார் யோகேஷை விடுவித்துவிட்டு, "இதுக்கு வேற பக்கம் ஜன்னல், வாசல் எதாவது இருக்கா?", எனக் கேட்டாள்.

"அவள பிடிச்சி கட்டுங்க டா", என யோகேஷ் அவளிடம் இருந்துத் தள்ளி வந்துக் கட்டளையிட்டான்.

ஆட்கள் அவர்களை நெருங்க முனைய நாச்சியார் முன்னிருந்த இருவரை ஒரே சமயத்தில் கீழே வீழ்த்தி, "இங்க பாருங்க... நீங்க தேடிற இடத்துக்கான முக்கியமான ஒரு விஷயம் இப்பதான் எனக்கு ஸ்ட்ரைக் ஆச்சு.. உடனே அதை நான் சால்வ் பண்ணா தான் இல்லைன்னா எத்தனை வருஷம் ஆனாலும் நீங்க அத கண்டுபிடிக்க முடியாது", என மற்றொருவன் கழுத்தைத் திருகியபடிக் கூறினாள்.

"சபாஷ் நாச்சியா.... உன்னை ஏன் தசாதிபன் அசிஸ்டண்ட்-ஆ ஏத்துகிட்டாருன்னு இப்பதான் முழுசா தெரியுது", எனக் கைத்தட்டியபடி ம்ரிதுள் அவளுக்கு பின்னால் இருந்துக் கூறினான்.

"முதல் ரூம் ஓபன் பண்ணு", நாச்சியாவின் குரல் கனீரென வந்தது.

"தொறந்தாச்சி... நீ போய் சால்வ் பண்ணு", எனக் கூறிவிட்டு அடிபட்டு கிடந்தவர்களைத் தூக்கிச் செல்ல உத்திரவிட்டான்.

நாச்சியா வேகமாக அந்த கற்சிலை முன்றே சென்று நின்றாள்.

அந்த சிலையின் கீழே சில வரிகள் தெரிந்தது. அதை ராகவியிடம் நகலெடுக்கக் கூறிவிட்டு தன் டைரியை எடுத்து வரச் சென்றாள்.

ம்ரிதுள் அவளின் நடவடிக்கைகளை அமைதியாகவும், கூர்மையாகவும் கவனித்தபடி நின்றிருந்தான்.

அவன் கண் காட்டும் பக்கமெல்லாம் இருவர் காவலுக்கு நின்றனர்.

"எவனும் பின்னாலயே சுத்தவேணாம். நான் வேலை செய்யணும்னா தொந்தரவு பண்ணாதீங்க", எனக் கூறிவிட்டு டைரியிலும், தான் காட்டிற்குள் எடுத்த புகைபடத்திலும் எதையோ தேடினாள்.

"என்ன தேட்ற? நானும் உதவி பண்ணட்டுமா?", என ம்ரிதுள் கேட்டான்.

"இதுல செய்யுள் வரிகள் இருக்கற போட்டோஸ் எடு", லேப்டாப்பை அவன் கைகளில் கொடுத்தாள்.

அந்த வேலையை அவனிடம் கொடுத்துவிட்டு, ராகவி நகலெடுத்த வரிகளை ஒரு பேப்பரில் எடுத்து எழுதினாள்.

"இப்பதுமையே மூலச்சொல்....

சிலைகொண்டு தனுசு பிடிக்க....

..... வலி சுமந்து நாண் இழுக்க.... உதரதியவள் வழிவிடுவாள்

தாழ் தி.... ", என பாதியில் நின்றது.

"அந்த வார்த்தை முழுசா வரலையா ரா?", கடைசி 'தி' எனத் தொடங்கி நிற்கும் வார்த்தையைப் பார்த்தபடிக் கேட்டாள்.

"இல்ல பேபி.... ஸ்டோன் கட் ஆகி இருக்கு கடைசில", ராகவி.

"அந்த சிலை எங்கிருந்து எடுத்தீங்க?", என ம்ரிதுளைக் கேட்டாள்.

"சவுத் தமிழ்நாடு .... ஒரு சின்ன கோவில்ல", ம்ரிதுள்.

நாச்சியார் அவனை முறைத்தபடி, "அங்க போகணும்", எனக் கூறினாள்.

"எதுக்கு?"

"இதுக்கு கீழ இருக்கற வார்த்தைகள் என்னன்னு தெரியணும்.... ", நாச்சியார்.

"வார்த்தை தானே தெரியணும். நாளைக்கு உனக்கு அந்த இடம் போட்டோ எடுத்துட்டு காட்டறேன்", ம்ரிதுள்.

நாச்சியார் அவனைக் கூர்மையாகப் பார்த்துவிட்டு ,"நான் சொன்னத செஞ்சியா? ", என அதிகாரமாகக் கேட்டாள்.

"மொத்தம் 27 செய்யுள் இருக்கற போட்டோஸ் இருக்கு", ம்ரிதுள்.

"எங்க டீம் எப்ப இங்க வருது?", நாச்சியார்.

"ஏன்?", ம்ரிதுள் சந்தேகமாகக் கேட்டான்.

"அவங்க வந்தா எனக்கு இன்னும் கொஞ்சம் ஈஸியா இருக்கும். சீக்கிரம் இங்க கொண்டு வர ஏற்பாடு பண்ணு", எனக் கூறிவிட்டு அங்கிருந்து, அவள் பொருட்களை எடுத்துக்கொண்டு அங்கிருந்து நகர்ந்தாள்.

"ஹலோ மிஸ் ஒரு நிமிஷம்", ம்ரிதுள் அழைத்தான்.

நாச்சியார் திரும்பாமலே நின்றாள்.

"திடீர்ன்னு எதுக்கு இதுல இவ்வளவு ஆர்வம் காட்றீங்க?", அவனே முன்னே நடந்து வந்து அவள் கண்களை நேருக்கு நேர் பார்த்தபடிக் கேட்டான்.

"தேடல் தொடங்கினப்பறம் அதை பாதில விட்ற பழக்கம் எனக்கில்ல.... எங்களோட ஒரு மாச உழைப்பு எதுக்குன்னு எங்களுக்கு தெரியணும்", எனக் கூறிவிட்டு நிற்காமல் சென்றுவிட்டாள்.

"புத்திசாலி ..... கண்டுபிடிச்சிட்டா..... ", என ம்ரிதுள் மென்மையாகச் சிரித்தபடி அங்கிருந்து நகர்ந்தான்.

"ம்ரிதுள்....", என அழைத்தபடி யோகேஷ் உள்ளே வந்தான்.

"சொல்லு ", வார்த்தைக்குரல் கடினமாக வந்தது.

"எதுக்கு அவளுக்கு இவ்வளவு இடம் குடுக்கணும்? நாமலே பாத்துக்கலாம். இவளுக்கு கொஞ்சம் கூட பயமில்ல... அடக்கமும் இல்ல.... அவ இஷ்டத்துக்கு கை வைக்கறா பசங்க மேல..... என் மேலையும் தான்.... அவள போட்றலாமா?", என யோகேஷ் அடுத்தடுத்து அவள் கையால் அடிபட்டதில் அவமானத்தில் குமுறிக்கொண்டிருந்தான்.

"அவ ஒன்னும் பசங்கள ரேப் பண்ணலியே? இல்ல உன்ன அப்யூஸ் பண்ணாளா?", என ம்ரிதுள் கேட்டதும் யோகேஷ் இன்னும் உள்ளுக்குள் எழுந்தக் கோபத்தை அடக்கச் சிரமப்பட்டான்.

"ம்ரிதுள்", கோபமாக குரல் உயர்த்தினான்.

"ஷட் அப் இடியட்.... அவ எதுக்கு இங்க இருக்கான்னு உனக்கு நல்லாவே தெரியும்... அவள டிஸ்டர்ப் பண்ணா அதித் உன்னை குதறி எடுத்துடுவான். உன்னால நாலு வருஷமா கிழிக்க முடியாதத அவ வந்த ஒரே மாசத்துல கிழிச்சிட்டா.... இன்னும் கொஞ்ச நேரத்துல அதோட மொத்த மேப்பும் அவ ரெடி பண்ணிடுவா... உன்னால முடியுமா சொல்லு", என ம்ரிதுள் கர்ஜித்தான்.

அவன் கர்ஜனையின் எதிரொளி அந்த பங்களா முழுக்க எதிரொளித்தது.

யோகேஷ் அடிபட்ட ஓநாயாக அவனைப் பார்த்தான்.

"முடியாதில்ல.... ஒதுங்கி இரு.... அவளபத்தி இன்னொரு வார்த்தை பேசினாலும் நாளைக்கு வேட்டைக்கு இரையா நீ தான் இருப்ப", என எச்சரித்துவிட்டு அந்த அறையைப் பூட்டிக்கொண்டு அங்கிருந்து சென்றான்.

28 -காற்றின் நுண்ணுறவு

பாலாவை கைத்தாங்கலாக கூட்டிக்கொண்டு வந்து காரில் ஏற்றியதும், "இவளுக்கு மாத்து மருந்து போடுங்க", என வல்லகி சினந்தாள்.

"எதுக்கு அவசரப்படற? உடனே இவ சாகமாட்டா.... நீ எங்களுக்கு முழு ஒத்துழைப்பு கொடுத்தா தான் இவளுக்கு மாத்து மருந்து குடுப்போம்", என ஏஞ்சல் வரவழைக்கப்பட்டக் கடுமையுடன் கூறினாள்.

வல்லகி அவளை சில நொடிகள் கூர்ந்துப் பார்த்துவிட்டு,"இவளுக்கு மருந்து போட்டா தான் இங்க இருந்து நான் கிளம்புவேன்", என ட்ரைவர் சீட்டில் இருந்தவன் கழுத்தைத் திருகிவிட்டு ஏஞ்சலின் கழுத்தில் கத்தியை வைத்தாள்.

"வகி.... எனக்கு என்னமோ மாறி இருக்கு.... தண்ணி வேணும்", என தீனமானக் குரலில் பாலா பேசினாள்.

"தண்ணி எடு.... ", வல்லகி.

"இரு இரு..... தண்ணி குடிச்சா உடனே செத்துடுவா.... டேவிட்.... ", என கண்காட்ட மாற்றுமருந்து பாலாவிற்குச் செலுத்தப்பட்டது.

ட்ரைவர் சீட்டில் இருந்தவனைத் தூக்கி வெளியே வீசிவிட்டு டேவிட் ட்ரைவர் இருக்கையில் அமர்ந்து வாகனத்தை எடுத்தான்.

"எந்த உயிருக்கும் மதிப்பு இல்ல போல இந்த உலகத்துல", என வெளியே கிடந்தவனைப் பார்த்துவிட்டுக் கூறினாள் வல்லகி.

"பிலாஸபி பேசாம கம்முனு வா வல்லகி", என ஏஞ்சல் சற்றுக் கடுமையாகக் கூறி, முன்னே அமர்ந்திருந்த இரு அடியாட்களைக் கலக்கமாகப் பார்த்துவிட்டு, வல்லகி மற்றும் பாலாவைப் பார்த்தாள்.

"உனக்கு என்ன பிரச்சனை? எதுக்கு எங்கள இப்ப கடத்திட்டு போற? உனக்கு என்ன வேணும்?", வல்லகி அவளைப் பார்த்தபடிக் கேட்டாள்.

"கொஞ்ச நேரம் உன் வாய் மூடாதா? தொன தொனன்னு..... அமைதியா வந்தா எல்லாருக்கும் நல்லது", எனக் கூறிவிட்டு முன்னே அமர்ந்திருப்பவனைப் பார்த்தாள்.

வல்லகியும் முன்னே அமர்ந்திருப்பவனைப் பார்த்தாள். அவன் வந்ததிலிருந்து எதுவும் வாய் திறந்து பேசவில்லை. ஆனால் ஏஞ்சலை தன் கண்அசைவில் ஆட்டி வைத்துக் கொண்டிருந்தான்.

"எவ்வளவு நேரம் அமைதியா போறது? எதாவது பாட்டு போடுங்களேன்", பாலா சற்றுத் தெம்பாகி இருந்தாள்.

"பதினைஞ்சு நிமிஷத்துக்கு முன்ன சாக கிடந்த நீ.... உங்க இரண்டு பேருக்கும் வாய் ஓயாதா? சே..... இரிடேட்டிங் இடியட்ஸ்", என அவர்களிடம் கத்திவிட்டு மீண்டும் முன்னால் அமர்ந்திருப்பவனைப் பார்த்தாள்.

"வகி.... அவ ஏன் அவனையே பாக்கறா?", பாலா வல்லகி காதருகில் மெதுவாகப் பேசினாள்.

"தெரியல.... அவளபத்தி நீ என்ன நினைக்கற?", வல்லகி பார்வையைக் கூராக்கியபடி அங்கிருக்கும் சூழ்நிலையைக் கவனித்துக் கேட்டாள்.

"நம்மல கடத்திட்டு போயிட்டு இருக்காங்க ... நீ என்னமோ அவள லவ் பண்ணப் போற மாதிரி ஒபீனியன் கேக்கற", என பாலா கடிந்தாள்.

"அவளையும் கடத்தி இருக்காங்களோன்னு எனக்கு தோணுது", வல்லகி.

"ஷட் அப் லேடீஸ்..... நோ மோர் சவுண்ட்", என முன்னே அமர்ந்திருந்தவன் அவர்களிடம் சத்தம் போட்டான்.

"லேடீஸா? யோவ்... எங்கள பாத்தா எப்படி இருக்கு? இன்னும் எங்களுக்கு 21 வயசு கூட ஆகல... எங்கள பாத்து லேடீஸ்ன்னு சொல்ற.. ஒழுங்கா கேர்ள்ஸ் ன்னு சொல்லுடா", என பாலா அவனிடம் எகிறினாள்.

"லேடீஸ்ன்னா ஆன்ட்டி ன்னு நினைச்சிட்டு இருக்கியா?", ஏஞ்சல் கேட்டாள்.

"ஷட் அப் ஏஞ்சல்.... டெல் ஹெர் நாட் டூ ஓபன் த மவுத். அதர்வைஸ் யூ நோ வாட் வில் ஹேப்பன்", என ஏஞ்சலை அவன் மிரட்டினான்.

"ஐ வில் மேக் தெம் ஷட் தேர் மவுட் ", என ஏஞ்சல் சற்றுப் பயந்தபடிப் பதிலளித்தாள்.

வல்லகி பாலாவை அமைதியாக இருக்கும்படி ஜாடைக் காட்டிவிட்டு வெளியே பார்த்தாள்.

அடுத்த பத்தாவது நிமிடம் பிறைசூடன் அருகில் வல்லகியும் பாலாவும் கை கால்கள் கட்டப்பட்டு தரையில் கிடந்தனர்.

"பெரியப்பா... உங்களுக்கு ஒன்னும் இல்லையே", வல்லகி அவரைப் பார்த்துக் கேட்டாள்.

"நீங்க ஏன்டா வந்தீங்க? அப்படியே தப்பிச்சி போயிருக்கலாம்ல .... உனக்கு தான் எல்லாமே தெரியுமே வல்லகி... ஏன் வந்த?", பிறைசூடன் கலங்கிய கண்களுடன் கேட்டார்.

"பெரியப்பான்னு நாங்க சும்மா கூப்பிடல .... உங்கள ஏதோ ஒரு வகைல நிர்பந்தப்படுத்தி தான் இப்படி செய்ய வைக்கறாங்கன்னு புரிஞ்சது. அதான் வந்தோம். ஒன்னாவே தப்பிக்கலாம்.... இவங்க யாரு பெரியப்பா?", எனக் கேட்டாள் வல்லகி.

"நான் டைஸி வில்லியம்ஸ்.... இதுல யாரு சூப்பர் பவர் கேர்ள்?", என பிச்சிப் போட்ட தமிழில் கேட்டாள் அந்த வெள்ளைக்காரி.

"இவ தான்... வல்லகி", என ஏஞ்சல் அவளைக் கைகாட்டினாள்.

"வாட்.... வலகி?"

"வல்லகி மேம்..... ", ஏஞ்சல் திருத்தினாள்.

"அதுக்கு அர்த்தம் என்ன?", சிகரெட்டைப் பத்த வைத்தபடிக் கேட்டாள்.

"வீணை.... இந்தியன் ட்ரெடீஷனல் ம்யூசிக் இன்ஸ்ட்ரூமெண்ட்", ஏஞ்சல்.

"ஐ சீ..... ஷி லூக்ஸ் கார்ஜியஸ் .... அண்ட் ஷார்ப்", என உள்ளே புகையை இழுத்து மெதுவாக பிறைசூடன் முகத்தில் புகையை விட்டாள்.

"ஏய்.... அவருக்கு ஸ்மோங் அலெர்ஜி இருக்கு", பாலா பிறைசூடன் இருமியதும் சத்தம் போட்டாள்.

"இது யாரு லிட்டில் பொட்டேட்டோ", என பாலாவைப் பார்த்துக் கேட்டாள்.

"அவ பிரண்ட் மேம்", ஏஞ்சல்.

"ஷட் அப் லிட்டில் பொட்டேட்டோ.... மிஸ்டர் பிறைசூடன்.... எனக்கு பவர்புல் கேர்ள்ஸ் ரெடி பண்ணித் தரேன்னு சொல்லிட்டு ஹால்ப்பாயில் கேர்ள்ஸ் அ என் தலைல கட்டிட்டு நீ வந்துட்ட", என பிறைசூடன் எதிரில் கால் மேல் கால் போட்டு அமர்ந்தபடிப் பேச ஆரம்பித்தாள்.

"என்னோட பெஸ்ட் கேர்ள்ஸ் ஏஞ்சல் அண்ட் கேட் தான். அவங்கள உனக்கு குடுத்து அக்ரீமெண்ட் கம்ப்ளீட் பண்ணிட்டு தான் நான் வந்தேன்", இருமியபடிப் பேசினார்.

"பட்.... கேட் இஸ் கான்... அவ போய்ட்டா..... ", அசால்ட்டாகக் கூறினாள்.

"என்ன?", என பிறைசூடன் ஏஞ்சலைப் பார்த்தார்.

"அவ கடல்ல காணாம போயிட்டா.... இவ டெக்னாலஜி டெவலப் பண்றா ஆனா களத்துல இறங்கி வேலை செய்யமாட்டேங்கறா.... பயப்-பட்றா.... எனக்கு இந்த பொண்ணு வேணும்... புல்லா ட்ரைன் பண்ணி நான் சொல்றத கேக்கறமாதிரி மாத்தி குடு", என வல்லகியின் உடலை விர-லால் அளந்தவாறுக் கூறினாள்.

"அவளுக்கு நான் எதுவும் பண்ணல... அவ உன் அக்ரீமெண்ட் ல வரமாட்டா", பிறைசூடன் முயன்று இருமலைக் கட்டுப்படுத்திக் கோபமாகப் பேசினார்.

"யூ நோ..... எனக்கு மறுத்து பேசினா பிடிக்காது", எனப் பிறைசூடனின் தோளில் சிகரெட்டை வைத்து அழுத்தினாள்.

"இவ.... இவள நான் உனக்கு குடுக்க முடியாது.... வேற ஒருத்தர் கேட்டு இருக்காரு", என பிறைசூடன் வலியைப் பொறுத்தபடிக் கூறினார்.

"யார் அது?", புருவம் உயர்த்தி ஹை ஹீல்ஸ் தட் தட் என சத்தம் கொடுக்க நடந்தபடிக் கேட்டாள்.

"சொல்லமுடியாது"

"ஐ நோ.... இவர் தானே", என அதித் போட்டோவைக் காட்டினாள்.

பிறைசூடன் ஒரு நொடி கண்கள் விரித்துப் பார்த்துவிட்டு, "நீ அந்த பொண்ணை கேக்கறது இவருக்கு தெரிஞ்சா கொண்ணுடுவாரு"

"ஹாஹாஹாஹாஹா..... யூ சில்லி..... ஒன் மினிட்.... ஏஞ்சல் கால் மை டார்லிங்", எனக் கூற, ஏஞ்சல் அந்த லேப்பில் இருந்த சிஸ்டமில் இருந்து வீடியோ கால் செய்தாள்.

"ஹேய் டைஸி டார்லிங்.... அங்க போயிட்டியா?", அதித் உற்சாகமாகப் பேசினான்.

"எஸ்.... இவன் என்னமோ சொல்றான் டார்லிங்", என டைஸி பிறை-சூடனைக் காட்டினாள்.

"ஹேய் சயின்டிஸ்ட்..... எங்க என் ப்ராடெக்ட்?", எனச் சிரித்தபடிக் கேட்டான்.

"சார்... ப்ளீஸ்.... ஷி இஸ் நாட் ஏன் ப்ராடெக்ட்.... ஷி இஸ் சம்-திங்.... ஐ கான்ட் அன்டர்ஸ்டாண்ட்.... ஐ நீட் மோர் டைம்",என மன்றா-டினார்.

"உனக்கு இதுக்கு மேல டைம் குடுக்க என்கிட்ட டைம் இல்ல பிறை.... அங்க எல்லாம் ரெடி ஆகிட்டு இருக்கு.... நீ உடனே செஞ்சே ஆகணும்... ", அதித் புன்னகை முகம் மாறாமல் பேசினான்.

"எந்த வேலைக்கு உனக்கு நான் தேவை மிஸ்டர்?", என வல்லகி கட்-டியிருந்தக் கயிற்றைப் பின்னல் இட்டு தூக்கி எறிந்துவிட்டு எழுந்து வந்தாள்.

"வாவ் ..... கார்ஜியஸ்..... டைஸி... உனக்கு அவள பிடிச்சிருக்கா?", என வல்லகியைப் பார்த்தபடிக் கேட்டான்..

"ஆமா டார்லிங்... அவ ரொம்ப ஷார்ப்... ரொம்பவே அழகா இருக்கா.... எனக்கு அவ வேணும்", என கண்கள் மின்னக் கூறினாள்.

"ஓக்கே.... இந்த ப்ராஜெக்ட் முடிஞ்சதும் நீ எடுத்துக்க", எனக் கூறி-னான்..

"டார்லிங் ஏற்கனவே ஒரு நல்ல திறமைசாலிய நான் இதுல இழந்துட்-டேன். இவளையும் இழக்க விரும்பல", எனக் கெஞ்சலாகக் கூறினாள்.

"உனக்கு கைகால் அமுக்கிவிட்ற ரோப்போவா குடுக்கறேன்",என அதித் ஆவேசமாக கேட்டுவிட்டு, பின் தன்னை சமன்படுத்திக்கொண்டு, "டைஸி டார்லிங்.... யூ நோ எனக்கு இந்த ப்ராஜெக்ட் எவ்வளவு முக்கியம்னு..... இதுக்காகவே எனக்கு நேச்சர் இவள கிப்ட் பண்ணி இருக்கு.... ஐ நீட் டூ கம்ப்ளீட் மை ஜாப் நௌ", என மென்மையாகக் கூறினான்.

"ஓக்கே டார்லிங்.... அதுக்கு அப்பறம் இவ எனக்கு மட்டும் தான். டீல்?", டைஸி.

"டைஸி டார்லிங்... நம்ம டீல் எல்லாம் இப்படியா நடக்கும்.... சீக்கிரம் இங்க தூக்கிட்டு வா எல்லாத்தையும்... நேர்ல டீலிங் முடிவு பண்ணிக்க-லாம்", என மயக்கும் புன்னகை முகத்துடன் பறக்கும் முத்தம் கொடுத்து-விட்டு வல்லகியைப் பார்த்தான்.

"நைட் வந்துடறேன் டார்லிங்", டைஸி உள்ளுக்குள் பயந்துபோய் பதில-ளித்தாள்.

"ஹேய் ப்யூட்டி கேர்ள்.... கம் சூன்.... ", எனக் கூறிவிட்டு இணைப்-பைத் துண்டித்தான்.

பாலா வாயில் முன்பே ப்ளாஸ்டர் ஒட்டி இருந்ததால் அவள் அவர்களின் உரையாடலுக்கு நடுவே வர இயலவில்லை.

வல்லகி தன் கையில் இருந்தக் கட்டையும் அவிழ்த்துவிட்டு, பாலா மற்-றும் பிறைசூடனின் கட்டுக்களை அவிழ்த்துவிட்டு அவர்களை சேரில் அமர-வைத்தாள்.

டைஸி அவள் செய்யும் அனைத்தையும் கவனித்தபடி அடுத்த சிகரெட்-டைப் பற்றவைத்தாள்.

பிறைசூடன் இருமல் நிற்க மருந்து எடுத்துக்கொண்டு, "கேட்க்கு என்-னாச்சி?", என சற்றுத் திடமாகக் கேட்டார்.

"கடல்ல எதோ தேடணும்னு சொன்னாங்க. நாங்களும் போனோம்.... நாங்க போகவேண்டிய இடத்துக்கு என்ன செஞ்சும் போக முடியல... கேட் நீந்தியே போய் பாக்கறேன்னு போனா.... திரும்பி வரவே இல்ல", ஏஞ்சல் லேசாக விம்மியபடிக் கூறினாள்.

"என்னோட பெஸ்ட் ரிசர்ச் கேட். அவள இப்படி பண்ணிட்டியே மிஸ். டைஸி.... உன்ன இதுக்கு மேல சும்மா விடமாட்டேன்", என அடிக்க

பாய்ந்தார். அவரை நால்வர் பிடித்து அடிக்க ஆரம்பித்தனர்.

வல்லகி அவர்களைத் தடுக்கப் போக இன்னும் நால்வர் வந்து அவளைப் பிடித்துக்கொண்டனர்.

நால்வரையும் அடித்து வீழ்த்திவிட்டு பிறைசூடனைக் காக்க செல்கையில், இன்னும் இருபது பேர் அவளைச் சுற்றி வளைத்தனர்.

"ரொம்ப எனர்ஜி வேஸ்ட் பண்ணாத கார்ஜியஸ்.... அவன் பேசின பேச்சுக்கு உயிரோட இருக்க கூடாது. ஆனா அவன் தேவைன்னு அதித் சொல்லிட்டார். அதான் விட்றேன். கம்மான் காய்ஸ்... கெட் தெம் டூ அவர் ப்ளேன்", என அவர்களை பின்பக்க வாசல் வழியாக வண்டியில் ஏற்றிக்கொண்டு அங்கிருந்து கிளம்பினாள் டைஸி.

முகுந்தன் அனுப்பிய ஆள் முகுந்தனுக்கு தகவல் அனுப்பிவிட்டு, அந்த வண்டியைப் பின்தொடர்ந்தான்.

தர்மதீரனும், முகுந்தனும் அவ்விடம் வந்து எதாவது தகவல் இருக்கிறதா என ஆராய்ந்தனர்.

அப்போது அது அவர்கள் கண்ணில் பட்டது.....

29 - காற்றின் நுண்ணுறவு

காட்டில் இருந்து நாச்சியாரின் மத்த டீம் மெம்பர்ஸை ம்ரிதுள் வேறு ஆட்களை அனுப்பி அழைத்து வர உத்தரவிட்டான்.

சுமார் நாற்பது போர் கொண்ட குழு அவர்களுடன் சேர்ந்துக் கொள்ள நாக் எதுவும் செய்யமுடியாமல் திணறினான்.

இளவெழிலியும், ரிஷியும் போகும் வழியெல்லாம் அடையாளத்தை விட்டபடிச் செல்ல, நாக் அதை வைத்து அவர்களைப் பின்தொடர்ந்துச் சென்றான்.

இரண்டு மணி நேரத்தில் காட்டைக் கடந்து ரோட்டிற்கு வந்து பத்து லாரியில் அவர்களைப் பிரித்து பிரித்து ஏற்றினார்கள்.

அவர்களின் பொருட்களும் அவர்கள் ஏறிய வண்டியிலேயே ஏற்றப்பட்டது.

ம்ரிதுள் அங்கே அமர்ந்தபடி இங்கு ஆட்களை ஏவிக்கொண்டிருந்தான்.

"ரிஷி.... ரிஷி....", இளவெலிழி அழைத்தாள்.

"ஒவ்வொரு வாகனத்திலும் ஐந்து அடியாட்களும் அவர்களுக்கு நான்கு பக்கமும் அமர்ந்திருந்தனர்.

"என்ன?", ரிஷி சைகையில் கேட்டான்.

"விநோத் எங்க?"

"வேற வண்டில ஏத்திட்டாங்க"

"நாம எப்படி தப்பிக்கறது?"

"தப்பிக்க முடியாது ..."

"வேற என்ன பண்றது?"

"நாச்சியா இருக்கற இடத்துக்கு கூட்டிட்டு போறாங்கன்னு நினைக்க-றேன்"

"அப்படி இருக்குமா?"

"ஆமா... இல்லைன்னா நம்மல இத்தன ஆளுங்க அனுப்பி ஏன் கூட்-டிட்டு போகணும்?"

"நாம நாச்சியா இருக்கற இடத்துக்கு போலன்னா?"

"பாப்போம்...."

காய்கறிகள் ஏற்றும் லாரியில் தான் அவர்களை பதுக்கி அமரவைத்து அழைத்துச் செல்கின்றனர்.

விநோத் அவனின் தங்கையை வைத்து மிரட்டியதில் இருந்து, பெரும் கோபத்தை மனதில் தேக்கி வைத்துக்கொண்டிருந்தான்.

ஒரு செக் போஸ்டில் வண்டி நின்றதும் அவன் எகிறி குதித்து தப்பிக்க முயற்சித்தான்.

ஆட்கள் அவனை ரிஷி மற்றும் இளவெலிழி இருக்கும் வண்டியில் ஏற்றி நையப் புடைத்து அடித்தனர்.

அதிலேயே அவனுடல் பாதி உயிரை விட்டிருந்தது.

ரிஷியும் மற்றவர்களும் எத்தனைக் கதறியும், வினோத் அடிவாங்குவதைத் தடுக்க முடியவில்லை.

"டேய்... விட்றுங்கடா..... வேணாம் டா", என ரிஷி கதறினான்.

"ப்ளீஸ் விட்றுங்க... அவன் தெரியாம பண்ணிட்டான்....விட்றுங்-கடா.... ", என இளவெழிலி மற்றொருபுறம் அடிப்பவர்களைத் தடுக்க முயன்றாள்.

தடுக்க முயன்றவர்களுக்கும் நான்கு அடி பரிசாகக் கிடைத்தது.

"இங்க பாருங்க.... நாலு மணிநேரத்துல போய் சேந்துடுவோம். அப்பறம் நீங்க என்ன வேணா பண்ணிக்கோங்க.... என்ன முயற்சி பண்ணாலும் இனி தப்பிக்க முடியாது", எனக் கூறிவிட்டு ஒரு வண்டிக்கு இருவரை மட்டும் விட்டு வைத்துவிட்டு புதிய வாகனங்களில் இரண்டிரண்டு பேராக ஏற்றினர்.

ரிஷி, விநோத், இளவெலிழி மூவரை மட்டும் ஒரே வாகனத்தில் ஏற்றி-னர்.

ஒருவன் ஒரு போனைக் கொண்டு வந்து கொடுத்தான்.

"ம்ம் பேசு"

ம்ரிதுள் அந்த பக்கம் திரையில் தெரிந்தான்.

"ஹாய் காய்ஸ்.... காட்டுல நல்லா சாப்டு எல்லாரும் ரொம்ப தெம்பா இருக்கறதா கேள்விபட்டேன். அந்த எனர்ஜிய ஏன் அடிவாங்கி வேஸ்ட் பண்ற வினோத்?", எனக் கேட்டான்.

வினோத் எழுந்து அமர முயன்றுத் தோற்றான்.

ம்ரிதுள், "ஏய்", என்ற சத்தம் கொடுக்க இருவர் வந்து வினோத்தை நேராக அமரவைத்து தண்ணீர் கொடுத்தனர்.

"உன் சாவு என் கைல தான்", வினோத் பேசமுடியாமல் பேசினான்.

"வா முயற்சி பண்ணு.... ரிஷி அண்ட் இளவெழிலி.... இங்க பாருங்க", எனக் கேமிராவை நாச்சியா மற்றும் ராகவி இருக்கும் பக்கம் திருப்பினான்.

இருவரும் எதைப்பற்றியோ தீவிரமாகப் பேசியபடிச் சாப்பிட்டுக்கொண்டி-ருந்தனர்.

"உங்க ப்ரண்ட்ஸ் இரண்டு பேரும் இப்பவரை பத்திரமா தான் இருக்-காங்க... நீங்க அமைதியா இங்க வந்து உங்க ப்ரண்ட்ஸோட ஜாயின் ஆகி-டுங்க. ... இனிமே யாராவது தப்பிக்க முயற்சி பண்ணா சுட்டு உடம்ப காட்-டுல தூக்கி போட சொல்லி இருக்கேன். புத்திசாலி டீம். புரிஞ்சிப்பீங்க", எனக் கூறிவிட்டு இணைப்பைத் துண்டித்தான்.

ரிஷியும், இளவெழிலியும் ஒருவரை ஒருவர் பார்த்துக்கொண்டு வினோத்-தைப் பார்த்தனர்.

அவன் பாதி மயங்கிய நிலையில், "நாச்.....சி", எனக் கூறியபடி முழு-தாக மயங்கினான்.

ரிஷி, "வினோத்... டேய் வினோத்.. இங்க பாருடா..... கண்ண தொறடா.... வினோத்", என இளவெலிழியும் அவனை எழுப்பினாள்.

"அய்யய்யே..... சும்மா நொய் நொய்னு இருக்காதீங்க.... இந்தா பத்து போடு.... தண்ணிய வாய்ல ஊத்தி விடு... கத்திகிட்டே வந்தீங்க சொருவி-டுவேன்.... இந்தா சாப்பாடு... திண்ணுட்டு தூங்கு.... ஊர் வந்ததும் தட்-றேன்", என ஒருவன் முதலுதவி பெட்டியுடன் உணவும் கொடுத்துவிட்டுச் சென்றான்.

மூன்று மணிநேரத்தில் எல்லைத் தாண்டி காட்டுவழியில் ஒவ்வொரு வாகனமாக அவர்களை வந்து ஒவ்வொரு இடத்தில் இறக்கி விட்டு சென்றது.

மொத்தம் அறுபது அடியாட்கள் வெறும் பணிரெண்டு பேரை இழுத்து வருவது மிகவும் கொடுமை தான்.

அவர்கள் டென்ட்களில் சேர்த்து வைத்திருந்த பொருட்களுடன், அவர்க-ளது மற்ற பொருட்கள் எல்லாம் பெரிய பெட்டிகளில் திணிக்கப்பட்டு இருந்-தது.

அந்த பெட்டிகள் முதல் வேறு பைகள் வரை அனைத்தும் அந்த அடி-யாட்கள் தூக்கிக் கொண்டு நடக்க இவர்கள் பணிரெண்டு பேரும் நடுவில் வந்தனர்.

வினோத்தை ரிஷியும், மற்றொருவனும் தோள்களில் தாங்கியபடித் தூக்கி வந்தனர்.

இத்தனை பேர் இருந்தும் காட்டிற்குள் சலசலப்பு ஏற்படாமல் கூட்டம் சேராமல் அனைவரையும் பல வழிகளில் பிரித்து, பின் கலந்து என அரு-விக்கு அருகில் இரண்டு மணி நேர நடையில் வந்து சேர்ந்தனர்.

"முடியலடா சாமி.... இன்னும் எவ்வளவு நேரம் இத தூக்கிட்டு நடக்கறது?", அடியாட்களில் ஒருவன் கேட்டான்.

"கிட்ட வந்துட்டோம் போலடா.... பேசிட்டு இருக்கானுங்க....", என அவனுடன் தூக்கி வந்தவன் பதிலளித்தான்.

இனியனுடன் நால்வர் பின்னிருந்து அவர்களைக் கவனித்தபடி வந்து பின்னால் இருந்து மயக்கமருந்துக் கொடுத்தனர்.

சத்தம் வராமல் நான்குப் பேரை மயக்கி, அருவிப் பாறைக்கு அருகில் கொண்டு வந்து அவர்கள் உடையை இவர்கள் மாற்றிக்கொண்டு, இவர்களைக் கட்டிப்போட்டுவிட்டு பின்னால் சென்றுக் கூட்டத்தோடு நின்றுக்கொண்டனர்.

"புது பசங்களா.... முன்ன வாங்கடா", என முன்னிருந்து ஒருவன் குரல் கொடுத்தான்.

"வாங்க பாஸ்... நம்மல தான் கூப்பிடறாங்க", என அருகில் இருந்தவன் அழைத்தபடி முன்னே சென்றான்.

இவர்களும் பெட்டியை தூக்கிக்கொண்டு முன்னே சென்றனர்.

"அந்த பெட்டிய தூக்கிட்டு வந்து இந்த வண்டில ஏத்திட்டு இதுல போங்க...", ஒருவன் கட்டளையிட்டான்.

"சரிங்கண்ணா.... அண்ணா.... காசு....", என அருகில் இருந்தவன் கேட்டான்..

"உன் அக்கவுண்ட்ல போட்றுவாங்கடா... உன்கிட்ட குடுத்த அட்டைய காட்டு போதும்", என விவரம் அனுப்பி வைத்தான்.

இனியன் மற்றவர்களுக்கு கண் காட்டிவிட்டு தன் உடையில் துலாவினான்.

அவன் உடையில் எந்த அட்டையும் இல்லை. இனியன் மற்றவர்களிடம் அதை சைகையால் கூறிவிட்டு அருகில் இருப்பவனிடம் பேச்சு கொடுத்தான்.

"ஏன் பாஸ் அந்த அட்டை இல்லன்னா காசு போடமாட்டாங்களா?", எனக் கேட்டான்.

"முதல்ல கால் வாசி தான் போடுவாங்க. வேலைய முடிச்சிட்டு கார்ட் காட்டினா தான் முழுசா போடுவாங்க பாஸ். ஏன் பாஸ்?"

"இல்ல என்னோடது மிஸ் ஆயிடிச்சி போல.... அதான் என்ன பண்றதுன்னு ......", என இழுத்தான்.

"பாஸ் நீங்க என்கிட்ட தானே குடுத்து வச்சீங்க... இந்தாங்க... நானும் இவ்வளவு நேரம் குடுக்க மறந்துட்டேன்", என அவன் எடுத்துக் கொடுத்தான்.

"நீங்க என்ன பாஸ் படிச்சிருக்கீங்க?"

"ஐபி.... ஐடி பாஸ்... நீங்க?"

"நானும் கம்ப்யூட்டர் என்ஜினியர் தான் பாஸ். எங்கயும் வேலை கிடைக்கல... அதான் இங்க என்ஜினியர் வேணும்னு கேட்டாங்கன்னு சேந்-

துட்டேன். நீங்க எந்த ஊரு?"

"நான்... நாகபட்டிணம்.. நீங்க?", இனியன் அவனிடம் பேச்சு கொடுத்தபடித் தடத்தை மனதில் பதியவைத்துக்கொண்டான்.

"நான் சென்னை தான். மேலகுப்பம்.... அங்க தான் வேலைக்கு ஆள் வேணும்னு கேட்டாங்கன்னு வந்தேன். இங்க வந்தா இப்படி ஒரு வேலை... வீட்ல எல்லாரும் பட்னி கெடக்கறாங்க... அதான் இதாவது கெடச்சதேன்னு வந்துட்டேன்... நல்ல வேலை நம்மல கொலை பண்ண சொல்லல....", என அவன் தன்னையே சமாதானம் படுத்திக்கொண்டிருந்தான்.

"ஏன் கொலை பண்ண சொன்னா என்ன ?", இனியன்.

"அய்யோ பாஸ்.... அதுக்கு எல்லாம் எனக்கு தைரியம் இல்ல.... நான் டெக்னாலஜில எதாவது செய்யலாம்னு தான் வந்தேன்.... கொலை பண்றது ரொம்ப தப்பு"

"சட்டத்துக்கு விரோதமா ஐஞ்சு பைசா திருடினாலும் தப்பு தான் பாஸ். இப்ப நாம கடத்திட்டு போயிட்டு இருக்கோம்.... வாங்க வண்டி நின்னுடிச்சி", என கீழே குதித்து இறங்கினான்.

நாச்சியாரும், ராகவியும் பால்கனியில் அமர்ந்து எதையோ தேடிக்கொண்டிருந்த சமயம் தான் வண்டி அந்த பங்களா வாசலில் நின்றது.

யோகேஷின் மற்ற ஆட்கள் வந்த புது ஆட்களின் அட்டையை சோதித்து உள்ளே விட்டுக் கொண்டிருந்தனர்.

இனியனும் அவனுடன் வந்த மற்ற நால்வரும் பார்வையைக் கூராக்கி கொண்டு, அந்த இடத்தை அளக்க ஆரம்பித்தனர்.

நாச்சியார் இனியன் இறங்கியது முதல் அவன் தோரணை அவன் பார்வைகள் செல்லும் இடம் என அனைத்தும் கவனித்துக்கொண்டிருந்தாள்.

இனியன் வந்து சேர்ந்த இரண்டு மணிநேரத்தில் வெவ்வேறு வழிகளில் அனைவரும் அந்த இடத்திற்கு வந்துச் சேர்ந்தனர்.

நாச்சியார் தன் நண்பர்களைக் கண்டதும் ஓடிச்சென்றுக் கட்டிக்கொண்டாள்.

"யாருக்கும் எதுவும் ஆகல தானே.... ரிஷி.... இளா.... வினோத் எங்க? ஹேய் நித்யா சதா சிவ்.... ", என அனைவரையும் நலம் விசாரித்து அனைவரையும் கண்களால் ஆராய்ந்தபடி இருந்தாள்.

"வினோத் எங்க?", என கடைசியில் நின்றவனிடம் கேட்டாள்.

"அவன அடிச்சிட்டாங்க... தூக்கிட்டு வராங்க அங்க....", என வாசலைக் கைக்காட்டினான்.

"அடிச்சாங்களா... ஏன்?", பதறிக் கேட்டாள்.

"அவன் தப்பிக்க ட்ரை பண்ணான் நாச்சியா... அதான் தட்டி தூக்கிட்டு வராங்க.... ", எனக் கூறியபடி ம்ரிதுள் அங்கே வந்தான்.

"அதுக்கு அவன இப்படி அடிப்பிங்களா? ஸ்கொன்ட்ரல்ஸ்.... ", என கத்திவிட்டு வினோத் அருகில் சென்றாள்.

ரிஷியும் ஓடிசென்று மற்றொரு பக்கம் வினோத்தைப் பிடித்துக்கொண்டு நடந்தான்.

எல்லாருக்கும் மேல மாடில தான் ரூம். ஆனா நாச்சியா ரூம் பக்கத்துல இனிமே நான் இருப்பேன். எனக்கு அப்பறம் உங்க ரூம்ஸ்.... யோகேஷ்....", சிரித்தபடி கூறிவிட்டு அழைத்தான்.

"ம்ரிதுள்...."

"எல்லாரையும் செக் பண்ணிட்டு ரூம்க்கு அனுப்பு..... நான் சொன்ன ஆர்டர்ல", எனக் கூறிவிட்டுத் திரும்பினான்.

"ஒரு நிமிஷம்", நாச்சியார் அழைத்தாள்.

"எங்க ப்ரோபஸர் எங்க?", என அவரைக் காணாது கேட்டாள்.

ம்ரிதுள் சிரித்தபடித் திரும்பி நாச்சியாவைப் பார்த்து,"வந்தவங்கள நினைச்சி சந்தோஷப்படு", எனக் கூறினான்.

"தசாதிபன் சார் எங்க?", மெல்ல நடந்து அவன் அருகில் வந்துக் கேட்டாள்.

ம்ரிதுள் அமைதியாகவே நின்றிருந்தான் அவளை நேருக்கு நேர் பார்த்தபடி.

"சொல்லுடா... அவர் எங்க?", என அவன் சட்டையைப் பிடித்தாள்.

யோகேஷ் ஆக்ரோஷமாக ஆட்களுக்கு உத்தரவிட்டான் அவளை பிடிக்கும்படி.

ம்ரிதுள் ஒரு கை உயர்த்திக்காட்டிவிட்டு, "கைய எடு நாச்சியா", என பொறுமையாகக் கூறினான்.

"அவர் செத்துட்டாரு நாச்சியா.... இவன் தான் கொன்னான்", என இளவெலிழி கூறிவிட்டு மடங்கி கீழே விழுந்து அழுதாள்.

நாச்சியா அவன் இதயத்தை குறிவைத்து வர்மத்தை ப்ரயோகிக்க முனைகையில், ம்ரிதுள் அவளின் முதுகில் வர்மத்தை ப்ரயோகிக்க முனைந்தான்.

இருவரும் தங்களைத் தற்காத்தபடிச் சண்டையிட்டுக் கொண்டிருந்தனர்.

அப்படியும் நாச்சியா அவன் கைகளை உடும்பாக பற்றி பின்னால் வளைத்து கழுத்தைத் திருகும் சமயம் எதிரே ஒரு குரல் அழைத்தது.

30 - காற்றின் நுண்ணுறவு

"நாச்சியா", என வல்லகியின் குரல் எதிரே திரையில் ஒலித்தது.

"வல்லா", என அவளும் பிடியைத் தளர்த்தினாள், அதில் ம்ரிதுள் அவளை மடக்கி அவன் கைகளுக்குள்ளே அவளைக் கட்டிக்கொண்டான்.

"நீ எங்க இருக்க? எப்படி இருக்க? அம்மாவ போய் பாத்தியா? அப்பா எப்படி இருக்காரு?", வரிசையாகக் கேட்டாள்.

"அவங்க நல்லா இருக்காங்க நாச்சியா.... நீ ஏன் அவனுக்குள்ள நிக்கற வெளியே வா", என வல்லகி அவள் நிற்கும் நிலையைச் சுட்டிக்காட்டினாள்.

"விடு என்ன", என திமிறினாள்.

"கொஞ்சம் விட்டா ரொம்ப தான் துள்ளுற நீ.... விடமுடியாது", என ம்ரிதுள் சிரித்தபடிக் கூறினான்.

வயிற்றில் முஷ்டியால் குத்த போக அவன் லாவகமாக அவள் கைகளைப் பிடித்துச் சுழற்றி அவளைத் தூரமாக நிற்கவைத்தான்.

"இருக்கறவங்கள நினைச்சி சந்தோஷப்பட்டுக்க.... சீக்கிரம் உன் தங்கச்சி கிட்ட பேசிட்டு வேலைய ஆரம்பி.... யோகேஷ்", என அதட்டும் குரல் ஒன்று கொடுக்கவும் யோகேஷ் மற்ற ஆட்களை ஏவினான்.

அனைத்தும் ம்ரிதுள்ளின் ஆணையின்படி நடக்கிறது என்பது இனியனுக்குத் தெளிவாகப் புரிந்தது.

காலையில் வல்லகியை யாரோ கடத்திக் கொண்டு செல்வதாக முகுந்த் கூறியது நினைவு வந்தது. இப்போது வல்லகி திரையில் தெரிகிறாள் என்றால் இவர்கள் அனைவரும் ஒரே கூட்டம் என்ற முடிவுக்கு வந்தான்.

இதை தர்மதீரனுக்கு கூற வேண்டும் என்று எண்ணி போனைப் பார்க்க அதில் சுத்தமாக டவர் இல்லை.

"இவனுங்க எப்படி வீடியோ கால் பண்றானுங்க? நமக்கு டவரே காட்டல.... எத்தன டெக்னாலஜி வந்தாலும் கடத்தறவனுங்க தான் ரொம்ப அட்வான்ஸ்டா இருக்கானுங்க... காப்பாத்தறவனுக்கு தகரடப்பா தான் குடுக்கறானுங்க பாவிங்க", முணுமுணுத்தபடி அங்கிருந்து நகர்ந்தான்.

இனியன் மேலும் அந்த இடத்தை, வேலை செய்வதுப் போலச் சுற்றிச் சுற்றி வந்து மனதிற்குள் வரைபடமாக வரைந்துக்கொண்டான்.

எத்தனை முயற்சித்தும் நாச்சியா அருகில் மட்டும் செல்லமுடியவில்லை. அவளுக்கு தனி காவல் ஆட்களை நியமித்திருந்தான் ம்ரிதுள்.

வல்லகி நாச்சியாவை மட்டுமின்றி அவளைச் சுற்றி நின்றவர்களைப் பார்த்தபடி பேசிக்கொண்டிருந்தாள்.

இனியன் வேண்டுமென்றே நாச்சியாவுக்கு அருகில் வந்து அங்கிருந்து ரிஷி வினோத்தை அழைத்துச் சென்று அவர்கள் அறையில் விட்டான்.

அதில் வல்லகி புரிந்துக்கொண்டு நாச்சியாவுக்கு அவன் யாரெனத் தெரியப்படுத்தினாள்.

"நம்ம என்னதான் செஞ்சாலும் இவனுங்க நம்மல ஈஸியா ஆளுங்கள வச்சி தூக்கிட்டு வந்துடறானுங்க நாச்சி. நான் இப்ப UAE ல இருக்கேன். அப்பா பிரண்ட் பிறைசூடன், என் பிரண்ட் பாலா எல்லாரையும் இங்க ஒருத்தி கொண்டு வந்துட்டா.... ",என தான் இருக்கும் இடத்தின் விவரத்தைக் கூறினாள்.

"இங்கயும் ஸ்பீக்கர்ல போட்டு தான் படம் ஓடிட்டு இருக்கு வல்லா ... ஜாக்கிரதை.... அப்ப அப்ப பேச முயற்சி பண்ணு", நாச்சியார்.

"நீயும் முயற்சி பண்ணு.. பக்கத்துல இருக்கறவங்கள கவனி. உன்ன நம்பி இருக்கறவங்கள பாத்துக்க. எதுக்குன்னே தெரியாம இந்த லூசுங்க என்னை

இங்க தூக்கிட்டு வந்திருக்குதுங்க....", வல்லகி காலை நீட்டி எதிரில் இருந்த சோபாவில் போட்டபடி பேசிக்கொண்டிருந்தாள்.

"நான் ஒரு மாசமா இருக்கேன். என்ன தேடறேன்னு இப்ப வரைக்கும் தெரியல... ", அவளும் அங்கலாய்த்துக்கொண்டாள்.

"சரி.... அந்த பாரின் ஓநாய் கூப்பிடுது.... ஜாக்கிரதை நாச்சி", எனக் கூறிவிட்டு தூரத்தில் வரும் ரிஷியை பார்த்துவிட்டு இணைப்பை துண்டித்-தாள் வல்லகி.

"என்ன இரண்டு பேரும் இவ்வளவு கேசுவலா பேசிக்கறீங்க?", என ரிஷி நடந்துவந்தபடியே ஆச்சரியத்துடன் கேட்டான்.

"வேற என்ன பண்ண சொல்ற? ஒப்பாரியா வைக்கமுடியும்? அவனுங்க வேலை முடியாம இந்த நாதாரிங்க நம்மல விடமாட்டானுங்க .. வா இதுங்க-ளுக்கு தேவையான எழும்ப தேடலாம்", எனக் கூறிவிட்டு இளவெழிலியைத் தன்னுடன் அழைத்துச்சென்றாள்.

"ஏய்.... ஓவரா பேசற நீ", என யோகேஷ் அவ்விடம் வந்தான்.

"நேத்து வாங்குனது உனக்கு பத்தல போல... நகரு... எனக்கு வேலை இருக்கு", என அவனை அசட்டையாகத் தள்ளி விட்டுவிட்டு நடந்தாள்.

"ம்ரிதுள்.....", என அழைத்தபடி யோகேஷ் அவனிடம் சென்றான்.

"அவ தங்கச்சி எதுக்கு?", ம்ரிதுள் அதித்திடம் பேசிக் கொண்டிருந்தான்.

"அவளுக்கு சில ஸ்பெஷல் பவர்ஸ் இருக்கு. நம்ம அந்த இடத்த க்ராஸ் பண்ண இவளால முடியும்னு தோணுது.... ", அதித் டைஸியின் இடையை ஒரு பக்கம் தடவியபடிக் கூறினான்.

"ரொம்ப சின்ன பொண்ணா தெரியுது.... தேவையில்லாம ஒரு உயிர் கூட போககூடாது அதித்"

"அத நான் பாத்துக்கறேன். நீ அங்க சீக்கிரம் வேலை வாங்கு ... நமக்கு டைம் ரொம்ப கம்மியா தான் இருக்கு.... பத்து நாள்ல நாம அந்த இடத்துக்கு போயே ஆகணும்", என அதித் ஆவேசமாகக் கூறியபடி டைஸியை வன்மையாக ஆக்கிரமித்தான்.

ம்ரிதுள் டைஸியை உணர்வுகளற்ற பார்வைப் பார்த்து விட்டு, இணைப்-பைத் துண்டித்துவிட்டுத் திரும்பினான்.

"அது.... அது டைஸி தானே?", யோகேஷ் எச்சிலை விழுங்கியபடிக் கேட்டான்.

"ம்ம்.... என்ன விஷயமா நீ வந்த?", ம்ரிதுள்.

"அவளும் இந்த மிஷன்ல இருக்காளா?"

"நீ எதுக்கு வந்தன்னு சொல்லு யோகேஷ்", ம்ரிதுள் கண்டிப்பானக் குர-லில் கேட்டான்.

"அவ... அந்த நாச்சியா.... ரொம்ப... ரொம்ப பேசறா.... ", என திக்கித் திக்கிக் கூறினான்.

"எதுக்கு நீ டைஸிய பாத்துட்டு டென்ஷன் ஆகற? ஒரு வாரம் தான் டைம். அதுக்குள்ள அவ மேப் போட்டே ஆகணும். சொல்லிடு ... வேண்டியத செஞ்சிக்குடு.... நான் கொஞ்சம் வெளியே போயிட்டு வரேன்", எனக் கூறிவிட்டு வெளியே கிளம்பினான்.

யோகேஷ் டைஸி பற்றிய நினைவுகளைத் தூரம் வைத்துவிட்டு ஆட்களை, அடுத்தக் கட்டப் பாதுகாப்பு அடுக்கிற்காக ஏவினான்.

இரண்டு மணி நேரத்திற்கு ஒருமுறை காவல் ஆட்களை சுழற்சி முறையில் மாற்றி நிறுத்தினர். முன்பை விட இப்போது ஆட்கள் அதிகம் இருப்பதால் கட்டுக்காவலும் அதிகமாகவே இருந்தது.

இனியனுடன் வந்த மற்ற மூவரும் அந்த அடியாட்களுடன் நன்றாகக் கலந்துக்கொண்டனர்.

இனியன் மட்டும் நாச்சியா இருக்கும் தளத்தில் இரண்டு முறை ரோந்து செல்ல அனுப்பிவைக்கப்பட்டான்.

எப்படியாகினும் அவளைப் பார்த்து பேச வேண்டும் என அவனும் அதற்கான வழிகளை ஆராய்ந்தபடிச் சுற்றிக்கொண்டிருந்தான்.

வெளியே சென்றுவிட்டு வந்த ம்ரிதுள் மீண்டும் வேட்டைக்கு செல்கையில் இனியனையும் அழைத்துச் சென்றான்.

முன்பிருந்தது விட ஆட்கள் மூன்று மடங்கு அதிகமானதால் அதிகமான விலங்குகள் இன்று வேட்டையாடப்பட்டது.

"இங்க வா... உனக்கு பௌ சூட் தெரியுமா?", என ம்ரிதுள் இனியனைக் கேட்டான்.

இனியன் தயங்கியபடி போட்டிருக்கும் வேஷத்தை ஒரு முறை சரிபார்த்துக் கொண்டு குறி பார்த்து தப்பாக அம்பெய்தான்.

"ஹாஹாஹா.... பாத்தா ரொம்ப ஷார்பான ஆள் மாதிரி இருக்க, ஆனா குறி வைக்கத் தெரியல....கத்துக்கோ... உனக்கு நல்ல பொஷிசன் தரேன்", என அவனைத் தட்டிக் கொடுத்துவிட்டு கண்ணில் பட்ட முயல், மான், ஓநாய் என அனைத்தும் வேட்டையாடினான் ம்ரிதுள்.

"ஓக்கே சார்", எனக் கூறிவிட்டு அவனுக்குத் தேவையானதை சுமந்தபடி ம்ரிதுள்ளின் திறமையை அருகில் இருந்து கண்காணித்தான்.

"சார்....", மெல்ல அழைத்தான்.

"ம்ம்"

"இல்ல பணம் முழுசா அக்கவுண்ட்ல போட்டு இருப்பாங்களா? வீட்ல அதவச்சி தான் குடும்பம் ஓடும்", என தயங்கித் தயங்கிக் கேட்டான் இனியன்.

"என்ன படிச்சிருக்க?", ம்ரிதுள்.

"பி.டெக். ஐடி சார்"

"ஹேக் பண்ண தெரியுமா?"

"கொஞ்சம் சார்"

"வேற என்ன தெரியும்?"

"ஏதோ கொஞ்சம் சிஸ்டம்ல வேலை செய்வேன்....", தலையைக் குனிந்தபடி மெல்லக் கூறினான்.

"ம்ம்ம்", என பதில் கொடுத்துவிட்டு நடந்தான்.

அவன் வேட்டையாடிய மிருகங்களை பத்து பேர் சாக்கில் தூக்கிக் கொண்டு வந்தனர்.

"யோகேஷ்", என உள்ளே வந்ததும் அழைத்தான்.

"சொல்லு ம்ரிதுள்"

"இவன நாச்சியா பக்கத்துல போடு.... அவளோட சிஸ்டம்ல இவன் மட்டும் தான் எடுத்து எல்லாம் பண்ணனும். நெட் இருக்க கூடாது அவங்க யாருக்கும்....அவங்களா எதையும் சிஸ்டம்ல செய்யக்கூடாது", எனக் கூறி-விட்டு தன்னறைக்குச் சென்றான்.

"மேல போ.... நீங்க இதுல்லாம் பின்னாடி கொண்டு போய் குடுங்க", என ஆட்களை ஏவிவிட்டு மேலே சென்றான்.

நாச்சியாவின் அறைக்கு முன்னால் நின்றிருந்த இனியனை யோகேஷ் சைகைகாட்டி அழைத்துவிட்டு அவள் அறைக்குள் நுழைந்தான்.

"நாச்சியா", என்று அழைத்தான்.

தன் டீம் ஆட்களுடன் பேசிக்கொண்டிருந்தவள் திரும்பிப் பார்த்துவிட்டு, புருவத்தை உயர்த்தி என்னவென கேட்டாள்.

"இவன் தான் உங்களோட சிஸ்டம்ஸ்ல இனிமே வர்க் பண்ணுவான். எல்லாரோட லேப்டாப்பும் இவன்கிட்ட தான் இருக்கணும்", யோகேஷ்.

"ஒரே நேரத்துல பத்து பேர் சிஸ்டம்ல வேலை செய்வோம்.... அது எல்-லாத்தையும் இவனே செய்வானா?", நாச்சியா வெறுப்புடன் கேட்டாள்.

"லுக் ... உங்கள நாங்க தான் கடத்திட்டு வந்திருக்கோம். நீ எங்கள கடத்திட்டு வரல... சொல்றத மட்டும் செய்.... இனிமே நீங்க யாரும் சிஸ்-டம் ஹேன்டில் பண்ணக்கூடாது", எனக் கூறிவிட்டு வெளியே வந்தான்.

"சார்", என இனியன் அழைத்ததும்,

"சிஸ்டம்ல வர்க் பண்ண தெரிஞ்ச நாலு பேர கூப்பிட்டு வச்சிக்கோ.... ", எனக் கூறிவிட்டு தன்னறைக்குச் சென்றான்.

இனியன் அமைதியாக கீழே வந்து தன்னுடன் வந்த மூன்று பேருடன், தனக்கு கார்ட் கொடுத்தவனையும் அழைத்துக்கொண்டு நாச்சியாவின் அறைக்குச் சென்றான்.

"மேடம்"

"இப்ப வேலை இல்ல.... அப்பறம் வா", என இளவெழிலி அவர்களை அனுப்பிவிட்டு கதவை அடைத்தாள்.

நாச்சியா அங்கிருந்து சென்றது முதல் நடந்த நிகழ்வுகள் அத்தனையும் மற்றவர்கள் பகிர்ந்துக்கொண்டனர். பின்னர் நாச்சியாவும் நடந்தவற்றைக் கூறிக்கொண்டு இருந்தாள்.

இவையனைத்தும் ம்ரிதுள் பக்கத்து அறையில் இருந்து கேட்டுக்கொண்டு தான் இருந்தான்.

"போற போக்க பாத்தா இவ நமக்கு சமாதி கட்டிருவா போலவே.... சீக்கிரம் இவங்கள பிரிச்சி வேலை வாங்கணும்", என மனதிற்குள் எண்ணி-யபடிக் குளித்து தயாராகி வெளியே வந்தான்.

அடைக்கப்பட்ட வாசலில் இனியனும் மற்ற நால்வரும் அப்படியே நின்-றிருந்தனர்.

"அவங்க தான் கதவ மூடிட்டாங்கல்ல... கிளம்பு.... ", ம்ரிதுள்.

"யாருமே லேப்டாப் எங்ககிட்ட குடுக்கல சார். யோகேஷ் சார் அதை-யெல்லாம் வாங்கி வச்சிக்க சொன்னாரு"

"இடியட். நான் ஒன்னு சொன்னா அவன் ஒன்னு செய்வான்....", என முணுமுணுத்துவிட்டு," அதுல்லாம் வாங்க வேண்டிய அவசியம் இல்ல.. நீங்க போய் ரெஸ்ட் எடுங்க", என அவர்களை அங்கிருந்து அனுப்பிவிட்டு நாச்-சியாவின் அறைக் கதவைத் தட்டினான்.

31 - காற்றின் நுண்ணுறவு

வல்லகியை டைஸி கடத்திச் சென்ற பிறகு, பிறைசூடனின் இடத்திற்கு வந்த தர்மனுக்கும் முகுந்திற்கும் பெரும் திருப்புமுனைக் கிடைத்தது.

மற்ற சிசிடிவி தடயங்களை அழித்தவர்கள், பழுதுப் பார்க்க தொங்கவி-டப்பட்டிருந்த ரோபோவை விட்டுவிட்டனர்.

அங்கு வேலை செய்துக் கொண்டிருந்த மற்ற ரோபோக்களின் பாகங்கள் ஆங்காங்கே சிதறிக் கிடந்தன.

பாலாவும் வல்லகியும் நிச்சயமாக ஏதேனும் தடயத்தை விட்டிருப்பார்கள் என்ற எண்ணத்துடன் அங்கு வந்தவர்களுக்குப் பெரும் பொக்கிஷமே கிடைத்தது போல் இருந்தது.

அந்த இடத்தை சுற்றி வந்துக் கொண்டிருந்த தர்மனுக்கு, அங்கே தொங்-கவிடப்பட்டிருந்த ரோபோவின் கழுத்தில் ஏதோ மின்னுவது போல தெரிய அதன் அருகில் சென்றுப் பார்த்தான்.

அது வல்லகியின் செயின், அந்த ரோபோவில் மாட்டப்பட்டிருந்தது. அதன் கண் தவிர மற்ற இடத்திற்கு மேக்கப் செய்யப்பட்டிருந்தது.

நிச்சயம் அவர்கள் இருவரின் வேலையாகத் தான் இருக்கும் என்று நினைத்தபடி, அந்த ரோபோ பங்ஷன்ஸ் பார்த்த தர்மன் அதைக் கம்ப்யூட்டரு-டன் கனெக்ட் செய்து அதில் பதிவாகியிருந்தவற்றை ஒவ்வொன்றாகப் பார்க்க ஆரம்பித்தான்.

"சார்... இத நம்ம இடத்துக்கு எடுத்துட்டு போயிடலாமே", முகுந்த்.

"இங்க இருக்கற எல்லாத்தையும் எடுத்துட்டு போய் தான் ஆகணும் முகுந்த். நீங்க ஆளுங்கள கூப்பிடுங்க... ", எனக் கூறிவிட்டு ஒவ்வொன்றாகப் பார்த்துக்கொண்டிருந்தான்.

அதில் இரண்டு நாட்களுக்கு முன்பு பதிவாகியிருந்த ஒரு காட்சியை ஓடவிட்டான்.

"ஹேய் வகி.... உன்னவிட நான் தான் பெரியப்பாவுக்கு க்ளோஸ் ஸ்வீட் ஹார்ட்... ஆமா தானே பெரியப்பா?", என பாலா புல்வெளியில் பிறைசூடனுக்கு டை அடித்தபடிப் பேசிக்கொண்டிருந்தாள்.

"நான் தான் ஒன்லி ஸ்வீட் ஹார்ட்.... சொல்லுங்க பெரியப்பா", என சவரம் செய்யும் கத்தியுடன் வந்து நின்று கேட்டாள் வல்லகி.

"கழுத்துல கத்திய வச்சிட்டு கேட்டா நான் என்னடா சொல்வேன்? ", பிறைசூடன் பாவமாகப் பார்த்தபடிக் கூறினார்.

"நான் தான் நல்ல புள்ள.... பாருங்க எவ்வளவு ஆசையா உங்களுக்கு டை அடிச்சி க்ளாமர் ஏத்தறேன்.... அவ மோசம். போடி ரவுடி ரங்கம்மா", என டையை முகத்திற்கு நேராக வைத்துக் கொண்டு பேசினாள்.

"தங்கங்களா... இரண்டு பேரும் கஷ்டப்பட வேணாம். நானே இதுலாம் பண்ணிக்கறேன் விட்றுங்கடா", எனக் கெஞ்சினார்.

"நான் தான் உங்களுக்கு ஷேவ் பண்ணுவேன் உக்காருங்க பெரியப்பா", வல்லகி இழுத்து அமரவைத்தாள்.

"நான் தான் உங்களுக்கு டை அடிப்பேன்", என பாலாவும் மறுபக்கம் இழுத்தாள்.

"ஏய் முதல்ல ஷேவ் தான் பண்ணணும்...."

" இல்ல டை தான் அடிக்கணும்...."

"ஷேவ் தான்"

"டை தான்"

"ஷேவிங்"

"டையிங்"

இருவரும் மாறி மாறி சண்டையிட்டுக் கொண்டனர்.

"நான் நிஜமா டையிங் டா.... ", என கழுத்தில் அழுத்தியிருந்த கத்தி பட்டு இரத்தம் கசிந்தது.

வல்லகி பதறிக் கத்தியைத் தூக்கி எறிந்துவிட்டு, "சாரி பெரியப்பா... நான் லேசா தான் பிடிச்சேன்", என மன்னிப்புக் கேட்டபடித் துணியை வைத்தாள்.

பாலா முதலுதவிப் பெட்டியை தூக்கிக் கொண்டு வந்து பஞ்சை வைத்துவிட்டு மருந்து வைத்தாள்.

"ரொம்ப வலிக்குதா பெரியப்பா... ஹாஸ்பிடல் போலாமா?", என பாலாவும் கவலையாகக் கேட்டாள்.

"சின்ன கீறல் தான்டா...நான் மருந்து போட்டுக்கறேன். நீங்க பீல் பண்ற அளவுக்கு ஒன்னும் இல்ல", என அவர்களை சமாதானம் செய்தார்.

வல்லகி அன்று முழுவதும் எதுவும் சாப்பிடாமல் விளையாட்டு அறையில் புகுந்து வெறி கொண்டவள் போல சிலம்பு சுற்றிக் கொண்டிருந்தாள்.

எத்தனை அவளை வற்புறுத்தி அழைத்தும் அது அவள் காதில் புகவில்லை.

"வகி வாடி.... சின்ன காயம் தான். நீ ஏன் இவ்வளவு எமோஷனல் ஆகற? "

"பதறிட்டேன் பாலா இரத்தம் பாத்ததும். என் மனசு இன்னும் அமைதியாகல ... நீ போ வரேன்", என அவளை அனுப்பிவிட்டாள்.

"பெரியப்பா அவள பீச் கூட்டிட்டு போலாமா? ", பாலா.

"வெளியே வேணாம் டா. சேப் இல்ல.... இங்கயே அவளோட எமோஷன்ஸ்அ அவ கன்ட்ரோல் பண்ணட்டும்.... ரோபோவோட சண்டை போட விடு... நான் கொஞ்சம் ரெஸ்ட் எடுத்துக்கறேன் ... வெளியே மட்டும் போகாதீங்க டா", என கூறிவிட்டு அவர் உறங்கத் தயாரானார்.

"சரி பெரியப்பா... உங்களுக்கு ரொம்ப வலிச்சா டாக்டர வர சொல்லலாமே"

"அந்தளவுக்கு இல்லடா....ரெஸ்ட் போதும்... நீ அவள பாரு. அவ பிஹேவியர கேப்சர் பண்ணு.... ", எனக் கூறிவிட்டு உறங்கினார்.

மீண்டும் பாலா வல்லகியைத் தேடி சென்றாள். இவையனைத்தையும் அந்த ரோபோ உடன் வந்தபடி பதிவு செய்துக் கொண்டிருந்தது.

வல்லகியின் கோபம் எல்லை மீற மீற அவள் மூக்கில் இருந்து இரத்தம் வழிந்தது.

அதையும் கண்டுகொள்ளாமல் சிலம்பு சுற்றி தன்னைத் தானே காயப்படுத்திக்கொள்ளும் அளவிற்கு, அவள் சிலம்பாட்டம் ஆடிக்கொண்டிருந்தாள்.

வல்லகியைக் கண்டவள் பதறி அவளருகில் வந்து அவளை ஓங்கி அறைந்து கம்பு பிடித்து தூர வீசிவிட்டு, இழுத்துக்கொண்டு வெளியே வந்தாள்.

"மாஸ்.... பர்ஸ்ட் எய்ட் கிட் எடுத்துட்டு வா... சீக்கிரம்", என உடன் வந்த ரோபோவை அனுப்பிவிட்டு தன் மேல் இருந்த துணியை கிழித்து அவள் மூக்கில் வைத்தாள்.

வல்லகியின் கண்களில் நீர் சொறிய ஆரம்பிக்கவும் அவளுக்கு மூச்சுத் திணறல் எடுத்தது.

"வகி... வகி.... என்னாச்சி....? அச்சச்சோ.... மூச்சு தெணறுதே... இப்ப என்ன பண்றது? பெரியப்பா.... பெரியப்பா ", எனக் கத்தியபடி அவள் அங்கிருந்து ஓடினாள்.

ரோபோ வல்லகியை பின்னால் சாய்த்து அவளது மூக்கில் வழிந்த இரத்தத்தை துடைத்துவிட்டு அவளை நிமர்ந்து அமரவைத்தது.

ஐந்து நிமிடத்தில் பிறைசூடன் ஓடிவர, பின்னால் பாலா இரண்டு மூலிகை தொட்டிகளைத் தூக்கிக் கொண்டு வந்தாள்.

வல்லகியின் முகத்துக்கருகில் அதை வைத்து சிறிது நேரத்தில் அவளது மூச்சுத் திணறல் சரியானது.

"இதுக்கு தான் சொல்றது ஓவரா ஸ்ட்ரைன் பண்ணாதன்னு.... பாரு கொஞ்ச நேரத்துல பயமுறுத்திட்ட.. எரும எரும....", என பாலா திட்டியபடி அவளது தலைக் கோதி கட்டிக்கொண்டாள்.

"ஏன்டா இவ்வளவு கோவம்?", பிறைசூடன் அவளது கையைத் தடவி கொடுத்தபடிக் கேட்டார்.

"நீங்க மட்டும் சொல்லாம இருந்திருந்தா கழுத்தே கட் ஆகி இருக்கும் பெரியப்பா... நான் லேசா தான் பிடிச்சேன். அது எப்படி இரத்தம் வர்ற அளவுக்கு போச்சின்னு தெரியல....", வல்லகி தன்னை ஆசுவாசப்படுத்திய-படிக் கூறினாள்.

பிறைசூடன் மெல்ல அவள் அருகில் அமர்ந்து, " இங்க பாரு வல்லகி. நீ சாதாரண பொண்ணு இல்ல... எங்கள விட உனக்கு நாலு மடங்கு எல்-லாமே அதிகம் .... அத உன் உடம்ப தான் முதல் பாதிக்கும். எப்படி பட்ட சூழ்நிலை வந்தாலும் உன் மனச நீ கன்ட்ரோல் பண்ணா தான் உன்னால செயல்பட முடியும். அதிகமா நீ எமோஷனல் ஆனா உனக்கு தேவையான ஆக்ஸிஜன் கிடைக்காது. உன் உடம்பு ரொம்வே சுத்தமான காத்த மட்-டும் தான் ஏத்துக்குது... கொஞ்சம் மாசுபட்ட காத்த கூட உள்ள அனும-திக்கறது இல்ல.... இவ்வளவு எமோஷனல் ஆகாத.... எனக்கு ஒன்னும் இல்ல. சின்ன ப்ளாஸ்டர் தான் போட்டு இருக்கேன் பாரு. நாங்க அழுத்-தம் கொடுத்து பிடிக்க வேண்டியத நீ விளையாட்டா பிடிச்சாலே போதும். இது சாதாரண விஷயம் தான். மனச அமைதி படுத்து", நீளமான விளக்கம் கொடுத்து அவளை சமாதானம் செய்தார்.

"சரி வா வகி.... எதாவது விளையாடலாம்"

"என்ன விளையாட போறீங்க? அவளுக்கு மூச்சு திணறல் வந்துரிச்சி பாலா... ஓடக்கூடாது", பிறைசூடன்.

"ஒரு நிமிஷம் வரேன்", என உள்ளே ஓடினாள்.

வல்லகி தன் அருகில் இருந்த பூந்தொட்டியை எடுத்து நன்றாக ஆழ மூச்சிழுத்தாள். அதே போல ஐந்து நிமிடம் செய்யவும் அவளது உடல் சகஜ-நிலைக்குத் திரும்பியது.

"இன்னும் கொஞ்சம் ரிலாக்ஸ் பண்ணு வல்லகி", என அவளைக் கூர்ந்-துக் கவனித்தவாறு பிறைசூடன் அமர்ந்துக் கொண்டார்.

பத்து நிமிடம் கழித்து வந்த பாலாவின் கையில் மேக்கப் கிட் இருந்தது.

"மாஸ்.... இங்க வா", என அதை அருகில் அழைத்து அதன் முகத்தில் க்ரீம் தடவ ஆரம்பித்தாள்.

"ஏய் என்ன இது?", வல்லகி புரியாமல் பார்த்தபடி அதட்டினாள்.

"நம்ம மாஸ்அ...... மாஸா ரெடி பண்ணப் போறோம்.... வா... எடுத்து பெயின்ட் அடி ", என அவள் கவனத்தைத் திசைத் திருப்பிக் கொண்டிருந்தாள் பாலா.

"பெரியப்பா.....", வல்லகி.

"போடுங்க டா... நானும் பாக்கறேன்.... அதுக்கு ஒன்னும் ஆகாது", எனக் கூறி அவரும் உற்சாகப்படுத்தினார்.

ஒரு மணிநேரம் மாஸ் அவர்களிடம் மாசுப்பட்டது.

"சூப்பர்... மாஸ்... நீ ரொம்ப அழகா இருக்க", என பாலா அதற்கு நெட்டி முறித்தாள்.

"ஏதோ குறையுதே....", என யோசித்த வல்லகி தன் கழுத்தில் இருந்த செயினை அதற்கு மாட்டிவிட்டாள்.

"மாஸ்.. இப்ப இருந்து நீ உர்ரமாஸ்", என இருவரும் அதைப் பாடாய் படுத்தி எடுத்தனர்.

அந்த ரோபோவும் சார்ஜ் இருக்கும் வரை அவர்களுக்கு ஈடுகொடுத்துவிட்டுக் கவுந்துவிட்டது.

அதை அடுத்த நாள் பிறைசூடன் சரிபார்க்க அங்கே மாட்டி வைத்தார்.

அதற்கு பின் அங்கே நடந்த நிகழ்வுகளைப் பார்த்தவன் அன்று நடந்ததை பார்க்கும் போது பவர் சப்ளைத் தடைபட்டு சிஸ்டம் ஆப் ஆனது.

"முகுந்த்... இந்த ரோபோல இருக்க வீடியோஸ் தனியா சேவ் பண்ணணும்.... என்னாச்சி கரெண்ட் சப்ளை இல்லையா?", எனக் கேட்டான்.

"ஆமா சார். ஆளுங்க வந்துட்டாங்க... சோழன் சார் அங்க வெயிட் பண்ணிட்டு இருக்காரு.... ஏதோ உங்ககிட்ட முக்கியமான விஷயம் சொல்லணுமாம்.....வழுதி சார் இப்ப சொன்னாரு", எனக் கூறிவிட்டு அங்கிருந்து அவர்களுக்குக் கிடைத்தத் தடயங்களை எடுத்துக்கொண்டுக் கிளம்பினர்.

"இனியன் எதாவது மெஸேஜ் அனுப்பினாரா முகுந்த்?"

"இல்ல சார். அந்த அருவிய தாண்டி போக முடியலன்னு அப்ப சொன்னாரு.... யாரோ அந்த பக்கம் வந்துட்டு இருக்கறதா இரண்டாவது செக்போஸ்ட்ல இருந்து சொன்னாங்களாம் அதான் அங்கயே வெயிட் பண்றாரு", முகுந்த் வண்டியை ஓரம்கட்டினான்.

"இனியன் சொல்ல சொல்ல கேக்காம இவ்வளவு பெரிய ரிஸ்க் எடுக்கறாரு.... நான் போறேன்னு சொன்னா கேக்கல.... அவரு ஜாக்கிரதையா வந்துட்டா போதும்", தர்மன் உண்மையான வருத்தத்துடன் கூறினான்.

"கேஸ்ன்னு வந்துட்டா நாம எல்லாருமே வேலை செஞ்சி தானே சார் ஆகணும். அவர் சமாளிப்பாரு.... நீங்க இங்க பார்த்தே ஆக வேண்டிய சூழ்நிலை இருக்கு. அதை மறந்துட்டீங்களா சார்?", முகுந்த்.

"ம்ம்ம் ... நாச்சியா அப்பாகிட்ட பேசினீங்களா முகுந்த்... அங்க எதாவது நடந்ததா?", தர்மதீரன்.

"பேசினேன் சார். அங்க ஒரு பிரச்சினையும் இல்ல.... அவனும் மனுஷன் தானே சார் எங்கயாவது அவனும் தப்பு பண்ணி தான் ஆகணும். எவ்வளவு கணக்கு போட்டாலும் ஒரு சில விஷயங்களை அவனால யோசிக்கமுடியாது", எனக் கூறியபடி வந்தவன் மேலே எதிரே வந்தவன் மோதினான்.

"சாரி சாரி....", வேதகீதன்.

"என்ன கீதன் எதிர்ல வர்றவங்கள கூட பாக்காம வர்ற அளவுக்கு என்ன யோசனை?", என தர்மதீரன் கேட்டான்.

"ஒரு முக்கியமான விஷயம்", என இருவரையும் தன் காருக்கு அழைத்துச் சென்றான்.

32 - காற்றின் நுண்ணுறவு

பல்லவபுரத்தில் தமிழோவியனும், நிலவரசியும் பின்பக்க கதவை திறந்துக்கொண்டுச் சுற்றிலும் யாராவது இருக்கிறார்களா எனப் பார்த்தபடி வெளியே வந்தனர்.

நிலவரசி இப்போது நன்றாகவே நடந்தார். தமிழோவியனை உள்ளே செல்லக் கூறிவிட்டு அவர் மட்டும் வாழை மரங்களுக்கு மத்தியில் இருந்த மோட்டார் ரூமைத் திறந்துக் கொண்டு உள்ளே சென்றார்.

சத்தம் செய்யாமல் அடியில் இருந்த பாதாள பாதையை திறந்தவர் உள்ளே இறங்கி நடந்து பாலாவின் வீட்டு மாட்டு கொட்டகையில், தரையில் இருந்த கதவை திறந்து மேலே ஏறி வந்தார்.

பாலாவின் வீடு அதே தெருவில் அவர் வீட்டில் இருந்து நான்கு வீடு தள்ளி உள்ளது .

இரண்டு வீட்டிற்கும் முன்பே இந்த சுரங்கப்பாதை இருந்தது போல. அதை இவர்கள் எதேச்சையாகக் கண்டுபிடித்து, அந்தப் பாதையைச் சுத்தம் செய்து வைத்துக்கொண்டனர்.

அந்த சுரங்கவழி இப்போது இவர்களுக்கு பல வகையில் உபயோகமாக இருந்து வருகிறது.

பின்பக்க வாசலைப் பார்க்க வெளிச்சம் இல்லை. அந்த சமிக்ஞையைப் புரிந்துக்கொண்டு மெல்ல சத்தம் செய்யாமல் நடந்தவர் கதவைத் திறந்துக்கொண்டு உள்ளே சென்றுத் தாழிட்டுக்கொண்டார்.

"கோத.... கோத....", என மெல்ல அழைத்தார்.

"வா அரசி.... அவர் முழிச்சிட்டாரு... அதான் தகவல் அனுப்பினேன்", என பாலாவின் தாய் ஒரு அறைக்கு அரசியை அழைத்துச் சென்றார்.

"சார்....சார்...", என பாலாவின் தந்தை பிரகலாதன் கட்டிலில் படுத்துக்கிடந்தவரை எழுப்பினார்.

"ம்ம்", என மெல்ல முனகியவர் கஷ்டப்பட்டு கண்விழித்துப் பார்த்தார்.

"சார்... என்னை தெரியுதா?", அரசி அவர் அருகில் வந்து அமர்ந்துக் கேட்டார்.

"ம்ம்... நாச்சியா அம்மா", என மெல்லத் தொண்டையை செருமிக்-கொண்டுப் பேசினார்.

"உங்களுக்கு இப்ப வலி எதுவும் இல்லையே", என அவரை ஆராய்ந்-தபடிக் கேட்டார்.

"பரவால்ல.... என்னை எப்படி இங்க கொண்டு வந்தீங்க?", என நேர-டியாக விஷயத்திற்கு வந்தார் தசாதிபன்.

"நாச்சியாவோட பிரண்ட் தான் உங்கள இங்க தூக்கிட்டு வந்தான்... அப்ப நீங்க மயங்கி இருந்தீங்க"

தசாதிபனைச் சுட்டுவிட்டு ம்ரிதுள் சென்றதும், அவன் ஆட்கள் அவரைத் தூக்கிச் சென்றுப் புதைத்தனர்.

நாக் அங்கே மறைந்திருந்து அனைத்தையும் பார்த்துக்கொண்டு இருந்த-தால், அவர்கள் அந்த பக்கம் சென்றதும் இவன் ஓடி வந்து அவரை குழியில் இருந்து மேலே தூக்கிக் கொண்டு தான் இருக்கும் பழங்குடி மக்கள் பகுதிக்கு தூக்கிச் சென்றான்.

அன்றிரவே நாச்சியாவின் டீமை அங்கிருந்து கிளப்பிக்கொண்டு வேறு இடத்திற்குச் சென்றதால் 'நாக்'ஐ யாரும் கவனிக்கவில்லை.

அங்கே அவர்களுக்கு தெரிந்த முதலுதவி செய்துவிட்டனர், ஆனாலும் இரத்த கசிவு நிற்கவில்லை.

"இத நிறுத்த முடியாதா?", என நாக் கவலையாக அங்கிருந்தவர்களைப் பார்த்துக் கேட்டான்.

"எங்களால முடிஞ்சது இவ்வளவு தான். இங்க ஒரு சித்தர்சாமி இருக்-காரு. அவர் நினைச்சா நிறுத்தமுடியும்", என அக்கூட்டத்தில் ஒருவர் கூறி-னார்.

"அவர் எங்க இருக்காரு சொல்லுங்க"

"அவரா நினைச்சா வருவாரு.... போவாரு டவுன்சாமி.... நாங்க போய் பாக்கறது கஷ்டம்"

"எங்க இருப்பாருன்னு சொல்லுங்க நான் முயற்சி பண்ணி பாக்கறேன். இவர நான் ஊரக்குள்ள தூக்கிட்டு போனாலும் கொன்றுவாங்க... இவர் ரொம்ப நல்லவர்.. இவர காப்பாத்தினா தான் இன்னும் பதினைஞ்சு பேர காப்பாத்த முடியும்...", என நாக் அங்கிருந்தவர்களிடம் கெஞ்சினான்.

"அதோ சித்தர் சாமி வராரு.... நகருங்க நகருங்க", என தூரத்தில் ஒருவன் கத்தியபடி ஓடி வந்தான்.

"உங்க அதிர்ஷ்டம் சாமியே இப்ப வராரு... அவருகிட்ட கேளுங்க டவுன்சாமி", என அங்கிருந்தவர் கூறினார், அந்த சித்தரின் காலில் அனை-வரும் விழுந்தனர்.

அவன் மட்டும் கையைக் கட்டிக்கொண்டு நின்றிருந்தான்.

"நீங்களும் விழுங்க டவுன்சாமி", என ஒருவர் கூறினார்.

"நான் அவர் கால்ல விழுந்தா என் பாவம் போகாது பச்சயசாமி.... அவர் இவர காப்பாத்தினா போதும்", எனக் கூறிவிட்டு சித்தரின் அருகில் சென்று கையெடுத்துக் கும்பிட்டு, "அவர காப்பாத்துங்க.... அவரால தான் நிறைய உயிர காப்பாத்த முடியும்", என முகத்தில் கலக்கத்தோடுக் கூறினான்.

"பல உயிரைக் காவு வாங்கி பிறந்தவன், வளர்ந்தவன்.... இப்போது மற்ற உயிர் காக்க, இன்னுயிர் இழுத்துவைக்க போராடுகிறான்.... ஐயனே ஈசா....",என ஆகாயத்தைப் பார்த்துக் கையெடுத்து கும்பிட்டுவிட்டு, இடைக்கச்சையில் இருந்த மூலிகை எடுத்து காயத்தில் பிழிந்துவிட இரத்த கசிவு சில நொடிகளில் நின்றது.

"நாகேஷ்வரா..... இந்தா இதை நாளுக்கு நான்கு வேலை சிறுசங்கு அளவு வாயில் புகட்டு.... வேறெந்த ஆகாரமும் வேண்டாம். கண்விழித்த பின் இளஞ்சூட்டில் மஞ்சள் மிளகு பூண்டு சேர்த்து பாலில் நன்றாக காய்ச்சி வடிகட்டி குடித்தபின் மற்ற உணவு எடுக்கலாம். பத்து தினங்களில் கண் விழிப்பான். உடலில் உள்ள விஷம் முறிந்தபின் எழுந்து அமர்வான்", என ஒருக் குடுவையை அவனிடம் கொடுத்து விட்டு விவரம் கூறினார்.

"உங்களுக்கு என் பேரு?", என தயங்கித் தயங்கிக் கேட்டான்.

"அறிவேன்... விரைந்து நாச்சியாவின் இல்லத்தில் இவனை சேர்த்திடு. அவர்கள் பார்த்துக்கொள்வர்", எனக் கூறிவிட்டு நிற்காமல் வேகமாக நடந்துச் சென்று மரங்களுக்குப் பின்னே மறைந்துப் போனார்.

நாக் எனப்படும் நாகேஷ்வர் அவர் கொடுத்தக் குடுவையைப் பத்திரப்படுத்தி எடுத்துக்கொண்டு, இரண்டு பேர் உதவியுடன் காட்டுவழியே வந்து வண்டி பிடித்து ஊருக்குள் வந்தபின் தமிழோவியனுக்கு அழைத்தான்.

"சார் நான் நாக்.... முக்கியமான விஷயம்", எனக் கூறி அவரை ஒரு இடத்திற்கு வரவழைத்தான்.

சூப்பர் மார்கெட் செல்வதாக புறப்பட்டு சென்ற தழிழோவியன் அங்கே நாக்-ஐ பார்த்தார் .

"என்ன நாகேஷா..... நாச்சியாவ பாத்தியா? எதாவது சொன்னாளா?", என ஆர்வமாகக் கேட்டார்.

"அவளையும் ராகவியும் வேற இடத்துக்கு கூட்டிட்டு போயிட்டாங்க.... என்னை நாச்சி காட்டுக்குள்ளயே இருக்க சொல்லிட்டா...."

"எங்க கூட்டிட்டு போயிருக்காங்க?", தவிப்புடன் கேட்டார்.

"தெர்ல சார். முக்கியமான விஷயம்", என சுற்றிலும் பார்வையைப் பார்த்துவிட்டு, "தசாதிபன் சார சுட்டுட்டாங்க", எனக் கூறினான்.

"வாட்? ", அதிர்ச்சியாகிக் கத்தினார்.

அவரின் சத்தத்தில் அருகில் இருந்தவர்கள் அவரைப் பார்க்க, தன்னை சமாதானம் செய்துகொண்டு வேறு பக்கம் சென்றார்.

"என்ன சொல்ற நாகேஷா? அவர ஏன் சுட்டாங்க? அவர் தானே லீட். அவர சுட்டுட்டு பசங்கள என்ன பண்ணப்போறாங்க?", பதற்றத்துடன் கேட்டார்.

"பதறாதீங்க சார். அவர காப்பாத்தி இங்க தூக்கிட்டு வந்திருக்கேன். ஆனா பத்து நாள் ஆகும் அவர் கண் முழிக்க. நீங்க தான் அவர பாத்துக்கணும்", நிலைமையை விவரித்தான்.

"வீட்ல ஏற்கனவே போலீஸ், டிடெக்டீவ், கேங்ஸ்டர்ஸ்ன்னு ஆள் மாத்தி ஆள் காவலுக்கு நிக்கறாங்க. அவர பாத்தா தேவையில்லாத கேள்விகள் வரும். தவிர அவர இந்த நிலைமைல நான் எப்படி வீட்டுக்கு கொண்டு போறது", என தன் சூழ்நிலையை விளக்கினார்.

"உங்ககிட்ட இருந்தா தான் அவர் சேப்பா இருப்பாரு சார்.... ", நாகேஷ்வரன்.

"கொஞ்சம் இரு", என தூரமாகச் சென்று மனைவிக்கு அழைத்து விவரம் கூறினார்.

"கோத வீட்ல வச்சி அவர பாத்துக்கலாம்ங்க.... நான் பேசறேன். இங்க ஏற்பாடு பண்ணப்பறம் அவர அங்க கொண்டு போலாம்", நிலவரசி.

"என்னம்மா சொல்ற? பிரகலாதன் இதுக்கு ஒத்துப்பாரா? நம்ம பிரச்சினைல அவர ஏன் இதுல இழுக்கணும்?", தமிழோவியன்.

"வேற வழி இல்லைங்க.... அவங்கள தவிர இங்க நாம யார நம்ப முடியும்?"

"சரி நீ பேசிட்டு சொல்லு. நான் நாகேஷ்கிட்ட சொல்றேன்", எனக் கூறி வைத்துவிட்டார்.

"என்ன சார் ?", நாகேஷ் ஆர்வமாக கேட்டான்.

"பக்கத்துல இன்னொரு வீட்ல அவர வச்சி பாத்துக்க முடியும். அவங்கள கேட்டுட்டு சொல்றதா அரசி சொல்றா.... அவருக்கு ஆபத்து ஒன்னும் இல்லையே", மீண்டும் தசாதிபனின் நிலையைக் கேட்டார்.

"ஒன்னுமில்ல சார். நான் காட்டுல இருந்து வரப்பவே மருந்தும் வாங்கிட்டு வந்துட்டேன். இந்த சங்குல ஒரு நாளைக்கு நாலு வேலை வாயில ஊத்தினா போதும். பத்து நாள்ல கண் முழிப்பாரு அப்ப பசும்பால்ல மஞ்சள் மிளகு பூண்டு போட்டு காய்ச்சி இளஞ்சூட்டுல அந்த பால அவருக்கு குடிக்க குடுத்தப்பறம் மத்த சாப்பாடு சாப்பிடலாம்", எனத் தான் கொண்டு வந்திருந்தச் சங்கைக் காண்பித்தான்.

"பத்து நாள் சாப்பாடு இல்லாம எப்படி டா அவர் உடம்பு தேறும்?".

"இது மூலிகை சாறு சார். காட்ல ஒரு வைத்தியர் குடுத்தாரு. அவர் உடம்புல இருக்கற விஷம் இறங்கணும் , உடம்பும் தேறணும்னா இத மட்டும் தான் குடுக்கணும்னு சொல்லிட்டாரு", சித்தர் சொன்னதை நினைவுபடுத்திக் கூறினான்.

"சரி.... இரு போன் வருது", என வேறுபக்கம் வந்தார்.

"ஏங்க... கோதை சரின்னு சொல்லிட்டா... அவங்க உறவுல ஒருத்தர் முடியாம இருக்கறதா சொல்லியிருந்தா, அவருன்னு சொல்லிக்கறாளாம் யாராவது கேட்டா... அவங்க இரண்டு பேரும் ஒரு மணிநேரத்துல அவர கூட்டிட்டு போறாங்களாம். நீங்க சொல்லிட்டு வீட்டுக்கு வந்துடுங்க. தர்மன் தம்பி போன் பண்ணுச்சி ஏதோ சொல்லணுமாம்", எனக் கூறிவிட்டு வைத்தார் நிலவரசி.

அதன்பின் கோதையும், பிரகலாதனும் ஆஸ்பத்திரியில் இருந்து அவரை தன் இல்லத்திற்கு அழைத்து செல்வது போல பாசாங்குச் செய்து தங்கள் இல்லத்திற்கு இரவு நேரம் கூட்டிவந்தனர்.

நாகேஷ் ஆஸ்பத்திரியிலேயே விவரம் கூறிக் கிளம்பிவிட்டான்.

அன்றிலிருந்து கோதையும், பிரகலாதனும் தான் அவரைக் கவனித்து வருகின்றனர்.

நிலவரசியும், தமிழோவியனும் அவ்வப்போது சுரங்கவழியாக இரவில் வந்துக் கவனித்துக் கொள்கின்றனர்..

"ரொம்ப நன்றி உங்க எல்லாருக்கும். என்னால தான் உங்க பொண்-ணுக்கு இவ்வளவு பிரச்சினை. நான் அதை தொட்டு இருக்க கூடாது. நானே அதை சரி செய்யறேன்.. நான் கிளம்பறேன்", என எழுந்தார்.

"இருங்கய்யா... இத குடிச்சிட்டு முதல்ல சாப்பிடுங்க.... அப்பறம் போலாம். நடுசாமத்துல எங்க போவீங்க? அந்த பயலுக்கு தகவல் சொல்லி இருக்கோம் அவனும் வந்துடுவான்", என இளஞ்சூட்டில் பாலை கொடுத்து-விட்டு அவர் உண்ண உணவு எடுத்து வந்தார் கோதை.

"கோத....உனக்கு எப்படி நன்றி சொல்றதுன்னு தெரியல... எவ்வளவு பெரிய உதவி பண்ணி இருக்க தெரியுமா நீ? எங்களால உங்களுக்கு மேல மேல கஷ்டம் தான். பாலாவுக்கு எதுவும் ஆகாம கொண்டு வந்து சேக்கறது எங்க பொறுப்பு.... ", எனக் கோதையை அணைத்துக்கொண்டுக் கண்கலங்-கினார் நிலவரசி.

"அரசி.... என்னம்மா இது? நீங்க இல்லன்னா எங்களுக்கு பாலா எப்-பவோ இல்லாம போயிருப்பா.... உங்க புள்ளையா தானே அவளை நீங்க தேத்தி காப்பாத்தி குடுத்தீங்க... நமக்குள்ள என்ன? வல்லகியும் நாச்சியாவும் கண்டிப்பா பாலாவ பத்திரமா கொண்டு வந்துடுவாங்கன்னு எங்களுக்கு நம்-பிக்கை இருக்கு.... அப்ப அப்ப அவள பத்தி தகவல் மட்டும் சொல்லிட்டே இருங்க போதும்", என பிரகலாதன் மகளை நினைத்துக் கண்கலங்கினார்.

"ஆமா அரசி.... பாலா உனக்கும் பொண்ணு தான்னு எனக்கு தெரியும். அவள நீங்க பாத்துக்கற விதமும் அவ இங்க வந்தப்ப ஒளிஞ்சிருந்து பாத்-தோம். உங்க பொண்ணாவே நடத்தறீங்க.... போன்லையும் அவ வல்லகி அப்படி பண்ணா இப்படி செஞ்சான்னு ஓயாம சொல்லுவா... அவளுக்கு மட்டுமில்ல நம்ம புள்ளைங்க யாருக்கும் ஒன்னும் ஆகாது. மாரியாத்தா பாத்-துக்குவா..... நீ தைரியமா இரு. அந்த நாகேஷ் தம்பிக்கு சொல்லிட்டோம்.

அவனும் வாரேன்னு சொல்லி இருக்கான்", கோதை அரசியை சமாதானம் செய்தார்.

"அம்மா", என தசாதிபன் அழைத்தான்.

"சொல்லுக்கய்யா இன்னொரு இட்லி வைக்கட்டா?", என கோதை கேட்-டார்..

"போதும்மா.... உங்களுக்கு தான் ரொம்ப நன்றி சொல்லணும். நாச்சியா அம்மா.... இங்க என்ன நடக்குது.... அத சொல்லுங்க", என அவர்கள் பேசியது காதில் விழுந்ததால் கேட்டார்.

நிலவரசியும் தனக்குத் தெரிந்த விவரங்களைக் கூறினார்.

"அவன் அந்த இடத்த நெருங்கிட்டான்னு நினைக்கறேன். ஆனா அது ரொம்பவே ஆபத்தான இடம். அங்க என்ன இருக்குன்னு யாருக்குமே தெரி-யாது... பசங்க எல்லாரையும் அவன் பலி குடுக்கறதுக்கு முன்ன நான் அங்க போயாகணும். எனக்கு தெரிஞ்ச ஆபீஸர்ஸ் கிட்ட நான் பேசறேன்", என அவர்களிடம் போனைக் கேட்டார்.

"இல்ல சார். இதுபத்தி போலீஸுக்கு எதுவும் தெரியவேணாம். தெரிஞ்சா பிரச்சினை தான் அதிகமாகும். நாங்க நாச்சியாவ கடத்திட்டதா புகார் குடுக்-கப்போனப்பவே அதை அவங்க ஏத்துக்கல.... பெரிய ஆளுங்க சப்போர்ட் இல்லாம இப்படி நடக்காது.... ", நிலவரசித் தடுத்தார்.

"இப்படியே விடமுடியாதும்மா", தசாதிபன் சலித்துக்கொண்டார்.

"கொஞ்சம் வையிட் பண்ணுங்க என் ஹஸ்பண்ட் வந்து உங்களுக்கு விவரம் சொல்வாரு"

"நானே உங்க கூட வரேன்", தசாதிபன்.

"சரி வாங்க", என அவரை தான் வந்த வழியே தன் வீட்டிற்கு அழைத்-துச் சென்றார் நிலவரசி.

"ஏங்க", என மெல்ல அழைக்கவும் தமிழோவியன் கதவைத் திறத்தார்.

அவருடன் தசாதிபன் நிற்பதுக் கண்டு, அவசரமாக இருவரையும் உள்ளே அழைத்து கதவைத் தாழிட்டுவிட்டுக் கூடத்திற்கு வந்தார்.

"பேஸ்மெண்ட் போயிடலாம்", என நிலவரசி முன்னே சென்றார்.

"வாங்க சார்.... உடனே நடக்க முடியுதா உங்களால.... ஆச்சரியமா இருக்கு பத்து நாளா ஆகாரம் இல்லாம இவ்வளவு தெம்பா இருக்கறது", எனப் பேசியபடி தமிழோவியன் நடந்தார்.

"உங்களுக்கு தான் சிரமம் குடுத்துட்டேன். ரொம்ப நன்றி மிஸ்டர்", என இழுத்தார்.

"நான் தமிழோவியன். இவங்க என் மனைவி நிலவரசி", எனத் தங்களை அறிமுகம் செய்துக்கொண்டார்.

"அவங்க சாயல் தான் நாச்சியார். அதனால அடையாளம் தெரிஞ்சது", எனக் கூறிவிட்டு, "அடுத்து என்ன பண்றது மிஸ்டர் தமிழ்?", என கேள்-விக்கு வந்தார்.

33 - காற்றின் நுண்ணுறவு

பிறைசூடனுடன் வல்லகி மற்றும் பாலாவைக் கடத்திச் சென்றவர்கள் அங்கே ஒரு கட்டிடத்தில் அவர்களை அடைத்துவிட்டனர்.

"வகி.... எதுக்கு நம்மல இங்க கூட்டிட்டு வந்திருக்காங்க.... இது என்ன இடம்?", பாலா.

"இது அராப் கண்ட்ரி.... தோஹான்னு நினைக்கறேன்", பிறைசூடன் சுற்றிலும் பார்வையைச் சுழற்றியபடிக் கூறினார்.

"கத்தார் தானே", பாலா.

"ஆமாம்மா.... என்னை இரண்டு பேரும் மன்னிச்சிடுங்க", என கைக்கூப்பி வணங்கினார்.

"உங்களுக்கும் எதாவது ப்ளாக்மெயில் ப்ளாஸ்பேக் இருக்கா பெரியப்பா?", பாலா அசட்டையாகக் கேட்டாள்.

"ரொம்பவே தேறிட்ட பாலா... அழவே இல்ல நீ... அவர அசால்ட்டா ப்ளாஸ்பேக் கேக்கற.... க்ரேட்", என வல்லகி அவளைப் பாராட்டினாள்.

"கூத்தாடிய கட்டினா நானும் கூத்துகட்டி தானே ஆகணும்... உன்கூட சேர்ந்து இப்படி ஆகலன்னா தான் அதிசயம். சென்னைல நாம கால் வச்ச நேரம் அப்படி போல.... அப்ப இருந்து பைட்டிங், ரன்னிங், சேஸிங் கிட்நாப்பிங்ன்னு போகுது. எவ்வளவு தான் நானும் அழுறது. கண்ல தண்ணி வத்திபோச்சி.... ", என பாலா படபடவென பொறிந்துத் தள்ளினாள்.

"யார் இந்த வேஸ்ட் ரேடியோ?", எனக் கேட்டபடி அதித் அவ்விடம் வந்தான்.

"நீ யாருடா ஸ்மைலிங் சைக்கோ?", திருப்பிக் கேட்டாள்.

கோபத்துடன் டைஸி பாலாவை நெருங்கும் முன் வல்லகி அவளுக்கு முன் பாலாவை மறைத்து நின்றாள்.

"அவ என் பிரண்ட். அவள யாரும் எதுவும் பண்ணக்கூடாது... ", கனீரென வந்தது குரல்.

"குட் பெர்சனாலிட்டி.... குட் சப்லைம் (sublime).... உனக்கு பயம் இல்லையா?", அதித் அவளைப் பாராட்டும் விதமானப் பார்வைப் பார்த்தபடிக் கேட்டான்.

"பயந்து என்ன ஆக போகுது? எதுக்கு எங்களை கடத்திட்டு வந்த?", நேராகவே கேட்டாள்.

"இன்ட்ரெஸ்டிங்... நீயும் உன் சிஸ்டரும் ரொம்பவே போல்ட்ஆ இருக்கீங்க.... இரண்டு பேரும் பயத்துல உளறல அழல.... குட்.... எனக்கு வேலை சுலபம்... சொல்ற வேலைய செஞ்சிட்டா போதும்", அதித் அங்கிருந்த சேரில் கால் மேல் கால் போட்டு அமர்ந்தபடி அவளைக் கண்களால் அளந்தான்.

"நைஸ் பிஸிக்.... லூக்கிங் க்ரேட். ஸ்ட்ராங் அண்ட் இன்டெலிஜெண்ட். சோ நான் உன்னை நம்பமாட்டேன்", எனப் பேசிக்கொண்டு வந்தவன் காதில் ஒருவன் எதையோ சொல்லவும், "உன் சிஸ்டர் நாச்சியாவ பாரு", என வீடியோ கால் செய்தான்.

எதிரே நாச்சியா ம்ரிதுள்ளை சாய்க்க முயற்சித்துக்கொண்டிருந்தது தெரிந்தது.

"நாச்சியா", என உணர்ச்சிவசப்பட்டு வல்லகி அழைத்தபோது தான் அவள் ம்ரிதுள்ளின் பிடிக்குள் சிக்கிக்கொண்டாள்.

சிறிது நேரம் அவர்களைப் பேசவிட்டு வேடிக்கைப் பார்த்தபடி டைஸியிடம் பேசிக்கொண்டிருந்தான்.

"க்ரேட் டால்க்ஸ்.... மிஸ்டர் பிறைசூடன் எனக்கு எப்ப ரெடி பண்ணி தருவீங்க?", எனக் கேட்டான்.

"ஷி இஸ் நாட் எ ரோபோ அதித்.... ", அடக்கப்பட்ட கோபத்துடன் கூறினார் பிறைசூடன்.

"சோ ஏஞ்சல் அண்ட் கேட் மட்டும் மனுஷங்க இல்லையா?", எதிர்கேள்வி கேட்டான்.

"அவங்க வேற இவ வேற.... அவங்கள நான் உருவாக்கி வளத்தேன். இவ இயற்கையா உருவாகி வந்திருக்கா.... இரண்டுக்கும் வித்தியாசம் நிறைய இருக்கு.... தவிர இவள இன்னும் நான் முழுசா ஸ்டடி பண்ணல", என பிறைசூடன் வல்லகியை அவர்களிடம் இருந்துக் காப்பாற்றும் நோக்கத்தோடுப் பேசினார்.

"சோ இந்த ஸ்டேட்ஸ் எல்லாம் நீ ரெடி பண்ணல", என ஒரு பைலை வீசி எறிந்தான் அதித்.

"இது அப்ஷர்வேஷன் பண்ணத மார்க் பண்ணி இருக்கேன் அவ்வளவு தான்"

"மத்தவங்களோட அவளோட பர்மாமென்ஸ் நாலு மடங்கு எல்லா விதத்துலையும் அதிகமா இருக்குன்னு நீ இன்னிக்கு காலைல ரெடி பண்ண ரிசல்ட்"

"உன் வேலைக்கு இவ செட ஆகமாட்டா.... புரிஞ்சிக்க அதித். ப்ளீஸ் அவங்கள விட்று", எனக் கண்களில் நீர் நிற்கக் கெஞ்சினார்.

"ஓ ஓ ஓ.... செண்டிமெண்ட்... ப்ளடி நாஸ்டி செண்டிமெண்ட்... இதுக்கு எல்லாம் நீ மயங்க மாட்டியே பிறைசூடன்.... புதுசா என்ன பழக்கம் இது?", என நக்கலாகச் சிரித்தபடிக் கேட்டான் அதித்.

"செண்டிமெண்ட் இல்ல... உண்மைய தான் சொல்றேன். ஷி இஸ் நாட் மேட் பார் யூ.... ", திடமாகக் கூறினார்.

"யூ சீ.... நாச்சியார் ம்ரிதுள் கைல இருக்கா... அவளோட மொத்த டீமும் அங்க தான் இருக்கு. இங்க நீங்க ஒழுங்கா நடந்துக்கலன்னா அங்க யாரும் வாழ்ந்த தடயம் கூட யாருக்கும் கிடைக்காது.... ஒன் வீக்.... இவள

ரெடி பண்ணு.... ", என உத்திரவிட்டு விட்டு அங்கிருந்து அவர்களைத் தன்னுடையத் தனித் தீவுக்குக் கொண்டுச் செல்ல உத்திரவிட்டான்.

"ஹேய் யூ", என டைஸி வல்லகியை அழைத்தாள்.

"உன் பிரண்ட் வாய் மூடிட்டு இருக்க சொல்லு. அடுத்த தடவை இப்படி பேசினா அவ உயிரோட இருக்கமாட்டா.... ஒழுங்கா ரெடி ஆகு.... உன் சிஸ்டர உயிரோட பாக்கணும்ல", எனக் கூறிவிட்டு ஏஞ்சலை அழைத்து அவர்களை இடம் மாற்றி, அருகிலிருந்து கவனிக்க உத்திரவிட்டு அதித்-தின் பின்னே அவளும் சென்றாள்.

"லூசுங்க.... அவகிட்ட இருந்து அவனுங்கள காப்பாத்த ட்ரை பண்-ணட்டும் முதல்ல.... பெரியப்பா.... என்ன பண்ணனும்? சொல்லுங்க அதையும் ஒரு கை பாக்கலாம்", என உற்சாகமாகவே பிறைசூடன் அருகில் வந்தாள் வல்லகி.

"வேணாம் டா... இங்கிருந்து தப்பிச்சி போயிடு", பிறைசூடன் உடைந்தக் குரலில் பேசினார்.

"நான் தப்பிச்சி போயிட்டா நாச்சியா டீம் கஷ்டப்படும் பெரியப்பா"

"இங்க என்ன நடக்குது பெரியப்பா.... எனக்கு ஒன்னும் புரியல.... கொஞ்சம் தெளிவா சொல்லுங்க", பாலா.

"இவன் ஏதோ ஒரு இடத்த தேடிட்டு இருக்கான். அங்க உள்ள போக சாதாரண மனுஷங்களால முடியாது ... ரோபோவாலையும் முடியாது .. அதான் மனுஷன ரோபோவா மாத்தி அனுப்பணும்னு அவன் சொல்றான். நீ ஜிதேஷ அடிச்சல்ல அப்ப இருந்து உன் மேல இவங்க கண் இருக்கு. அதுக்கப்பறம் ஹாஸ்பிடல்ல நடந்தது ... நீ நிரல்யன் கிட்ட டெஸ்ட் எடுக்க போனது அந்த டெஸ்ட் ரிசல்ட்ன்னு எல்லாமே என்கிட்ட குடுத்தாங்க. நீ நார்மல விட பெட்டர்ன்னு புரிஞ்சதால உன்ன ட்ரைன் பண்ண என்னை அனுப்பினாங்க. நீ யாருன்னு விசாரிச்சப்ப தான் ஓவியன் பொண்ணுண்ணு தெரிஞ்சது. ரொம்ப நொந்துட்டேன் அப்பவே.... உன் உடம்புல ஏற்பட்டு இருக்கற மாற்றம் அவங்களுக்கு இப்ப ரொம்பவே உதவும்னு அவங்க நினைக்கறாங்க... ", கூறிவிட்டுச் சிறிது நீர் அருந்தினார்.

"எங்க போகணும்? அதுக்கு ஏன் இத்தனை பேர இவங்க கடத்தணும்?", பாலா.

"தெர்லம்மா.... ஏஞ்சலும் கேட்-உம் மால்டெவிஸ் போய் இருக்காங்க. அங்க ஒரு பாறை கூட்டத்துல கேட் காணாம போயிட்டா.... இன்னொரு பக்கம் சார்லஸ்னு ஒருத்தன் கல்ப்ஃ-ல காணாம போயிருக்கான்".

"இரண்டும் இரண்டு திசைல இருக்கே.... சரி நாச்சியாவ எங்க வச்சி-ருக்கான்?", வல்லகி.

"அது தெர்லம்மா.... ", பிறைசூடன்.

"சரி... பெரியப்பா... வாங்க போலாம். நீங்க எனக்கு முன்ன சொன்ன ட்ரைனிங் இப்ப குடுங்க.... இவன் ஏதோ பெருசா தப்பு பண்றான். அது

என்னனு நமக்கு தெரியல... ஆனா அது நமக்கு தெரிய வரப்ப நாம அதை தடுக்க ரெடியா இருக்கணும்... ", என அவரைக் கைத்தாங்கலாக எழுப்பி-னாள்.

கைத்தட்டும் சத்தம் கேட்டுத் திரும்பிப் பார்க்க ஏஞ்சல் நின்றிருந்தாள்.

"சூப்பர் வல்லகி... உன் கட்ஸ் இங்க யாருக்கும் இல்ல.... ", எனக் கூறியபடி ஏஞ்சல் பிறைசூடன் காலடியில் வந்து அமர்ந்தாள்.

சிறிது நேரம் அவரைப் பார்த்துக்கொண்டிருந்தவள், "அப்பா.... கேட்-அ கண்டுபிடிக்கணும்.... உங்களால முடியும்.... ப்ளீஸ்ப்பா.....", என கண்க-ளில் நீர்வழியக் கேட்டாள்.

"அப்படி என்னை கூப்பிடாத ஏஞ்சல். அந்த வார்த்தைக்கு நான் தகுதி இல்லாதவன்....", என அவரும் கண்கலங்கினார்.

"நாங்க இரண்டு பேரும் அனாதையா நின்னப்ப நீங்க தான் எங்கள காப்பாத்தி எல்லாம் செஞ்சீங்க.... உங்க ஆராய்ச்சிய எங்க மேல செலுத்-தினா கூட, எங்கள காயப்பட விடல.... உங்க கூட நாங்க ரொம்பவே சந்-தோஷமா இருந்தோம். சூழ்நிலை நீங்க எங்கள இவங்க கிட்ட அனுப்பற மாதிரி ஆகிடிச்சி... ", ஏஞ்சல்.

"இந்த பொண்ணு என்ன விசு படத்துல வர்ற கேரக்டர் மாதிரி பேசுது.....", பாலா வல்லகியின் காதைக் கடித்தாள்.

"எப்பவும் நீ பேசுவ இப்ப அவ பேசறா அவ்வளவு தான் வித்தியாசம் பாலா"

"அதெப்படி என் டையலாக்க அவ பேசலாம்", பாலா முறைத்தாள்.

"ஒருத்தரே பேசினா படிக்கறவங்களுக்கு போர் அடிக்கும்ல அதான் .... விடு நீ எப்ப இருந்து இவ்வளவு தைரியசாலி ஆன?", குறுகுறுவெனப் பார்த்தபடிக் கேட்டாள்.

"நான் எங்க ஆனேன்... அப்படி ஆக்கிடிச்சி எல்லாம் சேர்ந்து... சிரிச்சே அவன் எல்லாத்தையும் பண்றான். நாச்சியா அக்கா வேற அங்க மாட்டிகிட்டு இருக்கு... அப்பா அம்மா ஒரு பக்கம். நாச்சியாக்கா டீம் ஒரு பக்கம்... எத நோக்கி நம்ம வாழ்க்கை போகுதுன்னு தெரியல... ஆனா நாம எல்லாம் சரித்திரத்துல இடம் பிடிக்க போறோம்னு மட்டும் எனக்கு தோணுது வகி", தீவிரமாகச் சிந்தித்தபடி பாலா கூறவும் வல்லகி வாய்விட்டுச் சிரித்தாள்.

"நாம.... சரித்திரத்துல..... ஹாஹாஹாஹாஹாஹா.... பாலா.... நீ வேற லெவல்ல கற்பனை பண்ற... ஹாஹாஹஹாஹாஹஹாஆஹா", என விழுந்து விழுந்துச் சிரித்தாள் வல்லகி.

"சிரிக்காத டி.... வாய மூடு.... இல்ல உன்ன கடிச்சி விட்றுவேன்.... வேணாம் வகி", பாலா வேக வேகமாக பெருமூச்சு எடுத்தபடி அவளை அடிக்கத் துரத்தினாள்.

வல்லகி அப்போதும் சிரித்தபடி ஓடினாள்.

"ஹாஹாஹாஹாஹாஹாஹா"

"வாய மூடுடி"

"முடியல பாலா"

"அடிச்சு பல்ல உடைச்சிடுவேன்டி", என பாலா கைக்குக் கிடைத்ததை எல்லாம் எடுத்து அவள் மீது வீசினாள்.

வல்லகி லாவகமாகத் தப்பித்தபடி அதை கேட்ச் பிடித்து மீண்டும் பாலா-விடம் தூக்கி போட அவள் மீண்டும் இவளிடம் தூக்கி எறிய என அந்த இடம் அல்லோலகல்லோலப்பட்டது.

பிறைசூடனும் ஏஞ்சலும் அவர்களின் அட்டகாசத்தில் வாய்விட்டுச் சிரித்தனர்.

"அவங்க சிரிச்சிட்டாங்க போதும் டி", என பாலா அங்கிருந்த ஒருவனின் போன் கீழே விழுந்திருந்ததுப் பார்த்துத் தூக்கி வீசினாள்.

அதை வல்லகி எடுத்து உடைக்குள் மறைத்துக்கொண்டாள்.

"போதும் தங்கங்களா..... இனி அழமாட்டேன்.... வாங்க போலாம்... நீ சொன்னமாதிரி தலைக்கு மேல வெள்ளம் போகுது... சுழல்ல மாட்டாம நீச்சல் அடிக்க கத்துக்கலாம்... சுழல்ல மாட்டினாலும் வெளியே வர்ற வழிய கண்டுப்பிடிக்கலாம்", எனக் கூறியபடி எழுந்து நடந்தார் பிறைசூடன்.

"நீங்க எத்தனை மாசமா இங்க இருக்கீங்க?", பாலா மெல்ல ஏஞ்சலைக் கேட்டாள்.

"நான் இங்க போன வாரம் தான் வந்தேன்"

"அந்த வெள்ள ஓநாய் கூடவா நீங்க இருக்கீங்க?", வல்லகி டைஸியை விவரம் கூறிக் கேட்டாள்..

"ஆமா.... ஆறு மாசமா அவகூட தான் இருக்கோம். கேட் இப்ப இல்ல", என மீண்டும் தலைக்குனிந்தாள்.

"அது யாரு கேட்?", பாலா.

"நாங்க ஒன்னா தான் வளர்ந்தோம் அப்பாகிட்ட.... அவளும் வல்லகி மாதிரி அட்வென்சர்ல இன்ட்ரஸ்டட் பெல்லோ...எதுக்கும் பயப்படமாட்டா... ", என கேட்-யின் நினைவில் கூறினாள்.

"அவங்க போட்டோ இருக்கா?", பாலா.

"இதோ ", என தன் மொபைலில் இருவரும் எடுத்துக்கொண்டப் புகை-படத்தைக் காட்டினாள்.

அனைவரும் தனி தீவுக்கு வந்தபிறகு வேலையை ஆரம்பித்தனர்.

அங்கே தான் ஜேக்-ம் இருந்தான். நினைவு திரும்பிய பின் இங்கே அனுப்பிவைக்கப்பட்டான். அந்த சுழல் அலைகளை இன்னும் பார்த்துக்-கொண்டே இருக்கிறான்.

அதில் தொலைந்து போன சார்லஸை நினைத்து நினைத்து அந்த மயக்-கமூட்டும் திரளான மீன் கூட்டத்தை மீண்டும் மீண்டும் பார்த்தான்.

அப்போது அவ்வழியே வந்த வல்லகி, "பாஸ் இட்", எனக் கூறி மீன் திரளைத் தாண்டி தெரிந்த ஒரு விஷயத்தை ஜூம் செய்தாள்.

அதைக் கண்ட ஜேக் வல்லகியைக் கட்டிப்பிடித்து தூக்கிச் சுற்றினான்.

"தேங்க்யூ... தேங்க்யூ சோ மச் லேடி"

34 - காற்றின் நுண்ணுறவு

கதவைத் தட்டிய ம்ரிதுள், "நாச்சியா ஒரு நிமிஷம்", என அவளை அழைத்தான்.

அவனுடன் எதுவும் பேசாமல் நடந்தாள்.

இனியன் அவர்களைக் கீழே சாப்பிடும் இடத்திலிருந்துப் பார்த்துக்-கொண்டு தான் இருந்தான்.

"என்ன விஷயம்?", நாச்சியாக் கடுப்புடன் கேட்டாள்.

"ஒரு வாரத்துல நீ இடத்த கண்டுபிடிக்கணும்", என அவனும் கடுமை-யாகப் பேசினான்.

"நீ இன்னும் நான் கேட்டத குடுக்கல", நாச்சியா விட்டேத்தியாக பதில் கொடுத்தாள்.

"முத்தமா?", ம்ரிதுள் சிரித்தபடிக் கேட்டான்.

"இந்த சீப் டெக்னிக்லாம் என்கிட்ட காட்டாத. நான் டீன் ஏஜ் பொண்ணு இல்ல இப்படி பேசினா வெட்கப்பட்டு ஓடறதுக்கு.... ", அவனைத் துளைக்-கும் பார்வைப் பார்த்தபடிக் கூறினாள்.

"நானும் ரோட்சைட் ரோமியோ இல்ல இப்படி பேசறதுக்கு.... நீ கேட்ட போட்டோஸ் வீடியோஸ் கொஞ்ச நேரத்துல உனக்கு வரும். உன் டீம் வந்து-டுடிச்சின்னு நீ வேற எதுவும் அதிபுத்திசாலித்தனமா நடந்துக்காத... ", எச்-சரிக்கும் குரலில் கூறினான்.

"அதான் என் தங்கச்சிய கடத்திட்டு போய் வச்சிருக்கியா? அவ்வளவு பயமா ம்ரிதுள் உனக்கு?", நக்கலாகச் சிரித்தபடிக் கேட்டாள்.

"உன்கிட்ட ஒன்னு கேக்கணும்", அவளைக் கூர்ந்துப் பார்த்தபடிக் கூறி-னான்.

"என்ன?"

"உனக்கு பயமோ, நடுக்கமோ இல்லையா?", அவள் என்ன பதில் கொடுப்பாள் என்ற ஆவலில் அவளைப் பார்த்தான்.

"இருந்தாலும் இல்லைன்னாலும் நீ எங்கள விடப்போறது இல்ல.... அது கண்ணுக்கு தெரியாத விஷயம். நீங்களும் அது மாதிரி ஏதோ ஒரு விஷ-யத்த தான் தேடிட்டு இருக்கீங்க... அதனால எவ்வளவு பிரச்சினை இனிமே வரும்னு நீங்க தான் பயப்படணும்", நாச்சியா எதையோ உணர்ந்துக்கொண்-டக் குரலில் கூறினாள்.

"என்ன சொல்ற?", ம்ரிதுள் சந்தேகத்துடன் கேட்டான்.

"உனக்கு மேல ஒருத்தன் இருக்கான்.. அவன் சொல்றபடி நீ நடக்கற.... எண்ணம் அவனோடது.... ஆனா செயல் உன்னோடது..... அவன் தேட்ற விஷயம் ரொம்ப விநோதமா இருக்கு. அதுக்கான பதில் எங்களுக்கு கிடைக்கும்னு அவனுக்கு முன்னயே தெரிஞ்சி இருக்கு. அவன் தேட்ற விஷயத்தால அவனுக்கு என்ன லாபம்? இன்னும் எத்தனை பேரை பலி குடுத்து அந்த இடத்துக்கு போவீங்க? இதுல என் தங்கச்சி எதுக்கு அவனுக்கு தேவை? ", அவள் கேட்ட கேள்விகள் ம்ரிதுள்ளின் உள்ளும் முன்பிருந்தே உண்டு.

அமைதியாக இருந்தவனைப் பார்த்துவிட்டு மீண்டும் தொடர்ந்தாள்.

"பிறைசூடன் ஒரு சைன்டிஸ்ட். மனுஷங்கள ஆராய்ச்சி பண்றவர். மனுஷ உடம்ப அப்டேட் செய்யமுடியும்னு காட்றதுக்காக பல வருஷமா ஆராய்ச்சி பண்ணிட்டு இருக்காரு... அவர்கிட்ட என் தங்கச்சிய எதுக்கு சேக்கணும்? இன்னும் ஒரு வாரம் தான் இருக்குன்னு நீ ஏன் இப்ப வந்து சொல்லணும்?"

"இதுக்கும், நாங்க இதுக்கு மேல நடக்கபோற விஷயத்துக்கு பயப்படணும்னு நீ சொல்றதுக்கும் என்ன சம்பந்தம் நாச்சியா?", ம்ரிதுள்.

ஒரு நொடி அவனை ஆழமாகப் பார்த்துவிட்டு, "நீ அவ்வளவு முட்டாள் இல்ல ம்ரிதுள் .. நடிக்கவேணாம்.... இந்த கேள்வி எல்லாம் உனக்குள்ளயும் இருக்கு... இதுவரைக்கும் நான் கண்டுபிடிச்சி இருக்கறதவச்சி, அதை மேப் பண்ணினதுல எனக்கு கிடைச்ச விஷயம்.....", என சிறிது இடைவெளி விட்டாள்.

"என்ன?"

"ஒரு பவர் ப்ளிப் பாயிண்ட்.... இல்லன்னா ட்ரிக்கர்ஆ அது இருக்கணும்..... எதை ட்ரிக்கர் பண்ண போறான் அவன்?", நாச்சியாக் கிடுக்கியாக கேள்விக் கேட்டாள்.

ம்ரிதுள் ஒரு நொடித் தன்னை ஆழ மூச்செடுத்து சரி செய்துக்கொண்டு, "அங்க போறதுக்கான வழிய கண்டுபிடிச்சிட்டியா?", எனக் கேட்டான்.

"இல்ல.... நீ குடுக்கப்போற போட்டோஸ் தான் அத தெளிவு பண்ணும்.... ஆனா... இதுல இன்னொரு ரிஸ்க் இருக்கு.... சரியான வழிய கண்டுபிடிக்க நாம கொஞ்சம் அலைய வேண்டியது வரலாம்.... நான் உன்கூட வரேன். மத்தவங்கள நீ அவங்க வீட்டுக்கு அனுப்பிடணும். நாம இங்கிருந்து கிளம்பறதுக்கு முன்னாடியே அத நீ செய்யணும்", நாச்சியார்.

"நீ சொல்றபடி நடந்துப்பன்னு நான் எப்படி நம்பறது?", ம்ரிதுள்.

"இங்க வந்து ஒரு வாரம் ஆகுது. நான் நினைச்சா இங்க இருந்து என்னால தப்பிக்க முடிஞ்சிருக்கலாம். நீ அவ்வளவு பாதுகாப்பு எனக்கு போடல. அந்த ஹாலுக்கு தான் அவ்வளவு பாதுகாப்பு போட்டு இருந்த.... கேட்க்கு நேரா பால்கனி ரூம் எனக்கு.... காட்டுக்குள்ள புகுந்தா எப்படி வேணா தப்பிச்சி போகலாம். காட்டுல தான் கொஞ்ச வருஷமா வாழ்ந்துட்டு இருக்கேன்.

உன்னவிட காடு எனக்கு அதிகம் பழக்கப்பட்ட இடம்.... யோசிச்சி சொல்லு இரண்டு நாள்ல வழிய சொல்றேன்" , எனக் கூறிவிட்டுத் திரும்பி நடந்தாள்.

பின் நின்று , "ம்ரிதுள்... யோகேஷ் போட்ற சில்லியான ரூல்ஸ் என்னால பாலோ பண்ண முடியாது.... ஒரு பையன வேணா பக்கத்துல நிக்கவச்சி நாங்க பண்றத வாட்ச் பண்ண வை. எங்க வேலைய கெடுக்காத", எனக் கூறிவிட்டு தன் அறைக்குச் சென்றாள்.

ம்ரிதுள் யோசனையுடன் அதித்துடன் வழக்கமாகப் பேசும் அறைக்குச் சென்றான்.

"சொல்லு ம்ரிதுள் அவங்க வேலைய ஆரம்பிச்சிட்டாங்களா?", அதித் கையில் மதுகோப்பையுடன் பேசினான்.

"அதித்... இத்தன வருஷமா நீ தேட்ற விஷயம் என்ன?", ம்ரிதுள் முதல் முறையாக நேராக அவனிடம் கேட்டான்.

"என்ன ம்ரிதுள்? பொக்கிஷம் டா.... பல ஆயிரக்கணக்கான வருஷ பழமையான பொக்கிஷம்", சொல்பவன் கண்கள் ஜ்வாலைக்கொண்டு ஜொலித்தது.

"அங்க என்ன இருக்கு?"

"நிறைய தங்கம், வைரம் , நவரத்தினம் இப்படி நிறைய நிறைய இருக்கு", திணறியபடிக் கூறினான்.

"உண்மைய சொல்லு அதித்", ம்ரிதுள் அதிகாரமாகக் கேட்டான்.

"நாச்சியார் கண்டுபிடிச்சிட்டாளா ம்ரிதுள்?", அதித் வெறியுடன் கேட்டான்.

"இன்னும் இல்ல... அவ போட்ற மேப் பாத்தா அங்க வேற ஏதோ இருக்குன்னு தோணுது....", ம்ரிதுள் தூண்டில் போட்டான்.

"நாம அறிய விஷயங்கள தேடி போறோம் ம்ரிதுள். அதுல உனக்கு ஏன் இவ்வளவு சந்தேகம்? நீ சொன்னபடி உயிர்பலி குடுக்காம தான் இப்பவரை இந்த விஷயத்தை நான் பண்ணிட்டு இருக்கேன்", அதித் அடக்கப்பட்டக் கோபத்துடன் கூறினான்.

"நாச்சியாவ ப்ளாக் பண்ண அவ தங்கச்சிய ஏன் பிறைசூடன் கிட்ட நீ அனுப்பற அதித்? ", கிடுக்கியாகக் கேள்விக் கேட்டான்.

"அது... அது.... அவ நம்மல ஏமாத்தக்கூடாதுல்ல அதுக்கு தான்.... அதுக்கு தான்.... ", அதித் விழிகள் ஓரிடத்தில் நிற்காமல் அங்கும் இங்கும் அலைபாய்ந்தது.

அவன் கண்களில் நொடிக்கு நொடி வெறி ஏறிக் கொண்டிருந்தது. அவன் அவனது கட்டுப்பாட்டை இழந்துக்கொண்டிருக்கிறான் என ம்ரிதுள் உணர்ந்ததும், "அதித். அவ ஒரு கண்டிஷன் போட்றா", என பேச்சை மாற்றினான்.

"என்ன ? என்ன கண்டிஷன்?", அதித்.

"அவ மட்டும் நம்ம கூட வராளாம். மத்தவங்கள வீட்டுக்கு அனுப்ப சொல்றா.... யாரையும் நாம இனிமே தொந்தரவு பண்ணக்கூடாதுன்னு சொல்றா", ம்ரிதுள் அவனைக் கூர்ந்துக் கவனித்தபடிக் கூறினான்.

"வேலை முடியாம எப்படி அனுப்ப முடியும்? முடியாது...... முடியாதுன்னு சொல்லு", அதித் இன்னும் தன்னிலை முழுதாக அடையவில்லை.

"அவங்கள அனுப்பினா தான் வழிய சொல்லமுடியும்னு சொல்றா ", ம்ரிதுள்.

"ஆஆஆஆஆஆ.... ம்ரிதுள்..... எனக்கு தலவலிக்குது..... நீயே இதுல முடிவெடு... நாம சீக்கிரமே அந்த இடத்துக்கு போகணும்... அவ்வளவு தான்", என அருகில் இருந்தப் பெண்ணை வன்மையாக ஆக்கிரமிக்கும் போது டைஸி உள்ளே வந்தாள்.

திரையில் ம்ரிதுள் நிற்பதைப் பார்த்துவிட்டு , "அதித் டார்லிங் நான் இருக்கேன் உங்களுக்கு... அந்த பூச்சிய விட்றுங்க ", என அந்த பெண்ணை அனுப்பிவைத்தாள்.

ம்ரிதுள் கண்களில் சிவப்பேறி," பைத்தியக்காரன்.... இவனால......", என அருகில் இருந்தவற்றை எல்லாம் தூக்கி எறிந்து உடைத்தான்.

அப்போதும் ஆத்திரம் தீராமல் வில் அம்பை எடுத்துக்கொண்டுக் காட்டிற்குள் சென்றுவிட்டான்.

நாச்சியா அவனிடம் பேசிவிட்டு வந்ததில் இருந்து அனைத்தையும் கவனித்துக்கொண்டுத் தான் இருந்தாள்.

அவன் வெளியே சென்றதும் இனியனை மேலிருந்து கைக்காட்டி அழைத்தாள்.

"சிஸ்டம்ல வேலை இருக்கு... இங்கயே நில்லு.... ", என அவனை அழைத்துவந்து பக்கத்தில் நிறுத்திவிட்டு மற்றவர்களைக் கிளம்பச்சொன்னாள்.

"நான் இங்கயே இருக்கேன் நாச்சியா", இளவெலிழியும் ராகவியும் கூறினர்.

"வேணாம் ... ரா நீ இளா கூட போ... எனக்கு கொஞ்சம் வேலை இருக்கு... முடிச்சிட்டு நானும் அங்க வந்துடறேன்", எனக் கூறி அவர்களை அனுப்பி வைத்தாள்.

அவர்கள் சென்றதை உறுதிபடுத்திக்கொண்டு இனியனை அமரச்சொன்னாள்.

வாசலில் இருவரை ம்ரிதுள் காவலுக்கு நிறுத்தி வைத்துவிட்டு தான் சென்றிருந்தான்.

லேப்டாப்பில் எதையோ டைப் செய்து அவனிடம் கொடுத்தாள்..

அவனும் அதற்கு பதில் டைப் செய்து ," சரியா இருக்கான்னு பாத்துக்கோங்க மேம்.... வேற என்ன பண்ணனும்?", என லேப்டாப்பை பார்த்துப் பேசினான்.

"இந்த வரிகள் இருக்க போட்டோஸ் இதுல தேடி எடு ", என வேறொரு போல்டர் ஓபன் செய்துக் கொடுத்தாள்.

அவனும் முப்பது போட்டோவை ஒரு போல்டரில் தனியாகப் போட்டுக்-கொடுத்தான்.

"இதுக்கு என்ன அர்த்தம் மேம்?", என ஒரு செய்யுளைக் காட்டி கேட்-டான்.

"தமிழ் தானே நீ?"

"தமிழ்நாட்ல இப்ப யாருக்கு மேம் தமிழ் தெரியுது? சொல்லுங்க", எனச் சகஜமாகப் பேசினான்.

"சரியான பதில் தான்", ம்ரிதுள் உள்ளே வந்தான்.

"வேலைய ஆரம்பிச்சிட்டியா நாச்சியா?", அவள் அனைத்தையும் எடுத்து எழுதிப் பார்த்து, எதனுடன் எது இணைகிறது என்றுப் பார்த்துக்-கொண்டிருந்தாள்.

"என் வேலைய நான் சரியா தான் பண்ணிட்டு இருக்கேன். நான் உன்-கிட்ட சொன்னது என்னாச்சி?", நாச்சியாப் புருவத்தை உயர்த்தியபடிக் கேட்-டாள்.

"யோசிச்சி சொல்றேன்", இறுக்கமானக் குரலில் கூறினான்.

"உன் பதில் பொறுத்து தான் என் ரியாக்ஷன் வரும்", எனக் கூறிவிட்டு தன் வேலையில் மும்முறமானாள்.

ம்ரிதுள்ளும் தனக்குத் தெரிந்ததை வைத்து இருக்கும் செய்யுள் பகுதி-களை, இணைத்துப் பார்த்து சோர்ந்து போய் எழுந்துச் சென்றான்.

"மேம்.... இவர் அவ்வளவு மோசமா தெரியலியே", இனியன் மெல்லக் கேட்டான்.

"எல்லாருக்குமே இங்க இரண்டு முகம் இருக்கு.... ", எனக் கூறிவிட்டு தன் வேலையில் ஆழ்ந்தாள்.

35 - காற்றின் நுண்ணுறவு

தர்மதீரனும் முகுந்தும், வேதகீதனுடன் சென்று வாகனத்தில் இருந்த-வனைக் கண்டு," யார் இது?", எனக் கேட்டனர்.

"எனக்கும் நாச்சியாவுக்கும் மீடியமா இருந்தது இவன் தான் தர்மா.... இவனும் காட்டுக்குள்ளயே நாச்சியா போற இடத்துக்கு எல்லாம் போயிட்டு அவங்கள கவனிச்சிட்டே இருந்தான்", என நாக் எனும் நாகேஷ்வரனை அறிமுகப்படுத்தினான்.

"இவர் தானா அது? உள்ள போலாமே ஏன் இங்கயே நிக்கணும்", முகுந்த்.

"உள்ள போலீஸ் கமிஷ்னர் இருக்காரு... அதான் வெளியே வந்துட்-டேன்", வேதகீதன்.

"அவர் ஏன் இங்க வந்தாரு?", என முகுந்த் சொல்லி கொண்டிருக்கும் போதே அவர் வெளியே வந்தார்.

"முகுந்த்.... நீ போலீஸ் டிபார்ட்மெண்ட்ல வேலை செய்யறியா? இங்க வேலை செய்யறியா? உனக்கு என்ன ட்யூட்டி குடுத்தா நீ என்ன செஞ்சிட்டு இருக்க?", என கமிஷ்னர் அவனைத் திட்டிக்கொண்டிருந்தார்.

தர்மதீரன் கமிஷ்னர் வெளியே வருவதைக் கண்டு வண்டிக்கு அந்த பக்கம் சென்று நின்றுக்கொண்டான்..

"இல்ல சார் அந்த மிஸ்ஸிங் கேஸ் விஷயமா", எனச் சமாளித்தான் முகுந்த் தர்மனை மறைத்துக்கொண்டபடி.

"அந்த ஏ.சி கூட சேர்ந்து அத்தனை பேரும் என்னை எதிர்த்து பேச-றீங்க.... நீயும் அவனமாதிரி இருக்காத.... ஒழுங்கா ஆபீஸ் வந்து என்னை பாரு ", என அர்ச்சனை நடத்திவிட்டுச் சென்றார்.

"எவனோ எங்கயோ குடையறதுக்கு நான் என்ன பண்ணுவேன்? போயா முதலைவாயா", என முகுந்த் சத்தமாகவே முணுமுணுத்தான்.

"ஹாஹாஹா... என்னாச்சி முகுந்த்?", என தேவகீதன் சிரித்தபடிக் கேட்டான்..

"முகுந்த் உள்ள வச்சி பேசிக்கலாம்", என தர்மன் குரல் கொடுத்துவிட்டு பின்பக்க வாசலுக்குச் சென்றான்.

"நாகேஷ்வர் வாங்க", என அழைக்க முகம் தெரியாதபடி மறைத்துக்-கொண்டு அவர்களுடன் நடந்தான்.

பிறைசூடன் இடத்தில் இருந்துக் கொண்டு வந்த பொருட்களில், அந்த ரோபோவை மட்டும் தனியாக வைத்துவிட்டு சோழன் மற்ற அனைத்தையும் கமிஷ்னர் அலுவலகத்திற்கு அனுப்பினார்.

"இவனுங்களே கடத்திட்டு இவனுங்களே கம்ப்ளையண்ட் குடுப்பானுங்க எச்ச பொறுக்கிங்க", எனச் சத்தமாகத் திட்டியபடி தர்மன் இருக்கும் அறைக்கு வந்தார்.

"நாம அங்க போனது எப்படி அந்தாளுக்கு தெரிஞ்சது?", வழுதி.

"ஊருக்குள்ள பொறுக்கறவனுக்கா பஞ்சம்? எவனாவது பொறுக்கறதுக்கு போட்டு குடுத்திருப்பான்.... அந்த ரோபோல இருக்கறத காப்பி பண்ணி இதுல போடு தர்மா", என ஒரு பென்டிரைவைக் கொடுத்து சிஸ்டமில் போடச் சொன்னார்.

"சார்... விஜய் சௌந்தர் பத்தின டீடைல்ஸ் வந்துடிச்சி", என ஒருவன் கொண்டு வந்துக் கொடுத்தான்.

"இந்த ஊர்பொறுக்கி இப்ப நாடுபொறுக்கி ஆகிட்டானா?", என சோழன் அவன் போட்டோவைப் பார்த்துவிட்டு, வழுதியிடம் அதைக் கொடுத்தார்.

"இது.... அந்த போதைமருந்து கடத்தல்ல நாம பத்து வருஷத்துக்கு முன்ன கண்டுபிடிச்ச ஆள் தானே சீப்", வழுதி யோசித்தபடிக் கேட்டார்.

"அதே பரதேசி தான். அவனுக்கும் இந்த கூட்டத்துக்கும் என்ன லிங்க்னு பாருங்க", எனக் கூறிவிட்டு அந்த வீடியோவைப் போடச் சொன்னார்.

பிறைசூடனை மடக்கி அடித்து உதைத்தது முதல் அங்கிருந்து அவர்கள் கிளம்பியது வரை அனைத்தும் பதிவாகி இருந்தது.

"இத மல்டி காப்பி பண்ணி வை தர்மா... வழுதி ஒரிஜினல் பத்திரமா இருக்கணும்.... ", எனக் கூறியவர் அந்த வீடியோவில் எதையோ பெரிதுப் படுத்தச் சொன்னார்.

"எது சீப்...?", வழுதி.

"அவன் வீடியோ கால்ல பேசறான்ல... அது", சோழன்.

"இது.... இது விஜய் சௌந்தர் சார்... அவனுக்கும் அதித்-கும் என்ன நெருங்கிய சம்பந்தம் இருக்கும்?", வழுதி.

"நான் கத்தார் போறேன் சார்... ", தர்மதீரன்.

"கத்தாரா? ", வழுதி.

"அவனுக்கு பின்னாடி இருக்க அந்த பில்டிங் தோஹா ல இருக்கு. அங்க தான் அவனும் இருக்கான். அங்க போனா மத்த விஷயம் தெரியும். தவிர வல்லகிய அங்க தானே கொண்டு போயிருக்காங்க.... ", தர்மதீரன் தீர்க்கமானக் குரலில் கூறினான்.

"தனியாவா?", முகுந்த்.

"நாங்களும் கூட போறோம் சார்", என வேதகீதனும், நாகேஷ்வரனும் கூறினர்.

"நீ யாரு?", சோழன் நாகேஷ்வர் பார்த்துக் கேட்டார்.

"நான் நாச்சியா பிரண்ட். ஒரு முக்கியமான விஷயம் சொல்ல வந்தேன்.. ப்ரோபஸர் தசாதிபன் உயிரோட இருக்காரு", எனக் கூறினான்.

"அவர சுட்டதா தகவல் வந்தது", வழுதி.

"சுட்டது நிஜம் தான். நான் தான் அவர தூக்கிட்டு போய் காப்பாத்தினேன். நாச்சியாவோட அம்மா அப்பா தான் அதுக்கு ஹெல்ப் பண்ணாங்க", என நடந்ததை விவரித்தான்.

"நாங்க அவங்கள பாதுகாக்க இவ்வளவு கஷ்டப்பட்டா , எங்களுக்கே தெரியாமா இவ்வளவு வேலை பண்றாங்க....அப்பறம் நாங்க பண்றதுக்கு என்ன அர்த்தம்?", வழுதிக் கோபமாகக் கேட்டார்.

"கோவப்படாதீங்க மிஸ்டர் வழுதி", எனக் கூறியபடி தசாதிபன் அங்கே வந்தார்.

"வாங்க தசாதிபன்", சோழன் எழுந்து நின்று வரவேற்றார்.

"வணக்கம் சோழன்... ரொம்ப வருஷம் கழிச்சி மறுபடியும் சந்திக்கறோம்", என இருவரும் கைக்குலுக்கிக் கொண்டனர்.

பின் வழுதியைப் பார்த்து, "இதுபோல இக்கட்டான சூழ்நிலைல யாரையும் முழுசா நம்ப மனசு ஒத்துக்காது.... அதான் அவங்க உங்க கிட்ட மறைச்சாங்க... ", எனக் கூறிவிட்டு தர்மனைப் பார்த்தார்.

"நீ தானே தர்மதீரன்?", என அவனைக் கேட்டார்.

"ஆமா சார்...."

"நாச்சியாவோட அப்பா அம்மா உன்னபத்தி சொன்னாங்க.... நாச்சியாவும் உன்ன பத்தி சொல்லி இருக்கா... உன்னோட இன்டெலிஜென்ஸ் ரொம்ப ஷார்ப்ன்னு... உன் உதவி எனக்கு வேணும்.. செய்வியா?",எனக் கேட்டார்.

"என்ன உதவி சார்?", தர்மதீரன் அவர் அருகில் வந்துக் கேட்டான்.

"மேற்கு தொடர்ச்சி மலைல ஒரு இடத்துக்கு நாம உடனே போகணும்.. அங்க ஒன்னு இருக்கு.. அது இப்ப ரொம்ப முக்கியம் நமக்கு", எனக் கூறினார்.

"போலாம்....", என எழுந்தான்.

"நில்லு.... நாகேஷ்வர்... நீ நாச்சியா இருக்கற இடத்த கண்டுபிடிச்சி நான் சொல்றத அவகிட்ட சொல்லிடு... நாலு நாள்ல நீ அத பண்ணணும்", எனக் கூறினார்.

"சொல்லுங்க சார்", என முன்னே வந்தான்.

"ஒரு பேப்பர் பென் குடுங்க", எனக் கேட்டார்..

அதில் ஒரு செய்யுளை எழுதி, இதை அவளிடம் கொடுத்துவிடு எனக் கூறிவிட்டு எழுந்தார்.

"சார் ஒரு நிமிஷம்", என அவரை நிறுத்திய சோழன் வழுதிக்குக் கண்காட்டினார்.

உள்ளே சென்ற வழுதி அவரது டைரியைக் கொண்டு வந்துக் கொடுத்தார்.

"மத்த பொருள் எல்லாம்", என தர்மன் கேட்க, "அதுல்லாம் எப்பயோ எடுத்துட்டாங்க தர்மா", எனச் சிரித்தபடிக் கூறினார் சோழன்.

"சரி தான். நமக்கு சுமந்துட்டு போற வேலை மிச்சம்.... அப்பறம் பாக்கலாம் சோழன்.. வழுதி .... நாச்சியா அப்பா அம்மாவுக்கு பாதுகாப்பு இப்பவும் தேவை தான். அவங்க இரண்டு பொண்ணுங்களையும் அவன் தூக்கிட்டு போயிருக்கான்னா அடுத்து அவங்களை தூக்கவும் வாய்ப்பிருக்கு... பாத்துக்கங்க...", எனக் கூறிவிட்டு வேதகீதனை அருகில் அழைத்தார்.

"உன்ன கடத்திட்டதா சொன்னாலே நாச்சியா", எனக் கேட்டார்.

"ம்ரிதுள் தான் கடத்தி வச்சிருந்தான். தர்மா என்னை வெளியே கொண்டு வந்தாரு சார்", என பவ்யமாக நின்றுப் பதிலளித்தான்.

"நல்லது ஜாக்கிரதை", என அவன் தோளில் தட்டிக்கொடுத்துவிட்டு தர்மனை அழைத்துக்கொண்டுச் சென்றார்.

"நாகேஷ்வர் ...", சோழன் அழைத்தார்.

"சார்... "

"நீங்க அந்த ஆயுத கடத்தல் கும்பல்ல இருக்கறவரு தானே?", என சரியாகக் கேட்டார்.

"ஆமா சார். ஆனா....", என நாகேஷ்வர் இழுத்தான்.

"இவங்களுக்கு கொஞ்சம் வெபன்ஸ் தேவைபடும். உங்களால ஏற்பாடு பண்ண முடியுமா? பணம் நான் தரேன்", எனக் கேட்டார்.

"முடியும் சார்... நான் ஏற்பாடு பண்றேன்.. பணம் வேண்டாம்.... செய்ய வேண்டியது என் கடமை", எனக் கூறிவிட்டு முகுந்திடம் சென்றான்.

"முகுந்த் சார்.... இனியன் சார் எங்க இருக்காரு?", எனக் கேட்டான்.

"ஆந்திரா எல்லை தாண்டி கொஞ்ச தூரத்தால ஒரு அருவி வரும். அங்க இருக்கறதா சொன்னாரு ....", என லொகேஷனைச் சொன்னான்.

"தேங்க்யூ சார்... தோஹா போக டூப்ளிகேட் பாஸ்போர்ட் நான் ரெடி பண்றேன். யார் யாருக்கு வேணும்?", எனக் கேட்டான்.

"ஒரிஜினல் இருக்கே", வழுதி.

"ஒரிஜினல்ல போக விடமாட்டாங்க... எல்லாத்தையும் ரெடி பண்ணி தான் ஆகணும் வழுதி.... நம்ம சைட்ல தர்மனுக்கும் சுதாவுக்கும் ஏற்பாடு பண்ணுங்க. தசாதிபன் சாருக்கு பண்ணணும். அதிக ஆளுங்கள அனுப்ப முடியாது", சோழன்.

"அவங்க போட்டோ மட்டும் குடுங்க சார்", எனக் கேட்டான் .

"மெயில்ல அனுப்பறேன்", என வழுதி அவன் மெயில் ஐடி வாங்கிக்-கொண்டார்.

நாகேஷ்வர் நேராக தன் இருப்பிடம் வந்தவன், தன் சகாக்கள் நால்வரை அழைத்து தோஹாவுக்குச் செல்ல வேண்டும் எனக் கூறி, மற்ற மூவருக்கும் போலி பாஸ்போர்ட் தயாரிக்கச் சொன்னான்.

"யாருப்பா போறாங்க?", நாகேஷ்வர் சகாக்களில் ஒருவன் கேட்டான்.

"நம்ம ஆளுங்க தான். கொஞ்சம் பிரச்சினை... பொருளும் அங்க தேவைபடும். இப்ப அங்க நம்மாளு யாரு இருக்கா?", எனக் கேட்டான்.

"நம்ம முஸ்தபா தான் இருக்கான்"

"சரி அவன்கிட்ட நல்ல புது பொருள் ரெடி பண்ணிக்க சொல்லு... ", எனக் கூறிவிட்டு நாச்சியாவை எங்கிருந்து தேடலாம் என யோசிக்கத்தொ-டங்கினான்.

"தம்பி.... ஒரு விஷயம்", என வண்டி ஓட்டிக் கொண்டிருந்த தர்மனை அழைத்தார்.

"சொல்லுங்க சார்", எனக் கூறினான் சாலையில் இருந்து கண் எடுக்கா-மலே.

"நான் அங்க இருந்தது உங்களுக்கு தெரியும் தானே?", எனக் கேட்டார்.

"தெரியும் சார். அரசிம்மா சொன்னாங்க.... நானும் தெரியாதமாதிரி நடந்துகிட்டேன்"

"நீங்க ஒரு தடவை நான் படுத்துட்டு இருந்தப்ப வந்து ஜன்னல் கிட்ட நின்னு பாத்தீங்க தானே", என நடுவில் ஒருமுறைக் கண்விழித்தபோது கண்ட முகத்தை நினைவில் வைத்துக் கேட்டார்.

"நடுராத்திரில அரசியம்மா நல்லா நடந்து போறப்ப சந்தேகப்பட்டு வந்தேன். அவங்க வந்த வழிலயே வந்து பாத்துட்டு நான் திரும்ப வந்துட்டேன்", என சாதாரணமாகக் கூறினான்.

"நீங்க ஏன் இன்னும் எந்த டிபார்ட்மெண்ட்லையும் ஜாயின் பண்ணல?", என அவன் அறிவுக்கூர்மையை மனதுள் வியந்தபடிக் கேட்டார்.

"பணம் இல்ல சார். பணம் இருந்தா தான் வேலை கிடைக்கும்னு சொல்றாங்க... என்கிட்ட பணம் இல்ல. இருந்தாலும் பணம் குடுத்து வேலை வாங்க மனசு இல்ல.... நாம எங்க போகணும் சார்?", எனக் கேட்டான்.

தன் மொபைலில் ஒரு லொகேஷனைக் காட்டி அங்கு செல்லச் வேண்டும் எனக் கூறினார்.

"நாம அங்க போக இரண்டு நாள் ஆகும் சார். .. அதுக்கு மேல காட்டுக்குள்ள நடக்கணும்னா இன்னும் லேட் ஆகும்", தர்மன் தூரத்தினையும் நேரத்தையும் மனதில் கணக்கிட்டபடிக் கூறினான்.

"போய் தான் ஆகணும். அதுக்கு தேவையானத எடுத்துக்கலாம் தம்பி... ", எனக் கூறினார்.

தர்மதீரனும் நான்கு நாட்களுக்கு தேவையானவற்றை எடுத்துக்கொண்டு முடிந்தவரைக் காட்டு வழியிலேயே வாகனத்தைச் செலுத்தினான்.

36 - காற்றின் நுண்ணுறவு

"ஹேய் கீழ எறக்கி விடு... விடு டா", என வல்லகி கத்தவும் ஜேக் அவளை கீழே இறக்கினான்.

"தேங்க்யூ சோ மச் ஸ்வீட்டி.... இதுக்கு நான் இத்தனை நாளா போராடினேன்.... அந்த இடத்த க்ராஸ் பண்ண முதல் க்ளூ கிடைச்சாச்சி", என உற்சாகத்தில் கத்தினான். (ஆங்கிலத்தில் தான்).

"என்ன இடம்?", பாலா கேட்டபடி அங்கே வந்தாள்.

"ஹாய்... ஐ ம் ஜேக்.... ", என இருவருக்கும் இரண்டு கையை நீட்டினான்.

"பாத்தியா வகி குசும்ப இரண்டு கைல இரண்டு பேர பிடிக்கறான்... இவன் மூஞ்சிலயே ஒரு குத்து குத்து.... ", என அவன் இடது கையை தட்டிவிட்டு வலது கையை பாலா குலுக்கினாள்.

பின் வல்லகியும் தன்னை அறிமுகப்படுத்திக் கொண்டு அது என்ன இடம் என்றுக் கேட்டாள்.

"கேர்ள்ஸ்.... திஸ் இஸ் நாட் யூவர் ரூம்", எனக் கூறியபடி ஒருவன் அங்கே வந்தான்.

"இவங்க இங்க தான் தங்க போறாங்களா ?", என அராபியில் ஜேக் ஆர்வமாகக் கேட்டான்.

"ஆமா புது எலிங்க",என வந்தவன் இளக்காரமாகக் கூறினான்.

"அவங்கள பாத்தா எலி மாதிரி தெரியல... ", என ஜேக்கும் மீண்டும் கேள்விக் கேட்டான்.

"அவங்கள டைஸி மேம் தூக்கிட்டு வந்திருக்காங்க ... நீ அவங்கள அடுத்த இரண்டாவது ரூம்க்கு அனுப்பிடு.. எனக்கு வேற வேலை இருக்கு ", எனக் கூறியபடி அங்கிருந்து நகர்ந்தான்.

"உனக்கு அராபிக் தெரியுமா?", வல்லகி கேட்டாள்.

"தெரியும்", என ஒரு மாதிரி குரலில் கூறினான்.

"உன்ன யார் கடத்திட்டு வந்தா?", என பாலா கேட்டாள்.

"நானே தான்", எனக் கூறிவிட்டு, "உங்களுக்கு பயமா இல்லையா கடத்திட்டாங்கன்னு?", என அவர்கள் இயல்பாய் இருப்பதுக் கண்டுக் கேட்டான்.

"பயந்து என்ன ஆகப்போகுது?", வல்லகி பதில் கூறிவிட்டு ,"சரி இது என்ன இடம் ?", என விஷயத்திற்கு வந்தாள்.

"இது கினியா வளைகுடா... அங்க ஒரு லொகேஷனுக்கு நாங்க போக வேண்டியது இருந்தது. ஆனா எங்களால கிட்ட நெருங்க முடியல.... 5 கி.மீ ரேடியஸ்ல சுழல் இருக்கு... அதை தாண்டி தான் அங்க போக முடியும். அதுக்கு ட்ரை பண்ணப்ப என் கொலீக் அந்த சுழல்ல மாட்டிகிட்டான். அப்ப எடுத்த வீடியோ இது... இந்த ஹிப்நாடிக் ஸ்வார்ம் தாண்டி என்னால பாக்க முடியல. ஆனா நீ சரியா அதுக்கு பின்னாடி இருக்கறத சொல்லிட்ட... உன்ன அந்த ஸ்வார்ம் மயங்க வைக்கலியா?", என மொத்தமாகக் கூறிவிட்டு, அவன் ஆச்சரியப்படும் விஷயத்தைக் கேட்டான்.

"இல்ல.... நான் அத பாக்கவே இல்ல... சரி அங்க என்ன இருக்கு?", வல்லகி.

தெரியாதென உதட்டைப் பிதுக்கிக் காட்டினான்.

"என்ன இருக்குன்னு தெரியாம ஏன்டா ஒருத்தன காவு குடுத்தீங்க?", பாலா.

"பத்து பேருக்கு மேல காவு குடுத்துட்டோம். அடுத்த நாள் அதான் நானும் என் கொலீக்கும் இறங்கினோம். என்னை காப்பாத்த வந்து அவன் சுழல்ல உள்ள போயிட்டான்", எனக் கூறும்போது குரலில் வருத்தம் தொனித்தது.

"வல்லகி பாலா", என ஏஞ்சல் அவர்களை அழைத்தபடி வந்தாள்.

"ஏஞ்சல்", என பாலா அங்கிருந்துக் கைக்காட்டினாள்.

"உங்களுக்கு டின்னர் ரெடி... வல்லகி நீ சாப்டவேண்டிய டயட் பிறைசூடன் சார் சொன்னபடி ரெடி பண்ணி இருக்கு.. சீக்கிரம் சாப்டு தூங்கு... நாளைக்கு காலைல இருந்து உனக்கு ட்ரைனிங் ஆரம்பிக்கணும்", எனக் கூறிவிட்டுத் திரும்பினாள்.

"இவ வேற ....", பாலா அலுத்துக்கொண்டாள்.

"என்னாச்சி?", என ஜேக் அவர்கள் பேசியதுப் புரியாமல் கேட்டான்.

வல்லகி அவனுக்குச் சப்டைட்டில் போட்டுவிட்டு, அவனுக்கு டாட்டா சொல்லி அங்கிருந்துக் கிளம்பினாள்.

"இந்த வளந்துகெட்டவன் பாக்க நல்லா இருக்கான்ல", என பாலா வல்லகியிடம் பேசியபடி நடந்தாள்.

"இருக்கான் இருக்கான்.... அதுக்கு அவனா நம்மல இங்க இருந்து அனுமார் மாதிரி தூக்கிட்டு போய் நம்ம வீட்ல விடப்போறான்.... எல்லாரும் இங்க மோசமானவங்க தான். அதை நியாபகம் வச்சிக்க. நான் இல்லாம நீ எங்கயும் போகாத", என பாலாவை எச்சரித்தாள்.

"அத நான் சொல்லணும்.... அந்த வெள்ள ஓநாய் கூப்பிடுதுன்னு நீ எங்கயும் போகாத.. முக்கியமா அந்த ஸ்மைலிங் சைக்கோ கிட்ட போகவே போகாத. ஆளும் அவன் பார்வையும்....", என பாலா அவளை திருப்பி எச்சரிக்கைச் செய்தாள்.

"எல்லாம் என் நேரம் டி... அந்த ஆபீஸ சொல்லணும்.... எந்த நேரத்துல கால் எடுத்து வச்சனோ, நாலு வருஷம் நிம்மதியா இருந்தேன்... இப்ப மறுபடியும் இவகிட்ட மாட்டிகிட்டேன்.... ", எனப் புலம்பியபடித் தங்களுக்கு ஒதுக்கப்பட்ட அறைக்குச் சென்றாள்.

"வகி..... வகி.....", பாலா மெல்ல அழைத்தாள்.

"என்ன ?"

"நமக்கு ஒன்னும் ஆகாது தானே?"

"ஆனா என்ன ஆகலன்னா என்ன இப்ப..... பேசாம சாப்டு... பசிக்குது", என சாப்பிடுவதில் கவனம் செலுத்தினாள்.

"இங்க இவ்வளவு குளிரா இருக்கு", என ஸ்வெட்டர் ஜிப்பை கழுத்துவரை இழுத்துக்கொண்டாள் பாலா.

"பகல்ல ரொம்ப வெயிலா இருக்கும்", என ஏஞ்சல் பதில் கொடுத்தாள்.

"அப்ப என்ன பண்ணுவ பாலா?", என வல்லகி கண்சிமிட்டி வேறு அர்த்தத்தில் கேட்க, பாலா முறைத்தாள்.

"வாய மூடிட்டு சாப்டு", பாலா.

"பழசு தான் ஆனாலும் இப்ப இது தான் சரி... வாய மூடிட்டு எப்படி சாப்பிடறது?", எனக் கேட்டாள்.

"வேணாம் வகி... நான் ரொம்ப டயர்டா இருக்கேன்"

"இருக்கும். அந்த மருந்து போட்டதுக்கு இவ்வளவு நேரம் ட்ராவல் பண்ணியும் மயக்கம் வராமா இருக்கறதே ஆச்சரியமா தான் இருக்கு", என ஏஞ்சல் கூறினாள்.

"அய்யய்யோ..... நான் சாதாரண மனுஷி... என்னையும் ஆராய்ச்சி பண்றேன்னு இம்சை பண்ணாதீங்க.... அதுக்குலாம் நான் தாங்க மாட்டேன்.... ", பாலா பதறிப்போய் சொல்லவும், மற்ற இருவரும் சிரித்தனர்.

ஜேக் தூரத்தில் இருந்து வல்லகியைப் பார்த்துக் கொண்டிருந்தான்.

அவளிடம் ஏதோ ஸ்பெஷலாக இருப்பதாக உணர்ந்து, அவளைக் கண்-காணிக்க ஆரம்பித்தான்.

அதித்-உடன் டைஸியைக் கண்ட யோகேஷ் அதற்குப் பின் தன் அறையை விட்டு வெளியே வரவில்லை.

ம்ரிதுள் அழைத்தும் இரவு முழுக்க அவன் வெளியே தலையைக் காட்-டவில்லை.

அதித்-திடம் பேசிவிட்டு ம்ரிதுள் உடைத்தப் பொருட்களை வாங்க, ஒரு-வன் அதிகாலை நேரம் கிளம்பினான்.

அவனுடன் இனியனுடன் வந்த மற்ற ஒருவனும் உடன் அனுப்பபட்டனர்.

இனியன் லோகேஷனை முகுந்திற்கும் தர்மனுக்கும் அனுப்ப சமிக்ஞைக் காட்டி அனுப்பினான்.

அவனும் தலையசைத்துவிட்டு அவர்கள் சொல்வது போல அனைத்தும் செய்துக்கொண்டு உடன் பயணித்தனர்.

போனில் சிக்னல் கிடைத்ததும் லொகேஷனை அனுப்பிவிட்டு போனை ஆப் செய்து உள்ளே வைத்துக்கொண்டான்.

"ஊருக்குள்ள போகணுமாண்ணா?", எனக் கேட்டான்.

"யார்ரா நீ புதுசா?", வண்டி ஓட்டுபவன் கேட்டான்.

"ஆமாண்ணா..."

"இங்க செக் போஸ்ட்ல நம்மாளு இருக்கான்.... அவன் வாங்கிட்டு வந்து தருவான்.... நேத்தே சொல்லிட்டாங்க", எனக் கூறிவிட்டு வண்டி ஓட்-டுவதில் மும்முறமானான்.

"ஓஓ.... சரிண்ணா.... நீங்க எத்தனை வருஷமான்னா இங்க இருக்-கீங்க?", எனத் தூண்டில் போட்டான்.

"இது கான்ட்ராக்ட் வேலை தம்பி. என் முதலாளி வேற ஆளு. அவரு அனுப்பி வைக்கற இடத்துக்கு நாங்க வேலை செய்யணும்.... இங்க அது-மாதிரி ஆறு கூட்டம் ஆளுங்க கலந்திருக்காங்க", என அவன் விவரம் கூறினான்.

"எப்படின்னா வேற வேற கூட்டத்து ஆளுங்க, ஒருத்தர் கீழே வேலை செய்யமுடியுது", எனத் தன் சந்தேகத்தைக் கேட்டான்.

"இந்த லைனுக்கே நீ புதுசா தம்பி? ", எனக் கேட்டுவிட்டு, "நம்ம லைன்ல மிலிட்டரி ரூல் தான்.... சாதாரண ரவுடி கூட்டம் இல்ல... நல்லா ட்ரைன் பண்ணி தான் வேலைக்கு அனுப்புவாங்க. இதுலையும் ரேங்க் இருக்கு.... கிரேட்க்கு தகுந்த வேலை. நீ புதுசு அதான் எடுபிடி வேலை மட்டும் வாங்கறாங்க", எனக் கூறிவிட்டு வண்டியை நிறுத்தினான்.

"எங்கண்ணா போறீங்க?"

"இருடா வரேன்.... ", என ஓரமாக ஒதுங்கிவிட்டு வந்தான்.

சிறிது நேரத்தில் செக்போஸ்ட் வந்துவிட, பொருட்களை ஏற்றிக்கொண்டு அங்கிருந்துத் திரும்பினர்.

வந்ததும் பொருட்களை இறக்கிவிட்டு இனியனைத் தேடினான்.

முகுந்திற்கு லொகேஷன் கிடைத்ததும் அதை சோழனுக்கும்,வழுதிக்கும் அனுப்பிவிட்டு நாகேஷ்வருக்கும் அனுப்பினான்.

நாகேஷ்வர் உடனே தேவையானவற்றை எடுத்துக்கொண்டுக் கிளம்பி-னான்.

கிளம்பும்முன் பாஸ்போர்ட் முதல் இதர ஏற்பாடுகளைச் செய்துவிட்டு தான் கிளம்பினான். தயாராக பாஸ்போர்ட்-ஐ முகுந்திடம் கொடுத்துவிட்டு, அங்கு சென்றதும் இந்த எண்ணில் இருப்பவனைத் தொடர்புகொள்ளுமாறுக் கூறினான். அன்றே தன் சகாக்களை தோஹா அனுப்பி முன்னேற்பாடுகள் செய்யச் சொன்னான். பின்னர் அங்கிருந்து ஆந்திராவை நோக்கிப் புறப்பட்-டான்.

அருவிக்கு வந்த பின் பலத் தடைகளை ம்ரிதுள் ஏற்படுத்தி இருந்தான். ஆங்காங்கே கேமிராக்கள் பொருத்தப்பட்டு இருந்தது. அதில் சிக்காமல் அவன் கடப்பது தான் பெரிதாக இருந்தது.

மரத்தில் ஆங்காங்கே ஆட்களும் இருந்தனர்.

அவனைக் கண்டவர்களை சத்தம் வராமல் கழுத்தறுத்துவிட்டு அங்கி-ருந்து மரத்திற்கு மரம் தாவியபடி சிறிது தூரம் வந்தான்.

இரண்டு மணிநேரம் கழித்து மரக்கூட்டத்தின் நடுவே வெளிச்சம் தெரிய, மெல்லப் பதுங்கி வந்துப் பார்த்தான்.

பங்களாவில் ஆட்கள் ஆங்காங்கே காவல் காத்தபடி இருக்க, எப்படி நாச்சியாவிடம் செல்வது என யோசித்தபடி ஒரு மரத்தில் அமர்ந்திருந்தான்.

ஏதோ சத்தம் கேட்டு நாகேஷ்வர் திரும்பி பார்த்தபோது, ம்ரிதுள்ளும் அவனைப் பார்த்துவிட்டு அம்பெய்கிறான்.

அவனிடம் இருந்து தப்ப மீண்டும் மரத்திற்கு மரம் தாவும் போது, இனி-யன் ஒரு பக்கம் இருந்து அவனைப் பிடித்துக் கீழே இறக்கினான்.

"குட் ஜாப் 50. அவன இழுத்துட்டு வா", எனக் கூறிவிட்டு பங்களா-விற்குள் நுழைந்தான் ம்ரிதுள்.

இனியனை நன்றாகத் தெரிந்த காரணத்தால், தசாதிபன் கொடுத்த லெட்-டரை, அவன் உடையில் திணித்துவிட்டு, உடன் பொறுமையாக நடந்துவந்-தான்.

"நீ நாகேஷ்வர் தானே?", என ம்ரிதுள் அவனை விசாரித்தான்.

"ஆமா.... ", சுற்றிலும் பார்வையைச் சுழற்றியபடிக் கூறினான்.

"வெபன்ஸ் கடத்தற உனக்கு இங்கு என்ன வேலை?", ம்ரிதுள் நெற்றியில் சந்தேக முடிச்சுகள் விழக் கேட்டான்.

"சும்மா மான் வேட்டைக்கு வந்தேன்", அசால்ட்டாக பதில் கொடுத்தான்.

"மான் வேட்டைக்கைக்கு வர்றவன் எதுக்கு என் ஆளுங்க பத்து பேரை கொன்ன?", எனக் கேட்டபடி கன்னத்தில் அறைந்தான்.

ஒரே அறையில் அவன் உதட்டில் இரத்தம் வழிந்தது.

"என்னை கொல்ல வந்தா நானும் கொன்னு தான் ஆகணும். நீ யாரு? இங்க என்ன பண்ற?", எதிர்கேள்விக் கேட்டான்.

"உனக்கு அது தேவையில்லாத விஷயம் ....", ம்ரிதுள்.

"என்ன நீ கேக்கறதும் உனக்கு தேவையில்லாத விஷயம் தான். சும்மா போறவன கட்டிவச்சி அடிச்சிட்டு இருக்க", என மீண்டும் எதிர்த்துப் பேசி-னான்.

யாரையோ பிடித்து அடிக்கிறார்கள் எனக் கேள்விபட்டு அங்கு வந்த நாச்சியா நாகேஷ்வரைக் கண்டு நொடிக்கும் குறைவான நேரத்தில் திகைத்-துத் தன்னைச் சமன்படுத்திக்கொண்டாள்.

ஆனால் இளவெழிலி முகத்தில் அப்பட்டமாக சில நொடிகள் திகைப்-பைக் காட்டியதை, ம்ரிதுள் ஜன்னல் வழியாகப் பார்த்துவிட்டான்.

"யோகேஷ்...... ஜிதேஷ் இருந்த ரூம் ரெடி பண்ணு", எனக் கூறி-னான்.

அதில் என்ன நடக்கும் என்பது தெரிந்ததால் நாச்சியா உள்ளுக்குள் தவித்தாள். இளவெழிலி என்னவென்று புரியாமல் முழித்தபடி, "நாக் எப்படி காப்பாத்தறது நாச்சி", என வினவினாள்.

"இங்க எதுவும் பேச வேணாம் வா", என அவளை இழுத்துக் கொண்டுத் தன்னறைக்குச் சென்றாள்.

ம்ரிதுள் டார்ச்சர் அறைக்கு அவனைத் தூக்கிச் செல்ல உத்திரவிட்டு விட்டு நாச்சியாவின் அறைக்கு வந்தான்.

"என்ன நாச்சியா வழிய கண்டுபிடிச்சிட்டியா?", எனக் கேட்டான்.

"இன்னும் நீ அந்த போட்டோஸ் தரல", எனத் திடமாகவே பதிலளித்-தாள்.

"50......", எனக் கத்தியதும் இனியன் ஒரு லேப்டாப்பை தூக்கிக்-கொண்டு ஓடி வந்தான்.

"சார்", எனப் பவ்யமாகக் கொடுத்தான்.

"இந்தா இதுல இருக்கு.... இவன் இங்க இருக்கட்டும்.... ", எனத் திரும்பினான்.

"ஒரு நிமிஷம். ....அவன் யாரு?", எனக் கேட்டாள்.

"தெரியல... இனிமே தான் விசாரிக்கணும்.... ஜிதேஷ விசாரிச்ச மாதிரி", என மர்மமாகப் புன்னகைத்தபடிக் கூறிச் சென்றான்.

நாச்சியாவும் இளவெழிழியும் மனம் பதைபதைக்க நின்றிருந்தனர்.

37 - காற்றின் நுண்ணுறவு

அடுத்த நாள் காலை முதல் பிறைசூடன் வல்லகியின் உடல்நிலை, மனநிலை மற்றும் சில செயல்பாடுகள் என அனைத்தும் ஆராய்ந்துக் கொண்டிருந்தார்.

பாலாவும் வல்லகிக்கு முடிந்தவரை உதவிச் செய்தபடி அவளுடனேயே இருந்தாள்.

வல்லகி பாலாவின் மேல் ஒரு கண்ணை எப்போதும் வைத்திருந்தாள். அவளை அவர்கள் பனையக் கைதியாக உபயோகித்துவிடக் கூடாதென மிகவும் விழிப்புடன் இருந்தாள்.

ஏஞ்சல் அவளுக்கு டெக்னாலஜி அறிவை மேலும் மேலும் மெறுகேற்றி வளர்த்துக்கொண்டிருந்தாள்.

ஒரே நாளில் அவளின் செயல்திறமையைக் கண்ட ஏஞ்சல் அசந்து நின்றுவிட்டாள்.

ஏஞ்சலுக்கும் கேட்டிற்கும் பல ஆபரேஷன், பல ஹார்மோன் மாற்றங்கள், செயற்கை உத்வேக முறைகள் என பலவற்றை வருடக்கணக்காகச் செய்துப் பெற்ற அறிவும், நுணுக்கமும், இயற்கையாக வல்லகிக்கு வாய்த்திருப்பதை நினைத்து வியந்துப் போனாள்.

ஆனால் இந்த கூட்டத்தில் சிக்கியதைத் தான் அவளும் விரும்பவில்லை.

"வல்லகியோட பர்மாமென்ஸ் முன்ன விட ஒரு மடங்கு அதிகமாகி இருக்கு பெரியப்பா", என பாலா உற்சாகமாகக் கூறினாள்.

பிறைசூடன் அதைக் கேட்டுச் சந்தோஷத்திற்கு மாறாக வருத்தமே அடைந்தார்.

"இதனால இப்ப பிரச்சினை அவளுக்கு அதிகம் தான் ஆகும் பாலா....", என விரக்தியுடன் கூறினார்.

"நமக்கு இல்ல பெரியப்பா அவங்களுக்கு தான் பிரச்சினை", பாலா அவரின் அருகில் அமர்ந்து பேசத் தொடங்கினாள்.

"என்னம்மா சொல்ற? நாச்சியாவ ஒரு பக்கம் இவங்களே தான் கடத்தி வச்சிருக்காங்க. அங்க நிலவரசி முடியாம இருக்கா... இங்க நாம இருக்கோம். எல்லா பக்கமும் நம்மல அடைச்சி வச்சிருக்காங்க.... எப்படி வல்லகியும் நீயும் இங்கிருந்து தப்பிப்பீங்க? எனக்கு பயமா இருக்குடா", என உண்மையான வருத்தத்துடன் கூறினார்.

"இந்த திறமைய நாம ஏன் பயன்படுத்திக்ககூடாது பெரியப்பா...? வல்லகி திறமை அவங்களுக்கு மட்டுமில்ல நாமலும் நமக்கு உபயோகப்படுத்திக்கலாம்.... இங்க வந்ததும் ஒருத்தன பாத்தோம்", என ஜேக்கிடம் உரையாடியதைக் கூறிவிட்டு, "அங்க அவனுங்கள சிக்கவச்சிட்டு நாம தப்பிக்கலாமே.... அதுக்கு என்ன பண்றதுன்னு யோசிங்க", என பாலா அவருக்கு மட்டும் கேட்கும் குரலில் கூறினாள்.

"அங்க போறதுக்கு தான் வல்லகிய ரெடி பண்ண சொல்றாங்களா? அந்த சுழல்ல வல்லகிக்கும் ஆபத்து தானே... கடல் சுழல்ல மாட்டினா தப்பிக்கறது ரொம்ப கஷ்டம் டா"

"அதுல தப்பிக்கற வழிய நாம யோசிக்கலாம். ஏஞ்சல வச்சி டெக்னாலஜி நாம யூஸ் பண்ணிக்கலாம்"

"உள்ள நம்மலையும் இழுத்துட்டு போயிட்டா என்ன பண்றது?", எனக் கேட்டபடி ஏஞ்சல் அருகில் வந்து அமர்ந்தாள்.

"உனக்கு எப்படி காது கேட்டுச்சி?", பாலா அதிர்வுடன் கேட்டாள்.

"எனக்கு காது ரொம்ப நல்லா கேக்கும்.... "

"சரி... நீ சொல்லு.... நாம தப்பிக்க ப்ளான் பண்ணலாம்", பாலா.

"தப்பிக்கறப்ப இவனுங்க கைல சிக்கினா செத்தோம் . அதையும் நியாபகம் வச்சிக்க", ஏஞ்சல்.

"அதுல்லாம் போட்ற ப்ளான்ல இருக்கு", என மூவரும் அமர்ந்துப் பேசிக்கொண்டிருக்கும் போது வல்லகியும் வந்தாள்.

"என்ன குசுகுசுன்னு பேசிட்டு இருக்கீங்க?"

"சும்மா தான்.... அங்க பாரு அந்த வளந்து கெட்டவன் உன்னையவே பாத்துட்டு இருக்கான்", என ஜேக்கைக் காட்டினாள்.

வல்லகி எழுந்து அவனிடம் சென்றாள்.

"ஹாய் ஜேக்... இங்க என்ன பண்ற?", எனக் கேட்டாள்.

"நீ இங்க ப்ராக்டீஸ் பண்றதா கேள்விபட்டேன் அதான் என்ன பண்றன்னு பாக்க வந்தேன். அமேசிங் .... நீ ஸ்பெஷலா எதாவது உன் உடம்புல செஞ்சிகிட்டியா....? இவ்வளவு வேகமும் நுணுக்கமும் ஆச்சரியமா இருக்கு", என அவளை வியந்தபடிக் கூறினான்.

"நத்திங் .... வா... எங்களோட ஜாயின் பண்ணிக்கறியா?", எனக் கேட்டாள்.

"கண்டிப்பா..", என உடன் வந்தான்.

அன்றைய பொழுது அவர்களுக்கு அப்படியே கழிந்தது.

தர்மன் அடுத்த நாள் இரவில் தசாதிபன் சொன்னக் காட்டுப்பகுதிக்கு வந்திருந்தான்.

பகல் இரவு பார்க்காமல் ஓட்டிக் கொண்டு வந்தவன், மறைவான இடத்தில் வாகனத்தை நிறுத்திவிட்டு சுற்றிலும் பார்த்தான்.

"தர்மா.... கொஞ்சம் தூங்கு... நாம மூனு மணிக்கு இங்க இருந்து கிளம்பினா போதும்", எனக் கூறினார்.

"இங்க தூங்கறது சேப் இல்ல சார். வாங்க போற வழில பாத்துக்கலாம்", என இறங்கி நடக்க ஆரம்பித்தனர்..

"இங்க மிருகங்கள் இருக்குமா சார்?"

"ம்ம்ம்..... இந்தபக்கம் யானை கூட்டம் தான் அதிகம் . நாச்சியா தான் அதுல்லாம் சரியா கவனிச்சு அதுக்கு தகுந்த ஏற்பாடு பண்ணுவா.... ", எனக் கூறியபடி உடன் நடந்தார்.

"என்ன பொருள் எடுக்க போறோம் சார்?"

"ஈட்டி.... கலவையான உலோகத்துல செஞ்சது அது"

"அது எதுக்கு? அத வச்சி என்ன பண்ணப்போறோம்?"

"நாம தப்பிக்க அது உதவியா இருக்கும்....இங்க பரன் இருக்கு தங்கிக்கலாம். விடிகாலைல மூனு மணிக்கு தான் அந்த பாறை விலகும். அப்ப அதுக்குள்ள புகுந்து இருபது நிமிஷத்துல எடுத்துட்டு வந்துடணும்", என தர்மனுக்கு விளக்கம் கொடுத்தார்.

"அதுக்கு மேல அந்த பாறை திறக்காதா சார்?", மனதில் தோன்றிய சந்தேகத்தைக் கேட்டான்.

"திறக்காது.... ", எனக் கூறிவிட்டு அமைதியாகத் தியானத்தில் அமர்ந்தார்.

தர்மதீரனுக்கு வண்டி ஓட்டிய களைப்பு கண்களை சொருகவைத்தது. அவனறியாமல் அமர்ந்த நிலையிலேயே உறங்கினான்.

சிறிது நேரத்தில் கண்விழித்த தசாதிபன் அவனைப் படுக்கவைத்துவிட்டு, பரனிலிருந்து கீழிறங்கி உணவு சேகரித்து வரச் சென்றார்.

சரியாக மூன்று மணிக்கு அவனை எழுப்பினார்.

"தப்பி எழுந்திரி.... வாய் கொப்புளிச்சிட்டு வா... இத சாப்பிடு... ", எனச் சில பழங்களைக் கொடுத்தார்.

"இதுல்லாம் எங்க சார் பறிச்சீங்க? என்னை எழுப்பி இருக்கலாமே", என அவரிடம் விசாரித்தபடி உட்கொண்டான்.

உண்ட சிறிது நேரத்தில் உடலில் நல்ல வலு ஏறியதாக உணர்ந்தான்.

"சார்... இது என்ன பழம்... ரொம்ப பிரஸ்ஸா இருக்கு... சாப்டதும் நல்லா பீல் ஆகுது ..", எனக் கேட்டான்.

"நம்ம காடு அறிய பொக்கிஷம் தம்பி. அத நாம சரியா பாதுகாக்கற வரைக்கும் அது நம்மல பாதுகாக்கும்... நிறைய அதிசயங்கள் இதுல நிறைஞ்சி இருக்கு... வெறும் காகிதத்துக்காக அதை நாம விக்கறது தாய விக்கறத விட கேவலயான விஷயம்", எனக் கூறியபடித் திசைமானியைக் கையில் எடுத்தார்.

சரியாக வடகிழக்குத் திசையைப் பார்த்து, அந்த திக்கில் அரைமணிநேரம் நடந்தனர்.

பாறைகள் கூட்டமாக இருக்கும் பகுதி வந்தது.

"இங்கயே நில்லு தம்பி.... நாலு மணி ஆக எவ்வளவு நேரமிருக்கு சொல்லு", எனப் பாறைக்கூட்டத்தின் தொடக்கத்திலேயே நிறுத்தினார்.

"இன்னும் பத்து நிமிஷம் இருக்கு சார்", என மணியைப் பார்த்துக் கூறினான்.

"நல்லா கேட்டுக்க... இதுல ஒரு பாறை இடம்மாறும். அந்த பாறை நகந்ததும் ஒரு வழி தெரியும். அதுக்குள்ள நீ போய் உள்ள இருக்கற ஈட்டியை எடுத்துட்டு உடனே வெளியே வந்திடணும். ஒரு நொடி தாமதிச்சாலும் பாறை நகர ஆரம்பிச்சி வழிய அடைச்சிடும்.... ",என மீண்டும் அவனுக்கு அனைத்தும் எடுத்துக் கூறினார்.

"சரி சார். இருபது நிமிஷம் தானே டைம்", என தன் வாட்சில் டைமரை பதினைந்து நிமிடத்திற்கு செட் செய்தான்.

"ஆமா...", எனக் கூறிவிட்டு அவன் நேரக்கணக்கிடல் பார்த்து உள்ளுக்குள் சிரித்தார்.

மணி நான்கை நெருங்கும் சமயம் பாறைகள் உராயும் சத்தம் மெல்ல கேட்க ஆரம்பித்தது.

அவன் நின்றதற்கு இடதுபக்கம் சிறு பாறைக்கூட்டம் இருந்தது. அதில் இடதுபக்க மூலையில் இருந்த பாறை தான் நகர்ந்தது.

இங்கிருந்து அவன் அவ்விடம் செல்லவே பத்து நிமிடம் ஆகும் போல, அத்தனைத் தூரத்தில் இருந்தது அது.

தர்மன் மூச்சை உள்ளிழுத்து வெளியே விட்டுவிட்டு பாறைக்குப் பாறை, தாவித் தாவி ஓடினான். ஐந்து நிமிடத்தில் அந்தப் பாறையை அடைந்தவன் உள்ளே நுழைந்து ஈட்டியைத் தேடினான்.

அந்த பாறைக்குள்ளே ஐம்பது அடி தூரம் நடந்தபின் ஒரு கல் தூண் நட்டநடுவில் இருந்தது.

அதைக் கண்டதும் திறக்கும் மார்க்கத்தை யோசித்தவன், தன் பேண்ட் பாக்கெட்டில் இருந்த சாவியை எடுத்து, மேலே தெரிந்த துவாரத்தில் நுழைத்துத் திருப்பினான்.

மூன்று முறை வலது பக்கமும், இரண்டு முறை இடது பக்கமும் , மீண்டும் ஒரு முறை வலது பக்கமும் திருப்பியதும் , அந்த தூண் தாமரை இதழ்கள் போல கீழே விரிந்தது.

நடுவில் ஒரு உறையுடன் தெரிந்த பொருளைத் தூக்கிக்கொண்டு திரும்பி நடந்தான். இரண்டு நிமிடம் வேகமாக நடந்தும் வாசலை அடையமுடியவில்லை.

நேரம் குறைந்து கொண்டே வந்தது. "சீக்கிரம் வா தர்மா", என தசாதிபன் வெளியே இருந்துக் கத்தினார்.

"சார் எவ்வளவு நடந்தாலும் தூரம் குறையல....", என உள்ளிருந்து இவன் கத்தினான்.

"அந்த ஈட்டிய விரி தர்மா.... உறைய அங்கயே போட்று", எனக் கூறினார்.

உறையை எந்த பக்கம் கழட்டுவதென அவன் ஆராயும் நேரத்தில் பாறை மீண்டும் மூடத் தொடங்கியது.

"சீக்கிரம் தர்மா... பாறை நகருது", என எச்சரித்தார்.

இரண்டு கையும் உறைக்கு மேலும் கீழும் வைத்து ஒரே நேரத்தில் எதிர் எதிர் பக்கம் திருப்பவும் உறை திறந்தது. ஈட்டியை கையில் பிடித்துக்கொண்டு உறையை வாசல் நோக்கி வீசி, பாறைக்கு நடுவில் குத்திவிட்டு அங்கிருந்து வெளியே ஓடிவந்தான்.

அந்த ஈட்டி உறையை, பாறை தனக்குள் இழுத்துக்கொண்டது.

அதைக் கண்ட தர்மன் பிரமிப்புடன் தசாதிபனைப் பார்க்க அவர் முன்னே நடந்துக்கொண்டிருந்தார்.

38 - காற்றின் நுண்ணுறவு

நாச்சியார் அறையில் இருந்து வெளியே வந்த ம்ரிதுள் நேராக யோகேஷிடம் சென்றான்.

"என்னாச்சி யோகேஷ் உனக்கு? ஏன் நேத்திருந்து வெளியே வரல?", எனக் கேட்டான்.

"கொஞ்சம் உடம்பு சரியில்ல ம்ரிதுள்", அவன் முகத்தைப் பார்க்காமல் பதில் கொடுத்தான்.

"டைஸிய நீ லவ் பண்றியா?", என நேரடியாக விஷயத்திற்கு வந்தான்.

யோகேஷ் சிறிது நேரம் அமைதியாக இருந்தான்.

"எனக்கு நேரமில்ல யோகேஷ். நம்மல தேடி இங்க வரைக்கும் ஆள் வந்துட்டாங்க... உடனே இங்க இருந்து கிளம்பணும்.... ", என இழுத்துவைத்த பொறுமையில் பேசினான்.

"அவ என்னை லவ் பண்ணா... அப்ப நான் பணத்திமிறுல அவள அலட்சியப்படுத்தினேன்.... ", எனக் கூறினான்.

"நம்மலோட யூரோப் டிவிஷனல் ஹெட் டைஸி தான். அவ அதித் கிட்ட சேர்த்து எட்டு வருஷம் ஆகுது . அவனோட ப்ரஷர அவ தான் ரொம்ப வருஷமா தாங்கிட்டு இருக்கா.... ", எனக் கூறி வந்தவன் ஒரு நொடி நிறுத்தி தொடந்தான், " உனக்கு அவ மேல காதல் இருந்தா அவள கண்காணாத இடத்துக்கு கூட்டிட்டு போயிடு... இரக்கம் இருந்தா எங்கயாவது இறக்கி விட்டுட்டு வா.... போதும் .... அவ கஷ்டப்பட்டது", எனக் கூறிவிட்டு அங்கிருந்துச் சென்றான்.

"ம்ரிதுள்", யோகேஷ்.

"இங்கிருந்து கிளம்பணும்.... ஏற்பாடு ஆரம்பி... நான் நாச்சியாவையும், நம்பர் 50யும் என்கூட கூட்டிட்டு கிளம்பறேன். மத்தவங்கள ஊருக்குள்ள இறக்கி விட்று.... நீ உன் அப்பா கிட்ட போயிடு", என மடமடவென உத்திரவுகளைப் பிறப்பித்தான்.

"புதுசா வந்தவன்?"

"அவனையும் ஊருக்குள்ள இறக்கி விட்று.... எல்லாருக்கும் மயக்கமருந்து போட்று.... நம்ம ஆளுங்கள அவங்களுக்கு தெரியாம காவலுக்கு நிறுத்தி வை. மயக்கம் தெளிஞ்சி எந்திரிச்சி எல்லாரும் கிளம்பினப்பறம் அவங்களை போக சொல்லு...."

"இந்த நாலு வருஷத்துல நீ மாறிட்டன்னு நினைச்சேன் ம்ரிதுள்"

"அடிப்படை என்னிக்கும் மாறாது யோகேஷ்", எனக் கூறி அவனை அணைத்து விடுவித்துவிட்டு நாச்சியாவையும், இனியனையும் மட்டும் ஏற்-

றிக்கொண்டு அங்கிருந்துப் புறப்பட்டான்.
"எங்க போறோம்?", நாச்சியார்.
"வந்தது உன் ஆளு தானே... அதான் உன்னை தனியா கொண்டு போறேன்", எனக் கூறிவிட்டு ஆக்ரோஷமாக வண்டியை ஓட்டினான்.
"சார்.... மத்தவங்க?", இனியன் தயக்கத்துடன் கேட்டான்.
"ஷட்அப்", என அவன் வாயை அடைத்தான்.
தன்னிடமிருந்த போனில் செக் போஸ்டில் இருப்பவர்களுக்கு தகவல் அனுப்பினான். சிக்னல் கிடைத்தால் தான் தகவல் சென்றடையும்.
டவர் கிடைக்கிறதா என அவ்வப்போது பார்த்தபடியே வந்தான்.
ஊருக்குள் வந்தவன் அங்கே ஒரு இடத்தில் தற்காலிகமாக இருவரையும் தங்கவைத்துவிட்டு எங்கோ சென்றான்.
"இவன் எங்க போறான்?", நாச்சியார் கேட்டாள்.
"தெரியல மேம்.... ஏதோ ப்ளான் பண்ணி தான் பண்றான். அங்க வந்தது உங்க ஆளா?", என இனியன் வெளியே பார்வையைப் பதித்தபடிக் கேட்டான்.
"ஆமா... அங்கிருக்கறவங்கள என்ன பண்ணப்போறான்?", நாச்சியார் கலக்கத்துடன் கேட்டாள்.
"இப்ப தான் மெஸேஜ் வந்தது. எல்லாரையும் ஊருக்குள்ள இறக்கிவிட சொல்லி இருக்கான்", என மெதுவாகக் கூறினான்.
"நிஜமாவா? இவன என்னால நம்பமுடியல", நாச்சியார் சந்தேகத்துடன் கேட்டாள்.
"நிஜம் தான் நாச்சியா", என்றபடி ம்ரிதுள் உள்ளே வந்தான்.
இனியன் எழுந்து நின்றான்.
"அசிஸ்டண்ட் கமிஷ்னர் யாழினியன்.... நல்ல நடிப்பு... நல்ல வேஷம்.....", என பாராட்டியபடி இருவருக்கும் நடுவில் வந்து அமர்ந்தான்.
இருவரும் சற்றுத் திகைத்துத் தன்னிலைப் பெற்றனர்.
"உக்காருங்க", என இருவரையும் அமரச் சொன்னான்.
ஆளுக்கு ஒரு சேரில் அமர்ந்ததும், "நாச்சியா... உன்ன எனக்கு ரொம்ப பிடிச்சிருக்கு.. உன் தைரியம், உன் தெளிவு எல்லாமே என்னை உன்கிட்ட மண்டிபோட வைக்குது", எனக் கூறி அவளை ஆழமாக நேருக்கு நேர் பார்த்தான்.
"ஆனா என்னால உன்கிட்ட நேரடியா மண்டி போட முடியாது.... அதுக்கு என் ஈகோ தடுக்குது.... இனியன்.... உன்ன இன்னிக்கு தான் கண்டுபிடிச்சேன். உன் நேர்த்தியான நடிப்புல நான் ஏமாந்துட்டேன். இன்னிக்கு காலைல நீ அவன பிடிச்ச ஸ்டைல் உன்ன போலீஸ்ன்னு காட்டிரிச்சி.... என்ன இருந்தாலும் அந்த போலீஸ் அட்டிடீயூட் வந்துடுதுல்ல", எனக் கூறிச் சிரித்தான்.

"என்ன செய்ய அது ஊறிடிச்சி.... சரி அடுத்து என்ன பண்ணப்போற?", இனியன் லகுவாக அமர்ந்தபடிக் கேட்டான்.

"உன்னபத்தி கேள்விபட்டது நிஜம் தான் போல.... ", எனக் கூறிவிட்டு, "தோஹா போறோம்.... ஒன் அவர்ல", என எழுந்தான்.

"நீங்க யாருன்னு தெரிஞ்சப்பறம் நான் தடுக்கமுடியாதுன்னு நினைக்காதீங்க.... இப்பவும் உங்க குடுமி என் கைல தான் இருக்கு", எனக் கூறிவிட்டுப் பக்கத்து அறைக்குச் சென்றுவிட்டான்.

"என்ன பண்ணலாம்?", நாச்சியார்

"பாரின் போகணும்னு எனக்கு ரொம்ப நாளா ஆசை.... ஓசில போகலாமே. ..", எனக் கூறிவிட்டுக் கட்டிலில் சாய்ந்தான்.

"மிஸ்டர்... எழுந்திரிங்க.... வேலை இருக்கு இங்க வாங்க", என அவனை எழுப்பிவிட்டு லேப்டாப்பை ஆன் செய்து இனியன் கொடுத்த பேப்பரை எடுத்தாள்.

"இது நாக் தானே குடுத்தான்", எனக் கேட்டாள்.

"ஆமா... அதான் அப்பவே குடுத்தேனே.... "

"இது... அவனா குடுத்தான்", கையெழுத்தைப் பார்த்துக் கேட்டாள்.

"ஆமாங்க.... ஏன் நீங்க எதையும் நம்பவே மாட்டேங்கறீங்க?", இனியன் சலித்துக்கொண்டான்.

"என் நேச்சர் அதான்... யாருக்கும் நான் விளக்கம் குடுக்க முடியாது...", பட்டென கூறிவிட்டு அதில் எழுதி இருந்ததைப் படித்தாள்.

"இருபதாம் நூற்றாண்டின் எச்சமில்லா-

உயிர்களின் மிச்சம்...

முந்தைய குமரியின் மேற்கு கோடி....

பாறை சதுப்பில் துவாரமுண்டு....

நடுவெளியில் வளிகொண்டு உன்குருதி துணைக்கொண்டு இறங்கு", என அதில் எழுதி இருந்தது.

"ஒன்னுமே புரியல... என்ன இது?", யாழினியன் அதை மீண்டும் படித்தபடிக் கேட்டான்.

"இந்த பொருள் எல்லாத்தையும் அவன்கிட்ட குடுத்துட்டு வாங்க ", என இனியனிடம் கொடுத்தாள்.

"என்னன்னு கேட்டா பதில் சொல்லாம என்னை வேலை வாங்கிட்டே இருங்க நீங்க...", எனச் சலித்தபடிப் பக்கத்து அறைக்குச் சென்றான்.

"வழிய கண்டுபிடிச்சிட்டாளா?", ம்ரிதுள் அவன் வருவதைக் கண்டு கேட்டான்.

"தெரியல... நீயே வந்து கேட்டுக்க... நான் கொஞ்ச நேரம் தூங்கறேன்", என அங்கேயே படுத்துக்கொண்டான்.

"உனக்கு கொலுப்பு அதிகம் தான்.... இன்னும் உன்ன உயிரோட விட்டு வச்சிருக்கேன்ல", எனக் கடுப்புடன் கூறினான்.

"கொண்ணுக்க.... எனக்கும் இந்த வேலை எல்லாம் மிச்சம்.... ", என அசட்டையாகக் கூறியபடிப் படுத்துறங்கினான்.

"வழி தெரிஞ்சதா?", எனக் கேட்டபடி ம்ரிதுள் உள்ளே வந்தான்.

"மடகாஸ்கர் போகணும்"

"அங்க எங்க?"

"இட்சிங்கி"

"அது சதுப்பு நிலப்பகுதி தானே"

"அங்க தான் வழி இருக்கு"

"அப்ப மால்டெவிஸ் கல்ப் எல்லாம்?"

"அது எனக்கு தெரியாது"

"எப்ப போகணும்?"

"இன்னும் கொஞ்சம் எனக்கு டைம் வேணும்"

"இரண்டு நாள் உனக்கு அங்க கிடைக்கும்"

"ம்ம்ம்....தேங்க்ஸ்", அதையும் இறுக்கமாகவே கூறினாள்.

"ம்ம்.... நீ சிரிக்கவே மாட்டியா?"

"சிரிக்க இங்க ஒன்னும் இல்ல", கத்தரித்தாற் போலவே இருவருக்கும் உரையாடல் நிகழ்ந்தது.

"கஷ்டம்....", எனக் கூறிவிட்டு அங்கிருந்துச் சென்றான் ம்ரிதுள்.

39 - காற்றின் நுண்ணுறவு

தசாதிபனும் தர்மதீரனும் சென்னைத் திரும்பி வந்து அடுத்த இடத்திற்குப் புறப்படத் தயாராகினர்.

"தர்மா... நாம மடகாஸ்கர் போகணும்", என தசாதிபன் கூறினார்.

"அங்கயா? அங்க எதுக்கு?", தர்மதீரன்.

"அங்க தான் அவனுங்களும் வந்தாகணும்... நான் நாச்சியாவுக்கு அதை தான் எழுதி குடுத்தேன்", எனக் கூறினார்.

"நிச்சயமா அவங்க வருவாங்கன்னு என்ன நிச்சயம் சார்", முகுந்த் கேட்டான்.

"அவன் தேடற இடத்துக்கான வாசல் அங்க தான் இருக்கு", எனத் தீர்க்கமான குரலில் கூறினார்.

தர்மனும், முகுந்தும் , சோழன் மற்றும் வழுதியுடன் கலந்தாலோசித்து மடகாஸ்கர் செல்ல ஏற்பாடுச் செய்தனர்.

அடுத்தநாள் தான் அவர்களுக்கு அதற்கு டிக்கெட் கிடைத்தது.

தர்மதீரன், சுதாகர், தசாதிபன் மூவரும் மடகாஸ்கர் நோக்கி புறப்பட்டனர்.

நாச்சியாவும், இனியனும் ம்ரிதுள்ளுடன் தனிவிமானத்தில் தோஹாவிற்குப் பறக்க ஆரம்பித்தனர்.

ம்ரிதுள்ளின் ஆளுமை இனியனை வியக்கவைத்தது.

நாச்சியா ம்ரிதுள்ளிடம் காட்டும் நிமிர்வு அவனை இரசிக்கவைத்தது.
"ம்ரிதுள்....", இனியன் மெல்ல அழைத்தான்.
"ம்ம்...."
"தோஹா போய் எங்கள கொல்லப் போறியா?"
"இல்ல"
"வேற எங்க வச்சி எங்கள கொல்லப்போற?"
"தொனதொனன்னு பேசினா இங்க இருந்து உன்ன கீழ தள்ளிவிட்றுவேன்", என நாச்சியாவை ஓரக்கண்ணால் பார்த்தபடிப் பதில் கொடுத்தான்.
"ஓஹ்ஹோ.... கதை அப்படி போகுதா? அப்பறம் எதுக்கு கொஞ்ச நேரத்துக்கு முன்ன அவ்வளவு டயலாக் பேசணும் ?", எனக் கிண்டலடித்தான்.
"ஷட் அப் இனியன்", என நாச்சியார் சத்தம் போட்டாள்.
"இப்ப நீங்க ஏன் நடுவுல பேசறீங்க மேம்? நான் அவன தானே கேட்டேன்.... நம்மல ப்ளேன்ல கூட்டிட்டு போறான். அங்க போய் என்ன பண்ணுவான்னு தெரிஞ்சிக்க வேணாமா? ", இனியன்.
"உன்ன கொல்ல நான் ஏன் தோஹா வரைக்கும் இழுத்துட்டு போகணும்? காட்டுலையே கொண்ணு பொதைச்சி இருப்பேன்..... நாச்சியா.... அன்னிக்கு நீ கேட்டதுக்கு பதில் இப்ப சொல்றேன்", என அவள் பக்கம் பார்த்துப் பேச ஆரம்பித்தான் ம்ரிதுள்.
"அதித் ஓவிஸ்கர்... என் அண்ணன். என் அப்பாவோட முதல் மனைவியோட பையன்"
"ஆனா அவன பாத்தா அரேபியன் மாதிரி இருக்கான்", நாச்சியா இடையில் தன் சந்தேகம் கேட்டான்.
"எங்கப்பா தமிழ்நாட்டுக்காரர் தான். என் அம்மாவும் தமிழ் பொண்ணு. எங்கப்பா கூலி வேலைக்கு தான் தோஹா போனாரு. அங்க எதிர்பாராத விதமா நடந்த ஒரு விஷயம் அவர அன்டர்க்ரவுண்ட் கிங் ஆ மாத்திரிச்சி. அதுக்கப்பறம் அதித்தோட அம்மாவ அவருக்கு கட்டிவச்சாங்க. அவங்க அரேபியன்..எல்லாம் ஒரு வகை ஆப்ளிகேஷன்னு சொல்லலாம்..... அதுக்கப்பறம் அரேப்ல டாப் கேங்க்ஸ்டர். நிறைய பிஸ்னஸ் இருக்கு. நிறைய கருப்பு பணத்த பிஸ்னஸ்ல போட்டு வெள்ளையாக்கிட்டு இருக்கோம். என் அம்மாவ என் அப்பா காதலிச்சு கல்யாணம் பண்ணிகிட்டாரு. என் அம்மாவும் தோஹால தான் இருந்தாங்க. அம்மாவுக்கு அப்பா தான் எல்லாமே. எட்டு வருஷத்துக்கு முன்ன அப்பா ஒரு ஆக்ஸிடெண்ட்ல இருந்துட்டாரு. எங்களோட இரண்டு அம்மாங்களும் தான். அதுக்கப்பறம் அதித் மெண்டலி டிஸ்டர்ப் ஆகிட்டான்.... எதேதோ சொல்வான் , யார் யாரையோ தேடுன்னு ஆளுங்கள அனுப்புவான்..... அப்ப", இடையில் மற்ற இருவரின் முகத்தைப் பார்த்துவிட்டு தண்ணீர் குடித்துவிட்டு மீண்டும் தொடர்ந்தான்.

"அவன் மெண்டல் ஆகிட்டான் அதானே", இனியன் நக்கலாகக் கேட்டான்.

"இதுல்லாம் சொல்றது நீ கிண்டல் பண்றதுக்கோ உங்க அனுதாபத்த வாங்கறதுக்கோ இல்ல இனியன். அதித் எதை தேடறான்னு எனக்கு தெரியல.... இந்த நாலு வருஷமா பல இடத்துல இருந்து பல பொருட்கள திருடிட்டு வந்து வச்சிருக்கோம்.... ஏன் எதுக்குன்னு சொல்லமாட்டேங்கறான்.... அவன் எதை தேடறான்னு எனக்கு தெரியணும் நாச்சியா", என அவளைப் பார்த்தான்.

"எனக்கும் சரியா தெரியாது. ஏதோ ஒரு இடம். கடலுக்குள்ள இருக்கு. இதுவரை எனக்கு கிடைச்ச தடயங்கள், வாசகங்கள் வச்சி அவ்வளவு தான் தெரியும்.... ", நாச்சியார்.

"அப்பறம் மடகாஸ்கர் போகணும்னு எதுக்கு அவ்வளவு உறுதியா சொல்நீங்க மேம்", இனியன் இடையில் தன் சந்தேகத்தைக் கேட்டான்.

"அங்க இருக்கற ஒரு பகுதிய தான் நான் தேடின வரை காட்டுது... அங்க போய் பாத்தா தான் அதுக்கு மேல என்னனு புரியும்", நாச்சியார்.

"உன் ப்ரோபஸருக்கு அது என்னனு தெரியும் தானே?", ம்ரிதுள் சந்தேகத்துடன் கேட்டான்.

"தெரியலாம்..... தெரியாமலும் இருந்திருக்கலாம். ஆனா அவர் தான் இப்ப இல்லையே", என அவனை முறைத்தாள்.

"முறைக்காத.... அவன் தேட்ற இடத்தால அடுத்து வர போற பின்விளைவுகள் பத்தி அன்னிக்கு பேசினியே அதுக்கு என்ன அர்த்தம்?", ம்ரிதுள்.

"போககூடாத இடத்த அவன் தேடறான்னு அர்த்தம். தெரிஞ்சிக்க கூடாத விஷயங்களை அவன் தெரிஞ்சிக்க நினைக்கறான்னு அர்த்தம். அது போல விஷயங்கள் வெளியே வந்தா அதனால இழப்புகள் மட்டும் தான் நடந்திருக்கு. அந்த சங்கிலி விளைவுகள யாராலையும் கட்டுப்படுத்த முடியாது..... நிறுத்தவும் விடாது.... அப்படி ஒரு விஷயத்தை தான் நாம தொட்டு இருக்கோம்", என அவள் கூறி முடிக்கும்போது இறுக்கமானச் சூழ்நிலை உருவாகியது.

"இதுக்கு வல்லகிய எதுக்கு கடத்தணும்?", இனியன்.

"அந்த பொண்ணுக்கு சூப்பர் பவர் இருக்கறதா சொல்றாங்க", ம்ரிதுள் மதுபானத்தை உறிஞ்சியபடிக் கூறினான்.

"வாட்?", நாச்சியார் புரியாமல் கேட்டாள்.

"ஏன் இனியன் நீ எதுவும் சொல்லலியா?", என ம்ரிதுள் அவனை இழுத்தான்.

"அது வந்து மேம்... உங்க தங்கச்சி உடம்புல ஏதோ மாற்றங்கள் நடந்திருக்கு. அவங்களால காத்த படிக்க முடியுதுன்னு சொல்றாங்க", இனியன் தயங்கித் தயங்கிக் கூறினான்.

"புரியல.... காத்த படிக்கறதா....என்ன உளர்ற நீ?"

"நான் அசிஸ்டண்ட் கமிஷனர்ங்க.... நிஜமா தான் சொல்றேன்.... என்ன நடந்துச்சின்னு எனக்கு சரியா தெரியாது ஆனா அவ நார்மலா இல்ல", என ஆரம்பித்து வல்லகியை தர்மனுடன் தேடி அலைந்தது முதல், கடைசியாக பிறைசூடன் இல்லத்தில் இருந்து கடத்தப்பட்டது வரை அவனுக்-குத் தெரிந்த விஷயங்களைக் கூறினான்.

"அந்த ஜிதேஷ்அ தான் நீ டார்ச்சர் பண்ணியா?", நாச்சியார் ம்ரிதுளைப் பார்த்துக் கேட்ட்ள்.

"ஆமா... அவன் எங்களுக்கு துரோகம் பண்ணிட்டான்.... நாங்க திரு-டின பொருள, எங்க கிட்ட இருந்து திருடப் பாத்தான்", ம்ரிதுள்.

"பிச்சை எடுத்தானாம் பெருமாளு அதை புடுங்கி திண்ணானாம் அனு-மாருங்கற கதையா இருக்கு", இனியன் டக்கென கலாய்க்கவும் துப்பாக்கியை அவன் தலையில் வைத்தான் ம்ரிதுள்.

இனியனும் துப்பாக்கியை மெல்லத் தள்ளிவிட்டு, "நான் எப்பவும் இப்படி சிரிச்சிட்டே இருக்க மாட்டேன் ம்ரிதுள். உன்கூட ஏன் கிளம்பி வர்றேன்னு உனக்கு தெரியும்.. நாச்சியாவுக்கும் தெரியும்.... இந்த சீன் எல்லாம் என்-கிட்ட வேணாம்", என சிரித்தபடி எச்சரித்துவிட்டு நாச்சியாவிடம் திரும்பி-னான்.

நாச்சியா ஏதோ சிந்தனையில் ஆழ்ந்திருந்தாள்.

"ஏங்க.... இங்க ஒருத்தன் என் தலைல துப்பாக்கி வைக்கறான். அதை கவனிக்காம நீங்க என்ன யோசனைல இருக்கீங்க ?", இனியன்.

"நீ சாகலல... விடு.... எனக்கு நிறைய சந்தேகம் இருக்கு", என ம்ரி-துள்ளைப் பார்த்தாள்.

"நல்ல வார்த்தை.... எல்லாம் என் நேரம்....", என முனகியபடிச் சென்று வேறு இடத்தில் அமர்ந்துக்கொண்டான்.

"உன் சந்தேகத்துக்கான பதில் தோஹால கிடைக்கும். இனியன் உன் டீம்அ கான்டாக்ட் பண்ண ட்ரை பண்ணாத... எனக்கு அதித் முழுசா வேணும். அவன் மட்டும் தான் எனக்கு இப்ப சொந்தம்னு இருக்கான்", தீவி-ரமானக் குரலில் கூறினான்.

"ஏன் உங்களால இறந்தவங்க குடும்பத்துக்கும், கடத்தப்பட்டவங்களுக்கும் குடும்பம் இல்லையா?", இனியன் கோபமாகக் கேட்டான்.

"என் தலையீடுனால தான் இன்னிக்கு நாச்சியா டீம் உயிரோட இருக்கு ... அவங்க குடும்ப ஆளுங்களும் உயிரோட இருக்காங்க", கோபமாகவே பதிலைத் திருப்பிக் கொடுத்தான்.

"அப்பறம் ஏன் நீ ப்ரோபசர கொன்ன?", நாச்சியார்.

"அவர் சாகல... பொழச்சிட்டாரு... அது உனக்கும் தெரியும்... ", எனக் கூறி, அவர்களுக்கு அதிர்ச்சிக் கொடுத்தான்.

இனியனும் நாச்சியாவும் ஒரு நொடி தங்களைப் பார்த்துக் கொண்டனர்.

"இவ்வளவு ப்ளான் போட்டு ஆளுங்கள வழிநடத்தற எனக்கு தெரியாதா அவர் உயிரோட இருக்காரா.... இல்லையான்னு? இப்பகூட தோஹா கிளம்ப போலி பாஸ்போர்ட் ரெடி பண்ணி இருக்காங்க.... எதையோ தேடி மிஸ்டர் தர்மதீரனோட மறுபடியும் காட்டுக்கு போயிருக்காரு... ", என அங்கு நடப்பதை இவர்களுக்குக் கூறினான்.

"இவ்வளவு தெரிஞ்சும் ஏன் எங்கள எதுவும் செய்யல ? ஏன் அதித் செய்ற வேலைக்கு நீ துணை போற?", இனியன் புரியாமல் கேட்டான்.

"அவனை காப்பாத்திக்க தான் உங்கள இப்பவரை உயிரோட விட்டுவச்சிருக்கேன். டோன்ட் ட்ரை எனிதிங் நான்சென்ஸ்.... நாம லேண்ட் ஆகப் போறோம். ரெடியாகுங்க...", எனக் கூறிவிட்டு அங்கிருந்து நகர்ந்தான்.

"இவன் நல்லவான கெட்டவனா?", என இனியன் தனக்குத் தானே கேட்டுக்கொண்டான்.

"எதுவா இருந்தாலும் அவனுக்கு அவன் அண்ணன் முக்கியம். எனக்கு என் தங்கச்சி முக்கியம் மிஸ்டர் இனியன்.. தர்மா... தர்மதீரன்னு சொன்னீங்களே அது யாரு?", எனக் கேட்டாள்.

இனியன் தர்மனைப் பற்றிய விவரங்களைக் கூறியதும், "அவர் எந்த காலேஜ்ல படிச்சாரு?", எனக் கேட்டாள்.

"தெரியல.. ஏன்?", இனியன் சிரித்தபடிக் கேட்டான்.

"என் காலேஜ்ல ஒருத்தர் இதே பேருல இருந்தாரு. அதான் அவரான்னு தெரிஞ்சிக்க கேட்டேன்", நாச்சியா எந்த தடுமாற்றமும் இல்லாமல் பதிலளித்தாள்.

"இவங்க குடும்பத்தையே கொண்டு போய் ஆராய்ச்சி பண்ணணும். எந்த ரியாக்ஷனும் காட்டாம எப்படிதான் பேசறாங்களோ? ப்ரோ.... இங்க ஈரம் இருக்கும்னு பாத்தா பாறையா இருக்கு", என மனதிற்குள் தர்மனிடம் பேசிக்கொண்டான் இனியன்.

பலமணிநேர பயணத்திற்கு பிறகு அதித் இருக்கும் இடம் வந்து சேர்ந்தனர் அனைவரும்.

இனியனை அவன் வேஷம் கலைக்கவேண்டாமென கூறியே அழைத்து வந்திருந்தான்.

விஜய் சௌந்தர் தான் ம்ரிதுள்ளை முதலில் வரவேற்க நின்றிருந்தார்.

"யோகேஷ் வரலியா ம்ரிதுள்?", எனத் தன் மகனைப் பற்றிக் கேட்டார்.

"கொஞ்சம் வேலை குடுத்திருந்தேன் அங்கிள். வந்துடுவான். அதித் எங்க இருக்கான்? ", எனக் கேட்டான்.

"அவர் ரூம்ல தான் இருக்காரு ... நிலைமை கொஞ்சம் மோசமா தான் இருக்கு... இராத்திரில இன்னும் கொடுமையா இருக்கு....டைஸி தான் சமாளிச்சிட்டு இருக்கா.... ", என வருத்தக் குரலில் கூறினார்.

"சரி வாங்க பாத்துக்கலாம். இவன் நம்பர் 50..... இந்த பொண்ண 24*7 வாட்ச் பண்ண சொல்லி போட்டிருக்கேன். இவங்களுக்கு ரூம் எங்க அரேஞ்ச்

பண்ணி இருக்கீங்க?", ம்ரிதுள்.

"இங்க தான்", விஜய்சௌந்தர்.

"நான் வல்லிகியோட தான் தங்குவேன் மிஸ்டர் ம்ரிதுள்", நாச்சியா கனீர் குரலில் கூறினாள்.

"நீ தான் அந்த பொண்ணா.... கேள்விபட்ட மாதிரி தான் இருக்க....", என விஜய்சௌந்தர் அவளருகில் வந்து அவளைப் பார்த்துவிட்டு உள்ளே சென்றார்.

இனியன் அங்கு இறங்கியதும் வேஷத்திற்குத் தகுந்தாற்போல செயற்புரிய ஆரம்பித்தான்.

அவளின் நிமிர்வும், ஆளுமையான பார்வையும் அங்கிருப்பவர்களை இரண்டடித் தள்ளியே நிறுத்தியது.

அதித் இருக்கும் அறைக்கு முன்பு வந்ததும், அவன் அனுமதி பெற்று அனைவரும் உள்ளே சென்றனர்.

"ஹேய் ம்ரிதுள் ...... வா வா... உன்ன நான் ரொம்பவும் மிஸ் பண்ணேன் டா", என அவனை அணைத்துக்கொண்டான் அதித்.

"எப்படி இருக்க அதித்?", ம்ரிதுள்.

"நல்லா இருக்கேன். உன்னால ஒரு மாசத்துல என் தேடல் முடிஞ்சிரிஞ்சி. நீ சொன்னத செஞ்சிட்ட டா.... ", என அவன் தோளில் தட்டிக்கொடுத்தான்.

"மிஸ்டர் அதித் ஒவிஸ்கர்", நாச்சியார் அவனை அழைத்தாள்.

குரல் கேட்டு திரும்பியவன், அவளைப் பார்த்துவிட்டு ம்ரிதுள்ளைப் பார்த்தான், " நாச்சியா", என அவன் கூறியதும் அவளை வரவேற்றான்.

"வெல்கம் நாச்சியார்.... பேருக்கு தகுந்தமாதிரி ரொம்பவே கம்பீரமா இருக்க.... உன்ன ஏன் தசாதிபன் தேர்ந்தெடுத்தார்னு இப்ப தான் தெரியுது.... நான் நாலு வருஷமா தேட்ற விஷயத்த நீ ஒரு மாசத்துல பிடிச்சிட்ட.... க்ரேட் ஜாப்", அதித் மனம் விட்டு பாராட்டிக் கைக்கொடுத்தான்.

அவள் அவன் கைகளைக் கண்டும் கைக்கொடுக்காமல், "வல்லகி எங்க?", அவனிடம் கேட்டாள்.

"நல்ல மரியாதை.... ம்ரிதுள் நீ சொன்னது சரிதான்டா.... டைஸி டார்லிங் இவங்கள அங்க கூட்டிட்டு போ.... அந்த பொண்ண காட்டிட்டு கூட்டிட்டு வந்துடு", எனக் கூறினான்.

"மிஸ்டர் அதித்.... நான் என் தங்கச்சியோட தான் இருப்பேன்....உங்க வேலை இன்னும் முழுசா முடியலை. சோ... என்னை கன்ட்ரோல் பண்ண ட்ரை பண்ணவேணாம்.... நான் வல்லகியோட தான் தங்குவேன். அதுக்கு ஏற்பாடு பண்ணச் சொல்லுங்க", எனக் கூறிவிட்டு ம்ரிதுள்ளைப் பார்த்தாள்.

"ஏய்.... யார்கிட்ட திமிரா பேசுறன்னு தெரியுமா?", என விஜய் சௌந்தர் முன்னே வந்தார்.

"திருடன்.. கடத்தல்காரன்…. கொள்ளைக்காரன்…. ஏன்… கொலை-காரனும் கூடன்னு நல்லாவே தெரியும் ", என அவரின் கண்பார்த்துப் பதில் கொடுத்தாள்.

"நாச்சியா", என ம்ரிதுள் சத்தம் கொடுக்க, அதித் அவனை அமைதி-யாகும்படி சைகைகாட்டிவிட்டு , "உன் தைரியம் ரொம்பவே பிடிச்சிருக்கு…. உன் கண்ல என்னமோ இருக்கு… அதுவே மத்தவங்கள உனக்கு பணிஞ்சி போக வைக்குது… ஆனா நான் ஓவிஸ்கர் .. அதித் ஓவிஸ்கர்…. உனக்கு பணிஞ்சி போகமாட்டேன். நீ நான் சொல்றபடி செஞ்சா தான் உன் தங்கச்சி உயிரோட இருப்பா இல்லைன்னா ஒரே இன்ஜெக்ஷன்…. வேற உலகத்துக்கு போயிடுவா… இந்த மிரட்டல் என்கிட்ட வேணாம் பேபி", என முன்னே வந்து அவளை நேருக்கு நேர் பார்த்துக் கூறினான்.

"உன்னால முடியாத விஷயத்த தான் நீ என்னை செய்ய சொல்லி இருக்க அதித். உனக்கு நான் அடங்கி போகணும்னு எதிர்பாக்காத… உனக்கு சரியான வழிய தான் நான் சொல்றேனா இல்லையான்னு நீ தெரிஞ்-சிக்கும்போது உயிரோட இருக்கமாட்ட…. என் வேலைய நான் செய்ய-ணும்னா என் இஷ்டப்படி விடு. இல்லன்னா இத்தனை நாள் நான் கண்டு-பிடிச்ச விஷயங்கள உனக்கு கிடைக்காம செய்யமுடியும்", நாச்சியார் சிறிதும் அசராமல் பதில் கொடுத்தாள்.

"ஏய் நீ….", என விஜய் சௌந்தர் அவளை அதட்டினார்.

"அங்கிள்……", என அவரை அமைதிப்படுத்தியவன் அவள் கேட்ப-தைக் கொடுக்கச் சொல்லி ஆணையிட்டான்.

ம்ரிதுள்ளும் , இனியனும் உள்ளுக்குள் அவளின் தைரியத்தை மெச்சி-னாலும் சிறிது பயம் கொண்டனர்.

"சச் எ அட்டிட்டயூட் கேர்ள் ம்ரிதுள்….இவள ஆளணும்டா", என நடந்து செல்பவளைப் பார்த்தபடிக் கூறினான்.

ம்ரிதுள் கண்காட்ட இனியன் அவள் பின்னால் சென்றான்.

"அது இப்ப நடக்காது அதித். நம்ம வேலைய முதல்ல பாக்கலாம்…. நீ சொன்னபடி நான் செஞ்சிட்டேன். நான் சொல்றத நீ இனி கேக்கணும்",என அவனைத் தன்பக்கம் திருப்பினான் ம்ரிதுள்.

"அந்த இடத்துக்கு போயிட்டு வந்தப்பறம் நீ சொல்றபடி நான் நடந்துக்-கறேன் ம்ரிதுள். சத்தியம் பண்ணிட்டேன்ல…. வா ரெஸ்ட் எடு… மத்த டீம் மெம்பர்ஸ் ரிலீஸ் பண்ணிட்ட போல…. யோகேஷ் எப்ப வரான்?", என ம்ரி-துள் தோள்மீது கைபோட்டபடி நடந்தான்.

டைஸி நாச்சியாரைப் பார்த்தபடிப் படகில் வந்தாள்.

"நீ அந்த பொண்ணோட அக்கா தானே?", எனக் கேட்டாள்.

ஆம் என தலையசைத்தாள்.

"போத் சோ டிபரண்ட் ப்ரம் அதர்ஸ்…. அந்த பொண்ணும் தைரியமா இருக்கு ஆனா உன்ன மாதிரி அதிகாரம் பண்ணல…. நீ இப்படி இருந்தா,

இங்க இருந்து உயிரோட போகமுடியாது", என டைஸி சிகரெட்டைப் பற்ற-வைத்தபடி எச்சரித்தாள்.

நாச்சியா ஒரு இளக்காரமான இளநகையைப் பதிலாகக் கொடுத்துவிட்-டுத் திரும்பிக் கொண்டாள்.

"உன் தங்கச்சி அந்த பில்டிங்ல இருக்கா.... ஹேய் 50.... அவமேல எப்பவும் கண் இருக்கட்டும்.... உனக்கு மத்த செக்யூரிட்டி திங்ஸ் அண்ட் டீடைல்ஸ் குடுக்க சொல்றேன்..", எனக் கூறிவிட்டு மீண்டும் போட்டில் திரும்பிச் சென்றாள்.

"மேம்.... என்ன மேம் நீங்க இப்படி இருக்கீங்க?", இனியன் சுற்றிலும் ஒருமுறைப் பார்த்துவிட்டு மெதுவாகக் கேட்டான்.

"எப்படி இருக்கேன்?"

"இவ்வளவு அசால்டா அவன எதிர்த்து பேசறீங்க... பொட்டுன்னு துப்-பாக்கில போட்டு இருந்தா என்னாகறது? பயமே இல்லையா உங்களுக்கு?", இனியன்..

"பயப்படறதால என்ன ஆகப்போகுது இனியன்.. நம்மலால தான் அவனுக்கு வேலை ஆகணும். அவனால நமக்கு ஆகறது ஒன்னும் இல்ல... தவிர நிறைய தடவை நாங்க காட்டுல இருந்து தப்பிக்க முயற்சி பண்ணியும் எங்கள கொல்லல.. அவனுக்கு நாம ரொம்பவே முக்கியம். நம்மல கொன்னா அவனுக்கு தான் நஷ்டம். சோ இப்ப சொல்லுங்க பயம் யாருக்கு இருக்க-ணும்?", நாச்சியார் அவனைத் திருப்பிக் கேட்டாள்.

"அவனுக்கு தான்", இனியன்.

"கரெக்ட். வாங்க போலாம்", என முன்னே நடந்தாள்.

அவளை அழைத்துக்கொண்டு வந்தவன் வாசலில் நின்று, அவர்களை உள்ளே செல்லக் கூறினான்.

நாச்சியார் சுற்றிலும் பார்த்தபடி அந்த ரூமைத் தாண்டிப் பின்பக்கம் சென்றாள்.

பிறைசூடன் வல்லகியின் மூச்சடைக்கும் திறனைப் பரிசோதித்துக்கொண்-டிருந்தார். நீச்சல் குளத்தில் வல்லகி மூச்சடக்கி உள்நீச்சல் அடித்துக்கொண்-டிருந்தாள்.

பாலா தான் முதலில் நாச்சியாரைப் பார்த்தாள்.

"அக்கா....", என ஓடிச்சென்று அவளைக் கட்டிக்கொண்டாள்.

"ஹேய் வதனி.... எப்படி இருக்க? ",எனச் சிரிப்புடன் விசாரித்தாள்.

"அப்பாடா சிரிக்கறாங்க", என இனியன், நாச்சியார் பாலாவைப் பார்த்-துச் சிரிப்பதைக் கண்டுக் கூறினான்.

"ஏன் அவங்க சிரிப்புக்கு என்ன ஏசிபி சார்?", எனச் சத்தமாகக் கேட்-கவும் அவன் அவள் வாயை மூடினான்.

"ஸ்ஸ்ஸ்... நான் யாருன்னு இங்க யாருக்கும் தெரியாது... நீ கத்தாத", எனக் கூறினான்.

"ஒரு மீசையும் மருவும் வச்சா மாறுவேஷமா? மாறுவேஷத்துக்குண்டான மரியாதை போச்சே உங்களால...", என பாலா அவனை வாரினாள்.

"உங்க ஊருல எல்லாருமே இப்படி தானா? கடத்திட்டு வந்து வச்சிருக்க பயம் இல்லாம, இப்படி சிரிச்சி வாயடிச்சிட்டு இருக்கீங்க?", என இனியன் கடிந்துக்கொண்டான்.

"நாங்களா அவன கடத்த சொன்னோம். அவனா கடத்தினான்..அவன் தானே அனுபவிக்கணும்.... நீங்க கம்முன்னு இருங்க... நாச்சிக்கா.... உங்கள நாங்க எவ்ளோ மிஸ் பண்ணோம் தெரியுமா ?", என அவளை மீண்டும் கட்டிக்கொண்டாள்.

இனியன் பாலாவை முறைத்தபடி நின்றிருந்தான்.

"நானும் தான்டா வதனி... நீங்க இரண்டு பேரும் எப்படி இருக்கீங்க? நீ எப்படி டா இருக்க? வல்லா எங்க?", எனக் கேட்டாள்..

"நல்லா இருக்கேன். நீங்க எப்படி இருக்கீங்க? ரொம்ப கருத்துட்டீங்க... வகி அங்க தான் இருக்கா வாங்க", என அவளை இழுத்துக்கொண்டு ஓடி வந்தாள்.

"ஏய் வகி நாச்சியாக்கா வந்துட்டாங்க டி", எனக் கத்தினாள்.

நீருக்கு அடியில் மூச்சடிக்கிக்கொண்டு இருந்தவளுக்கு இவள் சொன்னது காதில் விழவில்லை.

பத்து நிமிடம் ஆகியும் அவள் மேலே வராததுக் கண்டுப் பதறிய நாச்சியா, "என்னாச்சி இன்னும் காணோம்?", எனக் கேட்டாள்.

"ப்ராக்டீஸ் பண்றாக்கா.... இருங்க வருவா.... போன தடவை பதினைஞ்சு நிமிஷம் இருந்தா... இப்ப அத விட ஒரு நிமிஷம் அதிகமா இருந்தா தான் பெட்டர் ஆகறாளான்னு தெரியும்", எனக் கூறி காத்திருக்கச் செய்தாள்.

முழுதாக பதினெட்டு நிமிடம் கழித்து மேலே வந்தவள் முன்பு நாச்சியா நின்றிருந்தாள்.

"ஹேய் நாச்சி", என வல்லகி நீரில் இருந்து கண்சிமிட்டும் நேரத்தில் மேலே வந்து அவளைக் கட்டிக்கொண்டாள்.

"என்னடி இது ? என்ன நடக்குது இங்க?", என அவள் தலையைத் துவட்டியபடிக் கேட்டாள்.

பாலாவும் வல்லகியும் மாறி மாறி இதுவரை தங்களது வாழ்வில் நடந்ததை விவரித்தனர். இனியன் கூறியதைக் கேட்டிருந்ததால் உன்னிப்பாக வல்லகியின் மாற்றத்தைப் பற்றி அவளே கூறுவதை நன்கு கவனித்தாள்.

தசாதிபன் எழுதிக் கொடுத்தக் கடைசி வரிகளின் அர்த்தம் இப்போது புரிந்தது.

அனைத்தையும் கேட்ட நாச்சியார், "வல்லா.... உன்ன நார்மல் பண்ண முடியாதா?", எனக் கேட்டாள்.

"முடியாது நாச்சியா", எனக் கூறியபடி பிறைசூடன் அங்கே வந்தார்.

"நீங்க?"

"பிறைசூடன்"

"நீங்களா.... நல்லாவே வேஷம் போட்டு இவங்கள இங்க கூட்டிட்டு வந்திருக்கீங்க போல", என முறைத்தபடிக் கூறினாள்.

"இல்ல நாச்சியா....", என அவர் தொடங்கும்முன், "நாச்சியாக்கா... அவர் வேணும்னு எதுவும் பண்ணல..... எல்லாமே சூழ்நிலை அப்படி அமைஞ்சிருச்சு.... அவர் தான் இப்பவும் எங்களை பத்திரமா பாத்துக்கறார்", என பாலா அவருக்காகப் பேசினாள்.

"ஆமா நாச்சியா.... அவர் மேல முழு தப்பு இல்ல... எல்லாமே சூழ்நிலை... நீ எப்படி இங்க?", என வல்லகி கேட்டாள்.

பின் பிறைசூடனை ஏஞ்சல் அழைக்க, அவர்களைப் பின்னர் சந்திப்பதாகக் கூறிவிட்டு அங்கிருந்து நகர்ந்தார்.

அவர் அந்த பக்கம் சென்றதும் வல்லகி இனியன் அருகில் வந்து,"என்ன ஏசிபி சார்.... மாறுவேஷமெல்லாம் பயங்கரமா இருக்கு... ஆனா மனசுல ரொம்ப உதறல் எடுக்குது போலவே", எனக் கிண்டலாகக் கேட்டாள்.

"உங்க யாருக்கும் என்மேல பயம் இல்லாம போச்சி... ஊருக்கு போய் வச்சிக்கறேன் உங்கள... ", இனியன் வார்த்தைகளைக் கடித்துத் துப்பினான்.

"சரி சரி... டென்ஷன் ஆகாதீங்க... வாங்க உங்களுக்கு ஒருத்தன இன்ட்ரோ பண்றேன்... நமக்கு யூஸ் ஆகலாம்....அவனும் நம்மல மாதிரி தான் ", எனக் கூறிவிட்டு ஜேக்கை அழைத்தாள்.

ஜேக் அங்கு வந்ததும் அவர்களுக்கு அறிமுகப்படுத்திவைத்துவிட்டு, பின்னர் பேசிக்கொள்ளலாம் என அனுப்பியும் வைத்துவிட்டாள்.

"எல்லார்கிட்டயும் பேசி முடிச்சிட்டியா ? இப்ப நான் பதில் சொல்லட்டுமா?", என நாச்சியா எரிச்சலுடன் கேட்க, "வா ரூம்க்கு போலாம்... வாங்க சார் போலாம்", எனத் தாங்கள் தங்கி இருக்கும் அறைக்கு அழைத்துச் சென்றாள்.

நாச்சியாவும் அவள் கடத்தப்பட்டது முதல் இங்கு வந்தது வரை அவர்களுக்குத் தேவையானதை மட்டும் கூறினாள்.

பாலா சாப்பிட எதாவதுக் கொண்டு வருவதாகக் கூறி இனியனை உடன் அழைத்துக்கொண்டுக் கிளம்பினாள்.

"என்ன விஷயம் நாச்சியா? ஏன் டல்லா இருக்க?", வல்லகி கேட்டாள்.

"உன்ன இதுல இழுக்க எனக்கு விருப்பம் இல்ல வல்லா...."

"ஆனா காலம் அப்படி தான் கொண்டு போகுது நாச்சியா....", எனக் கூறி ஒரு நொடி அமைதிகாத்து, "என்னால காத்த படிக்க முடியுது நாச்சியா.... அதுல பதிவாகி இருக்கறது என் கண்ணுக்கு தெரியுது.... அதுல இருக்க வலி, சந்தோஷம், ஏக்கம், களிப்பு இப்படி எல்லாமே என்னால உணரமுடியுது.... ஏதோ ஒரு காரணத்துக்காக என்னையும் உன்னையும் ஒன்னா வேலை செய்ய வைக்குது இந்த காலம். இப்ப விட்டா நாம ஒன்னா

எதுவும் செய்யமாட்டோம்.... நீயும் நானும் எதிரும் புதிருமா தான் இருப்-போம்", வல்லகி பேச்சில் நிதானமும் பக்குவமும் நன்றாகத் தெரிந்தது.

"இனிமே இருக்கமாட்டோம். உன்கிட்ட நிறைய மாற்றங்கள் தெரியுது வல்லா.... பக்குவம் நிதானம் எல்லாம் வந்துருக்கு.... பாப்போம்.... நீ ஜாக்கிரதை. பாலாவ நல்லபடியா பாத்துக்க. நாளைக்கு நாம கிளம்ப வேண்-டியதா இருக்கலாம்", எனக் கூறி எழுந்தாள்.

"எங்க போற?", வல்லகி.

"எனக்கு ரூம் எதுன்னு தெரியல கேக்க தான்", எனக் கூறினாள்.

"இந்த பில்டிங்ல நம்மல யாரும் எதுவும் கேக்கமாட்டாங்க.... எதிர்ல ஒரு ரூம் இருக்கு. அங்கயே இரு... நான் ஏஞ்சல் கிட்ட சொல்லி ஏற்பாடு பண்றேன்", என அவளை அமரவைத்துவிட்டு உடை மாற்றச் சென்றாள்.

" பிறைசூடன கூப்பிட வந்த பொண்ணு யாரு? "

"அவ தான் ஏஞ்சல். நல்ல பொண்ணு... பிறைசூடன் இத்தனை வரு-ஷம் செஞ்ச ஆராய்ச்சியோட ஐம்பது சதவீத வெற்றிப்பலன்", வல்லகி.

"மீதி ஐம்பது?"

"அந்த பொண்ண காணோம்.... நாம நிறைய விஷயங்களை பகிர்ந்துக்க வேண்டி இருக்கு நாச்சியா....", எனக் கூறிவிட்டுக் கடலைப் பார்த்து நின்-றாள்.

பாலாவும் இனியனும் உணவைக் கொண்டு வரக் கூறிவிட்டு மெல்ல நடந்துக்கொண்டிருந்தனர்.

"எப்படி இருக்க பாலா?", இனியன் மென்மையான குரலில் கேட்டான்.

"நல்லா இருக்கேன். எங்க வாழ்க்கை தான் நல்லா இல்ல", வருத்தமாகக் கூறினாள்.

"எல்லாம் சரியாகும் பாலா... "

"வகி... என் வகி ... அவள நார்மல் பண்ண முடியாது. நாச்சியாக்கா வாழ்க்கை இனி எப்படி போகும்னு தெரியாது... நடுவுல நாலு வருஷம் தான் நான் அவங்கள பிரிஞ்சி இருந்தேன் .... அவங்க என்னை அவங்க கூட பொறந்தவளா தான் பாக்கறாங்க .. பத்திரமா பாத்துக்கறாங்க... ஆனா என்னால அவங்களுக்கு எந்த உதவியும் பண்ண முடியல... "

"நீ எதுவும் செய்யணும்னு அவசியம் இல்ல பாலா... நீ எங்க இருந்-தாலும் அங்க சந்தோஷம் இருக்கும். வா வேகமா போலாம்... பிறைசூடன் உங்கள கஷ்டப்படுத்தலியே?", எனச் சந்தேகமாகக் கேட்டான்.

"இல்ல... ஒரு அப்பா மாதிரி தான் பாத்துக்கறாரு..... அவரும் இக்-கட்டான சூழ்நிலைல தான் இருக்காரு....", என ஏஞ்சல் மற்றும் கேட் பற்-றிக் கூறிக்கொண்டே அறைக்கு வந்திருந்தாள்.

"பாலா ஏஞ்சல் எங்க?", என அவள் வந்ததும் கேட்டாள்.

"தெர்ல வகி. லேப்ல இருக்கலாம்... ஏன்?"

"நாச்சியா தங்க எதிர்ல இருக்கற ரூம் ரெடி பண்ண சொல்லணும்"

"சரி சொல்லிடறேன்....", எனத் திரும்பியவளை வல்லகி தானும் வருவதாக உடன் சென்றாள்.

"மேம்....", இனியன்.

"சொல்லுங்க இனியன்...", நாச்சியா கடலை வெறித்தபடிக் கூறினாள்.

"ஏன் ஒரு மாதிரியா இருக்கீங்க?"

"கத்தில நிக்கறோம் இனியன். நான் வளத்த இரண்டு பேரும் அதுல நிக்கறாங்க....எப்படி இவங்களுக்கு எதுவும் ஆகாம வீட்டுக்கு கொண்டு போய் சேர்ப்பேன்னு தான் யோசனை பண்ணிட்டு இருக்கேன்", நாச்சியா பாரமான மனதுடன் கூறினாள்.

"நாங்க இருக்கோம் மேம். உங்க ப்ரோபஸரும், தர்மா ப்ரோவும் வந்துடுவாங்க... தவிர மத்த ஏற்பாடும் பண்ணிட்டு தான் இருக்கோம்... உங்க மூனு பேருக்கும் எதுவும் ஆகாம பாத்துக்கறது என் பொறுப்பு", என இனியன் வாக்குக் கொடுத்தான்.

"நல்லா தான் வாக்கு குடுக்கற இனியன். ஆனா அது நடக்குமான்னு யோசிச்சியா?", எனக் கேட்டபடி ம்ரிதுள் அங்கே வந்தான்.

"ஏன் முடியாதுங்கறியா?", இனியன் முறைத்தபடிக் கேட்டான்.

"முடியலாம்.... முடியாமையும் போகலாம்.... நாச்சியா முகத்துல கவலைய இன்னிக்கு தான் பாக்கறேன்.. கூட பொறந்தவ இங்க இருக்கான்னு இவ்வளவு வருத்தப்படற.. அதுவும் வெளிப்படையா அது முகத்துல தெரியற அளவுக்கு... நீயும் பொண்ணு தான்னு இப்ப ஒத்துக்கறேன்", என ம்ரிதுள் அவளைச் சீண்டினான்.

"என்ன விஷயமா வந்த?", நாச்சியா நேரடியாகக் கேட்டாள்.

"உங்க ப்ரோபஸர் மடகாஸ்கர் போக போலி பாஸ்போர்ட் வீசா எல்லாம் ரெடி பண்ணி இருக்காரு. இதுல அழகு என்னன்னா... நேர்மையான தர்மதீரன், இதுல பொறுமையா நின்னு எல்லாத்தையும் செய்றான். நல்ல திறமைசாலி தான் ஆனா இன்னும் டிபார்ட்மெண்ட்ல வேலை கிடைக்கல.. இனி கிடைக்குமா இனியன்?.... ", என அந்த அறையைச் சுற்றி வந்தபடிக் கேட்டான்.

"நீ இன்னும் விஷயத்துக்கு வரல ம்ரிதுள்"

"இது.. இதுதான் உன்கிட்ட எங்களுக்கு பிடிச்சிருக்கு நாச்சியா....", என அவள் அருகில் வந்து அவளை நேருக்கு நேர் பார்த்துவிட்டு, "நீ எனக்கு ஒரு விஷயத்தை க்ளியர் பண்ணணும்", எனக் கூறினான்.

"என்ன?"

"அதித் தேட்ற விஷயத்தை நீ எனக்கு தான் முதல்ல சொல்லணும். அவன் உயிருக்கு எதுவும் ஆகாதுன்னு உத்திரவாதம் குடுக்கணும். அப்படி குடுத்தா, இனியன் குடுத்த வாக்குறுதிய நானும் உனக்கு குடுக்கறேன்", எனக் கூறிவிட்டு அவள் முகத்தைப் பார்த்தான்.

"இதுக்கு பதில் நான் ப்ளைட்லயே சொல்லிட்டேன் ••• இந்த உலகத்துல மனுஷங்க தெரிஞ்சிக்ககூடாத விஷயங்கள் நிறைய இருக்கு. அப்படி ஒரு விஷயம் தான் இதுவும். அவ்வளவு தான் எனக்கு தெரியும். உள்ள என்ன இருக்குன்னு எனக்கு தெரியாது", உறுதியாகக் கூறினாள்.

"உன் ப்ரோபஸர இங்க கொண்டு வந்தா அவர் சொல்வாறா?", ம்ரிதுள்.

"அதுக்கு நாமலே அங்க போகலாம்", இனியன்.

"நாளைக்கு போய் தானே ஆகணும் இனியன்•••. ம்ரிதுள்.. நீங்க கொள்ளை அடிச்ச பல பொருட்கள் தேவைபடும். அதுல்லாம் நீ அனுப்பி வை நான் அதுல நாளைக்கு எது எது தேவைன்னு தேடணும்", எனக் கூறினாள்.

"நாச்சியா", என ம்ரிதுள் அடக்கப்பட்டக் கோபத்தில் அழைத்தான்.

"மிஸ்டர் ம்ரிதுள்•••. அவளுக்கு இப்படி பேசினா பிடிக்காது•••. உங்களுக்குத் தேவையான பதில் அந்த இடத்துக்கு போனா மட்டும் தான் தெரியும்••• இவகிட்ட இப்படி பேசினா வேலையாகும்னு நினைக்கறீங்களா?", எனக் கேட்டபடி வல்லகி உள்ளே வந்தாள்.

"சிஸ்டர்ஸ் ஆப் சேம் ப்ளட்•••.. ம்ம்•••. கொஞ்சம் தான் இரண்டு பேருக்கும் வித்தியாசம்••• நைஸ் மீட்டிங் யூ யங் லேடி",எனக் கைக்கொடுத்தான்.

"வணக்கம்••• நீங்க தமிழ் பையன் தானே ", எனக் கைக்கூப்பி வணக்கம் கூறினாள்.

"உங்க இரண்டு பேருக்கும் திமிர் அதிகம் தான்", என ம்ரிதுள் கைக்கூப்பியபடிக் கூறினான்.

"ஆனா அதை நீங்க வெறுக்கலையே மிஸ்டர். ம்ரிதுள்", என ஒரு புருவம் உயர்த்திக் கேட்டாள்.

"மனச படிக்கறியா காத்த படிக்கறியா?", ம்ரிதுள் அவளை ஆழமாகப் பார்த்தபடிக் கேட்டான்.

40 - காற்றின் நுண்ணுறவு

"காத்து வழியா மனச படிக்கறேன்••• உங்க மனநிலையும் எனக்கு இப்ப நல்லா தெரியுது••• உங்க மனசுல அடிக்கற அபாயமணிக்கு காரணம் உங்க அண்ணன் மட்டும் தான். அவனுக்கு பதில் தெரியும்.. முடிஞ்சா அவன கேட்டுக்கோங்க", என அவன் விழிப் பார்த்துக் கூறினாள்.

ம்ரிதுள் வல்லகியையும் நாச்சியாவையும் பார்த்துவிட்டு, "மறுபடியும் பாக்கலாம்", என அங்கிருந்துச் சென்றான்.

"வல்லா••• பதில் அதித்க்கு தெரியுமா?", என நாச்சியா சந்தேகமாக கேட்டாள்.

"அவன் ஆசையா தேட்ற விஷயம் அவனுக்கு தெரியுணும்ல நாச்சியா"

"என்ன சொல்றீங்க வல்லகி?", இனியன்.

"அவன் தேடறது இருட்ட.... வெளிச்சமா இருக்கற இடத்த இருட்டா மாத்த தான் அவன் நினைக்கறான். அது சம்பந்தமா ஏதோ அவனுக்கு கிடைச்சத வச்சி கடலுக்கு ஆளுங்கள அனுப்பி இருக்கான்", என ஜேக் மற்றும் ஏஞ்சல் சென்றது முதல், அங்கு நடந்த விஷயங்களைக் கூறினாள்.

அப்போது ஜேக் அங்கே வரவும் அவன் எடுத்தக் காட்சிகளை அவர்களுக்குப் போட்டுக் காட்டக் கூறினாள்.

காட்சியைப் பாதியில் திருத்திய ஜேக் ஒரு இடத்தைச் சுட்டிக்காட்டி, "அங்க ஏதோ இருக்கு... சார்லஸ் சுழல்ல சிக்கி தண்ணிக்குள்ள போயிட்டான். அந்த கடலுக்கு அடில காலியான நிலப்பரப்பு இருக்கு. அங்க இருக்க விஷயங்கள் எல்லாமே விநோதமா இருக்கு. அந்த மயக்க மூட்டும் சுழல் மீன்கள் பாதுகாப்பு அடுக்கு போல பரவி இருக்கு", என வீடியோவில் இருப்பதைக் காட்டினான்.

"ஏஞ்சல் போன இடத்துல என்ன ஆச்சி?", நாச்சியா கேட்டாள்.

"பாறைக்கூட்டத்துல அந்த பொண்ணு காணாம போய் இருக்கு. கடைசியா அந்த பொண்ணு சொன்ன வார்த்தை பாறை மிதக்குது.... அதுக்குள்ள தண்ணி போயிட்டு வருதுன்னு தான்... அது பக்கத்துல அந்த பொண்ணு போயிருக்கு. அதுக்கப்பறம் காணோம்", ஏஞ்சல் தன்னிடம் கூறியதை அவள் மனதை சுவாசம் மூலமாக உள்ளிழுத்து ஏஞ்சல் அனுபவித்த வேதனையை நினைவுகூர்ந்தபடி இப்போது கூறினாள் வல்லகி.

"அந்த இரண்டு இடத்துக்கும் கிட்டதட்ட 7700கி.மீ தூரம் இருக்கு.... இரண்டு மூலைல இரண்டு பேர் காணாம போய் இருக்காங்க... அதுக்கு நடுவுல மடகாஸ்கர் எத்தனை கி.மீல இருக்கு?", இனியன் கேட்டான்.

"இரண்டு பாயிண்டுக்கும் நடுவுல 5500கி.மீ தூரத்துல மடகாஸ்கர் இருக்கு.... ", ஜேக் தூரத்தைக் கணக்கிட்டுக் கூறினான்.

"சோ ஜேக்.... நீங்க அந்த சுழல் தாண்டி பாத்தது நீளமான நிலபரப்பு .. சரியா?", நாச்சியா கேட்டாள்.

"தெரியல... எனக்கு தெரிஞ்சது ஒரு உயரமான கோபுரம் மாதிரி இருந்தது... ஆனா இதுலையும் அது சரியா பதிவாகலையே", என வீடியோவைக் காட்டிப் பேசினான்.

"ஒரு சந்தேகம்... கடல்ல சுழல செயற்கையா உருவாக்க முடியுமா?", இனியன்.

"அது தெரியல... ஆனா இதுக்கு முன்ன அது நிலபரப்பா இருந்து கடல் புகுந்திருந்தா ஏற்பட வாய்ப்பிருக்கு... ஒரு மேல்மூடிய நீர்வளபாசன அறை மாதிரியான அமைப்பா இருக்கலாம்.... ", நாச்சியா யோசனையுடன் கூறினாள்.

"யூ மீன் pneumatic coission ?", ஜேக் கேட்டான்.

"நீ ஆர்க்கிடெக்ட் ஆ?", நாச்சியா அவன் கூறியச் சொல்லினால் கேட்டாள்.

"நோ.... எனக்கு அதுல ஆர்வம் இருக்கு.... சோ .... ஓரளவு தெரிஞ்சிகிட்டேன்", என ஜேக் பதிலளித்தான்.

"குட் ஒன்... கீப் இட் அப் ஜேக்", நாச்சியா அவனைப் பாராட்டினாள்.

"சரி.... இப்ப ஐஞ்சு கி.மீ சுற்றளவுல தானே அந்த சுழல் இருக்கு. அங்க இருந்து மடகாஸ்கர் வரைக்கும் பாத்தா நடுவுல ஆப்ரிகா நிலபரப்பு இருக்கே.. கடல்ல எப்படி அவ்வளவு பெரிய காய்ஷன் இருக்கும்? ", இனியன் மீண்டும் முக்கியமானக் கேள்வியைக் கேட்டான்.

"தெரியல இனியன்.... இந்த செய்யுள் படி வாசல் மடகாஸ்கர்ல இருக்கு", என தசாதிபன் எழுதிக் கொடுத்தச் செய்யுளை அவர்கள் முன் வைத்தாள்.

"இது அவருக்கு உனக்கு மட்டும் புரியணும்னு எழுதி குடுத்திருக்காரு நாச்சியா", வல்லகி அதைப் படித்துவிட்டுக் கூறினாள்.

"ஆமா வல்லா... ஆனா சாருக்கு அங்க போற வழி , அங்க என்ன இருக்கு எல்லாமே தெரிஞ்சிருக்கும்னு தோணுது.... ஆனா ஏன் அவரும் அங்க போகணும்னு சொல்றாருன்னு தெரியல", நாச்சியாவின் மனதில் வெகு நேரமாக அரித்துக்கொண்டிருந்தக் கேள்வியைக் கூறினாள்.

"அங்க போனா தெரியப்போகுது", பாலா.

"சோ....நம்ம ப்ளான் என்ன? ", ஜேக்.

"நோ ப்ளான்.... சூழ்நிலைக்கு தகுந்தமாதிரி நடந்துக்கணும்", வல்லகி.

"ஜேக்... நீ ஏன் எங்க கூட சேர்ந்து வேலை பண்ண நினைக்கற?", இனியன்.

"நான் டைஸிய கொல்ல தான் வந்தேன்... ஆனா..... அவ.... அவ ரொம்ப பெரிய கொடுமைய அதித் கிட்ட அனுபவிக்கறான்னு இங்க வந்ததும் தெரிஞ்சிகிட்டேன்.... நான் யோகேஷ் கீழ தான் வேலை பாத்தேன். நினைவில்லாம இருந்தப்ப இங்க கொண்டு வந்தாங்க... அதுக்கப்பறம் நினைவு திரும்பினப்பறம் டைஸிய கொல்ல நினைச்சி அதித் இருந்த இடத்துக்கு போனேன். அங்க அவள அவன் படுத்தின கொடுமைய பாத்து எனக்கு ரொம்வே சங்கடமா போச்சி.... ஒரு பொண்ண யாரும் இவ்வளவு கஷ்டப்படுத்தக்கூடாது... அப்படி ஒரு கஷ்டத்த அவ தினம் தினம் அனுபவிக்கறான்னு தெரிஞ்சப்பறம் அவமேல பரிதாபம் தான் வந்தது எனக்கு... சார்லஸ் எனக்கு நல்ல ப்ரண்ட்....அவன கண்டுபிடிக்கணும்னு தான் உங்களோட இருக்கேன்... தவிர ஐ லைக் வல்ஸ்... அவளுக்காகவும் அவ பக்கம் நிப்பேன்....", என ஜேக் சிரித்தபடிக் கூறினான்.

"உன் அப்பா அம்மாவ கொன்ன டைஸிய நீ மன்னிச்சிட்டியா ஜேக்?", வல்லகி அவனைக் கேட்டாள்.

"ஆமா வல்ஸ்.... அவள மன்னிச்சிட்டேன்... அவளுக்கு அந்த நரகத்-துல இருந்து விடுதலை கிடைக்கணும்னு நினைக்கறேன்", என ஜேக் கூற வல்லகி அவன் தோள்களைக் கட்டிக்கொண்டு, அவனைத் தட்டிக்கொடுத்-தாள்.

பின்னர் ம்ரிதுள் அனுப்பி வைத்த பொருட்களில் வல்லகியின் உதவி-யோடு ஐந்து பொருட்களை எடுத்து வைத்துக்கொண்டாள்.

பல செய்யுட்களை ஆராய்ந்து அதன் உபயோகிக்கும் முறையையும் அறிந்துக்கொண்டாள்.

பின் வல்லகியைப் பற்றி பிறைசூடனிடம் பேசச் சென்றாள் நாச்சியார்.

"வா நாச்சியா", என பிறைசூடன் அவளை வரவேற்றார்.

"நீங்கதான் என் அப்பா அம்மாவுக்கு கல்யாணம் செஞ்சி வச்சீங்கன்னு தெரியும். ஆனா நீங்க எப்படி இந்த கூட்டத்துல சேர்ந்தீங்க?", நாச்சியார்.

"என் ஆராய்ச்சிக்கு பணம் அதிகமா தேவைபட்டது... ஒரு வகைல இவங்க கிட்ட கடன் வாங்கி இங்க சேர்ந்துட்டேன்... நீ எப்படி இருக்க? நீ இங்க வந்தப்பறம் தான் விஷயம் தெரிஞ்சது.... நீ அந்த இடத்துக்கு கூட்-டிட்டு போகப்போறியா?", பிறைசூடன் கலக்கமாகக் கேட்டார்.

"வேற வழி இல்ல... போய் தான் ஆகணும்... நீங்களும் வரணும்... வல்லகிக்கு அங்க எதுவும் ஆகிடக்கூடாது... அது உங்க பொறுப்பு...."

"எதுவும் ஆகாது.... வல்லகி ரொம்பவே திடமா இருக்கா... தன்னை நல்லா கையாள கத்துகிட்டா.... அவளோட திறன் நாளுக்கு நாள் அதி-கமாகிட்டே தான் போகுது.... அவளுக்கு எந்த ஆபத்தும் வராது", எனக் கூறினார்.

"அவளுக்கு எந்த விதத்துலையும் வரக்கூடாது.... இனிமே அவள ஆராய்ச்சி பண்ணணும்னு யாரும் அவள தேடக்கூடாது", என அர்த்தமாகப் பார்த்தபடிக் கூறினாள்.

"யாரும் வரமாட்டாங்கம்மா.... நான் மன்னிப்பு கேட்டதா ஓவியன் கிட்-டயும் , அரசிம்மா கிட்டயும் சொல்லிடு.... இதுக்கு மேல என்னால எந்த பிரச்சினையும் உங்க குடும்பத்துக்கு வராது", என உடைந்தக் குரலில் கூறி-னார்.

"பெரியப்பா.... ஏன் இப்படி பேசறீங்க ", என பாலாவும் வல்லகியும் ஆளுக்கு ஒரு பக்கம் அவர் தோளில் சாய்ந்துக்கொண்டனர்.

"நாச்சியா... இவர் நம்ம பெரியப்பா... அதை நியாபகம் வச்சிக்கோ.... அவர் வேணும்னு எதுவும் பண்ணல... அவர் அவ்வளவு மோசமானவரும் இல்ல", என வல்லகிச் சற்றுக் கடுமையாகவே கூறினாள்.

"என்னால ஏத்துக்க முடியாது வல்லா .. ஆனாலும் இவர நீங்க இவ்வ-ளவு நம்பறது ஆச்சரியமா இருக்கு ", என நாச்சியார் தன் மனதில் இருப்-பதை வெளிப்படையாகக் காட்டினாள்.

"நீ இருக்கியே....... சரி நாளைக்கு தேவையானத சொல்லு அதை எடுத்துக்கலாம்", என வல்லகி அடுத்த வேலையைப் பற்றிக் கூறினாள்.

"இனியன் ம்ரிதுள் வரசொல்லுங்க", நாச்சியார்.

"ஏஞ்சல் உன் டெம்ப்ரேச்சர் டிடெக்டர், அப்பறம் மத்த புது டிவைஸஸ் எடுத்துக்கோ.... தேவைபடலாம்", என வல்லகி உற்சாகமாகக் கூறினாள்.

"சரி வல்லகி.... மிஸ் நாச்சியார்.... நீங்க என் அப்பாவை மரியாதை இல்லாம பேசறதை என்னால பொறுத்துக்க முடியாது... அவர் வேணும்னு எதையும் பண்ணல.... அதை நீங்க புரிஞ்சிகிட்டா நல்லது....", ஏஞ்சல்.

"வேணும்னு செய்யாம தான் எடுத்து வளர்த்த உங்க இரண்டு பேரையும் இவனுங்க கிட்ட விட்டாறா? அதுக்கு வேற வார்த்தை சொல்லணும் ஆனா அதை நான் சொல்ல விரும்பல ஏஞ்சல்.... என்னை பொறுத்தவரை அவர் பண்ணது தப்பு... நம்பிக்கை துரோகம்... அதை நான் என்னிக்கும் மன்னிக்கமாட்டேன்.... நாம போறது எப்படிபட்ட இடம்னு யாருக்கும் தெரியாது....லைட் வையிட் ஹை டெக் கேட்ஜெட்ஸ் எடுத்துக்கோங்க....மூச்சு திணறல் ஏற்பட வாய்ப்பிருக்கு... அதுக்கு தகுந்தமாதிரி எதாவது ரெடி பண்ணுங்க", எனக் கூறிவிட்டு அங்கிருந்துச் சென்றாள்.

ஏஞ்சல் பிறைசூடனைப் பாவமாகப் பார்த்துவிட்டு அங்கிருந்துச் சென்றாள்.

நாச்சியார் கூறிய வார்த்தையின் வீரியம் அனைவருக்கும் தாக்கத்தை ஏற்படுத்தியது.

பாலாவும் வல்லகியும் பிறைசூடனுடன் சிறிது நேரம் அளவளாவி விட்டு வருவதாக இனியனை அனுப்பி வைத்தனர்.

"மேம்... அடுத்து என்ன ப்ளான்?", இனியன் நாச்சியாரிடம் கேட்டான்.

"சூழ்நிலைக்கு தகுந்தமாதிரி நடந்துக்கணும் இனியன். வல்லகி பாலாவ நீங்க தான் பாத்துக்கணும். அவங்க இரண்டு பேருக்கும் எதுவும் ஆகக்கூடாது", நாச்சியார் மனம் கனத்தது.

"ஆகாது மேம். உங்களுக்கும் எதுவும் ஆக விடமாட்டோம்.... உங்களுக்கு சொல்லணும்னு இல்ல நீங்க தைரியமா தான் இருக்கீங்க.. அத அப்படியே மெயின்டெயின் பண்ணுங்க போதும்... ", இனியன்.

ம்ரிதுள்ளை சந்திக்க வேண்டும் என இனியனிடம் கூற, அவனுக்கு தகவல் கொடுத்தான்.

"என்ன நாச்சியா வரசொன்னியா?", எனக் கேட்டபடி ம்ரிதுள் வந்தான்.

"ம்ம்.... நாளைக்கு எத்தனை பேர் ஏற்பாடு செஞ்சி இருக்கீங்க?".

"ஐம்பது பேர்... ".

"அவங்க குடும்பமெல்லாம்?"

"தேவையானது எப்பவும் போகும் அவங்க இல்லைன்னாலும்... ", என அழுத்திக் கூறினான்.

"ம்ம்.... வெறும் பணத்த வச்சி சந்தோஷத்தையும், மனுஷங்க குடுக்கற அன்பையும் நிறைக்க முடியாது ம்ரிதுள்....", எனக் கூறியவள், "நாளைக்கு சாயந்திரம் நாலு மணிக்கு அங்க இருக்கணும்... அதுக்கு தகுந்தமாதிரி பாத்து கிளம்பலாம்.... ", என ஒரு பெருமூச்செடுத்துக் கூறினாள்.

"ம்ம்.... ", என அவன் கூறியதும் நாச்சியா எழுந்து நடந்தாள்.

"நாச்சியா ... ஒரு நிமிஷம்.....", என அழைத்தான்.

திரும்பி அவனைப் பார்த்தாள், "எனக்கு அதித் முக்கியம்... அதே மாதிரி எதுவும் தப்பா நடக்கவும் நான் விடமாட்டேன்... ஐ ப்ராமிஸ் யூ", எனக் கூறினான்.

"பாக்கலாம்", எனக் கூறிவிட்டு அவள் தன்னறை நோக்கி நடந்தாள்.

ம்ரிதுள் அவள் செல்வதையே பார்த்துக்கொண்டிருந்தான்.

"ஹ்ம்ம்.... அவங்க போய் ரொம்ப நேரமாச்சி", என இனியன் குரல் கொடுத்தான்.

"நீ என்ன பண்ணிருக்க... உன் ப்ரண்ட்ஸ் அங்க போயிட்டாங்களா?", எனக் கேட்டான் ம்ரிதுள்.

"நான் ஒன்னும் பண்ணல.... போகப்போற இடத்துக்கு தகுந்தமாதிரி நடந்துப்பேன் அவ்வளவு தான். உங்கள இன்டர்காப் தொட முடியல... உன்ன அரெஸ்ட் பண்றதும் வேஸ்ட் தான். எனக்கு தேவை மூணு பொண்ணுங்களும் பத்திரமா இருக்கணும். அதை மட்டும் தான் நான் செய்யப்போறேன்.... ", எனத் திடமாகக் கூறினான்.

"ம்ம்... ஆல் தி பெஸ்ட்....", எனக் கூறிவிட்டுச் செல்பவனை இனியன் யோசனையுடன் பார்த்துக்கொண்டிருந்தான்.

அங்கிருந்து தன் அறைக்கு வந்த ம்ரிதுள், யோகேஷை அழைத்து சில விஷயங்களைக் கூறிவிட்டு , ஏஞ்சலிடம் இருந்து சில தகவல்களை அவனுக்கு அனுப்பி வைத்தான்.

விடிகாலையில் தனி விமானத்தில் அதித் ஒவிஸ்கர் முதல் ம்ரிதுள் நாச்சியா வல்லகி பாலா என அனைவரும் கிளம்பினர்.

நாச்சியா இனியனிடம் அவளது பையைக் கொடுத்துப் பத்திரமாக வைத்துக்கொள்ளும்படிக் கூறினாள்.

"என்ன இருக்கு?", இனியன்.

"சாவி"

"இவ்வளவா?"

"ஆமா.... பத்திரம்... இது இல்லைன்னா எதையும் திறக்க முடியாது", எனக் கூறிவிட்டு வல்லகி மற்றும் பாலா அருகில் சென்று அமர்ந்துக் கொண்டாள்.

"நாச்சி... ஏன் இவ்வளவு டென்ஷனா இருக்க?", என வல்லகி கேட்டாள்.

"என்ன நடக்கும்னு பதற்றம் தான் வல்லா... நீங்க இரண்டு பேரும் இங்க இருக்கறது தான் எனக்கு இவ்வளவு பதற்றம் குடுக்குது", நாச்சியா.

"எங்களுக்கு ஒன்னும் ஆகாதுக்கா... நீங்க கவலப்படாதீங்க... நாம பத்திரமா வீட்டுக்கு ஒன்னா போலாம்", என பாலா அவளைத் தேற்றினாள்.

இருவரையும் இரு தோள்களில் சாய்த்துக்கொண்டவள் தன் மனதைத் திடப்படுத்திக்கொண்டாள்.

அதித் ஒவிஸ்கர் டைஸியுடன் தனியறையில் இருந்தான்.

டைஸியின் அலறல் அங்கிருந்தவர்களுக்கு நன்றாகவே கேட்டது.

ஜேக் அவளை எப்படியாவது இவனிடம் இருந்து விடுவித்துவிட வேண்டும் என மனதில் உறுதிக் கொண்டான்.

ஒரு மணிநேரம் கழித்து உடலெல்லாம் இரத்தம் வழிய வெளியே வந்தவளை ஜேக் தாங்கிப்பிடித்து, அவளுக்கு ஒதுக்கப்பட்ட அறைக்கு தூக்கிச்சென்றான்.

ம்ரிதுள் மன இறுக்கத்துடன் தன் புஜங்களை இறுக்கினான்.

டைஸிக்கு புத்துணர்ச்சி தரும் வைத்திய முறையைக் கொடுத்த அரைமணிநேரத்தில் மிடுக்குடன் வெளியே வந்தவள் அதித் அருகில் அமர்ந்து அவனைப் பார்த்துக்கொண்டாள்.

இவர்களுக்கு நடுவில் நடக்கும் விஷயத்தைப் புரிந்துக்கொள்ள முடியாமல் மற்றவர்கள் குழம்பிதான் போயினர்.

"வந்துட்டியா டைஸி... ஐ மிஸ்ட் யூ",என அவளை தன் தோளில் சாய்த்துக்கொண்டான்.

"நான் இங்க தான் இருக்கேன் டியர்... உங்க ஆசை நிறைவேறப் போகுது... அதை மட்டும் நினைங்க டியர்...", என அவனைத் திசைத்திருப்பிக்கொண்டிருந்தாள்.

ஜேக் தூரத்தில் இருந்து அவளைக் கவனித்தபடி இருந்தான்.

வல்லகி ஜேக்கை அழைத்து அவன் காதுகளில் சில விஷயங்களைக் கூறி அனுப்பினாள்.

"வகி.. அப்படி அவன் அவள என்ன பண்றான்", பாலா.

"போற இடத்துல தெரியும்", எனக் கூறி அமைதியாகிவிட்டாள் வல்லகி.

இட்சிங்கி.... மடகாஸ்கரின் மேற்கு பகுதியில் இருக்கும் ஒரு சதுப்பு நிலப்பகுதி... இதைப் பாதுகாக்கப்பட்டப் பகுதியாக அறிவித்துள்ளனர்.

அதித், விமானம் தரையிறங்கியதும் பெரிய வேன்களில் மற்றவர்களை ஏற்றிக்கொண்டு இட்சிங்கி நோக்கிச் சென்றான்.

மடகாஸ்கர் தான் இன்றும் பல அரிய உயிரனங்கள் வாழும் பிரதேசமாக இருக்கிறது. உலகெங்கிலும் காணப்படும் பல வகை மிருகங்கள் அந்த தீவில் காணப்படுகிறது.

இட்சிங்கி அடைந்ததும் காட்டு வழியே நடக்கத்தொடங்கினர்.

முன்னால் பத்து அடியாட்களுக்குப் பின் ம்ரிதுள், நாச்சியா, வல்லகி, பாலா, இனியன், ஏஞ்சல், பிறைசூடன், ஜேக் என வரிசையாக வந்தனர்.

அதற்கு பின் சில அடியாட்கள் விட்டு அதித் டைஸி நடுவில் வந்தனர். அதற்கு பின் அடியாட்கள் வரிசையில் பாதுகாப்பு வளையம் அமைத்துச் சுற்றிலும் பார்வையைச் சுழற்றியபடி நடந்தனர்.

"இன்னும் எவ்வளவு தூரம் போகணும்?", ம்ரிதுள் கேட்டான்.

"பாறைக்கூட்டம் கிட்ட போகணும்..... ப்ரோபஸர் எங்க இருக்காரு ன்னு பாக்கணும்... அவருக்கு தான் இனிமே தெரியும்", என நாச்சியார் பதிலளித்தாள்.

"உன் ப்ரோபஸர் உன்ன தான் நினைச்சிட்டு இருக்காரு நாச்சி... ", என மூச்சை உள்ளிழுத்தபடி வல்லகி கூறினாள்.

"எங்க இருக்காரு?", ம்ரிதுள்.

"நான் மோப்ப நாய் இல்ல ம்ரிதுள்... எதிர் வந்த காத்துல அது எனக்கு தெரிஞ்சது.... ஆளுங்கள அனுப்பி தேடச்சொல்லுங்க", என வல்லகி முறைப்புடன் கூறிவிட்டு சுற்றிலும் உள்ள காற்றை உள்ளிழுத்து வெளியேற்றிக்கொண்டிருந்தாள்.

"என்ன ம்ரிதுள்?", எனக் கேட்டபடி அதித் முன்னே வந்தான்.

"ப்ரோபஸர் தசாதிபன் இங்க இருக்காரு... எங்கன்னு தேடணும்", ம்ரிதுள்.

"ஓ.... பொழச்சிட்டாரா? நீயும் அதை என்கிட்ட சொல்லல.... சரி அவர கூட்டிட்டு வாங்க... நேரமாகுது", எனக் கூறிவிட்டு நாச்சியார் அருகில் வந்தான்.

நாச்சியார் அவனைச் சுட்டெறிக்கும் பார்வைப் பார்க்க, "இந்த பார்வை வேணாம் நாச்சியா....நீயும் என் எண்ணத்துக்கு துணைபோனா இன்னும் நல்லா இருக்கும்... உன்னால தான் இதுவரைக்கும் வந்தேன்.... உனக்கு பெருசா எதாவது செய்ய ஆசைப்படறேன்", என அவளைச் சுற்றி நடந்தபடிக் கூறினான்.

"முதல்ல உள்ள போக முடியுதான்னு பாரு அதித்.. பகல் கனவு காணாத", என நாச்சியார் அவனைத் தாண்டி சென்று வல்லகி அருகில் நின்றுக்கொண்டாள் .

"நான் இருட்ட தான் கனவா பாக்கறேன்", என தனக்குத் தானே கூறிக்கொண்டு கழுத்தில் அணிந்திருந்த டாலர் செயினை வெளியே இழுத்துப் போட்டுக்கொண்டான்.

வல்லகி அவன் செயலையும், அவனையும் ஆராய ஆரம்பித்தாள். பின்,"நாச்சி... உன் பேக்கட்ல என்னவோ இருக்கு பாரு", எனக் கூறினாள்.

அன்று இரண்டு சித்தர்கள் கொடுத்தபோது நம்பிக்கையில்லாமல் பார்த்த வேர் அவளது பேண்ட் பாக்கெட்டில் இருந்தது.

"இன்று உனக்கு இது கண்டிப்பாக தேவைப்படும் நாச்சியா... ", என்ற வாக்கியம் அவள் மனதில் ஒலித்தது.

"ஆமா... பத்திரமா வச்சிக்க நாச்சி.... நிறையவே தடைகள் இருக்கு.... ஆனா கடைசி கட்டத்துல தான் இதை நீ உபயோகிக்கறமாதிரி வரும்", என வல்லகியும் நாச்சியாவின் கையைப் பிடித்தபடிக் கூறினாள்.

ம்ரிதுள் அருகில் இருந்த உயரமான மரத்தில் ஏறி, பைனாகுலரில் சுற்றிலும் மனிதர்கள் தென்படுகிறார்களா எனப் பார்த்தான்.

ஏஞ்சல் டெம்ப்ரேச்சர் பைண்டர் வைத்து மனித உடலின் வெட்பம் அருகில் இருக்கிறதா என ஆராய்ந்தாள்.

எண்ணூறு அடி தூரத்தில் மூன்று மனித வெட்ப அலைகள் காட்டியது.

நாச்சியாவிடம் அதைக் காட்டிய ஏஞ்சல் காட்டில் இருந்தபோது உபயோகித்த சீழ்க்கை ஒலியை எழுப்பினாள்.

பதில் ஒலி கிடைத்ததும் முகம் மலர முன்னே நடந்தாள்.

சில நிமிடங்களில் தசாதிபன் கண்ணெதிரே தென்பட்டார். அவரும் ஆர்வமாக நாச்சியாவை எதிர்கொண்டு அணைத்துக்கொண்டார்.

"ஏஸ் ஆல்வேஸ் ப்ரேவ் கேர்ள்... ", என அவள் முதுகைத் தட்டிக்கொடுத்தார்.

"எப்படி இருக்கீங்க சார்?"

"நான் நல்லா இருக்கேன் நாச்சியா.... நீ எப்படி இருக்க? நம்ம டீம் எப்படி இருக்காங்க?", அவளுக்கு பின்னால் வருபவர்களையும் அளந்தபடி அவளிடம் விசாரித்தார்.

"அவங்கள எல்லாம் வீட்டுக்கு அனுப்பிட்டாங்க சார்", என நாச்சியா தான் டென்ட் விட்டு சென்றதில் இருந்து நடந்த விஷயங்களைச் சுருக்கமாக அவரிடம் கூறினாள்.

"ஹலோ மிஸ்டர் ம்ரிதுள்.... தேங்க்யூ..... ", என அவனுக்குக் கைக்கொடுத்தார்..

"நான் உங்கள சுட்டேன். எனக்கு ஏன் கைகுடுக்கறீங்க?", ம்ரிதுள் சந்தேகமாகப் பார்த்தபடிக் கேட்டான்.

"அதனால தான் என்னால இந்த இடத்த தெரிஞ்சிக்க முடிஞ்சது"

"புரியல"

"சொன்னாலும் புரியாது... மிஸ்டர் அதித் ஒவிஸ்கர் எங்க?", என அவராகவே அவனைக் கேட்டார்.

"இங்க தான் இருக்கேன் மிஸ்டர் தசாதிபன். எல்லாம் தெரிஞ்சிகிட்டு தான் இங்க வந்திருக்கீங்க.... தைரியம் தான்", என அவரை மெச்சலானப் பார்வைப் பார்த்துக் கைக்குலுக்கினான்.

"நீயே இவ்வளவு தைரியமா வரும்போது நான் வரமாட்டேனா ஒவிஸ்கர்.... களத்துல இறங்கிட்டோம்.... யாருக்கு வெற்றின்னு பாக்கலாம்", என மர்மமாகப் புன்னகைத்தபடிக் கூறினார் தசாதிபன் .

இருவரின் சம்பாஷணையும் அங்கிருந்த மற்றவர்களுக்குப் புரியவே இல்லை.

ஜேக் இனியனை கேட்க அவனும் உதடுப் பிதுக்கிப் புரியவில்லை என்றான்.

வல்லகியும் பாலாவும் ஒருவரை ஒருவர் பார்த்துக்கொண்டுத் தோளைக் குலுக்கிக் கொண்டனர்.

சிறிது நேரத்தில் தர்மதீரனும் சுதாகரும் வந்து சேர்ந்தனர்..

நாச்சியா தர்மனைப் பார்த்துவிட்டுப் புன்னகைத்தாள். தர்மனும் பதிலுக்குப் புன்னகைத்துவிட்டு ம்ரிதுள் மற்றும் அதித்-ஐ கண்டான்.

"இவங்க தர்மதீரன் அண்ட சுதாகர்... எனக்கு ஹெல்ப் பண்ண வந்திருக்காங்க....", எனப் பொதுவாகக் கூறினார்.

"தெரியும்.... தமிழ்நாட்டோட இரண்டு பெஸ்ட் டிடெக்டிவ்ஸ்.... ", என ம்ரிதுள் முன்னே வந்து அவர்களுக்குக் கைக்கொடுத்தான்.

"உனக்கு கை குடுக்கறதால நீயும் நானும் ஒரே பக்கம் நிக்கப்போறதில்ல ம்ரிதுள்... ஆனா உன்ன பாராட்டியே ஆகணும்... எவ்ரி சிங்கிள் மூவ் நீ கேல்குலேட் பண்ணி ஆளுங்கள வழிநடத்தின.... ", என தர்மதீரன் அவனைப் பாராட்டினான்.

"இவனும் நாச்சியாவும் ஒரே மாதிரி போல ம்ரிதுள். கை குடுத்தா அவங்களும் குடுக்கணும்ங்கற மேன்னர்ஸ் இல்ல",எனக் கூறியபடி அதித் அவனை அருகில் வந்து அளந்தான்.

"உங்க கைல விலங்கு மாட்ட கைநீட்டுவான் மிஸ்டர் ஓவிஸ்கர்", எனக் கூறிவிட்டு தசாதிபனிடம், "நேரமாச்சி சார்", என அவரை கிளப்பினான் சுதாகர்.

அதித் கோபத்தில் கண்காட்ட ஒருவன் சுதாகரைத் தாக்க முனைந்தான்.

வல்லகி நொடியில் தாக்கவந்தவனை மயங்கி சரியவைத்தாள்.

அவளின் இந்த வித்தையை இதுவரை யாரும் அறியாததால் சற்றே ஆச்சரியமாகத் தான் பார்த்தனர்.

"இங்க இரண்டு பேருக்கும் தேவை அந்த இடத்துக்கு போறது. ஆனா நோக்கம் வேற வேற... இதுக்கு நடுவுல எங்க ஆளுங்கள யாராவது எதாவது பண்ண நினைச்சா நாங்க சும்மா இருக்க முடியாது", என வல்லகி பேண்ட் பாக்கெட்டில் கையை விட்டபடிக் கூறினாள்.

"நீ சொல்றது பிடிச்சிருக்கு கார்ஜியஸ்.... ஆனா நீ எனக்கு முன்ன இப்படி பேசி தப்பு பண்ணாத... இன்னொரு முறை நான் பொறுத்துக்க மாட்டேன்", என அந்த செயினை இழுத்து கையில் சுற்றிக்கொண்டு டைஸி அருகில் சென்றான்.

"நோ டியர்... கோவப்படாதீங்க",என டைஸி அவன் கொடுக்கும் ரணங்களைப் பல்லைக் கடித்தபடித் தாங்கிக்கொண்டாள்.

அந்த செயினில் இருந்த கூரான பகுதியில் அவள் தோளைத் திருகி எடுக்க அந்த இடத்தின் மேல் சதை அந்த டாலரில் ஒட்டிக்கொண்டு வந்தது. மேலும் சொல்ல முடியாத பல வகை வதைகளை அவள் அனுபவித்துக் கொண்டிருந்தாள்.

இப்படியாக கண்ணில் படாத சதையும் அவனால் கொடூரங்களை அனுபவித்தது . டைஸி வலியுடன் அருகில் இருந்த பெண்ணை மருந்திட உத்திரவிட்டு, போதை மருந்துள்ள சிகரெட்டை பற்றவைத்து அவனுக்குக் கொடுத்தாள்.

அவன் டைஸி அருகில் சென்றதும், ம்ரிதுள் தசாதிபனோடு தனியே சென்று அந்த இடத்தைப் பற்றி விசாரித்துக்கொண்டிருந்தான்.

"அங்க என்ன இருக்கு? அன்னிக்கு சொன்ன பதில இன்னிக்கும் சொல்லாதீங்க ப்ரோபசர்", என ம்ரிதுள் கேட்டான்.

"நேர்ல பாத்து தெரிஞ்சிக்க", என ஒற்றை வார்த்தையில் முடித்துக்கொண்டவர், தர்மன் அருகில் சென்று நாச்சியாவை முன்னே அழைத்துக்கொண்டு வரச்சொல்லி நடந்தார்.

"நாச்சியா", என தர்மன் அழைக்க நாச்சியா அவனுடன் சென்றாள்.

வல்லகியும் பாலாவும் அவள் பின்னாலே சென்றனர்.

உடன் இனியன், ஜேக், ஏஞ்சல், பிறைசூடன் என அனைவரும் சென்றனர்.

அவர்களுக்குப் பின் சிலரை மட்டும் தன்னுடன் அழைத்துக்கொண்டு அதித் உடன் வருமாறு மற்றவர்களுக்கு உத்திரவிட்டு முன்னே நடந்தான் ம்ரிதுள்.

"சார்... அடுத்து எங்க போகணும்?", என நாச்சியா கேட்டாள்.

"அங்க தெரியற பாறை கூட்டத்துக்கு போகணும் நாச்சியா... உன் தங்கச்சியால தான் வழி காட்ட முடியும்....", எனக் கூறினார்.

"அவ எப்படி சொல்ல முடியும் சார்?", பாலா.

"அந்த பாதைல ரொம்பவே அழுத்தமான, உஷ்ணமான நினைவுகள் படர்ந்திருக்கும். உன்னால காத்த படிக்கமுடியும்... அதான்", என அவள் கண்களைப் பார்த்துக்கூறினார்.

"அந்த காத்து அங்கயே இருக்கும்னு எப்படி சொல்ல முடியும்? நீங்க சொன்ன நினைவுகள் பலநூறு வருஷங்களா அங்கயே சுத்திட்டு இருக்குமா?"

"ஆமா.... அசாதரணமான விஷயங்கள் நடந்த இடங்கள்ல அங்க நடந்த நினைவுகள் அங்கயே தான் சுத்திட்டு இருக்கும் வல்லகி... பல கோடி வருஷமானாலும் அதோட தடையங்களும் அங்க தான் இருக்கும்... நீ அத பாத்து முன்ன போ", எனக் கனத்த மனதுடன் கூறி முடித்தார்.

"என்ன இருக்கு சார் அங்க?", நாச்சியார் அவரின் வருத்தம் தோய்ந்த முகம் பார்த்துக்கேட்டாள்.

"இந்த உலகத்துக்கு ஆபத்து தர இடத்துக்கு போறோம் நாச்சியா.... இதுக்கு மேல என்னை எதுவும் கேக்காத... இது தான் ஒவ்வொரு வாயிலும் திறக்கவேண்டிய முறை. அதுக்கான பொருள இங்கயே எடுத்து வச்சிக்க... நாலு மணிக்கு நாம இங்க இருந்து கிளம்பலாம்", எனக் கூறிவிட்டு அவர் தனியாக ஓர் இடத்தில் தியானத்தில் அமர்ந்துவிட்டார்.

நாச்சியா இனியன் கொண்டு வந்த பையை கேட்க, அவன் அதை எடுத்துக் கொடுத்தான்.

தசாதிபன் எழுதி வைத்தக் குறிப்பின் படி, நாச்சியார் ஒவ்வொரு பொருளையும் வரிசை வாரியாக எடுத்து வைக்க ஆரம்பித்தாள்.

அனைத்தும் செய்யுளாக இருக்க இனியனும் தர்மனும் ஒருவரை ஒருவர் பார்த்துக்கொண்டு, "இந்தாளு நம்மல ஒன்னும் தெரியாம முழிக்க வைக்கணும்னே கங்கணம் கட்டிட்டு இருப்பாரு போல.... இது நாச்சியா மேம்க்கு தான் புரியும்", எனச் சலித்துக்கொண்டான்.

"நானும் உதவி பண்ணலாமா ?", என ம்ரிதுள்ளும் அவர்களுடன் கலந்துக்கொண்டான்.

அந்த தமிழை அவன் படித்து விளக்கம் கூறி ஜேக்கை வரிசைபடுத்தக் கூறிக்கொண்டிருந்தான்.

ஏஞ்சல் ஒரு பக்கம் அந்த பொருட்களின் உடற்கூறுகளை ஸ்கேன் செய்து சேமித்துக்கொண்டாள். பிறைசூடன் அங்கு நடப்பதை வேடிக்கைப் பார்த்துக்கொண்டு அமர்ந்திருந்தார்.

சுதாகரனும், தர்மனும் ஒரு பக்கம் நாச்சியாவிற்கு உதவிக்கொண்டிருந்தனர்.

வல்லகி தனக்குள் ஏதோ நடப்பதை உணர்ந்து அங்கிருந்து சற்று தள்ளி நடந்து சென்று மரத்தினடியில் அமர்ந்தாள்.

அவளது சுவாசம் சீர்கெட்டுக்கொண்டிருந்தது.

பாலா அவளைக் கவனித்துவிட்டு, "பெரியப்பா... வகிக்கு என்னமோ ஆகுது", எனக் கத்தினாள்.

அனைவரும் அவளிடம் சென்றனர். நாச்சியார் அவள் மூச்சு விட சிரமப்படுவதைக் கண்டு வேதனைகொண்டு பிறைசூடனைப் பார்த்தாள்.

அவர் அவசரமாக ஒரு மருந்தை ஊசியில் ஏற்றி வந்து அவளுடம்பில் செலுத்தினார்.

"என்னாச்சி வல்லகி? இங்க சுத்தமான காத்து இல்லையா?", எனக் கேட்டார்.

"காத்துல உஷ்ணம் அதிகமா இருக்கு பெரியப்பா... நெருப்பு புகையற ஸ்மெல் வருது.... நேரம் ஆக ஆக அது அதிகமாகுது", என வல்லகி மூச்சு விடச் சிரமப்பட்டபடிக் கூறினாள்.

தர்மன் அவள் படும் சிரமம் கண்டு வருந்தி அவளகில் சென்று, "வல்லகி..... உன்ன நீ கன்ட்ரோல் பண்ணு.... எந்தளவுக்கு அந்த காத்து

உனக்குள்ள போகணும்னு முடிவு பண்ணி உள்ள இழு....", எனக் கூறி-னான்.

"முடியல சீனியர்... எரிமலைக்கு பக்கத்துல நிக்கற மாதிரி இருக்கு", என அவன் கையைப் பிடித்துக்கொண்டாள்.

"நாச்சியா.... இவ உடம்பு கொதிக்குது",என தர்மன் கூற ஏஞ்சல் அவள் உடல் உஷ்ணத்தைக் கண்டு பிரமித்து நின்றாள்..

"இத்தனை நாள்ல இந்த அளவுக்கு இவங்க உடம்பு சூடாகல.... சார்.. இதை பாருங்க", என அவரிடம் மானிட்டரைக் காட்ட அவரும் குழம்பினார்.

"இப்ப என்ன பண்றது?", தர்மன் கேட்டான்.

"அந்த மூலிகை செடிகள எடுத்துட்டு வாங்க", என பிறைசூடன் கூறவும் ம்ரிதுள் உடனே எடுத்துவரக் கூறினான்..

அவர்கள் கொண்டு வந்த எந்த மூலிகையும் அவள் உஷ்ணத்தை குறைக்கவில்லை, மாறாக அதை அவள் தாங்கும் சக்தியை கொடுத்தன.

சுதாகரும் இனியனும் தசாதிபனைக் கண்காணித்தபடி, அங்கும் பார்த்-துக்கொண்டிருந்தனர்.

இருபது நிமிடத்தில் அத்தனை செடிகளும் பஷ்மமாகி இருந்தது.

வல்லகி மயங்கிச் சரிந்திருந்தாள். அவளை நாச்சியார் மடிதாங்கிக் கொள்ள, பாலாவும் ஜேக்கும் அவளுக்கு விசிறினர்..

41 - காற்றின் நுண்ணுறவு

"என்னாச்சி அவளுக்கு? ஏன் இப்படி நடக்குது?", நாச்சியா பதற்றத்து-டன் கேட்டாள்.

"எனக்கு ஒன்னுமே புரியலம்மா... எல்லா செடிகளும் சாம்பலாகி-டிச்சி.... ", என அவரும் பதற்றமாகி வல்லகியின் அருகில் நின்று அவளைச் சோதித்துக்கொண்டிருந்தார்.

ஏஞ்சல் அவள் உடலில் சில பொருட்களை பொருத்தி, அவள் உடலில் நிகழும் மாற்றங்களைக் கண்காணித்துக் கொண்டிருந்தாள்.

அரை மணிநேரம் கழித்து அவளது உடல் சீராக ஆரம்பித்தது. அது-வரை அனைவரும் பதற்றமாகவே இருந்தனர்.

ம்ரிதுள் அதித் நிலைமையையும் அவ்வப்போது கண்டு கொண்டு, இங்கும் பார்த்தபடி நடந்துக்கொண்டிருந்தான். அவனும் கண் மூடி தியானத்தில் அமர்ந்திருந்தான்.

மெல்ல கண் விழித்த வல்லகி எழுந்து அமர்ந்தாள்.

"வல்லா.... வல்லா... உனக்கு என்னாச்சி? இப்ப எப்படி இருக்கு?", என நாச்சியார் பதற்றத்துடன் கேட்டாள்.

"நல்லா இருக்கேன் நாச்சி.... பாலா தண்ணி குடு", எனக் கேட்டு குடித்தாள்.

சிறிது நேரம் அவள் ஆசுவாசப்படுத்திக்கொள்ளட்டும் என ஜேக் அவளுடன் சிறிது தூரம் நடந்து வருவதாக ம்ரிதுள்ளிடம் கூறிவிட்டு நடந்தான்.

"சீனியர் நீங்களும் வாங்க", என நாச்சியா தர்மனையும் அழைத்துக்கொண்டுச் சென்றாள்.

ஜேக் அவளைக் கைத்தாங்கலாகப் பிடித்திருந்தான்.

"நான் ஸ்டெடியா தான் இருக்கேன் ஜேக்.... நானே நடந்து வரேன்... ", என மென்னகையுடன் கூறிவிட்டு மெல்ல நடந்தாள்.

"என்ன வல்லகி.. என்ன விஷயம்? கொஞ்ச நேரத்துல எல்லாரையும் பயமுறுத்திட்ட நீ", என அக்கரையுடன் கடிந்துக்கொண்டான்.

"சீனியர் என்ன ப்ளான்ல வந்திருக்கீங்க? இங்க இருந்து நாம எத்தனை பேர் திரும்பி போவோம்னு யாருக்கும் தெரியாது... எப்படியாவது நீங்க நாச்சியாவ காப்பாத்தி கூட்டிட்டு போகணும்", எனத் தீவிரமானக் குரலில் கூறினாள்.

"நீ என்ன பார்த்த வல்லகி?", என தர்மனும் தீவிரமான முகபாவத்துடன் கேட்டான்.

"அழிவு.. இருட்டு", எனக் கூறிவிட்டு தன் மனதை சமன்படுத்திக் கொண்டிருந்தாள்.

"புரியல வல்லகி"

"எனக்கும் முழுசா புரியல சீனியர். ஆனா ரொம்பவே ஆபத்தான இடம்... அதுல எத்தனை உயிர் போகும்னு தெரியல... இத்தன பேர்ல பத்து பேர் மிஞ்சினா பெருசு", எனக் கூறிவிட்டு பெருமூச்செறிந்தாள்.

சிறிதுநேரம் மூவரும் உரையாடிவிட்டு திரும்பி வந்தனர். செல்லும்போது வல்லகி முகத்தில் இருந்த இறுக்கம் இப்போது தளர்ந்திருந்தது என்பதை ம்ரிதுள்ளும் நாச்சியாவும் கண்டுக்கொண்டனர்.

சரியாக 3.45க்கு தசாதிபன் கண்விழித்து தியானத்தில் இருந்து எழுந்தார். அதித் ஓவிஸ்கரும் அத்தனை நேரம் தியானத்தில் இருந்தது தான் ம்ரிதுள்ளை மிகவும் குழப்பியது, கவலைப்படவும் வைத்தது.

அனைவரும் கிளம்ப ஆயுத்தமாயினர். நாச்சியா மீண்டும் ஒருமுறை வரிசையைச் சரிப் பார்த்துப் பொருட்களை எடுத்து வைத்துக்கொண்டாள்.

வல்லகி முன்னே செல்ல அவள் அருகில் ஜேக் நடந்தான். தர்மன் நாச்சியா அருகிலும், சுதாகர் தசாதிபன் அருகிலும், பிறைசூடன் ஏஞ்சல் அருகிலும், பாலா இனியன் அருகிலும் அனைவரையும் முன்னும் பின்னும் கண்காணித்தபடி ம்ரிதுள்ளும் அதித் ஓவிஸ்கருடன் நடந்தான்.

சரியாக ஐந்து மணிக்கு அந்தப் பாறைக் கூட்டத்திற்கு அருகில் வந்தனர்.

"இங்கயிருந்து எந்த பக்கம் போணும்?", அதித் தசாதிபனிடம் கேட்டான்.

"பகலவன் அந்திசாயும் போது தோன்றும் வெளிச்சக்கடலில் .... உயிர்பறிக்கும் கதிர்பாய முதல் வாயில் திறந்திடுமே", என அவர் பாட அதித்

முகம் கடுகடுவென மாறியது.

"வல்லகி", என தசாதிபன் அழைத்தார்.

"ஐஞ்சு நிமிஷம் இருக்கு சார்", எனக் கூறியவள் சுற்றிலும் பார்வையை சுழற்றியபடி ஆட்களை நிழல் இருக்கும் இடங்களில் நிற்கவைக்க கூறினாள்.

"முடியாது... எல்லாரும் எதிர்ல தான் நிக்கணும்",என அதித் திட்ட-வட்டமாக கூறிவிட வல்லகி இளக்காரமாக அவனைப் பார்த்துவிட்டு தன் ஆட்களை விலகி நிற்கக் கூறினாள்.

சூரிய ஒளி அந்த மூன்றாம் பாறையின் பின் பக்கம் பட்டு, எதிரில் இருந்த பாறையில் தெறித்து, முன்பக்கமிருந்த இரண்டு பாறைகளையும் ஒளி வெல்லமாக மாற்றியது.

நேரம் கூட கூட அந்த பாறைகள் அந்த ஒளியை சுற்றிலும் பரப்பத்-தொடங்க வல்லகி அனைவரையும் பாறைக்கு பின்னால் பதுங்கி அமரும் படி கத்திவிட்டு, நாச்சியாவையும் பாலாவையும் இழுத்துக்கொண்டு அகலமானப் பாறை நோக்கி ஓடினாள்.

நொடியில் அந்த இரண்டு பாறைகளும் அதிஉஷ்ண கதிர்களை வீசத் தொடங்கியது. நொடிகளில் அதன் உஷ்ணம் நூறு மடங்கு உயர்ந்து அவ்-வொளி எதிரில் இருந்தவற்றை எல்லாம் பற்றி எரிய வைத்தது.

நொடிகளில் பலர் அந்த ஒளிக்கு சாம்பலாகி காற்றோடுக் காற்றாகக் கலந்தனர்.

அதைக் கண்ட மற்றவர்கள் மனதில் மரணபீதி எழுந்தது.

நாச்சியாவும் வல்லகியும் பாலாவை நடுவில் வைத்துக்கொண்டு அமர்ந்-திருந்தனர்.

வல்லகியின் கண்களில் நீர் வழிய ஆரம்பித்தது.

மூன்று நிமிடத்தில் அந்த ஒளிவெல்லம் இருந்த இடம் தெரியாமல் காணாமல் போயிருந்தது.

ஏஞ்சலை பிடித்தபடி பிறைசூடன் அமர்ந்திருந்தார். அவர் அருகில் இருந்த அடியாள், அந்த ஒளியில் சாம்பலானதைக் கண்டு ஏஞ்சல் உடல் நடுக்கம் எடுத்தது.

ம்ரிதுள் அங்கு நடந்த நிகழ்வுகளை ஜீரணிக்கமுடியாமல் நின்றிருந்தான்.

சில நொடிகளில் பலர் சாம்பாலானது அவனால் ஏற்றுக்கொள்ள முடிய-வில்லை.

"என்ன அதித் இது? இப்படியொரு இடத்தை ஏன் இத்தனை நாளா நீ தேடின? நம்ம கூட வந்த பாதி பேர் இப்ப இல்ல",என அவனிடம் கத்தி-னான்.

"வரலாறுல இடம்பிடிக்க போறப்ப இதுலாம் சகஜம் ம்ரிதுள். அடுத்து எந்த பக்கம் போகணும் பாரு", என அசட்டையாகப் பதில் கொடுத்துவிட்டு டைஸியை இழுத்துக்கொண்டு நடந்தான்.

"என்ன மச்சி இது?", சுதாகர் அதிர்வுடன் கேட்டான்.

"இது டெத் ரேஸ் டா... பழங்காலத்துல எதிரி கப்பல் கடல் வழியா வர்றப்ப கலங்கரை தூண்ல ஒரு கண்ணாடி வச்சி சூரிய ஒளிய குவிச்சி எதிரொளிப்பாங்க.. அது போல இருக்கு இது... ", என அவனுமே உள்ளுக்குள் பதறித்தான் போனான்.

"நொடில ஆள சாம்பலாக்கிடுச்சி மச்சி", சுதாகர்.

"நாச்சியா சொன்னது இது தான்டா... தொடக்கூடாத விஷயத்த நாம தொட்டுட்டோம்.. வந்துட்டோம்... வா விதி இருந்தா உயிரோட ஊருக்கு போலாம்", என மெல்ல எழுந்து நாச்சியா இருக்கும் பாறைக்குச் சென்றான்.

அங்கே அவர்களும் நடுங்கித்தான் அமர்ந்திருந்தனர். வல்லகி இதை முன்னே எதிர்பார்த்ததால் சற்று மனதைத் தேற்றிக்கொண்டு தசாதிபனைத் தேடினாள்.

"சார் அடுத்து எந்த பாறை?", வல்லகி.

"ஒளி முதல்ல வாங்கின பாறைக்கு ஓடு... நாச்சியா சீக்கிரம்... அந்த ஒளி முழுசா மறையறதுக்கு முன்ன அந்த பாறைகிட்ட போகணும்", எனக் கத்தியபடி இனியனை இழுத்துக்கொண்டு ஓடினார்.

மற்றவர்களும் அவசரமாக எழுந்து அவர்கள் பின்னே ஓடினர்.

வல்லகி இரண்டு நிமிடத்தில் ஒரு கி.மீ தூரத்தைக் கடந்திருந்தாள்.

நாச்சியா பாலாவை இழுத்துக்கொண்டு அடுத்த இரண்டு நிமிடங்களில் அங்கிருந்தாள்.

"நாச்சி இங்க தண்ணி இருக்கு.... இதான் கடலோட ஆரம்பம்னு நினைக்கறேன்",என அந்த மண்ணை தொட்டபடிக் கூறினாள்.

நாச்சியா அவள் கூறியதைக் கேட்டபடி அந்த பாறையைத் தடவிப் பார்த்தாள் .அது கல் அல்ல... உலோகம்.... அந்த சூரிய ஒளிப்பட்டப் பாறைகளை எல்லாம் ஓடிச்சென்றுத் தொட்டுத் தொட்டுப் பார்த்தாள்....

பின்னர் ஒளி வெல்லம் பாய்ந்தப் பாறைகளை நோக்கி ஓடினாள். அதைத் தொட்டுப் பார்க்க அதுவும் உலோகமாக இருந்தது. ஆனால் அது கண்ணாடி போன்ற மேற்பரப்பைப் பெற்றிருந்தது ஆச்சரியத்தைக் கொடுத்தது.

ம்ரிதுள் அவளருகில் வந்து கேட்க அவள் அந்த பாறையில் அவன் கைகளை வைத்தாள்.

தர்மனும் சுதாகரும் வந்துத் தொட்டுப்பார்த்துவிட்டு, "டெத் ரேஸ் பில்லர்ஸ்", என்றனர்.

ம்ரிதுள் முகத்தில் யாதென்றுப் புரியாத பாவம் இருந்தது. அவன் மனதினில் இறுகிக் கொண்டிருக்கிறான் என்பதை அவர்கள் மூவரும் உணர்ந்துக்கொண்டனர்.

நாச்சியார் வேகமாக நடந்து வல்லகியிடம் வந்து நின்றாள்.

"அடுத்து ஆகவேண்டியத பாரு நாச்சியா... நேரத்த வீணாக்காத", என அதித் முன்னே வந்தான்.

தசாதிபன் அவனை உறுத்துப்பார்த்துவிட்டு ம்ரிதுள்ளைப் பார்த்தார். அந்தப் பார்வையின் வீரியம் தாங்காமல் அவன் வேறுபக்கம் திரும்பிக்கொண்டான்.

"நாச்சியா... முதல் சாவி எடு", என தசாதிபன் கூற இனியன் நாச்சியாவிடம் சென்றான்.

ஜேக்கும் உதவிக்கு வந்து நாச்சியாவிற்கு எடுத்துக்கொடுத்தான்.

அந்த சாவி உருண்டையாக இருந்தது. ஒரு பக்கம் மூன்று சதுர ஓட்டைகள் இருந்தது.

நாச்சியா அந்த மூன்று பாறைகளில் அது போல ஏதேனும் ஓட்டையில் பொருத்தி இயக்கும் மேல் பகுதி இருக்கிறதா என மற்றவர்களைப் பார்க்கச் சொன்னாள்.

மூன்று பாறைகளிலும் அது போல இருந்தது.

"வல்லகி... நீ தான் இப்ப உதவணும்", என தசாதிபன் கூற அவள் ஒவ்வொரு பாறையாக தொட்டுப் பார்த்து நாச்சியாவை முதல் பாறையை திறக்கச் சொன்னாள்.

இரண்டாவது பாறையைத் தர்மனிடம் அதே சாவியைக் கொடுத்து திறக்கச் சொன்னாள். அதித்தை அழைத்து மூன்றாவது பாறையைத் திறக்கச் சொன்னாள்.

அவர்கள் நின்றிருந்த இடத்திற்கு அருகில் தரைப் பிளந்து படிகள் தெரிந்தன.

அதில் முதலில் வல்லகி இறங்க பின்னால் மற்றவர்கள் இறங்கினர்.

"ஏஞ்சல்... டெம்ப்ரேச்சர் ஸ்கேனர் ஆன் பண்ணு", வல்லகி.

சுமார் முப்பது படிகள் இறங்கி நின்றாள்.

மீதி இருந்த அடியாட்கள் வெளிச்சம் பாய்ச்சினர். அனைவரும் டார்ச்சை உயிர்பித்தனர்.

"இங்க பத்து மீட்டர்ல எதுவும் இல்ல வல்லகி", என ஏஞ்சல் உறுதியாக கூறிவும் முன்னேறினர்.

"நாச்சியா அடுத்த சாவி எடுத்துக்க", தசாதிபன்.

ஜேக் இனியன் மாட்டியிருந்தப் பையில் இருந்து இரண்டு என்று எழுதியிருந்தக் கவரை எடுத்துக்கொடுத்தான். நாச்சியா அதை கையில் பிடித்து வல்லகியைப் பார்த்தாள்.

ஓரடி உயரத்தில் கோடாளி போல இருந்தது அந்த சாவி.

"சீனியர் முன்னாடி வாங்க", என வல்லகி அழைத்தாள்.

தர்மன் முன்னே வரவும் அவனிடம் அதைக் கொடுத்துவிட்டு அந்த தூணில் அழுத்தி திருகக் கூறினாள் நாச்சியார்.

சற்று கடினமாக இருக்க இனியனும் உதவினான்.

முன்பிருந்த பாறை விலகியதும் நூறடிக்கும் அதிகமான நீளமுள்ள புளு தரையில் படந்திருந்தது.

"என்ன இது?", பாலா அச்சத்துடன் கேட்டாள்.

"ரிப்பன் வார்ம்", என ம்ரிதுள் கூறினான்.

"அதை கொளுத்துங்க", என அதித் உத்திரவிட்டான்.

கெமிக்கல் ஊற்றி அவர்கள் நடக்கும் இடம் மட்டும் பற்றவைத்தபடி வேகமாக நடந்தனர். அப்படியும் பிறைசூடனை அது பிடித்துவிட அவர் கால்கள் மரத்து அப்படியே நின்றார்.

"அப்பா.... அப்பா... வாங்க", என ஏஞ்சல் அழைத்தும் அசையமுடியாமல் நின்றவரை, ஜேக் கத்தியால் அவர் கால்களை பற்றியிருந்த புளுக்களை அறுத்தெறிந்துவிட்டு, அவரைக் கைகளில் தூக்கிக்கொண்டான்.

"கால் சரியாக கொஞ்ச நேரம் ஆகும். ஆனா இது குகைல இருக்க புளு... என்ன மாதிரியான விளைவுகள் குடுக்கம்னு தெரியல", ம்ரிதுள்.

ஏஞ்சல் கவலையுடன் பார்க்க, ஜேக் தான் அவரைச் சுமப்பதாக அவளை ஆசுவாசப்படுத்தினான்.

ஜேக் அவரை முதுகில் சுமந்தபடி நடக்க ஆரம்பித்தான்.

இருநூறு அடிகள் வந்த பிறகு ஒழுங்கில்லா பாறைகள் பாதையை மறைத்திருந்தன.

தசாதிபன் அந்த பாறைகளைத் தொட்டுப் பார்த்துவிட்டு நாச்சியாவை அழைத்தார்.

"இது திறக்கற சாவி நம்மகிட்ட இருக்கா?", எனக் கேட்டார்.

நாச்சியா தன்னிடமுள்ள அனைத்தையும் பார்த்துவிட்டு அந்த பாறையில் இருந்த அச்சு பொருந்தும் பொருள் எதுவும் இல்லையென கூறினாள்.

அதித் முன்னால் வந்து டைஸியின் கழுத்தைக் கீறி அதில் வழிந்த இரத்தத்தை தோய்த்து எடுத்து அந்த டாலரை அந்த பாறை அச்சில் பதித்ததும் இதற்கு முன் வந்த வாயில்கள் அடைத்துக்கொண்டன.

சில நொடிகள் கழித்து அந்தப் பாறைகள் ஒவ்வொன்றாகச் சரிந்தது.

"எல்லாரும் குனிங்க", என வல்லகி கூறும்முன் முன்னால் நின்றிருந்த அடியாட்களை விஷம் தாக்கியிருந்தது.

மெல்ல வல்லகி எதிரே வெளிச்சம் பாய்ச்ச, அங்கே பாம்புகள் அனைத்தும் நேராக பிடித்து இழுத்து கட்டிவைக்கப்பட்டு, வீரியமாக விஷம் கக்கும்படி சில அடிகள் தூணில் அமைத்திருந்தனர்.

ஒரு முறை விஷம் கக்கிய பிறகு மறுமுறை விஷத்தை வீசும் வீரியம் பெற சில நொடிகள் ஆகும். அந்த நேரத்தை பயன்படுத்தி அந்தத் தூண்களைக் கடந்து உள்ளே செல்லவேண்டும்.

தசாதிபன் முதலில் சென்றார்.. அவருக்கும் பின் நாச்சியாவும் பாலாவும் சென்றனர்.

தர்மன் வல்லகியோடு வேகமாக கடந்தான். ஜேக் கால் எடுத்து வைக்கும்போது விஷம் கக்க தயாராகின அந்த பாம்புகள்.

அதித்ஜ நோக்கி வந்த விஷத்தை அருகில் இருந்த அடியாளை முன்னே இழுத்துப் பிடித்தபடி அந்தத் தூண்களைக் கடந்தான்.

டைஸி வெலவெலத்தபடி அவன் கைப்பிடியில் நின்றிருந்தாள்.

"ஓஹ்ஹோ.... பயப்படாத டார்லிங்... நாம சாம்ராஜ்யமே அமைக்க போறோம்.. அதுக்கு இதுலாம் சகஜம்....", என அவளைக் கட்டிக்கொண்டு ஆசுவாசப்படுத்தினான்.

அடுத்தடுத்துக் கிடைத்த இடைவெளியில் அனைவரும் இந்த பக்கம் வந்ததும் வீழ்ந்து கிடந்த பாறைகள் மீண்டும் சுவறாக மாறியது.

"சுதாகர் சார்... இங்கிருந்து எப்படி வெளியே போறது? எல்லா வழியும் மூடிகிட்டே வருது", இனியன்.

"விதி இருந்தா ஊருக்கு போவோம் வாங்க இனியன்", என சுதாகர் கூறவும் ங்ே என முழித்தான்.

"கம்முனு சஸ்பெண்ட் ஆனதுக்கு வீட்ல படுத்திருந்து உடம்ப தேத்தாம கடமை கண்ணியம் கட்டுப்பாடுன்னு வந்து சிக்கிட்டேன்.... தேவையா எனக்கு", எனத் தனக்குத் தானே புலம்பியபடி நடந்தான்.

அடுத்து அவர்கள் வழியை அடைத்தபடி கிடந்தது மனித எழும்புகளால் செய்யப்பட்ட பெரும் கதவு.

அதற்கு அந்த பக்கம் பளிங்கினால் செய்யப்பட்ட பாதை கண்களுக்கு தெரிந்தது.

நாச்சியா தசாதிபனைப் பார்க்க அவர் பெருமூச்செடுத்தபடி முன்னால் வந்தார்.

"இங்க உயிர்பலி குடுக்கணும்", என நாச்சியார் கூற அதித் அடியாட்க-ளில் இருபது பேரின் தலையை துண்டித்து அந்த எழும்புகளில் தடவ, அந்த எழும்புகள் இரண்டு ஆள் செல்லும் அளவிற்கு வழி கொடுத்தது.

"அதித்....", ம்ரிதுள் கத்தினான்.

"ஷட் அப் ம்ரிதுள்... இனி நான் சொல்றது மட்டும் தான் எல்லாரும் கேக்கணும்", என அதிகாரமாக மொழிந்தவன், வல்லகியை முன்ன செல்லக் கூறினான்.

"இனி அவள முன்ன அனுப்பமாட்டேன் அதித்", என நாச்சியார் அவளுக்கு முன்னே வந்து நின்றாள்.

"கவலை படாத நாச்சியார் அவளை இப்ப கொல்ல மாட்டேன்", எனக் கூறி, வல்லகியை அந்த செயினால் தொட அவள் அவன் இழுத்த இழுப்-பிற்கு நடந்தாள்.

"அவள என்ன பண்ற?", நாச்சியார் கோபமுடன் கேட்டாள்.

அவன் செயினை அனைவரையும் நோக்கி விலாச அனைவரும் அவன் கட்டுப்பாட்டிற்குள் வந்தனர்.

ஜேக்கின் மீது அதில் இருந்த வசியத்துளிகள் படவில்லை ஆனாலும் அவனும் தன் மேல் பட்டதுபோல நடந்துக்கொண்டான்.

அத்தனைக் கொடுமை செய்தும் டைஸி ஏன் அவனைத் தேடியே மீண்டும் வந்தாள் என்பது இப்போது அவனுக்குப் புரிந்தது.

நாச்சியா சில நொடிகள் ஸ்தம்பித்து நின்றுவிட்டாள்.

அவர்களுடன் வந்த அனைவருமே அவனுக்குக் கட்டுப்பட்டுப் பொம்மைகளாக நிற்பதுக்கண்டு உறைந்துப் போனாள்.

"என்ன பண்ற நீ அதித்?"

"என்னால உன்னை மட்டும் கட்டுப்படுத்த முடியல நாச்சியா... உன் கண்ல தெரியற சுடர் எனக்கு கட்டுப்படமாட்டேங்குது.... இப்ப நீ நான் சொல்றத மட்டும் தான் கேக்கணும்.... இல்லைன்னா அத்தனை பேரும் சாவாங்க... ", அதித் அவளருகில் வந்துச் சிரித்தபடி மிரட்டினான்.

"உன் தம்பியும் தானே இருக்கான்", என நாச்சியார் கூறவும் வாய்விட்டு சிரித்தான்.

"அவன் சரியான சென்டிமென்ட் இடியட்.... அவனோட திறமைக்கு யாரும் அவனோட மோத முடியாது.. ஆனா அவன் யார் உயிரும் எடுக்கமாட்டேன்.... அது பண்ணமாட்டேன் .... இது பண்ணமாட்டேன்னு பினாத்துவான்... அவன வளர்த்தவங்க சரியில்லை.... ஆனா என் மேல பாசமா இருக்கற மாதிரி வளத்ததால எனக்கு பயன்படுது.... இப்ப சொல்லு அடுத்து எத்தனை கதவு இருக்கு?", எனத் தீவிரமான முகத்துடன் கேட்டான்.

"ஒன்னு தான்", நாச்சியா திடம் கொண்டு நிமிர்ந்துக் கூறினாள்.

"வல்லகி... முன்னாடி போ", என அவன் கூற, அவள் அவன் குரலுக்குக் கட்டுப்பட்டு முன்னே நடந்தாள்.

அவளுக்குப் பின் நாச்சியா நடக்க, அதற்குபின் அதித் மற்றவர்கள் சூழ நடந்தான்.

உள்ளே செல்ல செல்ல அவன் வாய்திறந்து கூறாமலே, அவனது எண்ணப்படி அனைவரும் நடந்துக்கொண்டனர்.

அந்த பளிங்கு பாதையில் நடக்கும் போது வந்த வெளிச்சத்தில் சுற்றிலும் கடல் நீர் இருப்பது தெரிந்தது.

நீருக்கடியில் இருப்பதால் அவ்விடம் சில்லிட்டு இருக்கவேண்டும் ஆனால் அங்கே வெட்பம் அதிகமாக இருந்தது.

கினியாவில் ஜேக் கண்ட மயக்கத்திரள் மீன் கூட்டங்கள் ஆங்காங்கே தென்பட்டன.. முழுதாகத் தலை நிமிர்த்தாமலே ஜேக் அங்கு நடப்பதையும், சுற்றி உள்ளவற்றையும் கவனித்தபடி மயங்கிக்கிடந்த பிறைசூடனைச் சுமந்தபடியே நடந்தான்.

"ம்ம்.... அதை வெளியே எடு", என அதித் ஆணையிட இனியன் அவன் தோளில் இருந்த பையில் இருந்து அந்த வாளை எடுத்தான்.

வல்லகி கையில் அதை வாங்கிக் கொண்டு முன்பிருந்தக் கதவுத் துளையில், சதக்கெனக் குத்தி இழுக்க ஜேக் பின்னால் இருந்தவர்கள் கீழே சரிந்-

தனர்.

நான்கு முறை அதே போல செய்யப் பளிங்குக் கல்லிற்கு நடுவில் இருந்த உலோக பகுதியில் இருந்து, உயிர்பறிக்கும் ஆயுதங்கள் அதற்கு நேர் நின்றவர்களை உயிர்குடித்தது.

ஜேக் மெல்ல மெல்ல ஏஞ்சல் அருகில் வந்து நின்றுக்கொண்டான். அவள் கையில் இருந்த ஸ்மார்ட் வாச்சில் ஒரு பட்டனை அழுத்த யோகோஷ் அவர்கள் இருக்கும் இடம் தெரிந்ததும் புறப்பட்டான்.

"ம்ம்.... கதவ திற", என நாச்சியாரை முன்னே தள்ளினான்.

வல்லகி நாச்சியாரை இழுத்து முன்னே நிறுத்தித் திறக்க வைத்தாள்.

அந்த இடைவெளியில் அந்த வேரை வல்லகியில் வாயில் திணித்தாள் நாச்சியார்.

உள்ளே உடல் உறையும் குளிர் எடுத்தது.

அதித் டைஸியை அழைத்து இறுக்கிப் பிடித்தபடி, இருவரின் கையையும் அறுத்துக்கொண்டு எதிரே இருந்த மேடையில் கைவைத்தான்.

இத்தனை ஆண்டுகளாக இருள் அவனுக்கு போதித்தபடி அவளை வதைத்தவனுக்காக, அவளரியாமல் அவளை பலி கொடுக்க தயாரானாள்.

அதித் ஒவிஷ்கர் தன்னிடம் சில ஆண்டுகளுக்கு முன் இருள் கூட்டம் கொடுத்தப் பெட்டியை எடுத்து அந்த மேடையில் வைத்து முணுமுணுத்தான்.

பின் டைஸியை அந்த மேடையில் படுக்க வைத்து அங்கிருந்த சங்கிலியால் பிணைத்தான்.

அப்போது அந்த இடமே ஆடியது...

ஒரு பலத்த சத்தம் எழ, அனைவரும் காதை அடைத்தபடிக் கீழே விழுந்தனர்.

தலையில் அடிபட்டதும் அனைவருக்கும் புத்தி தெளிய ஆரம்பித்தது.

முதலில் எழுந்த ம்ரிதுள், "அதித் ... ரொம்ப தப்பு பண்ற.... வேணாம்... டைஸிய விட்று... நீ இங்க வா... எவ்வளவு பணம் அதிகாரம் வேணும்னாலும் நான் சம்பாதிச்சி தரேன்... நீ ஏதோ ரொம்ப பெரிய தப்பு பண்ற... பண்ணாத டா", எனப் பலவீனமானக் குரலில் கத்தினான்.

தர்மதீரன் தலையைப் பிடித்தபடி எழுந்து நின்று அதித்-ஐ பிடித்து இழுத்தான்.

அங்கே டைஸியின் இரத்தத்தை அந்த மேடை உறிஞ்சிக்கொண்டிருந்தது.

அவள் இரத்தம் உறிய உறிய இவர்களுக்கு காதுகளில் இரத்தம் வழிய ஆரம்பித்தது.

அனைவருக்கும் மீண்டும் சுயநினைவுத் தவறத் தொடங்கியது.

அதித் தர்மனைத் தூக்கி எறிந்துவிட்டு டைஸி அருகில் நின்றிருந்த வல்லகியின் கையை அறுக்கச் சென்றான்.

ஜேக் ஓடி வந்து வல்லகியைத் தன்பக்கம் இழுத்துக்கொண்டு அவளை மறைத்து நின்றான்.

"ஜேக்... அவள விடு", என அதித் பேசும் போதே தர்மன் அந்த பக்கம் டைஸியை அந்த இடம் விட்டு நகர்த்தினான்.

அதில் அதித் வெறிக்கொண்டு அவர்களைச் சரமாரியாகத் தாக்கத்தொடங்கினான்.

அவ்வறையில் மிச்சம் இருந்தது பிறைசூடன், தசாதிபன், நாச்சியா, பாலா, வல்லகி, தர்மன், இனியன், சுதாகர், ஜேக், அதித், டைஸியுடன் இரண்டு அடியாட்கள் மட்டுமே....

அனைவருக்கும் முழுதாக மயக்கம் தெளியாமல், குத்துமதிப்பாக அவனை எதிர்த்துக்கொண்டிருந்தனர்.

வல்லகி மெல்ல மெல்ல பலம் பெற்றுக்கொண்டிருந்தாள்.

அந்த அறையின் ஒரு மூலையில் நீட்டிக்கொண்டிருந்த பாறையின் மேல் அமர்ந்ததும் கடல்நீர் பக்கவாட்டில் உள்ள வந்தது.

அந்த நீரில் கேட் அடித்து வரப்பட்டாள்.

மற்றொரு பக்கம் தர்மன் பாறையை அழுத்திப்பிடித்து எழும்போது உள்ளே வந்த நீரில் சார்லஸ் கிடந்தான்.

ஜேக் அவனைப் பார்த்துவிட்டான் ஆனாலும் அதித்-ஐ சமாளித்தபடி இருந்தான்.

நாச்சியா சட்டென தன் பாக்கெட்டில் இருந்த வேரை கசக்கி அனைவரின் வாயிலும் சில துளிகள் விட்டபடி அங்கும் இங்கும் ஓடிக்கொண்டிருந்தாள்.

தர்மனுக்கு கொடுத்துவிட்டு நகரும்போது, " நாச்சியா.... சார் அந்த மேடைகிட்ட கொண்டு போ... அவன நாங்க நிறுத்தறோம்", எனக் கூறினான்.

அந்த சாறு உள்ளுக்குள் சென்றதும் அனைவருக்கும் புத்தி தெளிவாகியது.

ம்ரிதுள் அருகில் வந்தவள் அவன் அதித்-யிடம் அடிவாங்கி இரத்தம் வழிய கிடப்பதைக் கண்டவள் ஒரு நொடி தயங்கி நின்று அந்த சாற்றை அவனுக்கும் புகட்டினாள்.

"தேங்க்ஸ் நாச்சியா", எனக் கூறியவன், " இங்கயிருந்து வெளியே போற வழிய கண்டுபிடி சீக்கிரம்", எனக் கூறினான்.

இனியனும் சுதாகரும் புத்தித் தெளிவானதும் அதித்துடன் சண்டையிட்டுக்கொண்டிருந்தனர்.

"சார்... சார்... எப்படி இங்க இருந்து வெளிய போறது?", நாச்சியா கேட்டாள்.

"அந்த மேடைக்குள்ள ஒரு பொருள் இருக்கு.. அதை உடைச்சா வழி தெரியும்", எனக் கூறியவர் வல்லகியை அழைத்து வாளின் கைப்பிடிக்

கொண்டு நடுவில் ஓங்கி அடிக்கச்சொன்னார்.

அவளின் பலம் பலமடங்கு அதிகரித்திருந்ததால் ஒரே அடியில் சுற்றி-யுள்ள பாறைகள் உடைந்து, ஒரு கருப்புப் பெட்டித் தெரிந்தது.

அதை அதித் அணிந்திருந்த செயின் டாலர் கொண்டே திறக்க முடியும்.

"அந்த டாலர் வேணும் நாச்சியா", என மூச்சு திணறியபடிக் கூறினார் தசாதிபன்..

"தர்மா.... அந்த டாலர் வேணும்", என நாச்சியார் கத்தினாள்.

ம்ரிதுள் பின்னிருந்து அதித் கைகளைப் பிடித்துக்கொள்ள, இனியன் தோள்களை அழுத்திப் பிடித்தான்.

ஜேக் கால்களை அழுத்திக்கொண்டான். சுதாகர் அவனை கீழே படுக்க வைக்க முயற்சித்தான்.

தர்மதீரன் அவன் கழுத்தில் இருக்கும் செயினை எடுத்துக்கொண்டு வந்து கொடுத்தான்.

அந்த பெட்டியை தசாதிபன் திறந்ததும், “வல்லகி நான் பெட்டிய தொறந்ததும் எதுவும் பாக்காமா நடுவுல இருக்க கருப்பு இதயத்துல ஒரே வீச்சுல இறக்கி ரெண்டாக்கிடு .. உன்ன அது மயக்க பாக்கும், உன் கவனம் வேற எதுக்கும் போகவே கூடாது .. புரிஞ்சதா ? “, எனக் கேட்டபடித் திறந்-தார்.

அந்த பெட்டியைத் திறந்ததும் ஆளுக்கு ஒரு பக்கமாக தூக்கி வீசி எறி-யப்பட்டனர். டைஸியின் ரத்தம் அந்த பெட்டியின் வலிமையை வெளிபடுத்த செய்தது. அதீத ஓலமும், அதிக படியான எதிர்மறை கதிர்களும் அவ்வி-டத்தை நொடிக்கும் குறைவான நேரத்தில் நிறைத்தது.

கேட் அருகில் நாச்சியார் விழுந்ததும் அவள் கண்விழித்தாள்.

அங்குள்ள நிலைமைப் புரியாவிட்டாலும் தவறாக இருக்கிறது என்பது புரிந்து நாச்சியா எழ உதவினாள்.

அதித் அனைவரையும் உதறித் தள்ளிவிட்டு மயங்கிக் கிடக்கும் டைஸி-யைத் தூக்கிக்கொண்டு, அந்தப் பெட்டியை நோக்கி நடந்தான்.

இருவரின் இரத்தமும் ஒன்று சேர அந்த பெட்டியில் பிழிந்துவிட்டு டைஸியின் கைக்கொண்டு அந்தப் பொருளை எடுத்தான்.

கருநிற இதயம் இரத்தம் பாய்ந்ததும் துடிக்க ஆரம்பித்தது. சட்டென மயான அமைதி அவ்விடத்தை சூழ , அந்த இதயத்தின் துடிப்பு மட்டும் அந்த அறை முழுதும் எதிரொளித்தது.

அதை அவன், அவன் இதயத்திற்கு அருகில் எடுத்துச் செல்லும்போது வல்லகி எதிர்பக்கமாக வந்து, அந்த இதயத்தை வாள் கொண்டுப் பிளந்தாள்.

அவள் பிளந்ததும் அதித் உடலும், டைஸியின் உடலும் தரைக்குள் புதைய ஆரம்பித்தது.

ஜேக் ஓடி வந்து டைஸியை இழுத்தான்.

கேட் -உம் வந்து கைக்கொடுத்தாள். தரை கருநிறச் சுழலாக மாறி அவனை உள்ளே இழுத்தது.

டைஸி ஜேக்கின் பலமான இழுவையினால் மேலே வந்தாள். அதித்-ஐ காப்பாற்ற ம்ரிதுள் கைக்கொடுத்தான். ஆனாலும் அவன் உள்ளே சென்று-விட்டிருந்தான்.

அதித் என ம்ரிதுள் கதறிக்கொண்டிருந்தான்.

"தர்மா... ஈட்டிய எடு", என தசாதிபன் கத்தினார்.

"எங்க சார் எறியணும்?", தர்மன் ஈட்டியை எடுத்து பிடித்தபடிக் கேட்-டான்.

'இப்ப கடல்தண்ணி உள்ள வரும். அப்ப மேலே உச்சில ஒரு ஓட்டை தெரியும்.. அதுல எறி... ", எனக் கூறி அனைவரையும் நடுவில் நிற்கக்கூ-றினார்.

பிறைசூடன் இன்னும் மயங்கியே கிடந்தார். அவரை அந்த இரண்டு அடியாட்களும் தூக்கிக்கொண்டனர்.

அந்த இடம் முழுக்க கடல்நீர் ஆக்கிரமிப்பு செய்ய ஆரம்பித்தது.

நீரின் வேகம் கூடக் கூட அந்த அறையின் கிழக்கு பக்கம் ஒரு கூடம் உயர்ந்துக்கொண்டே போனது.

அவர்கள் நீரில் நீந்த ஆரம்பித்ததும் மேலே மாடத்தில் ஓட்டை தெரிந்-தது.

"தர்மா", என ம்ரிதுள் அழைத்தான்.

"இங்க இருந்து எப்படிடா எறியறது?", சுதாகர்.

"தர்மா அங்க கிட்ட போ", தசாதிபன்.

வல்லகியும் கேட்-உம் அந்த ஓட்டைக்கு கீழே சென்றுப் பார்க்க அது உயரமாகிக்கொண்டே சென்றது.

"சார்.. அது மேலே போயிட்டே இருக்கு....", என வல்லகி கத்தினாள்.

"தர்மா .. சீக்கிரம்.... நமக்கு நேரமில்ல... வெளிச்சம் மறையறதுக்-குள்ள எறி", எனக் கூறினார்.

"தர்மா... நாங்க உன்ன தோள்ல தூக்கிக்கறோம். நீ மேல எறி", என ம்ரிதுள் கூற அனைவரும் சரியென அவனுக்குத் தோள் கொடுத்தனர்.

"வல்லகி உன்னால மேல வரைக்கும் எகிற முடியும்... நீ அந்த பாறை-கிட்ட நின்னு அவனுக்குக் குடு", பிறைசூடன் முழுதாக மயக்கம் தெளிந்துக் கூறினார்.

"தர்மா.... சின்ன சின்ன பிளவு இருக்கு.... இரண்டு ஆள் உயரத்துக்கு மேல நீ வந்துட்டா அதுல கால் வச்சி ஏற முடியும்", என நாச்சியார் அந்த பாறைச் சுவற்றைத் தடவியபடிக் கூறினாள்.

"நீ அங்கயே நில்லு நாச்சியா.... ", என ம்ரிதுள்ளும் தர்மனும் கத்தினர்.

"இனியா.... ரெடி... ஒன் டூ த்ரீ", என தர்மனை தம்பிடித்து மேலே தூக்கி விட்டனர்.

வல்லகி சரியாக எம்பி தர்மன் கையில் ஈட்டியை கொடுக்க, நாச்சியா கூறிய இடத்தில் கால் வைத்து அந்த உச்சியோட்டையைக் குறிப்பார்த்து வீசினான்.

ஈட்டி முனை ஓட்டையை அடைந்ததும் அனைவரும் நீரினால் அலைக-லைக்கப்பட்டு சுழலில் சிக்கினர். ஆளுக்கு ஒரு பக்கமாக சுழல ஆரம்பிக்க சார்லஸ் அப்போது தான் கண் விழித்தான்.

“இன்னுமா நான் சுழல்ல சுத்திட்டு இருக்கேன்.. “ என அவன் நினைத்து முடிப்பதற்க்குள் பெரும் அலை ஒன்று, அந்த சுழலுடன் மோதி-யது.

பல நிமிட போருக்கு பின் பேரலைச் சுழலைத் தோற்கடித்தது.

நீருக்கும் நீருக்கும் ஏற்பட்ட போரில் அனைவரும் சுயநினைவிழந்து கடலில் மிதந்தனர்.

மற்றொரு பேரலை இவர்களை அடி ஆழத்தில் இருந்து மேற்பறப்பிற்குத் தூக்கி வந்தது.

சிறிது நேரத்திற்குப் பின் கடல் அலைகள் அவர்களைக் கரையில் ஒதுக்-கியது.

சுமார் இரண்டு மணிநேரங்கள் கழித்து மெல்ல ஒவ்வொருவராக கண்தி-றந்தனர்.

யோகேஷ் ஏஞ்சலின் சிக்னல் வைத்து அவ்விடம் வந்து சேர்ந்தான்.

அவன் கடற்கறைக்கு வரவும் ம்ரிதுள் எழுந்திரிக்கவும் சரியாக இருந்தது.

"என்ன ம்ரிதுள் செம ஃபன் போல", எனக் கேட்டபடி அவனைத் தூக்-கிவிட்டான்.

"ஏன்டா கேக்கமாட்ட.... இங்க ரூம் புக் பண்ணிட்டியா? எல்லாருக்கும் ரெஸ்ட் வேணும்.... ", எனக் கேட்டான்.

"நானும் இப்பதான் வந்தேன்... ஒன்னு ஒன்னா பண்றேன்...", எனக் கூறிவிட்டு ஒவ்வொருவர் அருகிலும் சென்றுப் பேசியபடி எழுப்பினான்.

வல்லகியும் நாச்சியும் பாலாவை தோளில் தாங்கியபடி நடந்தனர். ஜேக் சார்லஸைக் கட்டிக்கொண்டு மகிழ்ந்தான்.

தர்மனும், இனியனும், சுதாகரும் ஒருவரை ஒருவர் பார்த்துச் சிரித்துக் கொண்டனர்..

ஏஞ்சல் கேட்-ஐ கட்டிக்கொண்டு சந்தோஷத்தில் குதித்தாள்.

தசாதிபன் பிறைசூடனுக்கு கைக்கொடுத்து எழுப்பி விட்டார்.

அந்த இரண்டு அடியாட்களும் ம்ரிதுள் அருகில் நின்று அவன் கட்ட-ளைகளைக் கேட்டுக் கொண்டிருந்தனர்.

தசாதிபன் அனைவரையும் பார்த்தபடி கடல் அலைகளைப் பார்த்துவிட்டு வானத்தைப் பார்த்தார்.

சூரியன் உதிக்கும் நேரம் வந்திருந்தது ....

இருள் நீங்கி வெளிச்சம் பாய்ந்தது....

இங்கே தர்மன் ஈட்டியை எரிந்த நொடியில், மேற்குத் தொடர்ச்சி மலையில் ராகவியும், நாச்சியாரும் கண்ட பாறையானது முழுதாக பிறழ்ந்தது ....

காற்றுடனான நுண்ணுறவு தொடரும் ......

அடுத்த பாகத்தில் இவர்களை மீண்டும் சந்திப்போம் ..

அன்புடன்,

ஆலோன் மகரி

www.ingramcontent.com/pod-product-compliance
Ingram Content Group UK Ltd.
Pitfield, Milton Keynes, MK11 3LW, UK
UKHW042109021026
15589UKWH00001B/289